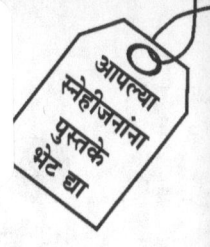

एका उच्चभ्रू पाकिस्तानी महिलेचं विलक्षण अनुभवकथन

कटिंग फ्री

सलमा अहमद

अनुवाद
सुप्रिया वकील

मेहता पब्लिशिंग हाऊस

All rights reserved along with e-books & layout. No part of this publication may be reproduced, stored in a retrieval system or transmitted, in any form or by any means, without the prior written consent of the Publisher and the licence holder. Please contact us at **Mehta Publishing House,** 1941, Madiwale Colony, Sadashiv Peth, Pune 411030.

✆ +91 020-24476924 / 24460313

Email : info@mehtapublishinghouse.com
production@mehtapublishinghouse.com
sales@mehtapublishinghouse.com

Website : www.mehtapublishinghouse.com

◆ या पुस्तकातील लेखकाची मते, घटना, वर्णनि ही त्या लेखकाची असून त्यांच्याशी प्रकाशक सहमत असतीलच असे नाही.

CUTTING FREE by SALMA AHMAD

© Salma Ahmad 2007

Published in Arrangement with The Lotus Collection An imprint of Roli Books Pvt. Ltd., New Delhi

Translated into Marathi Language by Supriya Vakil

कटिंग फ्री / अनुवादित अनुभवकथा

अनुवाद : सुप्रिया वकील
१०२, यशोवर्धन अपार्टमेंट, ६५३ ई, शाहूपुरी ३री गल्ली, कोल्हापूर – ४१६००१. ✆ ०२१३-२६५८२८५

मराठी अनुवादाचे व प्रकाशनाचे हक्क मेहता पब्लिशिंग हाऊस, पुणे.

प्रकाशक : सुनील अनिल मेहता, मेहता पब्लिशिंग हाऊस,
१९४१, सदाशिव पेठ, माडीवाले कॉलनी, पुणे – ३०.

अक्षरजुळणी : एच. एम. टाईपसेटर्स, ११२०, सदाशिव पेठ, पुणे – ३०.

मुखपृष्ठ : फाल्गुन ग्राफिक्स

प्रकाशनकाल : सप्टेंबर, २००९ / पुनर्मुद्रण : एप्रिल, २०१३

ISBN 978-81-8498-067-7

माझी लाडकी मुलगी बिना हिच्या स्मृतीस...

She walks in beauty, like the night
of cloudless climes and starry skies :
And all that's best of dark and bright
    Meet in her eyes :
Thus mellow'd to that tender light
which Heaven to gaudy day denies
                  – Lord Byron

आभार

माझ्या आईनं मला बिनशर्त प्रेम आणि खंबीर पाठिंबा दिला, त्याबद्दल तिचे आभार. माझे पिता माझ्यासाठी सर्वोत्तम प्रेरणास्त्रोत राहिले आणि त्यांनी सदैव माझ्यावर विश्वास ठेवला त्याबद्दल त्यांचेही आभार. माझा भाऊ अक्कू यानं सदैव माझी सोबत केली, माझी मामी रझिया व मामा शहजाद यांनी माझ्या आयुष्यातल्या काही काळ्याकुट्ट क्षणी माझा तोल जाऊ दिला नाही, माझ्या लाडक्या मुलांनी – फौजिया व सेहबा या मुली आणि चाऊ चाऊ, बंटी व फररूबाबा – माझ्याविषयी कठोर मतं बनवली नाहीत (मी त्यांना त्यासाठी भरपूर कारणं देऊनही) – या सर्वांचे आभार.

अहमद अल्ताफ यांच्याशी जीवनभराचे स्नेहबंध जुळले आहेत. त्यांनी मला संयमाची परीक्षा पाहणाऱ्या परिस्थितीत सदैव आधार दिला आहे. त्यांचे आभार.

जमिल निश्तार यांनी मला मोलाचं साहाय्य केलं आहे व प्रोत्साहन दिलं आहे. ते माझे पालकच होते आणि खंबीर आधारस्तंभही – त्यांचेही आभार.

माझ्या वडिलांचे जिवलग मित्र सैद सईद जाफरी यांच्या सहृदय साहाय्याखेरीज माझी उद्योजक कारकीर्द कधीच उदयाला आली नसती, त्यांचे आभार.

माझे 'दुआगोह' बनल्याबद्दल दर्गाह हजरत निजामुद्दिन औलियाचे पीर इक्बाल निझामी यांचे आभार.

माझ्या राजकीय कारकिर्दीच्या संदर्भात मी पीर साहिब पगारो यांची ऋणी आहे.

युनुस साहिब यांनी दीर्घकाळ व निष्ठावंत सेवा बजावली आणि महमूद मियाँ यांनी हा मजकूर सहनशीलपणे व अथक परिश्रमानं टंकलिखित केला त्याबद्दल त्यांचे आभार.

माझे सर्व स्नेही व सहकारी यांचेही आभार. विशेषत: हसन परवेझ यांचे. त्यांनी हे पुस्तक मेहनतीनं व समजून घेऊन संपादित केलं आहे व ते अधिक वाचनीय बनवलं आहे.

प्रस्तावना

मी कधी पुस्तक लिहीन असं माझ्या मनातसुद्धा आलं नव्हतं.

१९९९ साली माझी मोठी मुलगी बिना हिचं निधन झालं आणि माझ्यावर दुःखाचा पहाड कोसळला... त्याच दरम्यान ही लेखन प्रक्रिया सुरू झाली, ती चार वर्ष चालली.

अगदी सुरुवातीला लेखन प्रयत्न अत्यंत मंद आणि अनिश्चित होता. त्यानंतर हळूहळू कहाणी उभी राहू लागली, तसतसं माझ्यापुढं चित्र स्पष्ट झालं... हेच करण्याची आवश्यकता होती असं वाटू लागलं.

माझी जीवनकहाणी मोकळेपणाने सांगायला अंगी धैर्यच पाहिजे हे वाचकांच्या ध्यानात येईलच. मला अनेक वर्ष अन्याय्य व दुखावणाऱ्या टीकेला तोंड द्यावं लागल्यामुळे, माझी बाजू सांगणं हे माझं माझ्याप्रती व माझं ज्यांच्यावर प्रेम आहे त्यांच्याप्रती कर्तव्य आहे असं मला ठाम वाटत होतं.

हे पुस्तक मी माझ्या मुलीसाठी लिहिलं आहे. नाहीतर मी कदाचित कधीच लिहिलं नसतं. बिनानं मला बजावलं होतं, "ममी, तू तुझ्याबद्दल लिहिलं नाहीस, तर मी लिहीन."

माझा छकुलीला तिची ही इच्छा पूर्ण झालीय हे पाहण्याइतकं आयुष्यही लाभलं नाही, पण मी हे पुस्तक आणि ते लिहिताना मी ढाळलेले अश्रू माझ्या मायेसोबत तिला अर्पण करत आहे.

५ फेब्रुवारी २००५ रोजी, माझी बालपणीची मैत्रीण व सिंधच्या शिक्षणमंत्री हमिदा खुहरो यांच्या हस्ते कराचीत 'कटिंग फ्री'चं प्रकाशन झालं. कसलंतरी वादळ घोंघावत येणार आहे याची आत कुठंतरी हुरहुर वाटत होतीच. त्याप्रमाणे पुस्तक प्रकाशनानंतर जेमतेम महिन्याभरात अशा काही विचित्र घटनांची मालिका सुरू झाली की मी हतबुद्ध झाले. माझं जग उद्ध्वस्त होताना मी फक्त असहायपणे,

भयाचा मूक आवंढा गिळून ते पाहत राहण्याखेरीज काहीच करू शकत नव्हते. या भयावह घटना माझ्या आत्मचरित्राच्या दुसऱ्या भागात – सध्या त्यावर काम चालू आहे – येतील. आत्ता मी इतकंच म्हणू शकते की – मुकाबिला तौ दिले नटवाँ ने खूब किया – (मिर ताकी मिर).

माझं आत्मचरित्र भारतात प्रसिद्ध होणार आहे याचं माझ्या मनाला मोठं समाधान आहे. कारण दक्षिण आशियाई उपखंडातील सामाजिक व सांस्कृतिक वातावरणात बरंच साधर्म्य आहे, या प्रदेशातील स्त्रियांच्या वृत्तीत व वागण्याच्या पद्धतीत बरंच साम्य आहे. या प्रदेशातील स्त्रिया राजकारण व धर्म यांच्या सीमा पार करून एका समान व्यासपीठावर उभ्या आहेत. कारण, त्यांच्या इच्छा-आकांक्षा सारख्या आहेत तसंच त्यांच्या समस्याही तशाच आहेत. त्यामुळं मला आशा आहे की, हे आत्मचरित्र उद्योग व राजकारण या क्षेत्रांत उतरू इच्छिणाऱ्या स्त्रियांना थोडं मार्गदर्शनपर ठरू शकेल.

मला जी आव्हानं पेलावी लागली, तशाच आव्हानांचा सामना करावा लागणाऱ्या असंख्य पाकिस्तानी महिलांना जर या पुस्तकातून धैर्य लाभलं व आशेचा किरण गवसला, तर ते माझ्या लेखनाला मिळालेलं सर्वोच्च पारितोषिक असेल. माझ्या जीवनकहाणीनं एका स्त्रीला जरी प्रेरणा मिळाली तरी माझ्या जीवनकार्याची फलश्रुती झाली असं मी समजेन.

कराची — **सलमा अहमद**
डिसेंबर २००६

अनुक्रमणिका

भारतातून पाकिस्तानमध्ये / १
बालपण / ७
इटालिया बेल्ला / १५
विवाहबंधनाच्या जाळ्यात / २०
उतरती कळा लागलेलं आयुष्य / २५
लंडनमार्गे मॉस्को / ३४
आपाजी – माझ्या सासूबाई / ४३
ते दिवस / ४९
तेहरान / ६०
मातृत्वाच्या कळा / ६८
ऑस्ट्रेलियात कसोटी क्रिकेट / ७९
उद्योजिका / ८२
अल्जिअर्समध्ये / ८९
दुःखी पत्नी / ९५
राजकारणाच्या मैदानात / १०५
याह्यांनी सूत्रं स्वीकारली / १११
मक्का / ११७
क्रिकेटला प्रतिबंध / १२१

अस्वस्थ कालखंड / १३०
राजकीय खेळी / १४०
१९७७ सालच्या निवडणुका / १४४
लेडी शिप-ब्रेकर / १५२
नि:शब्द अश्रू / १५९
इंदिरा गांधींशी भेट / १६५
प्रकाशझोतात / १७४
असेम्ब्लीत / १८०
दुसऱ्यांदा घाव / १९१
विलक्षण सहकारी / १९८
आंतरराष्ट्रीय व्यासपीठ / २०६
असेम्ब्ली विसर्जित झाली / २१५
आयएफडब्ल्यूई / २२५
दरम्यान / २३०
राजहंस माझा निजला... / २३७
नवे खेळाडू, पण राजकारणाचं मैदान तेच / २४३
अफगाणिस्तान – नवं आव्हान / २५३
अपूर्ण कार्य / २५७

विचारवंत होण्यापेक्षा आचारवंत व्हा!

दहा

भारतातून पाकिस्तानमध्ये

माझा जन्म १० सप्टेंबर रोजी शुक्रवारी पहाटे ४.३० वाजता ग्रँडचेस्टर मेडोज, केंब्रिज येथील ग्रँडचेस्टर हॉस्पिटलमध्ये झाला. माझं नाव ठेवलं इंदिरा सलमा हुसैन. शनी माझ्या सातव्या स्थानात होता... म्हणजे कन्या राशीसाठी कुठलीही भागीदारी – त्यात लग्नबंधनही आलंच – दीर्घकाळ यशस्वी ठरणार नाही. कसली अरिष्टसूचक सुरुवात म्हणायची ही!

माझे पिता – अख्तर हुसैन यांनी माझ्या आईला इंग्रजी शिकायला केंब्रिजला नेलं होतं. तिथं ते कॉर्पस ख्रिस्ती मध्ये अभ्यासक्रम पूर्ण करत होते. त्याच दरम्यान माझा जन्म झाला. माझी आई – झाकिरा बेगम. तिचं बाळंतपण अवघड गेलं. ती बुटकी, लहानखुऱ्या चणीची होती. मी तिचं पहिलंच अपत्य होते. त्या फाळणीपूर्व काळात इंग्लंडमध्ये जन्म होणं ही फार विशेष गोष्ट मानली जात असे. माझ्या आईवडिलांनी मला जहाजातून भारतात आणलं. परतीच्या प्रवासात माझी आई विचार करत होती, की माझ्या नावातील 'इंदिरा'चं घरातल्यांना काय स्पष्टीकरण द्यायचं? त्यासाठी ती टोपणनावं शोधत होती. माझे पिता देशभक्त होते, पण सनातनी मुस्लीम कुटुंबात हे नाव रुचलं नसतं. ममीला एक नाव सुचलं... इंदू बाला.

"ओह, पण तेही फारसं चांगलं वाटत नाहीय! इना... इनी... यस... इनी छान आहे.'' माझे वडील म्हणाले.

आणि मी 'इनी' झाले.

माझे पिता त्यावेळी सहारनपूरमध्ये 'डिस्ट्रिक्ट मॅजिस्ट्रेट' होते, भारतीय मुलकी सेवेतील (आयसीएस) सदस्य. माझी आई मोरादाबादच्या सरंजामशाही घराण्यातली होती. उत्तर प्रदेशातील मानकुला हे त्यांचं वडिलोपार्जित खेडं होतं. तिच्या वडिलोपार्जित घराला 'डेरा' म्हटलं जात असे. तिच्या घराण्याच्या पठाणी

पार्श्वभूमीमुळं बहुधा हे नाव पडलं असावं.

माझ्या मनात 'घरं' या स्थानाच्या काही पुसटत्या आठवणी आहेत. मी दुसऱ्या देशात वाढणार आहे; मला आवडणाऱ्या, मला माहीत असलेल्या सुपरिचित वातावरणापेक्षा इतक्या निराळ्या वातावरणात मी लहानाची मोठी होणार आहे याची मला तेव्हा कल्पना नव्हती. भूतकाळातल्या आठवणी आजही माझ्या मनात पिंगा घालत असतात.

माझी अगदी जुनी आठवण आहे ती, वडिलांच्या अजमेरच्या घराची. तिथं मी कमळांच्या तळ्यात पडले होते... मी बुडत होते.. पाणी नाकातोंडात जात होतं... मग मला तळ्यातून बाहेर काढलं... अजून माझा श्वास सुरू होता... श्वास सुरू होता... माझ्या डोक्याला खोक पडून त्यातून भळाभळा रक्त वाहत होतं... माझी आया तिच्या साडीच्या पदरानं रक्त थांबवण्याचा प्रयत्न करत होती... माझे वडील नोकरांना रागवत होते, ओरडत होते... त्यांनी मला उचलून कडेवर घेतलं होतं... मग आम्ही जीपमधून निघालो... मी त्यांच्या मांडीवर बसले होते.

आणखी एक आठवण! डॅडी मला माझे हात उंच करायला सांगत होते. ते माझे हात धरून तळवे उंचावून म्हणत होते,

''माझ्यामागून म्हण... सन, सन, वॉर्म माय हँड्स.''

मी त्यांच्यामागून तेच शब्द म्हणत होते.

त्यावेळी मी दोन वर्षांची होते.

मी बिछान्यात आईच्या शेजारी एक छोटा प्राणी पाहिला होता. मला ते बाळ अजिबात आवडलं नव्हतं. कोण होती ती? तिला 'इवली छकुली' म्हणत होते. ती होती नजमा. तिला मीनल म्हणत असत. मी ममीची क्रीमची बाटली घेऊन त्यातून बोटानं क्रीम काढून ते त्या 'प्राण्या'च्या नाकाला फासलं होतं... मला ती अजिबात आवडली नव्हती. त्या क्रीममुळं तिचा जीव कोंडला होता.

''मला बाजूला नेऊ नका, बाजूला नेऊ नका आयेजी,'' मी आयाला आर्जवं करत होते.

मी माझ्या तट्टावर स्वार झाले होते... अचानक मी पडले. मी जमिनीवर आपटले होते... पण ते तट्टू दुडक्या चालीनं धावतच होतं. मी फरपटली जात होते. मी रडू लागले. मी किंचाळत होते, त्याबरोबर माझ्या तोंडात चिखल जात होता. घोडेस्वारी शिकवणारा स्वयंपाकघरात पान खायला गेला होता... माझे वडील माझा

आरडाओरडा ऐकून बाहेर पळत आले... आता त्याची खैर नव्हती.

मी बाथरूममध्ये अडकले होते... मला फार भीती वाटत होती... थंडी वाजत होती, पण काहीच करता येत नव्हतं... मी ममीला हाका मारत होते... तिनं दार उघडलं... मी उर्दू व इंग्रजीच्या संमिश्र बोबड्या शब्दांत सांगत होते, ''मिमी वॉक से आये, ने कर बातू बंद इना को, आयेजी बालतात.'' (म्हणजे ''माझी आई फिरून परत आलीय. आता ती मला बाथरूममध्ये कोंडून ठेवणार नाही. आपण आयाला बैलगाडीतून लांब पाठवून देऊ या.'')

खालच्या मजल्यावरून मोठमोठ्यानं आवाज येत होता. माझे आजोबा बोलत होते. आम्ही 'डेरा'मध्ये आलो होतो. त्या घराला अगदी प्रशस्त, गोलाकार अंगण होतं. आजूबाजूच्या सगळ्या खोल्यांतून अंगण दिसत असे. इथं, माझ्या आजोबांच्या घरी, एक स्वयंपाकी मोठ्या, पातळ चपात्या करत असे– त्यांना रुमाली रोटी म्हणतात आणि दुसरा स्वयंपाकी अब्बांसाठी म्हणजे माझ्या आजोबांसाठी जाड रोट्या बनवत असे. अब्बांना या रोट्या आवडत असतं. इथं माझी आजी-अम्मा सुद्धा होती. तिचा डावा पाय जरासा कमजोर होता. आजी फार चांगली होती. ममी मला मारू लागली की, ती तिला थांबवायची आणि मला तिच्या 'लिहाफ' मध्ये लपवायची.

''मैं तो कुटूंगी, मैं तो पीसूंगी, मैं तो अम्मा के घोंसले में घुस जाऊँगी.''

मला अम्माच्या लिहाफमध्ये गुडूप व्हायला फार आवडायचं. तिथं फार उबदार व आरामदायी वाटायचं.

अब्बा आलू गोश्त करी मधले बटाटे काढत होते... हे बटाटे मिरच्या, मसाले कमी करण्यासाठी धुऊन घेतले होते. मला मसालेदार भोजन सोसलं नसतं म्हणून.

ओह्, डॅडी आले होते! आता आमची मजा होती. डॅडींनी दुसऱ्या दिवशी शिकारीला जाण्यासाठी बंदुका सज्ज ठेवल्या होत्या. मी सोला टोपी घालून डॅडींचा हात धरून निघाले होते. आमचा विश्वासू नोकर – रहिम आमच्यासोबत होता. आम्ही शिकारीला गेलो. डॅडी मला सोडून गेले... कुठं गेले असतील? मी त्यांना शोधत होते... पण ते कुठंच दिसत नव्हते. तितक्यात मी बंदुकीच्या गोळीचा आवाज ऐकला. आवाज अगदी जवळच आला होता.

''इनी बेबी, इनी बेबी.'' वडील हाका मारत होते, पण मी तळ्याच्या दुसऱ्या बाजूला होते. माझे वडील बदकांवर नेम चालवत होते. मी घाबरून कोसळलेच... ते पाहून माझे वडील मला उचलायला पळत आले. माझी सोला टोपी खाली पडली होती.

"डॅडी डॅडी!" मी रडत होते.

त्यांनी मला शांत केलं.

ममीनं मला एक काळं मनगटी घड्याळ दिलं होतं. ती सांगायची, की हे घड्याळ तिच्या शफाअतमामांनी तिला दिलं होतं. मी ते घड्याळ दगडानं ठेचून फोडलं होतं, कारण मला घड्याळाच्या आत काय असतं ते आणि त्याची टिकटिक कशामुळं होते ते पहायचं होतं. ते पाहून आया भयंकर चिडली होती.

ती म्हणाली, "आता ममी तुला मारणार."

आता आई मला बदडून काढणार हे मीही ओळखून होते. कारण शफाअतमामांच्या घड्याळाचे बारा वाजले होते. ते पूर्ण फुटलं होतं... आम्ही कोलकत्याच्या व्हिक्टोरिया मेमोरियल पार्कमध्ये होतो. तिथून आम्ही एल्गिन रोडवरच्या आमच्या घरी गेलो. ममीनं मला चांगलंच बदडून काढलं. मी ममीला सापडू नये म्हणून रडत रडत बिछान्याच्या खाली लपले. तितक्यात मला कारचा हॉर्न ऐकून आला. डॅडी आले होते. मी त्यांना 'चीफ' म्हणायची. ते युद्धसाहित्य उत्पादन विभागाचे डायरेक्टर जनरल होते. त्यांची त्यावेळी कोलकत्यात नियुक्ती झाली होती.

"चीफ परत आलेत, ओके चीफ, ओके चीफ. तिनं मला मारलं. ममीनं मला मारलं."

"रडू नकोस इनी, रडू नकोस. झक्को (माझ्या आईचं लाडाचं नाव), तू तिला इतकं का मारलंस?"

आणखी एक आठवण.

"तू माझ्यासारखी दिसतेस इनी."

"नाही डॅडी. मला तुमच्यासारखं दिसायचं नाहीय. तुम्ही इतके काळे आहात, मला मीनलसारखं, ममीसारखं गोरंपान व्हायचंय."

"पण सगळे म्हणतात की मी फार देखणा आहे."

"नाही डॅडी. मला तुमच्यासारखं दिसायचं नाहीय."

कलोनियल कॉम्प्लेक्स... रंग!

अजमेरमध्ये असताना मी बरीच लहान होते पण मला एक दिमाखदार प्रसंग आठवतोय. माझ्यासाठी कडक, पांढरा टॅफेटा ड्रेस शिवला होता. एका इंग्रज स्त्रीनं मला दोन्ही पाय एकत्र जुळवून उभं राहायला आणि त्यानंतर उजवं पाऊल अर्धवर्तुळात फिरवून सौजन्यपूर्वक लवून अभिवादन करायला शिकवलं होतं. तसंच, मला 'bouquet' हा शब्द त्यातल्या शेवटच्या अक्षरांवर भर देऊन

म्हणायला शिकवलं होतं. तो उच्चार 'बूके' (bookay) असा होत असे. हे सगळं लॉर्ड व लेडी लिनलिथगाऊ यांच्या सन्मानार्थ होतं. हे श्री. व सौ. व्हाईसरॉय अजमेरला येणार होते. माझे वडील तिथं डेप्युटी कमिशनर होते आणि सर एडवर्ड सौटर ब्रिटिश कमिशनर होते.

त्यानंतर माझ्या वडिलांची मी अनेकदा प्रतिक्रिया ऐकलीय, "इनी दोन भाषा बोलतीय याचं त्यांना किती आश्चर्य वाटलं!"

होय. मी उर्दूआधी इंग्रजी बोलायला शिकले होते, पण यालाही ममीच कारणीभूत होती. त्या काळी ही गोष्ट फार अभिमानाची होती.

मला आठवतंय, माझे वडील बहरैच (उत्तर प्रदेश) मध्ये डेप्युटी कमिशनर होते, त्यावेळी ते बरेचदा शिकारीला जात असत. स्थानिक राजा अथवा महाराजा शिकारीचं आयोजन अगदी आनंदानं करत असत. काहीवेळा मी सुद्धा वडिलांबरोबर शिकारीला जायची. तिथं मचाण बांधलं जायचं, शिकार टप्प्यात आणण्यासाठी हाकाऱ्यांना बोलवलं जायचं. साधारणपणे सावज वाघ असायचा. मग शिकारी नेम धरून हॉलंड अॅन्ड हॉलंड बंदुकीतून अथवा पर्डी रायफलीमधून गोळी झाडत असत. कधीकधी बें बें करणाऱ्या बकऱ्या झाडाला बांधल्या जायच्या. हे वाघांना शिकाऱ्यांच्या बंदुकीच्या टप्प्यात आणण्यासाठी केलं जात असे. इतक्या जवळ अंतरात नेम सहसा चुकत नसे. हा खेळ त्या काळी उच्चभ्रू लोकांचं फॅड व खेडुतांच्या मनोरंजनाचं रोमांचक साधन बनला होता. आमच्याकडं अजूनही कित्येक व्याघ्रचर्म वडिलांच्या शिकारीच्या स्मृती जपत आहेत.

एकदा वडिलांनी माझ्यासाठी एक हरणाचं पिल्लू आणलं होतं. त्याच्यासाठी बागेत पिंजरा तयार करून घेतला होता. माझं हे 'पेट' माझं लाडकं बनलं होतं. त्या सुंदर हरिणीला पिंजऱ्यात कोंडलेलं आवडत नसे. एका भयानक रात्री, तिनं चिडून पिंजऱ्याच्या सळ्यांवर डोकं आपटून घ्यायला सुरुवात केली, ते ती प्राण गेल्यावरच थांबली. मी दुसऱ्या दिवशी तिचं रक्ताच्या थारोळ्यात पडलेलं कलेवर पाहिलं. मी पाहिलेला तो पहिला मृत प्राणी होता. माझं दु:ख सांत्वनापलीकडलं होतं... मी पुढं कित्येक दिवस रडत होते.

बहरैचमध्ये आमच्या घरी अक्षरश: प्राणी संग्रहालयच होतं. मला आठवतंय, एकदा एका करकोच्यानं मीनलच्या डोळ्याचा वेध घ्यायचा प्रयत्न केला होता. त्या दिवशी आमच्या आईनं अगदी कडवा विरोध केला आणि सगळे प्राणी-पक्षी दूर पाठवून देण्यात आले.

दिवाळीचा सण होता... दीपोत्सव... सगळ्या घरात दिवे उजळले होते.

आमच्या घरातून दवाखान्यात रहस्यमय ये-जा सुरू होती. ममी दवाखान्यात होती. अकस्मात आम्हाला आनंदोत्सव साजरा करायला सांगण्यात आलं. मिठाया वाटण्यात आल्या. आमच्या घरात मुलगा जन्मला होता – माझा भाऊ अक्कू. थोर मुघल सम्राट अकबराच्या नावावरून त्याचं नाव सैद अकबर हुसैन ठेवण्यात आलं.

भारत. इथली दुसरी काय आठवण सांगू? आम्ही मानकुलामध्ये होतो. रात्र काळी काळी कुट्ट होती. प्रचंड उकाडा होता. तो जून महिना होता. मी आणि माझी बहीण मीनल आजोबांशेजारी झोपलो होतो. बाहेरच्या बाजूला नोकर मोठा कापडी पंखा दोरखंडानं हलवत होता. एकामागून एक नोकर सतत तो कापडी पंखा हलवत होते... सतत. त्या पंख्यामुळं थोडातरी आराम वाटत होता. आम्हाला त्याची फार गरज होती. त्या दोराचा विचित्र लयबद्ध आवाज येत होता... व्हीर्र, व्हीर्र...

घुबडांचा घुत्कार रात्रीची शांतता कापत गेला... अतिशय रानटी, भयानक आणि गूढ आवाज. तितक्यात उकाड्याचा दाह कमी झाला. सोसाट्याचं वारं सुरू झालं... वावटळ घुमू लागली. पाठोपाठ ढगांचा गडगडाट आणि विजांचा कडकडाट सुरू झाला. अंगणात शतकानुशतकं उभं असणारं ओकचं म्हातारं झाड वाऱ्याच्या तडाख्यानं थरथरू लागलं... हे सगळं उरात धडकी भरवणारं होतं.. भयावह आवाज घुमत होते... वाऱ्याचं थैमान सुरू होतं... झाडांचा भयानं थरकाप उडाला होता! ओह् माय गॉड, आम्ही घाबरून थरथरत होतो. तासाभरानं झाड उन्मळून पडलं. आधी त्याचे हिंस्त्र हेलकावे सुरू होते... आणि त्यानंतर ते मोडून पडल्याचा प्रचंड आवाज झाला. आम्ही जागीच खिळलो होतो... भयानं थिजलो होतो, आम्हाला हलताच येत नव्हतं. आयानं – आम्ही तिला प्रेमानं बुआ म्हणायचो – आणि रहिमनं आम्हाला आमच्या बिछान्यावर नेऊन निजवलं. दुसऱ्या दिवशी सकाळी कळलं की, ते भलंमोठं झाड पडलं होतं... त्याखालची जमीन फाडून!

तो १९४७ सालचा जून महिना होता. त्यानंतर काही काळातच भारताची फाळणी झाली.. ऑगस्ट १९४७ मध्ये.

अशुभसूचक शकुन!

बालपण

मला वाटतं, आमच्यापैकी जे लोक फारच लहान होते वा ज्यांना पाकिस्तानचा अर्थ नीटसा समजत नव्हता, त्यांना नक्कीच असं वाटत होतं की, आपण आयुष्याचा मार्गच मागं सोडून आलोय... आपल्या स्मृती... आपली मुळं.. सगळं मागं सोडून आलोय आणि परक्या प्रदेशात, अपरिचित वातावरणात नव्या देशाचे विस्थापित नागरिक बनलोय.

२५ सप्टेंबर १९४७ रोजी मीनल व मी विमानानं मुंबईहून कराचीला आलो. आमच्या सोबत फादर फ्लोरेगिअस रुम्पा हे डच धर्मोपदेशक होते. आम्ही नैनितालच्या वेलस्ली गर्ल्स हायस्कूलमध्ये शिकत होतो. तिथून त्यांनी आमची 'सुटका' करून आम्हाला सोबत केली होती. हे माझ्या वडिलांनी कराचीत 'डॉन' मध्ये दिलेल्या जाहिरातीच्या प्रतिसादादाखल होतं. मी त्यावेळी सहा वर्षांची होते. माझे आईवडील साधारण महिन्याभरापूर्वीच, जेव्हा फाळणीनंतर खून, लुटालूट सुरू झाली, त्या दरम्यानच कराचीला गेले होते. माझी आई अक्कूला घेऊन फॉक्कर विमानानं पुढं गेली होती, त्यांच्यापाठोपाठ माझे वडीलही तिथं पोहोचले होते. फादर फ्लोरेगिअर कराचीतील सेंट पॅट्रिक स्कूलमध्ये होते. ते आम्हाला न्यायला नैनितालला आले होते. त्यांनी आम्हाला काय घडलंय आणि आम्ही इथून का जायचंय वगैरे काहीही सांगितलं नाही. आम्हाला गळ्याभोवती क्रॉस घालायला लावले होते आणि आम्हाला आमची नावं इनी व मिनी हेन्डरसन सांगायची असं सांगितलं होतं. आम्ही रेल्वेनं लखनौला गेलो, तिथून मुंबईला आणि मुंबईहून विमानानं कराचीला गेलो.

त्या भयानक प्रवासातली मला फक्त एकच गोष्ट आठवतेय, ती म्हणजे मी नैनिताल ते लखनौ या रेल्वे प्रवासात वरच्या बर्थवरून खाली पडले आणि माझी हनुवटी फुटली होती. तो व्रण अजूनही टिकून आहे. सप्टेंबर महिन्यात माझा वाढदिवस असतो. आम्ही कराचीत उतरलो त्यावेळी विमानतळावर छोटी पिवळी

बाहुली घेऊन उभी असलेली आई आजही मला आठवते. मी बाहुलीला छातीशी धरलं होतं. मी आजारी असल्यामुळं घामानं निथळत होते. माझा चेहरा सुजला होता. आमचं घर ६, ब्लीक हाऊस रोडवर होतं. तिथवरचा प्रवास कधी संपणारच नाही असं वाटत होतं. तिथं गेल्यावर आम्हाला समजलं की, आम्ही त्या घरात वडिलांच्या आयसीएसच्या वर्गमित्रांसोबत राहात होतो.

या स्मृती अशा तुकड्यातुकड्यांच्या, अंधूक आहेत... स्पष्टपणे आठवत नाहीत.

त्यानंतर आम्ही क्लिफ्टन रोडसमोरच्या ३, बाथ आयलंड रोडवर दुसऱ्या मजल्यावरील फ्लॅटमध्ये राहायला गेलो. भारतातून नातेवाइकांचा ओघ सुरू झाला होता. एकदा तर आमच्या त्या एवढ्याशा फ्लॅटमध्ये आम्ही सगळे, आमचे चार काका, आजी, माझ्या आईची मावशी व मामा इतके लोक राहत होतो. आम्ही हे कसं काय जमवलं असेल कोण जाणे, पण काहीतरी करून आम्ही निभावून नेलं खरं! मला तो उकाडा, सतत घामाची चिकचिक आठवतेय. आम्हाला इतका उकाडा कधीच माहीत नव्हता. मीनल, अक्कू आणि मी – आम्ही सगळे एका खोलीत पंख्याखाली झोपायचो. अंगावर फक्त आतले कपडे असायचे. माझं मन नैनितालच्या दिवसांत भटकत राहायचं. तिथं आमची कॉटेज होती. मीनल व मी वेलस्लीत दाखल झालो त्याच्याही आधी, वडील आम्हाला दर उन्हाळ्यात ममीसोबत तिथं पाठवत असत. इतका दाहक आणि चिकट उन्हाळा असू शकतो हेच आम्हाला कधी ठाऊक नव्हतं.

मीनलला आणि मला – आम्हा दोघींना कराचीच्या सेंट जोसेफ्स कॉन्व्हेन्ट स्कूलमध्ये दाखल केलं. मी दुसरीच्या वर्गात बसले. या शाळेतल्या मुलीच आता लक्षात ठेवाव्या लागणार होत्या. त्यांच्याशीच जीवनभर मैत्री करावी लागणार होती. तिथं मुख्यत्वे नोकरशहांच्या मुली होत्या, पण तिथं आम्ही पाकिस्तानच्या सुरुवातीच्या काळाशी जुळवून घेत जगायला शिकलो. मला अगदी आजही आठवतं की, आमचे पोशाख इतर मुलींपेक्षा साधे असत. आम्ही सुती पोशाख घालत असू तर त्या मुली शाळेतसुद्धा रेशमी पोशाख वापरत असत. त्यानंतर गणवेशाची सक्ती झाली आणि मग आम्हाला तो फरक इतका तीव्रतेनं जाणवेनासा झाला. आम्ही घराच्या समोरच्या बाजूला बस धरायचो, तेव्हा आम्हाला आपण इतरांसारखेच आहोत असं वाटायचं. आम्हाला शाळेला बसनं जाण्यात आपण गरीब आहोत असं वाटायचं नाही. आज अधिक चांगल्या शाळांपुढं गाड्यांच्या लांबच लांब रांगा दिसतात. हे चित्र त्या काळी सर्रास दिसत नसे.

मीनल व मला उन्हाळ्याच्या दिवसांत कराची पठारावर राहावं लागत

असल्याचं माझ्या आईला दुःख व्हायचं. मला वाटतं, तिला आमचं संध्याकाळी सायकलवरून भटकणंही पसंत नव्हतं. कधीकधी आम्ही शेजारच्या मुलांबरोबर क्रिकेट खेळायचो, कधी नुसतं फिरायला जायचो. आम्ही हळूहळू नोकरशाहीतील अधिकारी परंपरेतील स्थानाबाबत सजग होत चाललो आहोत असंही आईला वाटायचं. आता डॅडी परराष्ट्र मंत्रालय, सरहद्दीवरचे प्रदेश व राज्यांचे सिनिअर जॉईंट सेक्रेटरी होते. आम्हाला ज्येष्ठ राजकारणी व सरकारी अधिकाऱ्यांच्या मुलांनी आयोजित केलेल्या पार्ट्यांना आमंत्रण असायचं. पंतप्रधान लियाकत अली खान यांची मुलं, परराष्ट्र सचिवांच्या मुली, गुलाम मोहम्मद (पुढं ते गव्हर्नर जनरल झाले) यांची मुलं, चौधरी मोहम्मद अली (ते पुढं पाकिस्तानचे पंतप्रधान झाले) यांची मुलगी अशा अनेकांचं आमंत्रण असायचं. असे प्रसंग नित्याचेच... सर्वसाधारण सामाजिक जीवनाचा भाग मानले जात असत. सध्या प्रचलित असलेली तथाकथित 'व्हीआयपी संस्कृती' तेव्हा अजिबात अस्तित्वात नव्हती. 'महत्वाचे' आणि 'कमी महत्वाचे' असा फरक केला जात नव्हता. सर्वांचा आत्मसन्मान जपला जात असे व समान वागणूक दिली जात असे. आपण तेव्हापासून आजअखेर खूप मोठा पल्ला पार केला आहे, पण आपण उथळ बनलो आहोत आणि खरी मूल्यंच उरलेली नाहीत असं जाणवतं.

१४ ऑगस्ट १९४८ रोजी पाकिस्तान निर्मितीच्या पहिल्या वर्धापनदिनी मला सुप्रसिद्ध कायदे आजम मोहम्मद अली जिना यांना पाहण्याची सुद्धा संधी लाभली. वडिलांनी आम्ही दोघी बहिणी व ममीला कराचीच्या पोलो ग्राऊंडवर स्वातंत्र्यदिनाचं संचलन पाहायला नेलं होतं. मला आजही तो समारंभ स्पष्ट आठवतोय. सर्वप्रथम कायदे आजम व त्यांच्या भगिनी – कु. फातिमा जिना यांनी बग्गीतून मैदानावर फेरी मारली (त्यावेळी या बग्गीला 'व्हिक्टोरिया' म्हणत असत) आणि टाळ्यांच्या कडकडाटात ते बग्गीतून उतरले. त्यावेळी मी त्यांना प्रथमच पाहात होते. सैनिकांचं संचलन व सलामीनंतर गव्हर्नर जनरल व त्यांच्या भगिनी शामियान्यात आले. तिथं चहापानाचा कार्यक्रम होता. या ठिकाणी ते अधिकाऱ्यांना भेटले. मी, डॅडी आणि मीनल त्यांना 'आदाब' करण्यासाठी रांगेत उभे राहिलो होतो.

श्री. जिनांनी माझ्या मस्तकावर थोपटलेलं मला आठवतंय. मी त्यांना फक्त एकदा म्हणजे त्याच समारंभात पाहिलं. ते सडपातळ व सुरेख देहयष्टीचे होते. कराकुली टोपी (आता ही टोपी जिना टोपी म्हणून सुप्रसिद्ध झाली आहे.) व शेरवानी परिधान केलेले सुप्रसिद्ध सद्गृहस्थ. त्यांच्या भगिनीचं त्यांच्याशी आश्चर्यकारक साम्य होतं. त्या उंच, सडपातळ होत्या. त्यांचे सफेद, कुरळे केस अगदी बारीक कापलेले होते. त्यांनी शुभ्र दुपट्टा घेतला होता. त्यांच्या चेहऱ्यावर स्मित होतं.

देशाचा पहिल्या वाढदिवसाचं साक्षीदार होण्याचा विजयानंद स्वाभाविकपणे फार मोठा होता. संपूर्ण वातावरणच आनंद व समाधानानं भरून गेलं होतं.

त्यानंतर, मी 'कायदे आजम' यांच्याबद्दल ऐकलं ते त्यांच्या मृत्यूचं वृत्त. मला तो दिवस चांगला आठवतोय. त्या दिवशी ३, बाथ आयलंड रोडवर बरीच वर्दळ होती, बरेच दूरध्वनी येत होते. एकूणच गडबड गोंधळ सुरू होता. दहा सप्टेंबरला माझा वाढदिवस, पण डॅडी त्या दिवशी घरी नव्हते. सेंट जोसेफ्स स्कूलमधल्या मुली, तसंच ममी-डॅडींच्या मित्र-मैत्रिणींच्या मुली आमच्या घरी जमल्या होत्या. मी डॅडींच्या येण्याची वाट बघत होते, ते आल्यानंतर मी वाढदिवसाचा केक कापणार होते. पण ते बऱ्याच उशिरा घरी आले म्हणून मी त्यांच्यावर प्रचंड चिडले होते. डॅडी कंटाळलेले व ओढल्यासारखे दिसत होते. ते मध्यरात्रीपर्यंत पंतप्रधानांच्या निवासस्थानी होते. दुसऱ्या दिवशी, म्हणजे ११ सप्टेंबर १९४८ रोजी आम्हाला कळलं की, कायदेआजम यांचं प्रदीर्घ आजारानं निधन झालं.

वाढदिवस साजरा करणं हा आमच्या कुटुंबात नेहमीच उत्सवी रिवाज राहिला आहे. कदाचित हा 'कलोनिअल' वारसा असावा, विशेषत: ज्या लोकांनी ब्रिटिशांच्या राजवटीत सेवा बजावली होती व ज्यांना त्यांच्या रूढी-परंपरांचं अनुकरण करायला आवडत असे अशा लोकांनी या पद्धती स्वीकारल्या होत्या. ममी आमचे वाढदिवस साजरे करताना नेहमी प्रचंड गोंधळ घालायची. पण कायदेआजम यांची पुण्यतिथी माझ्या नेहमी लक्षात राहील... कारण ती माझ्या वाढदिवसाच्या दुसऱ्या दिवशी येते.

अगदी आजही आम्ही आमचे व आमच्याशी ज्यांचे स्नेहबंध जुळले आहेत त्यांचे वाढदिवस साजरे करतो. त्यामुळं त्या व्यक्तीला आपण कुणी खास आहोत असं वाटतं, निदान तेवढ्या दिवसापुरतं तरी. माझ्या मते हा हास्य व आनंदाचे तुषार घेऊन येणारा फार सुंदर प्रघात आहे.

१९५० साली मामूजान (ममीचा धाकटा भाऊ–सुलतानमामा) माझ्या आजोबांना आणायला मानकुलाला गेले. त्याच वर्षी मामू साहिबांनी (ममीचे मोठे भाऊ – आफताबमामा) नय्यर मुमानींशी लग्न केलं. हा विवाहसोहळा ३, बाथ आयलंड रोड इथं संपन्न झाला. माझ्या आईवडिलांनी त्यांची बेडरूम नवदाम्पत्याला दिली होती. नय्यर मुमानी हैद्राबादच्या (दक्षिणेतील) होत्या. नवाब एहसान यार जंग यांच्या सुकन्या. त्यावेळी त्या साधारण बावीस वर्षांच्या असतील. त्या अतिशय देखण्या होत्या, पण त्यांच्या चेहऱ्यावर थंड आणि कष्टी भाव होते. त्यांना मी आवडले नव्हते. मी त्यावेळी कुरूप आणि ताडमाड वाढलेल्या टप्प्यावर होते, पण आफताबमामा माझ्यावर माया करायचे, मला त्यांच्या मांडीवर बसू द्यायचे. त्यांना

त्यांच्या सर्वांत मोठ्या भाचीबद्दल, म्हणजे माझ्याबद्दल वाटणारी माया मला आजही आठवते.

अब्बांनी डेरा आणि इतर मिळकती सोडून दिल्या. त्या मिळकती निर्वासित मालमत्तेच्या रखवालदारानं जप्त केल्या. त्या बदल्यात व लँड सेटलमेंट फॉर्म्युल्यानुसार माझ्या आजीआजोबांना मोरो, नवाबशाह (सिंध) मध्ये दोन हजार एकर जमीन मिळाली. माझ्या मामांनी ती स्थानिक जमीनदारांना 'मुखता' म्हणजेच करारानं दिली होती. दर सहा महिन्यांनी माझ्या आजीआजोबांना पैसे पाठवले जात असत. सुलतानमामा जमिनींची देखभाल करत असत. आफताबमामा सरकारी सेवेत होते. ते 'कश्मीर अफेअर्स' मंत्रालयात सचिव होते. आणि ली मम्मन म्हणजे ममीचे सर्वांत धाकटे भाऊ – शहजाद मामा 'पाकिस्तान रेल्वेज' मध्ये होते. त्यांची लाहोरला नेमणूक झाली होती. आफताब मामांनी एका सिंधी हिंदू व्यक्तीशी व्यवहार केला, त्यानुसार आमच्या आजीच्या काही मालमत्तेच्या बदल्यात, म्हणजे आजीच्या बरैलीतील घराच्या बदल्यात तिला कराचीच्या 'गार्डन इस्ट' मध्ये एक घर मिळालं. ते आमच्या कुटुंबाचं घर बनलं आणि सिंधमध्ये घारोपलीकडं देह बुहारोमध्ये जमीन मिळाली. किती दळभद्री व्यवहार.... कशाच्या बदल्यात काय!

१९५० साली ममी-डॅडींनी आम्हा दोघी बहिणींना पुढच्या शिक्षणासाठी 'कॉन्व्हेन्ट ऑफ जीझस अॅन्ड मेरी' मध्ये पाठवण्याचं ठरवलं. हे बोर्डिंग स्कूल इस्लामाबादपासून पंचवीस कि.मी.वर असणाऱ्या 'मूरी' या थंड हवेच्या ठिकाणी होतं. डॅडींना यूएनच्या पहिल्या पाकिस्तानी शिष्टमंडळाचे सेक्रेटरी-जनरल म्हणून पाठवलं होतं. या शिष्टमंडळाचे प्रमुख होते परराष्ट्रमंत्री सर जफरुल्ला खान व उपप्रमुख होते चौधरी मोहम्मद अली. या शिष्टमंडळानं इतिहास घडविला. या शिष्टमंडळानं, काश्मीरमध्ये सार्वत्रिक मतदान घ्यावं असा ठराव मंजूर करावा ही गोष्ट यूएनला पटवून दिली.

माझे वडील वर्षभराहून अधिक काळ अमेरिकेतच राहिले होते. तिथून परतल्यानंतर त्यांनी आमच्या अनेक छोट्या छोट्या चुका दाखवायला सुरुवात केली. आम्हाला तर त्या गोष्टींची जाणीवसुद्धा नव्हती. उदाहरणार्थ, आम्ही काम करताना किंवा बसताना खांदे पाडून, मान खाली घालून बसायचं नाही. योग्य काटेचमच्यांचा वापर करायचा. आमच्या वर्तुळातील मोठ्या मुलांशी कसं बोलायचं ते आम्हाला समजलं पाहिजे. वागण्याबोलण्यातल्या अशा बऱ्याच गोष्टी त्यांनी अमेरिकी मुलांमध्ये पाहिल्या असणार, पण आम्ही त्याबाबतीत अगदीच अडाणी होतो.

मीनल आणि मी अमेरिकी पोशाख घालायला सुरुवात केली, आमच्या

नव्याकोऱ्या निळ्या पाँटिॲकमधून हिंडू लागलो. घरात अमेरिकी उपकरणं वापरू लागलो... आम्ही आमच्या 'स्थाना'तील बदलाबाबत अत्यंत सजग झालो होतो. आम्हाला चार लोकांत कसं वागावं-बोलावं ते समजलं नाही किंवा आम्ही पोरकटपणे वागलो, तर वडील दातओठ खात आपल्याकडं बघतात ही गोष्टही आमच्या लक्षात येऊ लागली होती. आता आमचं क्रिकेट, इतर खेळ सगळं बंद झालं होतं. फक्त कधीकधी स्क्रॅबल खेळायचो तेवढंच, पण वडील आमची जडणघडण व शिष्टाचार याबाबतीत खुष नाहीत हे आम्हाला कळत होतं. त्यामुळंच आम्हाला ताबडतोब कॉन्व्हेन्टमध्ये पाठवण्यात आलं, तिथल्या नन्सकडून स्त्री बनायला शिकण्यासाठी.

आम्हाला बोर्डिंग स्कूलमध्ये पाठवण्याचं आणखीही एक कारण होतं. डॅडींना लंडनच्या 'इम्पिरियल डिफेन्स कॉलेज'मध्ये एका अभ्यासक्रमासाठी जावं लागणार होतं. ते फाळणीच्या दरम्यान परराष्ट्र मंत्रालयात वरिष्ठ जॉईंट सेक्रेटरी होते. 'फेडरल सेक्रेटरी' म्हणून बढती मिळण्यासाठी हा अभ्यासक्रम पूर्ण करणं ही त्यावेळी अत्यावश्यक बाब होती. ममी व अक्कू डॅडींसोबत लंडनला गेले आणि आम्हा दोघींना सोयीस्करपणे मुर्रीला पाठवलं. आम्ही बोर्डिंग स्कूलमध्ये जाण्याच्या व तिथल्या शिस्तीच्या विचारानं दुःखाश्रू ढाळत होतो.

मात्र, मुर्री कॉन्व्हेन्ट स्कूल हा फार छान अनुभव होता. तिथं मला खूप छान मुली भेटल्या. त्यांची पार्श्वभूमी निरनिराळी होती. बहुतेकशा मुली पठाण होत्या... आपापल्या घराच्या उबदार छायेत वाढलेल्या. त्या बोर्डिंग स्कूलमध्ये पहिल्यांदाच आलेल्या होत्या. त्या शाळेत वायव्य सरहद्द प्रांताच्या (NWFC) मुख्यमंत्र्यांच्या व इतर जमात प्रमुखांच्या मुली होत्या. मीनल व मी स्वतंत्र खोल्यांत राहायचो आणि एकमेकींशी अतिशय शत्रुत्वानं वागायचो. याबद्दल मी स्वतःला अपराधी मानते. कारण, मी अतिशय भांडकुदळ, आत्मविश्वाससंपन्न होते, आपण 'ताई' आहोत ही माझ्या मनात ठाम जाणीव होती. मीनल मात्र अतिशय बुजरी होती. ती पड खायची. मी चांगली दणकट आणि मजबूत हाडापेराची होते, तर ती किरकोळ देहयष्टीची होती.

मला तिच्याविषयी विशेष असं प्रेम अथवा ममत्व वाटत नसल्यामुळं बालपणीचा आमचा सहवास सुखद नव्हता. घरातल्या मतलबी मोलकरणींनी भावंडांमधल्या बरोबरी करण्याच्या स्पर्धेला खतपाणी घालण्याचं काम करून आमच्या दोघींमध्ये दुरावा निर्माण केला. आमचे ताणलेले संबंध आयुष्यात अनेक प्रसंगी दिसले आहेत. आमच्यात उत्स्फूर्त व आनंदानं समजून घेण्याचा प्रकार नव्हताच, त्यालाही हीच गोष्ट जबाबदार आहे. अगदी आत्ता आत्ता आयुष्याच्या शरद ऋतूमध्ये आम्हाला एकमेकींचा सहवास आवडू लागला आहे.

माझं कॉन्व्हेन्टमधलं जीवन अगदी घटनापूर्ण होतं. मी त्या छोट्या तळ्यातला मोठा मासा असल्यामुळं नजरेत भरत होते. मी अभ्यासात सर्वांत पुढं होते. नेटबॉल संघाची कप्तान होते, शिवाय ॲथलेटिक्स, नाटक आणि अभ्यासेतर बहुतेक सर्व उपक्रमांत माझी कामगिरी उत्तम होती. मात्र मी अतिशय वांड असल्यामुळं किरकोळ बेकायदा कृत्यांसाठी मला नेहमी समज मिळत असे. मला एक प्रसंग आठवतोय. एकदा आमच्या शाळेत एक लष्कर सेनापती मान्यवर पाहुणे म्हणून येणार होते. आम्हाला त्यांच्यासमोर पीटीचं प्रदर्शन घडवायचं होतं. आधी ते कार्यक्रमाला उशिरा आले आणि ते परत जाईपर्यंत आमच्या पोटात कावळे ओरडून ओरडून दमले. मग मी मुलींना घेऊन भोजनगृहात गेले आणि न्याहारी देण्याआधीच आम्ही सगळा ब्रेड फस्त केला. अर्थातच, मी ते कबूल केलं नाही आणि माझ्या मैत्रिणींनीही मला तोंडघशी पाडलं नाही. आता मागं वळून पाहताना, अवघ्या बारा मुलींनी ब्रेडच्या जवळपास नव्वद स्लाईस बकाबका खाणं ही कल्पनासुद्धा करवत नाही, पण त्यावेळी मात्र तसं घडलं होतं आणि मीच या मोहिमेची म्होरकी होते!

मी माझ्या सगळ्या माकडचेष्टा सांगू शकत नाही, पण तरीही मी नन्सची लाडकी होते. मी बऱ्याच, बऱ्याच कारणांसाठी त्यांच्या स्मरणात राहीन. माझी अभ्यासातली सर्वांत मोठी कामगिरी म्हणजे मी ज्युनिअर केंब्रिज परीक्षेत सात 'ए' व दोन 'बी' मिळवून देशात पहिली आले होते. मला त्यावेळी दुप्पट बढती मिळाली होती आणि मी पंधरा वर्षांची होण्याआधीच, फक्त एका वर्षात सिनिअर केंब्रिज परीक्षा पूर्ण केली होती. शाळेच्या अभ्यास व क्रीडा या दोन्ही विभागांतील सन्मानाच्या नोंदींमध्ये आजही माझं नाव लिहिलेलं आहे. माझ्या नेतृत्वाखालील नेटबॉल संघानं आमच्या शाळेला बरेच विजय मिळवून दिले आहेत.

एव्हाना माझे ममी-डॅडी कराचीला परत आले होते. डॅडी पंतप्रधान ख्वाजा नझिमुद्दिन यांच्या सरकारमध्ये परराष्ट्र सचिव झाले होते, त्यामुळं आम्ही मुरींतली शाळा सोडली.

ते १९५२ साल होतं. आम्ही पुन्हा ३, बाथ आयलंड रोड वर राहायला आलो. मीनल ग्रामर स्कूलमध्ये गेली आणि मी सेंट जोसेफ्स कॉलेजमध्ये. मी तिथं दुसऱ्या वर्षाच्या इन्टरमिजिएट वर्गात दाखल झाले. मी जेमतेम आठ महिने कॉलेजला गेले असेन. तितक्यात पूर्वतयारीची सुट्टी सुरू झाली. त्यामुळे मी महिनाभर घरीच अभ्यास केला. ही अभ्यासाची सर्वांत पद्धतशीर पद्धत मी अतिशय शिस्तबद्धपणे व संपूर्ण एकाग्रतेनं प्रथमच अनुसरली.

परीक्षा समाधानकारक झाली. पण सर्वांत सुखद आश्चर्याचा धक्का होता तो डॅडींनी दिलेल्या बातमीचा! त्यांची पाकिस्तानी मंत्र्यांचे परदेशी वकील व विशेष

दूत म्हणजेच plenipotentiary & envoy extraordinary म्हणून इटलीत नियुक्ती झाली होती. मात्र त्यांनी पूर्ण राजदूत होईपर्यंत थांबावं असं माझ्या आईला वाटत असल्यामुळं तिची कुरकूर सुरू होती.

पण डॅडी म्हणाले,

"झक्को, चांगली संधी आहे. त्यामुळं इथून बाहेर पडावं हे उत्तम; इथं अतिशय कट-कारस्थानं आहेत आणि भयंकर हांजी हांजी करावी लागते. मला असलं जमणार नाही."

इटालिया बेल्ला

त्यानंतर सगळ्या गोष्टी अत्यंत वेगानं घडल्या. १९५३ सालच्या जून महिन्यात उकाड्यानं हैराण करणाऱ्या एका दिवशी आम्ही कराची बंदरावरून एमव्ही एशिया या लॉईड ट्रिस्टिनो जहाजातून निघालो. एमव्ही एशियाचा तो पहिलाच जलप्रवास होता. पाकिस्तानी दूत जहाजात असल्याची खूण म्हणून त्या जहाजावर पाकिस्तानी ध्वज फडकत होता. आम्हाला व्हीआयपी खोल्या होत्या. दररोज रात्री आम्ही कॅप्टनच्या टेबलवर जेवायला एकत्र येत असू. मला जहाज लागतं, पण हा प्रवास मात्र फारच विलक्षण होता. प्रवासातला पहिला थांबा होता मुंबई, तिथून अॅडेन, मग पोर्ट सेड आणि त्यानंतर कैरोची अविस्मरणीय सफर! तिथं आम्ही स्फिंक्स आणि पिरॅमिड्स पाहिली. आम्हाला एका स्थानिक उपाहारगृहात राजे फारूक व त्यांची तेव्हाची मैत्रीण यांचं ओझरतं दर्शन झालं. त्यांचा नुकताच राणी फौजियांशी – इराणच्या शहांच्या भगिनी – घटस्फोट झाला होता. आमचे यजमान होते तय्यब हुसेन. ते कैरोत पाकिस्तान चार्ज डी अफेअर्स होते. ते डॅडींचे चांगले मित्रही होते.

आम्ही कैरोहून नेपल्सला गेलो. तिथं सोरेन्टो व कॅप्रीचा अत्यंत नयनमनोहर नजारा पाहिला... इटालिया बेल्लाशी झालेला तो प्रथम परिचय! त्यानंतर आम्ही जिनोआला उतरलो. तिथं इटालियन सरकारनं पाकिस्तानी दूताच्या स्वागताला प्रोटोकॉल ऑफिसर पाठवले होते. तिथं ममीला गुलाबपुष्पांचा गुच्छ भेट दिला. जहाजावरच्या वाद्यवृंदानं दोन्ही देशांच्या राष्ट्रगीतांची धून वाजवली. हा प्रसंग मनावर खरंच खूप छाप टाकून गेला!

आम्ही तो दिवस व रात्रही जिनोआत घालवली. आम्ही स्थळदर्शनाला गेलो. मायकेलो एन्जेलोच्या कलाकृती (frescos) पाहिल्या, लिओनार्दो द विंचीच्या देखण्या अत्युत्तम कृती पाहिल्या. पण तिथं विशेष परिणामकारक वाटल्या त्या

दफनभूमी. बहुधा हे जिनोआचं वैशिष्ट्य असावं. तिथली प्रत्येक कबर निराळी होती. काही कबरी तर खास करून सुंदर होत्या, जणू छोटा राजवाडाच असावा तशा दिसत होत्या. चित्रांनी व फुलांनी सजवलेल्या त्या दफनभूमीत अंत्यविधीच्या वेळच्या किंवा भयंकर, निष्ठूर वातावरणाचा गंधही नव्हता. ही गोष्ट मी कायम ध्यानात ठेवली आहे. माझ्या मनात नेहमी येतं की, जिनोआवासी भेसूर व विषण्णतेची कृष्णछाया असलेल्या स्थानाला इतकं सौंदर्य व प्रसन्नता बहाल करू शकतात. मग आपल्याकडची कबरस्तानं इतकं खिन्न करणारी का असतात?

आमच्या कुटुंबाला पाकिस्तानी ध्वज फडकवणारी काळी कॅडिलॅक देण्यात आली होती. सोबत पामा हा शोफर होता. आमच्या स्वागतासाठी 'लिगेशन'च्या आणखी बऱ्याच गाड्या पाठवल्या होत्या. आम्ही जिनोआहून रोमकडं प्रयाण केलं. वाटेत व्हाया व्हेनेटो पर्यंत निसर्गसौंदर्याचा लोभस आविष्कार पाहायला मिळाला. आम्ही 'ग्रँड हॉटेल' वर पोहोचलो. तिथं आमचं चार महिने वास्तव्य होतं. दरम्यान 'लिगेशन'ला बढती मिळून 'एम्बसी' बनली आणि डॅडी इटलीचे पहिले पाकिस्तानी राजदूत बनले.

ग्रँड हॉटेलमधलं वास्तव्य हा आमच्यासाठी विलक्षण अनुभव होता. अक्कू खालच्या मजल्यावर लॉबीत जाऊन ॲवा गार्डनर किंवा एलिझाबेथ टेलर दिसल्या की वेड्यासारखा टक लावून बघत असे. मीनल आणि माझी अवस्थाही काही फार वेगळी नव्हती. डॅडींनी आम्हाला तिथल्या भोजनगृहात जाण्यास मनाई केल्यामुळे आम्हाला आमच्या 'स्वीट'च्या परीघातच राहावं लागत असे. या 'स्वीट' मध्ये चार बेडरूम्स होत्या आणि भल्यामोठ्या बाथरूम्स. इतक्या प्रशस्त बाथरूम आम्ही याआधी कधी पाहिल्या नव्हत्या. त्या चार महिन्यांतला बराचसा काळ नावीन्याच्या नवलाईतच गेला. आम्ही व्हाया व्हेनेटोमध्ये बरेचदा भटकलो. पामा किंवा आमचा दुसरा शोफर मारिओ आम्हाला स्थळदर्शनाला नेत असत.

लवकरच आम्हाला पिझ्झा डी स्पॅग्ना, फॉन्टाना डी ट्रेव्ही आणि रोममधली इतर छानशी ठिकाणं माहीत झाली. डॅडींचं कार्यालय व्हाया मॅन्गिली मध्ये होतं. आम्ही बरेचदा तिथं जात असू आणि हो... पत्राची किती वाट पाहात असू... माय गॉड!

"पामा, पत्रं आहेत का?"

त्यावर तो सांगायचा, "हॅनी लेटर्स."

म्हणजे "पत्रं नाहीत." मग आम्ही निराशेनं उसासा सोडायचो.

आम्हाला मित्रमैत्रिणी नव्हते, कारण आम्हाला तिथली भाषाच येत नव्हती. आमची जहीर फारुकी – ते तिसरे सचिव होते – यांच्याशी जवळीक निर्माण झाली.

त्यांची मुलगी अक्कूशी खेळायला नेहमी यायची. त्यांची बायको नीरस व गंभीर होती. पण ते मात्र उत्साहानं रसरसलेले असत. ते मूळचे लखनौचे होते. आमच्यासारखेच उर्दू बोलणारे... अतिशय हुशार तरुण. ते सोबत असले की मजा असायची. ते इटलीत काही काळ राहिले होते, त्यामुळे त्यांना इटालियन येत होतं. पुढं मी जेव्हा इटालियन शिकले तेव्हा मला कळलं, की ते फक्त क्रियापदं अथवा नामं वापरून बोलतात! पण ही गोष्ट थोड्या काळानं समजली, तोवर आमच्या दृष्टीनं फारुकी अत्यंत महत्त्वाची व्यक्ती होते.

अखेर, आम्हाला एक अपार्टमेंट मिळालं. डॅडींनी ते भाड्यानं घेतलं होतं. ते अपार्टमेंट दुसऱ्या महायुद्धातील अतिशय सुप्रसिद्ध व्यक्ती–मार्शल बाडोग्लिओ यांच्या मालकीचं होतं. त्या इमारतीचा खालचा मजला हॉलिवूड अभिनेता एरोल फ्लाईनकडं होता आणि वरचे तीन मजले आमच्याकडं होते. सर्वांत वरच्या मजल्यावर पोहण्याची व टेबलटेनिसची ऐटबाज सोय होती. ते अतिशय सुंदर, प्रशस्त अपार्टमेंट होतं, ३, बाथ आयलंड रोड पेक्षा तर सर्वस्वी निराळं!

मला कोपऱ्यातली बेडरूम व बाथरूम मिळाली होती. मला हे खाजगीपण फार आवडत होतं आणि नव्यानं लाभलेलं स्वातंत्र्यही. माझ्या इन्टरमिजिएट परीक्षेचा निकाल लागला, या परीक्षेत मी अतिशय उत्तम कामगिरी केली होती. मी कराची विद्यापीठात दुसरी व मुलींमध्ये पहिली आले होते. माझ्या ममी-डॅडींना खूप आनंद झाला. मी तर अगदी थरारून गेले होते. आता मी गिर्टन कॉलेजच्या प्रवेश परीक्षेला बसावं की कॉलेजला जाण्यासाठी दोन वर्षं थांबावं यावर घरात वादळी चर्चा सुरू होत्या. (मला त्यावेळी सोळावं वरीस लागलेलं होतं. कॉलेजमध्ये प्रवेश घेण्यासाठी किमान अठरा वर्षांचं होणं आवश्यक होतं.)

रोममधल्या सोनेरी उन्हाळ्यात मी अभ्यास, भविष्याचे बेत वगैरे सगळं काही विसरले – आयुष्य निवांत झालं होतं.

मी परराष्ट्र खात्याच्या वर्तुळात वावरायला अगदी सहज शिकले. नट्टापट्टा करणं, अविरत पार्ट्या या गोष्टी अतिशय थरारक होत्या. मला यापूर्वी कधी हे माहीतच नव्हतं. मी दिवसा फ्रेंच व इटालियनचे औपचारिक धडे घेत होते, पण माझी खरी इटालियन शिक्षिका होती माझी मोलकरीण ल्यूसियाना. सिन्योरिना सलमा तिची कुशाग्र विद्यार्थिनी होती... अशा प्रकारे मी फार चटकन तिथल्या लोकांसारखं इटालियन बोलू लागले.

त्या दरम्यान मी प्रेमात पडले... माझं पहिलंवहिलं प्रेम! तो विवाहित पुरुष होता. माझ्यापेक्षा दहा वर्षांनी मोठा. पण मला या गोष्टीनं काही फरक पडत नव्हता. आयुष्याला जणू नवे आयाम लाभले होते, आयुष्यात नवे रंग उमलले होते. मला

आपण सुंदर आहोत असं वाटू लागलं होतं. या 'शाश्वत' शहरात आयुष्य अविचारीपणे पुढं चाललं होतं. मी अनेक इंटरेस्टिंग लोकांना भेटले. त्यातल्या दोन खास व्यक्ती म्हणजे अमेरिकी राजदूत मादाम क्लॅरी बूथ ल्यूस आणि फ्रेंच पंतप्रधान मॉंसियर पिअरी मेन्डेस फ्रान्स.

सगळ्या छानशा गोष्टींची अखेर व्हावीच लागते, तसं माझ्या बाबतीतही झालंच. ममी-डॅडींना माझ्या प्रणयकथेची कुणकूण लागलीच. त्यानंतर ताबडतोब मला शिक्षा सुनावून त्याची अंमलबजावणीही झाली... मला ममीसोबत लंडनला रवाना करण्यात आलं. माझा प्रेमी आर्जव करत होता की, 'मला तिच्याशी लग्न करायचं आहे.' पण त्याला न जुमानता, त्याला खप्पामर्जी होऊन पुन्हा परराष्ट्र कार्यालयात पाठवण्यात आलं.

ममीचे तेव्हाचे शब्द आजही मला जसेच्या तसे आठवतात. ती म्हणाली होती,

''माझी मुलगी कधीही कुणाही पुरुषाची दुसरी पत्नी होणार नाही, अख्खं जग तिच्या पायाशी आहे.''

ते संतापयुक्त अभिमानातून उमटलेले शब्द दैवाला आव्हान देत होते की काय?

ममीच्या लंडनला येण्यामागचा मुख्य उद्देश माझ्यासाठी सुयोग्य वर संशोधन हा होता. मीनलला पेर्सी स्कूल, केंब्रिज इथं पाठवलं होतं, पण मला गिर्टन कॉलेजमध्ये जाण्यासाठी अठरा वर्षांची होईपर्यंत प्रतीक्षा करावी लागणार होती. मग मी शेक्सपिअरियन नाट्यगृहं, वस्तुसंग्रहालयं, कलादालनं अशा ठिकाणांना भेटी देत रिकामटेकडेपणे भटकत होते. मला 'योग्य' पुरुष भेटेपर्यंत, अशा ठिकाणी जाऊन ज्ञानसंपादन करत होते. दरम्यान, माझ्या प्रेमीनं मला पाठवलेली पत्रं नष्ट करण्यात आली, त्याचे फोन मध्येच पकडण्यात आले... मला वाटलं तो मला विसरला! तेव्हा या सगळ्याच्या यातना फार वेदनादायी झाल्या असतील, आता मला वेदनांचा तो दाह आठवत नाही. त्याला फार काळ लोटला आहे.. आणि जेव्हा जुन्या वेदनांच्या जागी नवे घाव येतात, त्यावेळी आधीच्या वेदना हळूहळू कमी होतात आणि मनाच्या कप्प्यात खोलवर कुठंतरी जाऊन बसतात.

अखेर ममीला माझ्यासाठी सुयोग्य नवरा शोधण्यात यश आलं! माझ्या मैत्रिणीचं–सनीचं एका नौदल अधिकाऱ्याशी लग्न झालं होतं. त्याची पोर्ट्समाऊथमध्ये नेमणूक झालेली होती. सनीनं त्याच्या लंडनमधल्या मित्राशी माझी ओळख करून दिली. तोही पाकिस्तानी नौदल अधिकारीच होता. त्याचं नाव होतं फाझिल जाँजुआ. तो लंडनमध्ये पाकिस्तानी उच्चायुक्तांचा साहाय्यक नौदल मंत्री (attache) होता. मला तो अत्यंत आढ्यताखोर व कंटाळवाणा वाटला. पण आमची जोडी जुळवायला निघालेल्यांनी – एका बाजूला ममी आणि दुसऱ्या बाजूला सनी – आम्हाला सतत

एकत्र आणण्याचा चंग बांधला होता. आम्ही दोघांनी एकमेकांचा हातसुद्धा धरला नाही किंवा माझ्या मनात त्याच्याबद्दल घरी सांगावी अशी कुठलीही भावना निर्माण झाली नाही, पण ते माझ्यासाठी अनुरूप स्थळ मानलं गेलं. कारण तेवढं एकमात्र स्थळच समोर होतं. त्यामुळं त्याला नाताळच्या सुट्टीत रोमला येण्याचं निमंत्रण मिळालं... आणि माझ्या लग्नासाठी त्वेषानं तुटून पडलेली माझी आई विजयानंदानं घरी परतली. ती हे सगळं माझ्या भल्यासाठीच करत होती, याची मला खात्री आहे, पण त्यावेळी तिला ठाऊक नव्हतं की, माझी अशा विचित्र मार्गावर पाठवणी झालीय की जिथून मी घायाळ न होता परतणार नाहीय.

माझी आई ही माझ्या आयुष्यातल्या सर्वांत विलक्षण व्यक्तींपैकी एक आहे. ती कोमल, सहृदय आहे... प्रेमळ माता... समर्पित पत्नी... आणि सदैव कुलीन स्त्री आहे. तिच्यासारखी माणसं क्वचितच पाहायला मिळतात. तिच्यासारखी आई लाभणं हे माझं परमभाग्य आहे ही गोष्ट मी कबूल केलीच पाहिजे. माझ्या या कथनामध्ये मी कदाचित तिचं निराळंच चित्र उभं करेनही, त्यामुळे हे स्पष्टीकरण आवश्यक आहे असं मला वाटतं.

विवाहबंधनाच्या जाळ्यात

फाझिल जाँजुआ हा 'जाळ्यात गावलेला' सद्गृहस्थ अक्कू व मीनलसोबत रोमला आला. डॅडींनी त्याला गडबडीनं नजरेखालून घालायचं ठरलं होतं. त्यांना हा निर्णय घाईगडबडीनं का घ्यायचा तेच समजत नसावं किंवा कदाचित ते पोटच्या मुलांच्या बाबतीत नेहमीच जसे निर्मळ, नि:स्वार्थी मनानं वागायचे, तसं असावं. मग रोममध्ये स्थळदर्शनाचा बेत घाटला. अक्कू, मीनल, फाझिल व मी आम्ही चौघांनी नेपल्सला जायचं... रात्री तिथं राहायचं... दुसऱ्या दिवशी कॅप्रीला जायचं आणि तिथून रोमला परत यायचं, असा बेत ठरला.

आणि हो, या नाट्यामध्ये महत्वाची भूमिका बजावणाऱ्या व्यक्तीचा नामोल्लेख विसरून कसं चालेल! या नाट्याचा पडदा लवकरच उघडणार होता. ही व्यक्ती म्हणजे माझी 'प्रिय' मामी – आफताब मामांची बायको नय्यर मुमानी. मी त्यांचं वर्णन विलक्षण सुंदर असं केलं आहेच. या उत्तम नवाबी खानदानाची पार्श्वभूमी असणाऱ्या बाई होत्या. पण दुर्दैवानं पहिल्यापासूनच माझा तिरस्कार करायच्या. मी लहानाची मोठी होत होते, त्या काळात त्यांनी अनेकदा माझ्याविषयी उघड उघड शत्रुत्व दाखवलं आहे. माझ्या मामांची मी अतिशय लाडकी होते. ही गोष्ट कदाचित त्यांना आवडत नसावी. एवढं कारण वगळता त्यांच्या अशा वागण्यामागं काय कारण असावं ते मला कधीच कळलं नाही. त्या वेळी नय्यर मुमानी आमच्याकडं पाहुण्या म्हणून आल्या होत्या. त्यांना या महान नेपल्सवारीमध्ये माझ्या 'पाठराखणी'ला पाठवलं होतं.

या संपूर्ण प्रवासात मुमानी माझ्या अंगभूत 'किल'बद्दल वटवट करत होत्या. सुंदर स्थळांना भेटी देणं हा अनुभव नेहमीच सुखद असतो. पण हा प्रवास मात्र फारसा चांगला वाटला नाही. रोमला परत येताना, काही गोष्टी भलत्याच दिशेनं निघाल्या आहेत याची मला पुसटशी देखील कल्पना नव्हती. पण रोमला परत

आल्यानंतर सगळ्या गोष्टी इतक्या वेगानं घडल्या की मी नि:शब्द झाले. माझा अतिशय लबाडीनं व अप्रामाणिकपणे, अत्यंत निष्ठुर क्रौर्यानं विश्वासघात केला होता. हा फार मोठा आघात होता... फार मोठा!

आम्ही सहलीहून परत येताच मुमानी विजेसारख्या कडाडत माझ्या ममी-डॅडींच्या खोलीत धावल्या. त्यांच्या मनात नेमकं काय होतं कोण जाणे, पण लवकरच ममी-डॅडींनी मला बोलावून घेतलं. मामींनी चलाखीनं कहाणी रचली होती की, तो नौदल अधिकारी व मी – आम्हा दोघांमध्ये बरंच काही घडलं आहे आणि आता 'निकाह' समारंभ झाल्याखेरीज त्याला परत जाऊ देण्याचा प्रश्नच उद्‌भवत नाही. कन्यादान किंवा 'रुखसती' नंतर करता येईल. गतकाळचा आढावा घेऊन चिंतन करताना अगदी आजही खरं काय घडलं होतं ते मला समजत नाही. सगळ्या गोष्टी इतक्या जलद घडल्या की मला त्याचं वर्णनही करता येत नाही.

जाँजुआ तर या आरोपानं स्तंभितच झाला, पण हे घराणं इतकं उच्चकुलीन, ते असे चुकीचे आरोप कसे करतील? माझे वडील इतके वरिष्ठ अधिकारी होते, ते त्यांच्या सचोटीबद्दल विख्यात होते... शिवाय पाकिस्तानचे राजदूत आणि नौदल प्रमुखांचे मित्र. मी लहान होते, सज्जन होते आणि निष्पापही होते, पण माझा वापर या खतरनाक खेळात एखाद्या मोहऱ्यासारखा केला गेला. आता त्याची सुटका नव्हती. हा अब्रूचा प्रश्न होता.

माझ्या बाबतीत सांगायचं तर माझं काळीज विदीर्ण झालं होतं. मी जणू भयानक दु:ख जगत होते. आम्हा दोघांना एकमेकांशी बोलायची किंवा काय घडलं त्याविषयी इतर कुणालाही काही सांगण्याची परवानगी नव्हती. मला माझ्या खोलीत कोंडून घातलं होतं. संध्याकाळी परराष्ट्र विभागातील मुस्लीम सदस्यांना बोलावलं होतं. सौदी राजदूतानं काझीची व्यवस्था केली आणि आमच्या त्या घरी मी अकस्मात सौ. मोहम्मद फाझिल जाँजुआ झाले.. आणि तिथंच माझं बालपण संपलं. माझी स्वप्नं, माझ्या इच्छा आणि माझं शिक्षणही संपलं. मला फाझिलच्या अवस्थेचंही दु:ख वाटलं. त्याच्यावरचा आघातही मोठाच होता.

मुमानींचा सूड पूर्ण झाला होता. ज्या दालनात निकाह झाला तिथे त्या विजयी मुद्रेनं प्रकटल्या आणि वरकरणी दाखवण्यासाठी माझ्या दोन्ही गालांवर मुके देऊन माझं अभिनंदन केलं. डॅडींच्या चेहऱ्यावर जराशी अपराधी छटा उमटली होती. ममीचीही तीच अवस्था होती, पण ते परिपूर्ण आणि उत्कृष्टरीत्या वठवलेलं नाटक होतं!

दुसऱ्याच दिवशी मला औपचारिकपणे 'गुडबाय' करुन फाझिल लंडनला गेला. त्यानंतर दोनच दिवसांनी मुमानीसुद्धा लंडनला गेल्या आणि पुढं दोन महिने फाझिलच्या घरी राहिल्या. माझ्या संपूर्ण आयुष्याची दिशाच बदलणाऱ्या या

विवाहबंधनाच्या जाळ्यात । २१

क्लेषकारक घटनेकडं मागं वळून पाहताना, माझं निस्तेजपण, व्यवहारचातुर्य व कार्यक्षमतेचा अभाव आणि अशा पद्धतीनं आईवडिलांना शरण जाण्याचा मूर्खपणा आठवून मन भांबावून जातं!

ममी बऱ्यापैकी खुष होती. ती लग्नाच्या स्वागतसमारंभासाठी कराचीला जाण्याबद्दल बोलत होती... कपडे, दागदागिने, इतर विधी थोडक्यात सांगायचं तर, लग्नाच्या सरंजामाविषयी बोलत होती. त्यानंतर आम्ही दोघी 'एमव्ही व्हिक्टोरिया' जहाजातून कराचीला परतलो. एकेकाळी रोमला गेलेली निष्पाप उमलती कळी अत्याधुनिक तरुण स्त्री बनून कराचीला येत होती.

कराचीला आल्यानंतर नातेवाइकांच्या गोतावळ्यात मी थोडी सुखावले. त्यांनी सगळ्यांनी, विशेषत: रझिया आपानं माझी खूप बडदास्त ठेवली. रझिया आपा म्हणजे माझी मोठी मावसबहीण. तिचं माझ्या सर्वांत धाकट्या मामांशी–शहजाद मामांशी लग्न झालं होतं. ती अतिशय आनंदी प्राणी होती. ती अत्यंत देखणी, पठाण मुलगी होती. तिचे डोळे हिरव्या रंगाचे होते. आम्हा सर्वांना तिचं हॉलिवूड अभिनेत्री डेब्रा पॅगेटशी साम्य वाटत असे.

आम्ही कराचीला आलो त्यावेळी शहरात भारत-पाकिस्तान क्रिकेट मालिकेचा मौसम ऐन भरात होता. मी झाडून सगळे सामने पाहिले. मला भारत व पाकिस्तान दोन्हीही संघांतील सगळे खेळाडू नावानिशी माहीत झाले होते. ते दिवस इतके मस्त होते! पण, लवकरच तो बहर मावळला आणि आम्हाला वास्तवाचा सामना करावाच लागला. मी रझिया आपाच्या आईला विनवण्या करत होते की, हा समारंभ थांबव किंवा काहीही करून हा स्वागतसमारंभ पुढे ढकल. पण सगळ्या गोष्टी फारच पुढं आणि सर्वांच्याच आवाक्याबाहेर गेल्या होत्या.

लग्नाचा स्वागतसमारंभ बीच लक्झरी हॉटेल मध्ये आयोजित केला होता. तिथंच नवदाम्पत्यासाठी 'स्वीट' राखून ठेवण्यात आला होता. गव्हर्नर जनरल श्री. गुलाम मोहम्मद यांनी या समारंभाला उपस्थित राहायचं मान्य केलं होतं. २५ मार्च १९५६ ही तारीख नक्की करून त्यानुसार आमंत्रणपत्रिकाही रवाना झाल्या होत्या. लालचुटूक गरारा परिधान करून, हातांवर मेंदी रेखलेल्या सोळा वर्षांच्या नववधूला एका हास्यास्पद समारंभाला तोंड द्यायला भाग पाडलं होतं. नवदाम्पत्य सोफ्यावर गव्हर्नर जनरल महोदयांशेजारी आसनस्थ झालं... फोटो काढले गेले. उपस्थितांसाठी मेजवानी होती, पण मला फक्त सनी आणि अफजल तेवढे तिथं आलेले आठवतायत – लंडनमध्ये माझी फाझिलशी ओळख करून देणारे हेच ते दोघं! डॅडी स्वागतसमारंभाला आले नव्हते. त्यांनी खोटी सबब पुढं करून तिथं येणं सोयिस्करपणे टाळलं होतं. त्यामुळं आफताबमामांना कन्यादानाचा मान स्वीकारावा लागला. आज मागं वळून

पाहताना मनात येतं, की त्यावेळी डॅडी लांब राहिले, कारण माझा विश्वासघात केल्याचं अपराधीपण त्यांना खात होतं.

नवदाम्पत्यासाठी खास राखून ठेवलेला 'स्वीट' आमची प्रतीक्षा करत होता. आणखी एक नाट्य... आणखी एक दुःस्वप्न भोगावं लागलं... तो जिला स्पर्श करत होता, ती मी नव्हतेच. तो जिला अनावृत्त करत होता ती मी नव्हतेच... ते सगळं इतकं आभासयुक्त, इतकं वेदनादायी आणि इतकं धक्कादायक होतं! माझा कौमार्यभंग होऊन चादरीवर रक्ताचा पाट वाहिला. बीच लक्झरी हॉटेलवरची ती रात्र अतिशय भयानक होती.

प्रथेनुसार, दुसऱ्या दिवशी सकाळी आमचे नातेवाईक मला न्यायला आले. मी संतापले होते. मला घाणेरडं वाटत होतं, दुखत होतं आणि लाजही वाटत होती.

इनीची ही काय अवस्था म्हणायची? मी... इना.. द ग्रेट. माझं हे काय होऊन बसलं होतं? माझं मन भूतकाळात धावलं.. मी लहान असताना डॅडी माझ्याशी खेळायचे... मला टेबलवर बसवून म्हणायचे,

"माझ्या मागून म्हण 'मी, इना, द ग्रेट!' "

ते हेच म्हणायचं?

सायंकाळी आम्ही रेल्वेनं लाहोरला निघालो. त्यावेळी मला कळलं की, माझा नवरा कनिष्ठ मध्यमवर्गीय राजपूत कुटुंबातला आहे, पण त्याची जडणघडण मात्र उत्तम आणि मजबूत झाली होती. त्याचे वडील शाळामास्तर होते. आता ते निवृत्त झाले होते. माझा नवरा दरमहा त्यांना शंभर रुपये देत असे, कारण त्यांना मिळणाऱ्या निवृत्तीवेतनात उदरनिर्वाह भागणं शक्य नव्हतं. मला तीन नणंदा आणि एक दीर होता. फाझिल सगळ्यांचा खूप लाडका होता – आयुष्यात चांगलं करून दाखवलेला तो एकमात्र होता. त्याच्याकडून असंच यशस्वी होण्याची अपेक्षा होती. त्यांच्या घरात पंजाबी बोलत असत, ऊर्दू जवळपास नव्हतंच.

मी संपूर्ण प्रवासात गप्प होते, मला अतिशय एकटं वाटत होतं. आईनं माझ्यासोबत कुणालाही पाठवलं नव्हतं. पाठराखणीला पाठवण्याची प्रथा असूनही, मी एकटीच आले होते. आम्ही लाहोरला पोचलो. तिथं स्टेशनवरून निघालो ते राजगड रोडवरच्या एका गरीब भागात आलो. मी लाहोरला पहिल्यांदाच येत होते. तिथल्या घरात मला एका खोलीत नेलं. ती खोली आणि माझ्या मृत सासूची गोधडी मला देण्यात आली. मी बिछान्यावर बसले. मला पाहायला बरेचजण आले होते. ते माझ्या चेहऱ्याला स्पर्श करून, माझ्याबद्दल प्रतिक्रिया देत, माझ्या हातात पैसे कोंबत होते. पण माझ्या मनात मृत बाईची गोधडी पांघरून झोपण्याच्या कल्पनेचं भय साकळलं होतं. त्यानंतर पुन्हा एकदा वेदनादायी विधी पार पडला

आणि मगच मला झोपायची परवानगी मिळाली. दुसऱ्या दिवशी वलिमा भोजन होतं, (लग्न समारंभाची सांगता) त्यासाठी पहाटेपासूनच सर्व प्रकारच्या माणसांचे लोंढे घरी येऊ लागले होते. भोजनानंतर आमची कराचीला जायची वेळ येऊन ठेपली. सगळं किती आभासयुक्त... खोटं वाटत होतं. मी त्या क्षणापासून जणू दोन चेहऱ्यांची व्यक्ती बनले... बाहेरून गोड हसणारी, पण आत ठसठसत्या वेदना सोसणारी....

काही दिवस कराचीत राहिल्यानंतर आम्ही लंडनला गेलो आणि मलबेरी वॉक मधल्या छोट्या चेल्सी फ्लॅटमध्ये राहू लागलो. मला स्वयंपाकपाणी, घरातली बाकी कुठलीही कामं, काहीही येत नव्हतं. तिथं मी केलेलं पाहिलं काम म्हणजे बोट कापून घेणं! स्वयंपाकघरात सुरीनं चुकून माझं हाताचं मधलं बोट कापलं. मग मला तातडीनं हाईड पार्क मधल्या सेंट जॉर्जस् हॉस्पिटलमध्ये नेलं, बोटाला टाके घालून पट्टी केली. एक महिना उलटला. त्या दरम्यान मला मातृत्वाची चाहूल लागली. पण मनात नाराजी आणि सापळ्यात अडकल्याची भावना होती. इतक्या सुंदर घटनेनं माझ्या मनात आनंद उमललाच नाही. मी हर्ले स्ट्रीटवरच्या श्री. नोएल गूस या माझ्या डॉक्टरांकडं नियमित तपासणी करून घेऊ लागले. दरम्यान, फाझिलची नेमणूक पुन्हा कराचीला झाली, पण माझे डॅडी मध्ये पडले. कारण माझं बाळ लंडनमध्ये जन्माला यावं अशी त्यांची इच्छा होती.

माझ्या गरोदरपणाच्या काळात विशेष काहीच घडलं नाही. माझं बाळंतपणही सुरळीत सुखरूप पार पडलं. १९ जानेवारी १९५७ रोजी चेल्सी हॉस्पिटलमध्ये मला मुलगा झाला. आम्ही त्याला अरिफ म्हणायचो. पण तो इतका चिमणू दिसायचा की मी त्याचं नाव चाऊ चाऊ ठेवलं. मी फक्त सोळा वर्षांची असल्यामुळं माझ्या डॉक्टरांना माझा फार अभिमान वाटायचा. ते मला पाहायला बऱ्याच जणांना घेऊन आले होते. मी बाळाला नीट हाताळण्याची पद्धत शिकले. चाऊ चाऊ सहा आठवड्यांचा झाल्यानंतर आम्ही लंडनमधला मुक्काम हलवला आणि 'बॅटोरी' या पोलिश जहाजानं कराचीला निघालो, ते महिन्याभराच्या प्रवासानंतर तिथं पोहोचलो.

उतरती कळा लागलेलं आयुष्य

कराचीत उन्हाळा होता. आम्हाला तिथं घर नव्हतं आणि पगार फक्त पाचशे रुपये, त्यामुळं आम्हाला गार्डन ईस्टमध्ये माझ्या आजीच्या घरी तात्पुरता निवारा शोधण्याखेरीज दुसरा पर्यायच नव्हता. अम्मानं खुल्या मनानं आमचं तिघांचं – मी, माझा नवरा व आमचं बाळ – स्वागत केलं. दरम्यानच्या काळात, डॅडींनी मॉस्कोत पाकिस्तानी राजदूत म्हणून सूत्रं स्वीकारली होती. आम्ही अम्माच्या घरी चार महिने राहिलो. तितक्यात फाझिलला समुद्रावर जावं लागणार असल्याचं समजलं. म्हणजे मला कराचीत लहान बाळाला घेऊन अम्माच्या घरी निराधार आयुष्य जगावं लागणार होतं. जवळ पैसा नाही... आणि काही आयुष्यच नाही. मी घाबरून गेले होते. मग मी डॅडींना 'मी मॉस्कोला येऊ का?' म्हणून विचारलं. पण त्यांनी नकार दिला. मग मी फाझिलला विनवणी केली की मी तुझ्याबरोबर श्रीलंकेत येते – तिथं तो एक महिना राहणार होता – पण तो म्हणाला की, ते नियमांत बसत नाही.

मग फाझिलनं नर्सरीशेजारी, PECHS (पाकिस्तान एम्प्लॉईज को-ऑपरेशन हौसिंग सोसायटी) च्या ब्लॉक II मध्ये, माझ्यासाठी छोटं तीन बेडरूमचं घर मिळवलं. मला यापूर्वी कधी घर चालवावं लागलं नव्हतं, ना मी कधी एकटी राहिले होते, त्यामुळं पूर्णत: स्वतंत्रपणे एकटीनं राहणं हा माझ्या दृष्टीनं विचित्र आणि नवा अनुभव होता. आमच्या घरात फारसं फर्निचर नव्हतं, लग्नात ममीनं जे काही दिलं होतं तेवढंच होतं, तरीही मी PECHS मध्ये राहायला गेले. सुदैवानं माझ्याकडं गाडी होती. डॅडींनी मला ओपेल रेकॉर्ड दिली होती. पण मला गाडी चालवता येत नव्हती. आमचा जुना, विश्वासू रहिम आणि त्याची पत्नी – बिब्बी त्यांच्या पाच मुलांसमवेत माझ्याकडं राहायला आले. त्यांचे परिचित चेहरे अवतीभवती पाहून मला बरं वाटलं. सुदैवानं त्या घरात नोकरांसाठी दोन निवासिकांची सोय होती, नाहीतर तिथं भयंकरच दाटीवाटी झाली असती.

तिथं राहायला गेल्यानंतर दोन महिन्यांत माझ्या आयुष्यात दोन घटना घडल्या, पहिली म्हणजे, माझी नूरजहाँ व तिचा भाऊ युसूफ – मुंबईतील अत्यंत सुप्रसिद्ध सराफ अली मोहम्मद जव्हेरी यांची कन्या व सुपुत्र – यांच्याशी भेट झाली. अली मोहम्मद जव्हेरींचं व्हिक्टोरिया रोडवर दुकान होतं.

दुसरी गोष्ट म्हणजे, मी घोड्यांच्या शर्यतींना जाऊ लागले. माझ्या या नव्या मित्रांसोबत मी घराबाहेरच्या आयुष्याला प्रारंभ केला. वरचेवर त्यांच्या घरी अथवा बाहेर उपाहारगृहात जेवायला जाऊ लागले. युसूफ अमेरिकेत (पालो अल्टो) शिक्षण घेऊन नुकताच परत आला होता. तो आयुष्य अगदी मजेत जगत असे. नूरजहाँसुद्धा उत्साहानं रसरसलेली, साहस आणि थरार आवडणारी होती. मला माझ्या माहेरी अथवा नवऱ्याच्या घरी ज्या गोष्टी करायची परवानगी नव्हती, त्या गोष्टी करणारी होती. मग मीही बाळाला नोकरांच्या हवाली करून आयुष्याचा आनंद घेऊ लागले.

एके दिवशी नूरजहाँनं फोन करून अगदी रोमांचित स्वरात प्रश्न केला, "रेसला येणार का?"

मी त्याआधी घोड्यांच्या शर्यतीला कधीच गेले नव्हते. त्यामुळं काहीशी घाबरले. पण तिनं मला खात्री दिली की, काळजी करायचं काहीही कारण नाही, तिथं आपल्याला काही चांगली माणसं भेटतील. मग मी तिच्यासोबत गेले. माझ्या दृष्टीनं ती एका नव्या जीवनाची सुरुवात होती. ज्याची मी कधी कल्पनासुद्धा केली नव्हती!

तिथं आम्हाला दोन सद्गृहस्थ भेटले – चीमी व शायनी. त्यांनी आम्हाला त्या दिवशी रात्री ल गॉरमेट मध्ये डिनरला बोलावलं. ल गॉरमेट हा गावातला सर्वोत्तम नाईटक्लब होता. मी निळी शिफॉनची साडी नेसून, गिना लोल्लो ब्रिगिडा सारखी केशरचना करून तयार झाले. माझ्या घराबाहेर उघड्या टपाची, सफेद, स्पोर्ट्स, सनबीम अल्पाईन थांबली. रहिमनं दार उघडलं.

दाराबाहेर उभ्या असलेल्या माणसानं किंचित बोबड्या उर्दूत सांगितलं, "नसीम हुसैन आलेत म्हणून सांग."

रहिम दारातूनच ओरडला, "बेबी, बेबी, नसीम हुसैन साहिब तुम्हाला न्यायला आलेत."

आणि इथंच माझ्या आयुष्यात, माझ्या काळजात, नसीम हुसैन अध्याय सुरू झाला.

नसीम हुसैनचं टोपणनाव होतं चीमी. तो तिशीतला, टक्कल पडू लागलेला पण आकर्षक तरुण होता. तो आल्याचं मला आश्चर्य वाटलं, कारण सुलतान करमल्ली (आमचे दोघांचेही मित्र) व त्यांची पत्नी मला डिनरला जाताना न्यायला

येणार होते.

"पण तुम्ही मला न्यायला यायचं ठरलं नव्हतं." मी म्हणाले.

"हो, बरोबर आहे, पण मी इथं जवळच राहतो. त्यामुळं मी सुलतान करमल्लीला म्हणालो की, तुमच्याऐवजी मीच तिला घेऊन येऊ का?" तो उत्तरला.

"ठीक आहे," मी स्वरात सहजता ठेवण्याचा प्रयत्न करत म्हणाले.

आम्ही ल गॉरमेट मध्ये गेलो. तिथं सहाजणांसाठी टेबल राखून ठेवलं होतंच, तिथं बसलो. आम्ही सहाजणं होतो, आम्ही दोघं, सुलतान व त्यांची पत्नी शमीम आणि नूरजहाँ व शायनी. शायनी नूरजहाँला घेऊन आले होते. ते लष्करात कॅप्टन होते. आता निवृत्त झाले होते. त्यांचं खरं नाव होतं कॅप्टन शहनशाह.

तिथं कॅब्रे सुरू होता. मी पहिल्यांदाच कॅब्रे पाहत होते. बेली डान्सर जमिनीवर गिरक्या घेत होती. पण तिथली सर्वोत्तम गोष्ट होती, ती म्हणजे तिथला बँड. बँड अत्युत्तम होता. चीमी आणि मी नृत्य करू लागलो तेव्हा मला समजलं, की तो उत्तम नर्तक होता. त्या क्षणापासून आम्हाला आमचा ताल गवसला. आम्ही फ्लोअरवर पदन्यास करत होतो... नृत्यामागून नृत्यं सुरू होती. मला लहान असताना नृत्य-संगीताची खूप आवड होती. मी लहान होते तेव्हा मला नेहमी गायला सांगत असत. मी ३, बाथ आयलंड रोडमध्ये उस्ताद उमराव बुंदू खान यांच्याकडं शास्त्रीय संगीताचे धडे गिरवले होते, तसंच माझी मैत्रीण नाझ इक्रमुल्लाच्या घरी भारतीय शास्त्रीय नृत्यही शिकले होते. आम्ही दोघीही कथकली एकत्रच शिकलो होतो. हे सगळं मुर्री कॉन्व्हेन्टच्याही आधीचं आहे.

चीमी आणि मी एल्विस प्रिस्लेच्या धडकत्या गीतांवर रॉक अ‍ॅन्ड रोल करत होतो. सगळ्यांत शेवटी आम्ही तिथून निघालो. चीमीनं मला त्याच्या गाडीकडं नेलं. मी गाडीत त्याच्या शेजारी घरंगळले. जणू अगदी स्वाभाविक असावं तसं. घरी जाताना वाटेत त्यानं विचारलं की तुझं वय काय?

मी त्याला मी सतरा वर्षांची असल्याचं सांगताच तो चीत्कारला.

"माय गुडनेस, आय अ‍ॅम क्रेडल स्नॅचिंग!"

आमचा तो प्रवास अतिशय सुखद होता. तो मला चिडवण्यासाठी 'बेबी' म्हणू लागला. कारण त्यानं रहिमला मला हाक मारताना ऐकलं होतं ना!

"बेबी," तो म्हणाला, "माझी तुला उद्या लंचला न्यायची इच्छा आहे."

मी त्याचं आमंत्रण स्वीकारलं. तो मला दुपारी एक वाजता न्यायला येणार होता. त्या रात्री मी निराळ्याच दुनियेत विहरत होते. इटली सोडल्यानंतर प्रथमच मला इतकं छान... जिवंत असल्यासारखं वाटत होतं. 'अर्थशून्य भासे मजला'

अशी अवस्था झालेल्या आयुष्यात मला पुन्हा रस निर्माण होऊ लागला होता. रहिम आणि मंडळींनी अर्थातच, मला घरी इतक्या उशिरा आलेलं पाहून नापसंतीच्या आठ्या घातल्या, पण मी कशाचीही दखल घेण्याच्या मन:स्थितीत नव्हते.

दुसऱ्या दिवशी दुपारी एक वाजता मी नटून थटून तयार झाले. त्या काळी माझा सकाळी-संध्याकाळी दोन्ही वेळी साडी व बिनबाह्यांचा ब्लाऊज हाच फक्त पोशाख असे. या भेटीतही आम्ही दोघं खुष होतो. आम्ही पॅराडाईज सिनेमाजवळच्या एका चायनीज उपाहारगृहात गेलो. नंतरच्या काळात हे चित्रपटगृह व उपाहारगृह बंद झालं आहे.

मी जेवताना त्याला विचारलं, "तुमचं पोटापाण्याचं साधन काय? सध्या तुम्ही काम करत नाहीत हे दिसतंच आहे."

त्यावर तो उत्तरला की, "बेबी, मी शेतकरी आहे, मी काम करत नाही."

मला यापूर्वी कधी 'शेतकरी' भेटलेला नसल्यामुळं मला त्याच्या बोलण्याचा अर्थबोध झाला नाही. पण मी आणखी टोकरून प्रश्न केले नाहीत. माझ्या मनात विलक्षण थरार उसळला होता. पुढं बऱ्याच काळानं मला कळलं, की तो नवाबजादा नसीम हुसैन कुरेशी होता. मुल्तानमधील एका अत्यंत सुप्रसिद्ध घराण्यातील शेंडेफळ.

जेवण झाल्यावर त्यानं जाहीर केलं, "आता आपण पॅलेस सिनेमात चित्रपटाला जायचं आहे."

मला नकार द्यायचा नव्हता, त्यामुळं आम्ही 'पॅलेस' मध्ये गेलो. चित्रपट सुरू झाल्यानंतर मध्येच तिथल्या कर्मचाऱ्यांपैकी एकजण माझ्याजवळ येऊन म्हणाला, "चित्रपटगृहाच्या चालकांना तुम्हाला भेटायचं आहे. त्यांच्या ऑफिसमध्ये या." मला हा माणूस माहीत होता – तो सनीचा भाऊ होता. त्याचं नाव हुमायून बेग मोहम्मद. तो लंडनमध्ये फाझिल व मी–आम्हा दोघांसोबत राहिला होता. जहाजावर जाण्यापूर्वी फाझिलनं त्याच्या अनुपस्थितीत हुमायूनला मला बाहेर न्यायला, तसंच माझी काळजी घ्यायला सांगितलं होतं, हे मला चांगलं आठवत होतं. मी गोंधळून गेले, मला काय करावं समजेना, मन द्विधा झालं होतं.

तितक्यात चीमी अगदी अधिकारवाणीनं म्हणाला, "बेबी, तू कुठंही जाणार नाहीस. तो स्वत:ला कोण समजतो? त्याला पाहिजे असेल तर तो तुला येऊन भेटेल."

तो विषय तिथंच संपला. 'मी त्याच्याशी नंतर बोलेन' असं सांगून मी त्याला भेटायला जाण्यास नकार दिला. त्यानंतर चीमीनं मला घरी आणूस सोडलं. मला सोडून परत जाताना तो म्हणाला,

"रात्री आठ वाजता तयार रहा. आपण 'बीच लक्झरी'त डिनरला जायचंय."

मी मोहरून गेले होते. मला बाळाचा, स्वत:चा विसर पडला होता... मी कोण होते, काय करत होते, ते चूक की बरोबर... सारं विसरले होते. मी कसल्याशा जादूनं भारले होते... आणि मलाही ते भारलेपण पुसलं जायला नको होतं.

घरातल्या नोकरमंडळींच्या नाराजीच्या नजरा माझ्या खिजगणतीतही नव्हत्या. मी बरोबर रात्री आठ वाजता तयार होते. मी जणू अदृश्य पंख लावून विहरत होते. बाहेर गाडी थांबल्याचा आवाज आला. मग मी आणि चीमी 'बीच लक्झरी' त गेलो. त्या दिवसानंतर आम्ही अविभाज्य झालो... परस्परांपासून वेगळे करता येणार नाही इतके जवळ आलो. आम्हाला क्षणभरही एकमेकांचा विरह सहन होत नव्हता... फक्त काही वेळ झोपण्यापुरतं तो मला घरी आणून सोडत असे. लवकरच तो मला सकाळी लवकर न्यायला येऊ लागला. मग आम्ही त्याचे शर्यतीचे घोडे पहायला जात असू. त्यानंतर आम्ही जॉकींना शेझान या सुप्रसिद्ध कॉफी हाऊसमध्ये कॉफी प्यायला नेत असू. शायनीचं शेपूट सतत आमच्या मागं असायचं... नकोसा चमचा!

साधारण याच दरम्यान या अध्यायात चीमीच्या बलुची मित्रांचा प्रवेश झाला. सरदार अहमद नवाज बुग्ती लाहोरच्या ॲटकिन्सन कॉलेजमध्ये त्याचे वर्गमित्र होते. तर नवाब खैर बक्श मर्री त्याच्या एक वर्ष पुढं होते. खैर बक्श अतिशय देखणे होते, पण फारच शांत होते. अहमद नवाज मात्र सतत हसत, विनोद करत, अगदी मजेत असायचे. त्यांना कॅब्रे खूप आवडत असत. ते बरेचदा कॅब्रे सादर करणाऱ्यांना आमच्या टेबलाशी येण्याचं आमंत्रण द्यायचे आणि बँडनं काही छान कलाविष्कार घडवला की अख्ख्या बँडसाठी मद्य द्यायचे. अहमद नवाजसुद्धा शर्यतीच्या घोड्यांचे मालक होते. चीमी व ते यांच्यामध्ये हे एक समान सूत्र होतं. या दोघांचीही आमच्याशी इतकी घट्ट मैत्री जुळली की अहमद जेव्हा जेव्हा बलुचिस्तानहून इथं यायचे तेव्हा ते सदैव आमच्यासोबतच असत.

माझी सहा महिन्यांसाठी बंदीवासातून मुक्तता झाली होती. पण तो कालावधी जवळपास संपला आहे हे धक्कादायक वास्तव निष्ठुरपणे माझ्यासमोर उभं ठाकलं... जगाच्या पाठीवर माझा नवरा कुठंतरी होताच.

मी चीमीला म्हणाले, ''सध्या फाझिल चितगाँगमध्ये आहे, मला वाटतं मी तिथं जाऊन यावं आणि त्याला आपल्याबद्दल सांगावं. तुला काय वाटतं?''

''वेल, तू त्याला एकदम धक्का द्यावास असा सल्ला मी तुला देणार नाही. जे व्हायचंय ते होऊ देत. पण तुलाच जर या गोष्टीचा त्रास होत असेल तर तू चितगाँगला जा आणि बघ, तुला काय वाटतं ते.''

मग मी विमानानं चितगाँगला गेले. तिथं जाऊन नवऱ्याला काय सांगायचं या

विचारानं वाटेत प्रवासात माझं मन अतिशय बेचैन झालं होतं. पण, मी तिथं फाझिलला भेटले तेव्हा मात्र मला कळून चुकलं, की आमच्यामधलं सारं संपलं आहे आणि आता पुन्हा त्याच्यासोबत राहणं आपल्याला कधीच जमणार नाही. आम्ही दोघं प्रवाहाच्या दोन विरुद्ध दिशांना दूरवर गेलो होतो. त्यानं मला त्याच्या नावाखेरीज काहीच दिलं नव्हतं. चितगाँगमध्ये तीन तापदायक दिवस काढून मी कराचीला चीमीकडं परत आले. आपण जणू आयुष्यभर त्याच्यापासून दूर होतो असं मला वाटत होतं. त्याला पाहिल्यावर मला फार आनंद झाला आणि पुन्हा लगेचच आम्ही आधीचाच दिनक्रम सुरू केला.

दोन महिन्यांनी फाझिल घरी आला. त्यानंतर आम्ही आमचं हे घर सोडून 'सर्व्हिसेस क्लब'मध्ये राहायला गेलो. तिथं आम्हाला चार-पाच खोल्या मिळाल्या होत्या. ते घर मध्यवर्ती होतं, पण ते अपार्टमेंट होतं. मी फाझिलशी चीमीची ओळख करून दिली. मग आम्ही तिघंही एकत्र बाहेर जाऊ लागलो. चीमीच्या सोबत असण्यावर फाझिलचा आक्षेप दिसत नव्हता. लवकरच चीमी व मी पुन्हा आमच्या सकाळच्या नित्यक्रमाला सुरुवात केली. फाझिल घरी येईपर्यंत संपूर्ण दिवसभर आम्ही बाहेरच असायचो. सायंकाळी फाझिल आमच्यात सहभागी व्हायचा, तोही मजेत आहे असं वाटायचं, पण आम्हा दोघांमध्ये जवळपास काहीही नातं उरलं नव्हतं.

फाझिलनं मला फक्त एकदाच त्रास दिला होता, तो शैलाच्या संदर्भात. शैला माझी सिंधी हिंदू मैत्रीण होती. तिचे पिता जुने आयसीएस अधिकारी शिवदासानी, डॅडींचे मित्र होते. शैलाचा नवरा एस.पी. शाही भारतीय उच्चायुक्त कार्यालयात 'एअर ॲटॅशे' असल्यामुळं फाझिलला ही मैत्री पसंत नव्हती. खरं तर शैलाची अहमद नवाजशी फार छान दोस्ती होती. ते जेव्हा जेव्हा क्वेट्टाहून यायचे तेव्हा ते तिच्यासाठी कित्येक मीटर अस्सल रेशीम आणत असत.

आमचा मित्रपरिवार वाढला होता. कराचीतल्या माझ्या वास्तव्याच्या पहिल्या सहा महिन्यांत माझी सादियाशी ओळख झाली होती. माझा समलिंगी केशरचनाकार रॉजरनं (तो म्हणायचा, 'मला राणी म्हण') मला एकदा एका व्यक्तीला भेटायला सांगितलं होतं.

"तिला पाहिलं की मला तुझी फार आठवण होते." तो म्हणाला होता.

अशा प्रकारे माझी सादियाशी ओळख झाली. तेव्हा तिचं सुप्रसिद्ध उद्योगपती हरुन जाफर यांच्याशी नुकतंच लग्न झालं होतं. आमच्या मैत्रीची वीण पटकन गुंफली गेली. ती आणि तिचा नवरा लवकरच 'आमच्या' गटात सामील झाले – 'आमच्या' म्हणजे चीमी आणि माझ्या गटात. आणखीही एका जोडप्याशी आमची मैत्री जुळली होती. ते म्हणजे फरिदा आणि सैद अहमद. मी फरिदाला 'कॉन्व्हेन्ट

ऑफ जीझस अॅन्ड मेरी' मध्ये असल्यापासून ओळखत होते. तिथं ती हुशार विद्यार्थिनी होती. सैद चौधरी नझिर अहमद यांचा मुलगा होता. चौधरी नझिर अहमद एके काळी परराष्ट्र मंत्री होते. माझ्या डॅडींनी त्यांच्या सोबत काम केलं होतं. अशा प्रकारे आमच्या गटात श्री. व सौ. हरुन जाफर, श्री. व सौ. सैद अहमद, श्री. व सौ. शाही आणि चीमी व मी, एवढे सदस्य होतो. फाझिल त्याला जमेल तेव्हा आणि अहमद नवाज इथं यायचे तेव्हा, आमच्यात सहभागी होत असत. आम्ही दररोज रात्री एकत्र मिळून बाहेर जात असू, पण दिवसा मात्र चीमी आणि मी, आम्ही दोघंच बाहेर जात असू. आयुष्याला कसली उतरती कळा लागली होती!

या काळात, वरवर सगळं काही शांत असलं तरी हळूहळू फाझिल आणि माझ्यात काहीशा नापसंतीच्या ठिणग्या फुटू लागल्या होत्या. मला एक प्रसंग चांगला आठवतोय, फाझिल अगदी अभिमानानं म्हणाला होता,

"आज माझ्या घरी तीन नवाब आले आहेत. मी त्यांच्यासाठी शीतपेयं आणायला निघालोय."

तीन नवाब म्हणजे चीमी, अहमद नवाज आणि खैर बक्श मर्री. या सगळ्यामुळं तो माझ्या मनातून उतरत गेला.

ऑक्टोबर महिन्यातली गोष्ट आहे. एके दिवशी फाझिलनं मला सांगितलं की, आज संध्याकाळी आपल्याकडं कॉमडॉर रशिद (नौदल कप्तान) येणार आहेत.

"घरी थांब आणि त्यांचं आदरातिथ्य कर, त्यांना तुझ्याशी बोलायचं आहे." फाझिलनं बजावलं.

मी कोड्यात पडले... कॉमडॉरना माझ्याशी काय बोलायचं असेल?... मला समजेना. मी रहिमला चहापाण्याची व्यवस्था करायला सांगितलं. संध्याकाळी फाझिल कॉमडॉरना सोबत घेऊनच आला. त्यानं माझी त्यांच्याशी ओळख करून दिली आणि थोड्याच वेळात फाझिल तिथून बाहेर पडला. घरात फक्त मी एकटी होते आणि रशीद.

मग त्या कॉमडॉरनी माझी कानउघडणी करायला सुरुवात केली. भारतीय 'एअर अॅटॅशे'च्या बायकोशी मैत्री करून नवऱ्याची बढतीची संधी धोक्यात घालणारं माझं वागणं कसं चुकीचं आहे, याबद्दल त्यांचं प्रवचन सुरू झालं. त्यानंतर ते हळूहळू माझ्याजवळ सरकले आणि माझ्या खांद्याभोवती हात टाकत म्हणाले,

"तू इतकी सुंदर आहेस, तू माझी का होत नाहीस? मी फाझिलला बढती मिळवून द्यायला मदत करीन."

ते आणखी जवळ सरकले आणि त्यांनी मला त्यांच्या दिशेनं ओढलं. मी त्यांना दूर ढकलून किंचाळतच दरवाजा गाठला. दरवाजा बाहेरून बंद केला होता. त्या क्षणी माझ्या डोक्यात प्रकाश पडला... फाझिलचा हेतू माझ्या लक्षात आला.

माझ्या किंकाळ्या ऐकून रहिम धाडकन दार उघडून धावतच आत आला. त्यानं फाझिलला शिव्या घालतच मला तिथून बाहेर काढलं. रहिमनं मला बालपणापासून अंगाखांद्यावर वाढवलं होतं. ममी इंग्लंडहून मला 'कॅरी-कॉट' मधून घेऊन आली तेव्हा सर्वप्रथम त्यानंच ती कॅरी-कॉट धरली होती. त्याचा माझ्यावर फार जीव होता. त्यानं माझ्यासाठी प्राणसुद्धा दिले असते. तो, त्याची पत्नी – बिब्बी आणि त्याची मुलं या सर्वांनी अख्खं आयुष्य आमच्या सेवेला वाहिलं होतं. रहिमनं मला वाचवलं. तो कॉमडॉर तिरीमिरीत निघून गेला. फाझिलचा तर कुठं पत्ताच नव्हता.

त्याच दिवशी रात्री आम्ही ल गॉरमेटमध्ये जमलो. अहमदनी सर्वांना आमंत्रित केलं होतं. आम्ही नेहमीचेच सर्वजण उपस्थित होतो. तिथं फाझिलही चीमी व माझ्यासोबत आला होता. तिथं तो इतका प्यायला, की त्यानं फरिदा सैद अहमदच्या ब्लाऊजमधून नॅपकिन ओढायला सुरुवात केली. त्याच्या या वागण्यानं सगळेच बिथरले, पण तो इतकं का प्यायलाय हे फक्त मला माहीत होतं. आम्ही तिथून निघालो. मी आमच्या ओपेल रेकॉर्डमध्ये बसले, पण चीमी त्याच्या गाडीतून आमच्या मागोमाग होता. वाटेत अचानक फाझिलनं मला थडाथड मारायला सुरुवात केली. त्यानं माझ्यावर पहिल्यांदाच अशा प्रकारे हात उचलला होता. चीमीनं हे पाहिलं आणि 'सर्व्हिसेस क्लब'पर्यंत आमचा पाठलाग केला. त्यानंतर तो एकदम पिसाळल्यासारखा झाला. त्यानं त्याची गाडी आमच्या गाडीवर जोरात आदळली... मग थोडी मागं घेतली... आणि पुन्हा पुन्हा आमच्या गाडीवर आदळवली...

मग मी किंचाळले, "प्लीज चीमी, थांब! ही माझी गाडी आहे. ओह, फाझिल, तुम्ही घरी जा. प्लीज, मी तुमच्या पाया पडते!"

त्याचवेळी अहमद तिथून निघाले होते. हा सगळा तमाशा पाहून त्यांनी ताबडतोब गाडी थांबवली. त्यांना सगळा प्रकार समजल्यानंतर त्यांनी लगेच मध्यस्थी करून चीमीला रोखलं आणि फाझिल व चीमी दोघांनाही वरच्या मजल्यावर आमच्या घरी नेलं. आता सत्य समोर येण्याचा क्षण उंबरठ्यावर येऊन ठेपला होता!

"उद्या सकाळी सहा वाजता रेसकोर्सवर आम्ही द्वंद्वयुद्ध लढणार आहोत." चीमीनं जाहीर केलं.

त्यानंतर तो फाझिलकडं वळून म्हणाला, "तुझं शस्त्र ठरवून ठेव."

फाझिलनं माझ्या पायाशी लोळण घेतली.

तो गयावया करत म्हणाला,

"त्याला थांबव... फॉर गॉड्स सेक. मला द्वंद्वयुद्ध लढायचं नाहीय."

मी चीमीला द्वंद्वयुद्धाची कल्पना सोडून देण्यासाठी विनवलं. अहमदनीही प्रयत्न सुरूच ठेवले आणि अखेर, आम्ही चीमीला तिथून बाहेर काढण्यात यशस्वी झालो.

अहमद मला धीर देत म्हणाले, ''काळजी करू नका. सकाळपर्यंत हे सगळं विसरून जातील.''

त्या दिवशी रात्री आम्ही कसे झोपलो कोण जाणे! मला दुसऱ्या दिवशी दुपारी एक वाजता चीमीच्या गाडीचा हॉर्न ऐकल्याचं फक्त आठवतंय.

''बेबी, खाली ये. आपण रेसला जायचंय.''

चीमीला पाहून मला इतकं हायसं वाटलं होतं सांगते! मला रडूच फुटलं असतं. फाझिल मला 'जाऊ नकोस' असं सांगत होता तरीही मी खाली धावले. मी फाझिल सोबत नसताना चीमीसोबत गेले... माझा निर्णय झाला होता.

सायंकाळी मी घरी परतले, सामानाची बांधाबांध केली आणि अन्वरकाकांच्या (डॅडींचे लहान भाऊ) घरी गेले. फाझिल चाऊ चाऊला रहिम आणि बिब्बीवर सोपवून जाऊ नको म्हणून माझ्या विनवण्या करत होता, पण मी त्याला जुमानलं नाही. मला घटस्फोट मिळवून देण्यासाठी तुम्ही पाकिस्तानला या असं मी डॅडींना मॉस्कोला तार करून कळवलं.

डॅडी दोन आठवड्यांत पाकिस्तानला आले. तोवर मी काकांकडं राहात होते. डॅडींनी आम्हा दोघांना चर्चा करायला लावली. फाझिलचं मत होतं, की आपण आणखी एकदा प्रयत्न करून पाहू या, पण मी नकार दिला.

मी सांगितलं, ''डॅडी, माझं चीमीवर प्रेम आहे, मला त्याच्याशी लग्न करायचंय. शिवाय, ज्या माणसावर माझं प्रेम नाही, ज्याच्याबद्दल माझ्या मनात आदर नाही त्या माणसासोबत मी झोपू शकत नाही. मला त्याच्याकडून काहीही नकोय— मेहर (पोटगी) नकोय, मुलाच्या पालनपोषणासाठी आधार नकोय. मी त्याचे दागदागिनेसुद्धा परत करीन, माझं फर्निचरसुद्धा तिथंच ठेवीन. मला फक्त माझं बाळ हवंय. मला बाकी काही नको, फक्त घटस्फोट हवाय.''

माझ्या वडिलांनी याला मान्यता दिली आणि डिसेंबर १९५८ मध्ये आमचा घटस्फोट झाला. जानेवारी महिन्यात मी लंडनला जायचं आणि चार महिने दहा दिवसांचा इद्दत कालावधी पूर्ण होईपर्यंत तिथंच राहायचं असंही ठरलं.

लंडनमार्गे मॉस्को

जानेवारी महिन्यात मी पीआयए कॉन्स्टलेशन विमानानं बाळासमवेत लंडनला गेले. ममी मला भेटायला मॉस्कोहून लंडनला आली. लंडनमध्ये मी ममीच्या मैत्रिणीसोबत राहात होते. तिचं नाव मागरिट रफिक. ती अमेरिकन होती. तिनं एका पाकिस्तानी वकिलाशी लग्न केलं होतं. आम्ही तिला मागरिट आन्टी म्हणत असू. मी तिच्यासोबत २९ इटन प्लेस, बेल्गाव्हिया इथं, आठवड्याला पाच पौंड देऊन राहू लागले. या पैशांत झोपण्याची व्यवस्था व न्याहारी अंतर्भूत होती. मला माळ्यावरची खोली मिळाली होती, मागरिट आन्टीचं घर मोठं प्रेमळ आणि मैत्रीपूर्ण होतं. तिची मुलंही चांगली होती... टोटो तिथंच राहायचा, त्याची सोबत फार छान वाटायची, बोबो केंब्रिजहून अधूनमधून घरी येत असे आणि चिन्को बॅले नर्तक होता.

ममीनं यूकेमधले पाकिस्तानी उच्चायुक्त मोहम्मद इक्रमुल्ला यांना मला आयुक्तालयाच्या 'डिफेन्स सर्व्हिसेस सप्लाईज डिव्हीजन' (DSSD) मध्ये नोकरी द्यायला सांगितलं होतं. हे कार्यालय क्वीन्स गेट मध्ये होतं. तिथं मी कोटेशन्सचं मूल्यमापन, पत्रांना उत्तर देणं, पाहुण्यांचं स्वागत करणं, कॉफी बनवणं – अशी निरनिराळी कामं करत होते. मला वाटतं ही नोकरी खास माझ्यासाठी निर्माण झाली असावी! माझं नॅशनल इन्शुरन्स कार्ड बनवलं होतं. पण माझ्या वयामुळे मला आठवड्याला फक्त ८.४० पौंडच काढता यायचे. त्यातून आन्टींना आठवड्याचे पैसे दिल्यानंतर माझ्याजवळ अगदी किरकोळ पैसे उरत असत. मी चाऊ चाऊला दिवसा पाळणाघरात ठेवत असे. मी त्याला पाळणाघरात सोडायला जायची. पाळणाघरातून मी त्याला घेऊन यायची तेव्हा बाकी सर्व मुलं आधीच घरी गेलेली असायची. ते एवढंसं बिचारं पोरं माझी वाट बघत तिथंच झोपून जायचं. चाऊ चाऊ तिथं एकटाच उरलेला असायचा. आता जेव्हा मी त्या काळात मागं डोकावते तेव्हा मला त्यावेळचं माझं हे वात्सल्यशून्य वागणं आठवून अतिशय अपराधी वाटतं.

मी ममीला विचारून पाहिलं की, चाऊ चाऊ तुमच्यासोबत मॉस्कोला येऊ दे का? पण तिचा ठाम नकार होता.

अखेर, एके दिवशी ममी आणि मी एका दत्तक केंद्रात गेलो, तिथं आवश्यक ते फॉर्म्स भरले. त्यामध्ये एक रकाना होता – 'कुणी नातेवाईक?' त्यासंदर्भात तिथल्या बाईनं ममीकडं पाहिलं.

''नाही, मी फक्त मैत्रीण आहे.'' ममी उत्तरली.

त्या क्षणी अकस्मात माझ्या मनात विचार आला, की या मुलाला वडीलही आहेत, मी त्याचं उत्तम संगोपन करू शकत नसले तरी त्याला दत्तक केंद्रात सोडायचा मला काहीही अधिकार नव्हता. त्या क्षणी मला प्रचंड एकाकीपण घेरून आलं होतं... ज्याच्यावर भिस्त ठेवावी असं कुणीच नव्हतं आणि मला ही किंमत चुकवावीच लागणार होती. मी चांगली आई नव्हते.

मग ममी फाझिलशी बोलली. तिनं त्याला चाऊ चाऊला सांभाळशील का असं विचारलं. तो कबूल झाला. त्याच्या पोटचा गोळा परत मिळतोय या गोष्टीचा त्याला आनंद झाला होता. पण माझ्याबद्दल त्याच्या मनात कटुता होती. तो मला दूषणं देत होता. त्यानंतर लवकरच, एके दिवशी सकाळी पाकिस्तानला जाणाऱ्या एका कुटुंबासमवेत चाऊ चाऊला त्याच्या वडिलांकडं धाडण्यात आलं. मी DSSD कार्यालयात बसले होते... पण लक्ष विमान सुटण्याच्या वेळेकडं लागलं होतं. मी भावना आवरण्याचा प्रयत्न करत होते. प्रचंड खिन्नता दाटून आल्यामुळं मला रडूही येत नव्हतं. पण ते दिवसही मागं पडले... बाकी सगळ्या गोष्टी मागं पडल्या तसेच... पण त्या दिवसानंतर मला पुढं तीन वर्षं चाऊ चाऊचं दर्शनसुद्धा झालं नाही.

चीमीचा आणि माझा पत्रव्यवहार सुरु होता. वसंतऋतू आला, चार महिने दहा दिवसांचा अटीचा कालावधीही पूर्ण झाला. त्या दरम्यान माझ्या मनात एक विचार ठसठसू लागला. चीमी खरंच माझ्याशी लग्न करणार आहे, की मी पुन्हा सर्वस्वी एकटी, एकाकी... निराधार होणार होते? ममी मॉस्कोला परत गेली होती. आता मी एकटीच होते. मी चीमी तिथं येणार असं गृहीत धरून नोकरी सोडली आणि मग त्याला पत्रातून तो येणार आहे की नाही हे विचारलं. त्यानं वीस मेला लंडनला येतो म्हणून कळवलं... मी हर्षभरीत झाले होते. वीस मे... म्हणजे त्याच्या येण्याला फक्त दहा दिवस बाकी होते.

मी चीमीला विमानतळावर भेटले. तिथून आम्ही दोघं थेट ब्रॉमली-बाय-बाऊला गेलो. तिथं त्याचा मित्र हाश्मी आणि त्याची ब्रिटिश बायको मित्झी राहात असत. ती अतिशय चांगली होती. आम्ही रात्री त्यांच्याच घरी राहिलो. पुनर्मीलनाचा

आनंद विलक्षण होता. माझ्या आनंदाला पारावर उरला नव्हता. दरम्यान डॅडींचं पत्र आलं. त्यांनी चीमीला भेटायला मॉस्कोहून लंडनला येत असल्याचं कळवलं होतं. डॅडी पिक्काडिल्ली मधल्या 'अथॅनिअल कोर्ट' मध्ये उतरले होते. त्यांनी आम्हा दोघांना लंचला बोलावलं. त्यांनी चीमीच्या मनात काय आहे ते जाणून घ्यायचं होतं. चीमी घाबरून अस्वस्थ झाला होता. तो सारखा घसा साफ करत होता. त्यानं डॅडींना खात्री दिली की, त्याला मला पत्नीपद द्यायचं आहे आणि त्याचा हेतू अतिशय निर्मळ आहे. त्याच्या उत्तरानं डॅडींचं समाधान झालेलं दिसत होतं. मी या माणसासाठी फाझिलला सोडलंय हे डॅडींना माहीत होतं. तरीही डॅडींनी मॉस्कोहून इथं येण्यापूर्वी मला एक पत्र लिहिलं होतं. त्या पत्रात त्यांनी त्यांचे आवडते आधुनिक कवी फैज अहमद फैज यांची कविता उद्धृत केली होती.

गर मुझे इसका यकीन हो, मेरे हमदम मेरे दोस्त,
गर मुझे इसका यकीन हो,
तेरे दिल के थकान, तेरी आँखों की उदासी,
तेरे सीने की जलन मेरी दिलजोई, मेरे प्यार से मिट जाएगी...
रोज ओ शब शाम ओ सेहर
मैं तुझे बहलाता रहूँ, मैं तुझे गीत सुनाता रहूँ,
हल्के शिरीन अबशरों के चमनजरों के बहारों के गीत...
... यूँ ही गाता रहूँ गाता रहूँ, तेरे खातिर, गीत बुनता रहूँ बैठा रहूँ,
तेरे खातिर पर मेरे गीत तेरे दुख का मुडवा ही नहीं...
हाँ,
मगर तेरे सेवा तेरे सेवा तेरे सेवा

मला जर हे पक्कं ठाऊक असतं, माझ्या जिवलगा, माझ्या मित्रा,
मला जर हे पक्कं ठाऊक असतं की,
तुझ्या मनातला थकवा, तुझ्या डोळ्यातलं उदासवाणेपण,
तुझ्या काळजातलं दुःख, माझ्या प्रेमानं, माझ्या फुंकर घालण्यानं दूर होणार आहे,
तर मी दररोज, दिवस रात्र, रात्रंदिवस,
तुला रिझवत राहीन,
तुझ्यासाठी मधुर गीत गाईन.
धबधब्यांची गीतं... उद्यानांची गीतं... वसंताची गीतं
मी तुझ्यासाठी गीतं गातच राहीन

मी तुझ्यासाठी गीतं गुंफत राहीन
पण माझी गीतं हा तुझ्या दुःखावरचा उतारा नव्हे
होय,
त्याचा उपाय दडला आहे
तुझ्याच मनात तुझ्याच मनात तुझ्याच मनात

डॅडींना माझ्या भविष्याबद्दल भीती सतावत असली तरी ते आम्हाला दोघांना भेटल्यावर समाधानी दिसत होते. आमची ती भेट चांगली झाली. माझ्यापेक्षा वयानं बऱ्याच मोठ्या असलेल्या चीमीची स्वत:ची अशी वागण्याची पद्धत होती आणि त्यानं ठरवलं तर तो अतिशय मोहकपणे वागू शकत असे.

त्यानंतर अनौपचारिक निकाह समारंभ झाला. मग आम्ही नाईट्स ब्रिजमधल्या बीऊफोर्ट गार्डन्स मध्ये एक फ्लॅट भाड्यानं घेतला. मात्र हा फ्लॅट फक्त रात्री झोपण्यापुरताच होता. आम्ही दोघं दिवसभर बाहेरच असायचो. आमचं आयुष्य अगदी आरामात चाललं होतं. सिनेमे, ऑपेराज, नाटकं, बॅले, उपहारगृह, वेम्ब्ली आणि व्हाईट सिटीत कुत्र्यांच्या शर्यती.. असं सगळं चालू होतं. एकदा आम्ही ॲसकॉटच्या शर्यतीला गेलो होतो. तिथं आम्ही 'रॉयल बॉक्स' लगतच बसलो होतो.

त्यावेळी आम्ही महाराणी, राणी मार्गरिट, राजमाता आणि राजघराण्यातील इतर मंडळी पाहिली. आम्ही पाच महिने लंडनमध्ये राहिलो आणि आणखी दोन महिने युरोपमध्येच राहायचा आमचा विचार होता. आमचा अत्यंत खर्चिक मधुचंद्र सुरू होता!

त्याच दरम्यान चीमीचा मोठा भाऊ सादिक लंडनला आमच्याकडं आला. माझी त्याच्याशी चांगलीच गट्टी जमली. मी त्याला छडी भाईजान म्हणू लागले. या दोघा भावांमध्ये जबरदस्त साम्य होतं. फक्त सादिक चीमीपेक्षा दोन वर्षांनी मोठा व उंचीनं थोडा जास्त होता एवढंच. मला सादिकच्या कपड्यालत्त्यांची व इतर व्यवस्था सांभाळलेलं, एकूणच त्याची काळजी घेतलेलं आठवतंय. सादिकलाही मी आवडू लागले होते. तो चीमीच्या निवडीवर खुष होता. मलाही त्याची सोबत आवडत असे कारण तो आनंदी आणि विनोदी स्वभावाचा होता, तसंच तो सरंजामशाही घरातला आणि आपल्या या परंपरेचा अत्यंत अभिमान बाळगणारा होता. मुलतानचे नवाब सादिक हुसैन कुरेशी पंजाब मंत्रीमंडळातले मंत्री नवाब आशिक हुसैन कुरेशी यांचे सुपुत्र आणि मुलतानमधील दोन सर्वांत सुप्रसिद्ध व सुस्थापित घराण्यांपैकी एक नवाब रियाझ हुसैन कुरेशी यांचे नातू होते. त्यांना संत घौस बहा उल हक यांचा वारसा होता. ते बहाउद्दिन झकारिया म्हणूनही ओळखले जात असत. सुमारे नऊशे

वर्षांपूर्वी ते बगदादहून स्थलांतरीत झाले होते. मात्र ते सिंध प्रांतात आले तेव्हा त्यांचे कपडे चोरीला गेले, त्यामुळं त्यांनी तिटकाऱ्यानं सिंध सोडायचं ठरवलं आणि ते मुल्तानमध्ये स्थायिक झाले. पण तिथून निघण्याआधी त्यांनी सिंधमधील लोकांना शाप दिला... आणि त्या लोकांना दुष्काळाचा दाह सोसावा लागला. त्यामुळे त्यांचा राग शांत करण्यासाठी सिंधमधले लोक त्यांच्या उर्स च्या दिवशी (पुण्यतिथीला) त्यांना वंदन करायला येतात. अशा प्रकारे त्यांचे बहुतेकसे अनुयायी किंवा 'मुरीद' सिंधी लोक आहेत.

यातलं काहीही माहीत नसताना मी या नवाबजाद्याशी लग्न केलं होतं. तो अतिश्रीमंत असला तरी तो साधा होता. त्याच्या वागण्यात पैशाचा लखलखाट मिरवणं किंवा फुशारक्या मारणं नव्हतं.

सादिक परत गेल्यानंतर एके दिवशी सकाळी कराचीहून सादियाचा फोन आला. आमच्या युरोप सहलीत ती व हरुनही आमच्यासोबत येण्याचा बेत आखत होते. त्यानुसार ते लंडनला आले. तिथं हरुननी मर्सिडीज खरेदी केली. ते अगदी अल्पकाळ लंडनमध्ये राहिले. त्यानंतर आम्ही प्रवासाला निघालो. आम्ही खाडी पार करून जर्मनीला गेलो. तिथं बॉन, फ्रँकफर्ट आणि डस्सेलडॉर्फला गेलो, तिथून लिन्झ व व्हिएन्ना पाहिलं आणि त्यानंतर पॅरिसला गेलो. पॅरिसमध्ये खरंच खूप मजा आली. आम्ही तिथं सगळ्या कार्यक्रमांना गेलो, कॅबरे पाहिले, शांजेलिजे वर भटकलो, 'सारीज फ्रान्स'मध्ये शिफॉन साड्यांची खरेदी केली. पॅरिसमध्ये आणखी एक मित्र आम्हाला येऊन मिळाला तो म्हणजे असिफ अली. तो आमचा मित्र होताच, पण तो मुख्यत्वे हरुनचा बालमित्र होता.

त्यानंतर आम्ही फ्रेंच रिव्हिएराला गेलो. तिथं 'नाईस' मध्ये राहिलो. मॉन्टेकार्लो मधल्या कॅसिनोत मला ओळख पटवण्यासाठी पासपोर्ट दाखवावा लागला. माझ्या पासपोर्टवर अद्याप माझं माहेरचं नाव होतं आणि त्या पासपोर्टनुसार मी अठरा वर्षांच्या आतली होते. मग चीमीनं मी त्याची पत्नी असल्याचं सांगून मला आत प्रवेश मिळवून दिला. सगळंच मोठं मौजेचं आणि रंजक होतं. फ्रेच रिव्हिएराहून आम्ही जिनिव्हाला आलो. सादियानं आणि मी कुरकुरीत सुझेट्स व फॉन्ड्यूवर ताव मारला. तिथून आम्ही लेक्स कॉमो, गार्डा व मॅग्गिओर हून मिलानला आलो, तिथून फ्लोरेन्सला आणि अखेर रोमला आलो.

आम्ही युरोपमधल्या सर्वोत्तम हॉटेल्समध्ये राहिलो. आम्ही रोममध्ये पहाटे तीन वाजता पोचलो, पण एक्सेल्सियर हॉटेलमध्ये खोल्या मिळेपर्यंत आम्हाला दोन तास इकडं-तिकडं फिरत वेळ काढावा लागला. माझी खोली सादियाच्या खोलीपेक्षा मोठी होती. हे पाहून सादिया अतिशय बिथरली, शेवटी चीमी तिला म्हणाला,

"सादिया, तुला ही खोली पाहिजे असेल तर तू ही घे, आम्ही इतके थकलो

आहोत की, आत्ता आम्हाला फक्त झोप हवीय.''

हे ऐकताच सादिया गप्प झाली. ती चीमीला तिचा भाऊ मानत असली तरी त्याला जराशी टरकूनच असायची.

सादियानं एकदा चीमीला विचारलं होतं, ''मला सांग, तू इनीशी लग्न का केलंस?''

त्यावर चीमी तत्परतेनं म्हणाला होता की, ''कारण आम्ही दोघं जोडीनं अतिशय छान नृत्य करतो. शिवाय ती सुंदर आहे, तिचा बांधा छान आहे, तिची वेशभूषा अभिरुचीसंपन्न असते.''

...मला अशाच प्रकारची आणखीही बरीच प्रशस्तीपत्रं मिळाली, फक्त ज्या तीन शब्दांसाठी मी सदैव आसुसलेली होते तेवढे तीन शब्द सोडून... 'आय लव्ह हर' एवढं सोडून.

मग मी नंतर त्याच्यापुढं त्याबद्दल कुरकूर केली, पण तो हे विसरूनसुद्धा गेला होता.

''बेबी, अर्थातच माझं तुझ्यावर प्रेम आहे.'' तो म्हणाला, पण त्यात गांभीर्य अजिबात नव्हतं.

''मग तू तसं का सांगितलं नाहीस?'' मी प्रतिप्रश्न केला.

''ते धरूनच चालायचं.''

एवढं बोलून त्यानं तो विषय तिथंच थांबवला.

नाही, चीमी, प्रेम कधीही 'धरून' चालत नाही... माझ्यासारख्या, तुझ्यासाठी पती व मुलाचा त्याग करून आलेल्या असुरक्षित व्यक्तीला तर नक्कीच नाही. पण हे विचार ओठांआडच राहिले. हे सगळं त्याला ऐकवायचं धैर्य माझ्यात नव्हतं. मला त्याचा धाक वाटत असे.

एव्हाना मला दुसऱ्यांदा दिवस गेले होते. तीन महिने झाले होते, मला गाडीत अगदी अस्वस्थ होत असे, उलट्या होऊ नयेत म्हणून एखादं पाकवलेलं फळ तोंडात धरावं लागत असे.

दरम्यान मला आश्चर्याचा मोठा धक्का बसला! मला आफताबमामा तिथं आल्याचं समजलं. ते ग्रँड हॉटेलमध्ये लंच घेत होते. आम्ही तिथंच रस्त्यापलीकडल्या एका सुप्रसिद्ध उपहारगृहात 'पिजन्स'चा आस्वाद घेत होतो. मी चीमीला ओढत व्हाया व्हेनेटो पार केलं. मी अतिशय रोमांचित झाले होते. मी आफताब मामांना लांबूनच ओळखलं. त्यांच्यासोबत उजळ पिवळ्या शिफॉन साडीतली, माथ्यावर काळ्याभोर केसांचं टोपलं असलेली बाई पाहून मी आश्चर्यचकित झाले. मी नीट पाहिलं... ती बिल्ल्यम होती – माझी बालपणीची मैत्रीण आणि माझ्या डॅडींच्या

मित्राची मुलगी. तिचे वडील मजीद मलिक पूर्वी कराचीत माहितीप्रमुख होते. मला काही कळेचना. बिल्ल्यम तर मामूसाहिबना 'आफताब मामा' म्हणत होती! पण त्यांनी मला सांगितलं, की नुकतेच ते विवाहबद्ध झाले होते. ते परस्परांच्या सहवासात अतिशय आनंदी दिसत होते. ही बातमी घरातल्या इतर सर्वांना माहीत होती. पण ते याविषयी मूग गिळून होते हे स्पष्टच होतं.

माझ्या दृष्टीनं ही बातमी आश्चर्याचा मोठा धक्का होती. नय्यर मुमानी अर्थातच अतिशय संतापल्या होत्या. त्यांनी आफताबमामांचं हे दुसरं लग्न कधीही स्वीकारलं नाही. त्यांच्यापुरतं सांगायचं तर त्या सदैव त्यांची पत्नी बनून राहिल्या. मामूसाहिबना असं गाठताना मला जरासं लाजल्यासारखं झालं. पण मी अतिशय रोमांचित झाले होते. मला चीमीची त्यांच्याशी ओळख करून द्यायची होती. या सहलीत माझ्या लक्षात आलं की सादिया अतिशय अस्वस्थ होती. हरुन जवळपास नसले की ती कराचीला कुणालातरी फोन करत असायची. ती वस्सकन हरुनच्या अंगावरसुद्धा जायची. पण अतिशय उदार मनाचे हरुन तिचे असले संतापाचे झटके सहन करत होते.

त्यानंतर लवकरच आम्ही लंडनला परत आलो. त्यानंतर काही दिवसांनी सादिया व हरुन कराचीला परत गेले. डॅडींनी आम्हाला मॉस्कोला बोलावलं होतं, त्यामुळे आम्ही विमानानं मॉस्कोला निघालो. ऑक्टोबर महिन्याचे दिवस होते. त्यामुळं त्या दरम्यान मॉस्कोत प्रचंड थंडी होती. रस्त्यांवर सहा-सहा फूट बर्फ साचलं होतं. तरीसुद्धा, अशा बर्फिल्या थंडीतसुद्धा आम्ही अनेक बॅले पाहिले.... त्यात माझा आवडता 'स्वॅन लेक' हा बॅलेसुद्धा पाहिला. त्यात उलानोवा ही प्रमुख नर्तकी होती. आम्ही 'मॉस्को सर्कस' पाहिली. मॉस्को विद्यापीठाला भेट दिली. तसंच, गोठलेल्या मैदानावर स्पार्टक्स आणि डायनामोजचा फुटबॉल पाहिला. आमचा तो काळ अतिशय मजेचा होता आणि या साऱ्यावर कळस म्हणजे आम्हाला क्रेमलिनमधल्या एका पार्टीला जाण्याचा योग आला. ही पार्टी बुल्गानिन व क्रुश्चेव्ह यांनी इजिप्तचे जनरल आमेर (अध्यक्ष नासीर यांच्या खालोखालचे) यांच्या सन्मानार्थ आयोजित केली होती. हा फार मोठा समारंभ होता. तिथं आम्हाला परराष्ट्र मंत्री ग्रोमिको यांच्यासह इतर अनेक व्यक्तींना – तोवर जे लोक फक्त नाव ऐकूनच माहीत होते त्यांना – भेटायची संधी लाभली. हे सगळंच फार रोमांचक होतं. चीमी अगदी आनंदात होता. त्या दरम्यान शीत युद्धाचे ताणतणाव टोकाला पोचले होते आणि रशियन प्रदेशावर हेरगिरी करणाऱ्या अमेरिकी यू-२ गुप्तहेर विमानासाठी पाकिस्तान तळ म्हणून वापरण्यात येत असल्याचा आरोप होता.

इजिप्तचे अध्यक्ष नासिर यांचे जवळचे, विश्वासू व 'अल-अहरम' अरब

जगतातील सर्वांत प्रभावी वृत्तपत्राचे प्रमुख संपादक मोहम्मद हैकल यांनी त्यांच्या 'स्फिंक्स अ‍ॅन्ड कॉमिसार' या पुस्तकात माझ्या वडिलांच्या पाकिस्तानचे राजदूत म्हणून कामाच्या संदर्भात हा प्रसंग लिहिला आहे:

या संदर्भात राजदूतांनी म्हटलं आहे की,

क्रुश्चेव्हनी पाकिस्तानी राजदूत अख्तर हुसैन यांना सर विल्यम हेटर यांच्या मागं उभं असल्याचं पाहिलं.

"म्हणजे आत्ता आम्ही साम्राज्यवाद्यांशी बोलत आहोत तर," क्रुश्चेव्ह म्हणाले, "आता आपण त्यांच्या चाकरांशी बोलू."

त्यावर अख्तर हुसैन यांच्या चेहऱ्यावर आश्चर्य प्रकटलं.

मि. चेअरमन ते म्हणाले, "तुम्ही कोणत्या साम्राज्यवाद्यांविषयी बोलत आहात ते मला माहीत नाही."

"मी तुम्ही लंडनमध्ये ज्या साम्राज्यवाद्यांना पाठिंबा देत आहात, त्यांच्याविषयी बोलतोय." क्रुश्चेव्ह म्हणाले.

मग अख्तर हुसैन म्हणाले की, मला वाटतं तुम्ही परिषदेमध्ये पाकिस्ताननं जे प्रस्ताव सादर केले त्यासंदर्भात बोलताय, पण ते फक्त ठराव मसुदा या स्वरूपात असल्याचंही त्यांनी स्पष्ट केलं.

"पण यामुळं इजिप्तच्या सार्वभौमत्वाचा भंग होईल असं तुम्हाला वाटत नाही?" क्रुश्चेव्ह म्हणाले, "तुम्ही स्वत:शी प्रामाणिक राहून सत्य मान्य करू शकत नाही?"

"मि. चेअरमन, सत्य म्हणजे काय?" अख्तर हुसैननी विचारलं,

"सत्य सापेक्ष असतं. आपण सर्वजण सत्याच्या शोधात असतो. पण आपल्याजवळ ते ओळखण्याचं ज्ञान असण्याची गरज असते. सर, मी एक गोष्ट सुचवू का... आपल्याला सत्य पाहण्याची कुवत देणाऱ्या ज्ञानाप्रित्यर्थ आपण प्याला उंचावूया?"

"नको." क्रुश्चेव्ह म्हणाले, "मी तुमच्यासोबत पिणार नाही. रशियात आमच्याकडं एक वचन आहे – एखाद्या माणसानं जवळची संपत्ती गमावली तर तो ती पुन्हा मिळवू शकते, पण एखाद्यानं जर प्रामाणिकपणा गमावला, तर तो कायमचा हरवतो, पुन्हा मिळवता येत नाही."

आता हा वाद हाताबाहेर जाण्याच्या भयानं बुल्गानिन मध्ये पडले.

"लेट्स ड्रिंक अ टोस्ट टू द पीपल ऑफ पाकिस्तान," ते म्हणाले.

"ठीक आहे." क्रुश्चेव्ह नाखुषीनं म्हणाले, "टू द पीपल ऑफ पाकिस्तान! पण मी फक्त अर्धा प्यालाच घेईन. पाकिस्तानच्या लोकांनी त्यांच्या सरकारला

सगळ्या लष्करी करारांपासून मागं व्हायला लावेपर्यंत मी उरलेला प्याला तसाच ठेवीन!"

लवकरच आमचं मॉस्कोतलं आठवडाभराचं वास्तव्य संपलं आणि आम्ही विमानानं ताश्कंदला गेलो. तिथून टी यू १०४ विमानानं दिल्लीला आलो. काही दिवस दिल्लीत राहून मग आम्ही कराचीला आणि तिथून लाहोरला गेलो. लाहोरमध्ये माझी आपाजींशी म्हणजे चीमीच्या आईंशी भेट होणार होती.

आपाजी – माझ्या सासूबाई

आपाजी म्हणजे मोठं प्रस्थ होतं. पाच फूट आठ इंच उंचीच्या, गोऱ्यापान आणि धिप्पाड! त्या भडक रंगाचे पोशाख आणि त्याला साजेसे दागदागिने घालत असत. त्यांच्याइतकी जबरदस्त बाई मला क्वचितच भेटली असेल. बेगम आशिक हुसैन माझ्या सासूबाई. तरुण वयातच वैधव्य आलेल्या आपाजी पतियाळा राज्याचे पंतप्रधान सर लियाकत हयात यांच्या सुकन्या होत्या, तर मुल्तानचे स्वर्गीय नवाब आशिक हुसैन कुरेशी यांच्या पत्नी. त्या चीमीच्या आयुष्यातील सर्वांत महत्त्वाची व्यक्ती होत्या. त्या लाहोरमधील ११७ अप्पर मॉलच्या मालकीणच होत्या. त्यांनी माझं धाकटी सून म्हणून स्वागत केलं.

तिथं आल्यावर आम्हाला करावी लागलेली पहिली गोष्ट म्हणजे आणखी एक निकाह समारंभ. कारण आपाजींना आमचा निकाह त्यांच्या उपस्थितीत व्हायला हवा होता. हा समारंभ झाल्याबरोबर त्यांनी माझा संपूर्ण ताबाच घेतला. त्यांनी माझ्यासाठी शंभरावर पोशाख बनवले होते. त्यात काही सलवार-कमीज सूट होते तर काही साड्या होत्या. त्यांनी मला दागिन्यांचे जवळपास बारा सेट दिले होते. दररोज मला ख्रिसमस ट्रीसारखं शृंगारलं जात असे.

"सलमा, आज तू हे घालायचं आहेस," असं मला सांगितलं जायचं आणि मला ती आज्ञा मानावी लागायची. माझ्या इतर वस्तूंची निवडसुद्धा त्याच करून द्यायच्या. माझी खोली अतिशय सुंदर सजवली होती, पण माझ्यापाशी तिथली एकही गोष्ट बदलायचं धाडस नव्हतं. मी आपाजींना घाबरून असायची.

मला सकाळी उठल्याबरोबर सर्वप्रथम आपाजींच्या खोलीत जावं लागत असे. तिथं त्यांना 'सलाम' करून, घटकाभर त्यांच्यासोबत बसून मग मी माझ्या खोलीत यायची. माझ्या दिमतीला दोन मोलकरणी होत्या – शर्मी बेबे (त्याचा उच्चार ब्येब्ये असा करत असत) आणि तिची मुलगी फख्री. बेबे चीमीची 'दूध माँ' होती. तिचं

खरं नाव होतं मई शरम खातून. ती माझ्यावर प्रेम करायची, मला जपायची. मी जणू तिच्या पोटचा गोळा असावा तशी ती माझी काळजी घ्यायची. तिनं मला घराची, नोकरचाकरांची, मालकांची आणि त्यांच्या पूर्वजांची खडान्‌खडा माहिती दिली; काय करायचं, काय करायचं नाही त्याची कल्पना दिली. तिनं मला लाहोरमधल्या जीवनात मार्गदर्शन केलं.

लवकरच आमचं जीवन स्थिरस्थावर झालं... नेहमीच्याच आळशी दिनक्रमात. मात्र वरवर पाहता बऱ्याच घडामोडी सुरू असत. आम्ही मॉल वरच्या 'शेझान' मध्ये कॉफीपानासाठी जायचो, घोडे बघायला जायचो, रविवारी शर्यतींना हजेरी लावायचो, लाहोर जिमखान्यात गोल्फ खेळायचो, पंजाब क्लबमध्ये जायचो... आणि सदासर्वदा ब्रिज खेळायचो. फॅलेट्टीस हॉटेलमध्ये कॅब्रेला जायचो. ताकी बट्ट आमचे चांगले मित्र झाले होते. मी अजिज ताकी बट्टची चाहती बनले होते. ती पाकिस्तानची उत्कृष्ट टेनिसपटू होती आणि तिचा नवरा उत्कृष्ट ब्रिजपटू होता. तो एका बहुराष्ट्रीय कंपनीचा प्रमुख होता. आमचे मित्र नेहमी माझ्यापेक्षा वयानं मोठे असत कारण ते चीमीचे मित्र असत. प्रत्येक माणूस त्याच्या परिचयाचा होता. अहमद नवाज बुग्तीसुद्धा शर्यतींच्या हंगामात लाहोरला येत असत. त्यामुळं आमचा कराचीचाही मित्र होता आणि सगळे जॉकीही आमचे मित्र होतेच. विलक्षण कंपनी, विलक्षण आयुष्य... बऱ्याच घडामोडी होत असत.

आमच्या या सुखेनैव जीवनाची अकस्मात अखेर झाली – कुणाचीतरी दृष्ट लागली. आम्हाला अयुबखान यांचा जमीन सुधारणा कायदा येऊ घातल्याचं समजलं. त्यानुसार वैयक्तिक जमीनधारणेला मर्यादा येणार होती. जलसिंचनयुक्त जमिनीसाठी पाचशे एकर व जलसिंचन नसलेल्या जमिनीसाठी एक हजार एकर. आम्हाला जमिनीचा प्रश्न लवकरात लवकर सुटायला हवा होता. शिवाय त्यावेळी मला आठवा महिना सुरू होता. मग डॉ. खामी यांना पाचारण करण्यात आलं.

"तिचं बाळंतपण लवकरात लवकर कधी होऊ शकेल?" आपाजींना जाणून घ्यायचं होतं.

"बेगम साहिबा, तुम्ही म्हणाल तेव्हा.. तुम्ही म्हणत असाल तर दोन दिवसांतसुद्धा," उत्तम डॉक्टरनी आपाजींना खात्री दिली.

"ठीक आहे, आत्ताच सुरुवात करा डॉक्टर," आपाजींनी हुकूम दिला.

त्यानुसार मला दोन दिवस एनिमा दिला, पण काहीच झालं नाही.

"डॉक्टर सामी, अजूनही प्रसूतीची काहीच चिन्हं नाहीत," आपाजींनी निषेध नोंदवला.

"बेगम साहिबा काळजी करू नका. मी आज दुपारी नर्सला पाठवतो." डॉक्टर धीर देत उत्तरले.

त्यानंतर नर्स आली. तिनं मला इंजेक्शन द्यायला सुरुवात केली. तिला मला दर अर्ध्या तासानं सहा इंजेक्शनं द्यायला सांगितलं होतं. पण तिला कुठंतरी जायचं होतं, त्या भेटीसाठी उशीर होतोय असं पाहून तिनं मला शेवटची तीन इंजेक्शनं दहा-दहा मिनिटांच्या अंतरानं भोसकली.

मला आजही त्या प्राणांतिक वेदना आठवतात. मी वेदनांनी किंचाळत होते. आपाजींनी डॉ. सामींना बोलवण्यासाठी फोन केला, पण ते सरळ गावाला निघून गेले होते. दरम्यान, माझी मावशी रझिया आपा – ती सुद्धा लाहोरमध्ये मायो गार्डन्समध्ये राहात असे – आली आणि म्हणाली,

"आपण हिला आत्ताच्या आत्ता दवाखान्यात नेलं नाही तर पोरगी मरेल."

चीमीला वेदनांनी तळमळणारं माणूस पाहायला आवडत नसल्यामुळं तो गोल्फ खेळायला गेला होता, शिवाय आपली आई सगळं व्यवस्थित पार पाडायला समर्थ आहे ही गोष्टही तो ओळखून होता. मग आपाजींनी लेडी वेलिंग्टन हॉस्पिटलमधल्या डॉ. भीकना फोन केला. त्यांनी आम्हाला ताबडतोब दवाखान्यात यायला सांगितलं. आमच्या घरच्या नाजर या खास पोशाखातल्या शोफरनं ताबडतोब सफेद बुईक सज्ज केली. मी अजूनही वेदनांनी कळवळून किंचाळतच होते. माझी मावशी व बेबे माझ्या सोबत होत्या. मग आपाजींनी मला दवाखान्यात नेलं.

डॉ. भीक माझ्या सिझेरियनची तयारी करत होते. अशा प्राणांतिक वेदनांत माझ्या प्रेमाचं कुणीही माझ्याजवळ नव्हतं. फक्त अल्ला वरून माझ्याकडं बघत होता. अकस्मात मला मळमळून आलं... (बेबेनं दुपारी मला थोडंसं स्ट्यू खाऊ घातलं होतं.) भाडकन उलटी झाली आणि जणू चमत्कारच घडला, गर्भाशयाचं मुख उघडलं... आणि संध्याकाळी सात वाजून पंधरा मिनिटांनी मला देखणी, गोजिरवाणी मुलगी झाली. मी गरोदर असताना, चीमी व मी रोममध्ये हॅरी बेलाफॉन्टचं 'कॅलीप्सो' नेहमी ऐकायचो.

सबिना ब्राऊन, विथ नथिंग ऑन युअर हेड, सबिना ब्राऊन, व्हॉट मेक्स युअर हेड सो रेड?

चीमीला हे गाणं फार आवडायचं. त्यानं ठरवलं होतं की, आपल्याला जर मुलगी झाली तर तिनं नाव सबिना ब्राऊन ठेवायचं! आणि तसंच झालं होतं... आमच्या सबिना ब्राऊननं या जगात पाऊल ठेवलं होतं. अर्थात, लवकरच तिचं नाव संक्षिप्त होऊन फक्त 'बिना' झालं.

बाळ जन्माला येताच साऱ्या वेदना दूर पळाल्या, पण मला प्रचंड अशक्तपणा

आणि थकवा जाणवत होता. मला चीमी माझ्या सोबत असायला हवा होता. बेबे फार हुशार होती, तिनं मुल्तानीत गीत गायला सुरुवात केली. "सथन पुत्रन वांगर एक थी..." म्हणजे अशी देखणी मुलगी सात मुलांपेक्षा जास्त मोलाची असते....

चीमी येईपर्यंत तिचं हे गाणं सुरू होतं. चीमीनं बाळ पाहिलं आणि तत्क्षणी तो वेड्यासारखा तिच्या प्रेमात पडला. माझी खात्री आहे की, त्यानं या सात पौंडाच्या इवल्या गोळ्यावर जितकं प्रेम केलं, तितकं संपूर्ण जगात दुसऱ्या कुणावरही कधी केलं नसेल... हे प्रेम कधीही कमी झालं नाही. आयुष्यात आलेल्या प्रत्येक अडथळ्यातसुद्धा हे प्रेम कायम टिकून राहिलं. बिनामुळं आमची वडिलोपार्जित जमीन वाचली ही गोष्ट दुय्यम महत्त्वाची होती. १२ एप्रिल १९५९ पासून जो सुधारणा कायदा अमलात येणार होता, त्यावर आम्ही मात केली होती. सादिकनं चीमीच्या जमिनीपैकी काही जमीन बिनाच्या व माझ्या नावावर वर्ग केली. ज्यायोगे त्याच्या नावावरील जमीन कमाल मर्यादेबाहेर जाणार नव्हती.

बिना आणि मी ११७ अप्पर मॉलमध्ये घरी गेलो, तेव्हा मी माझ्या खोली लगतच तिच्यासाठी खोली तयार केली होती, पण आपाजींच्या मनात वेगळेच बेत होते. इंग्लंडमध्ये मी चाऊ चाऊच्या वेळी बालसंगोपनाचा अर्धाकच्चा अनुभव मिळवला होता. बाळाच्या दुधाच्या वेळा, त्याला दहा वाजता अंघोळ घालणं वगैरे थोडंफार मला माहीत होतं, पण या बाळासाठी मला काहीही करावं लागलं नाही. मी जेव्हा जेव्हा तिला पाहायची तेव्हा ती सदैव छान आवरून तयार असायची. मी तिचं संगोपन करूच शकत नव्हते. ते घर माझं नव्हतं, ते बाळही माझं नव्हतं आणि तिथली शांतता भंग करण्याच्या दृष्टीनं मी अतिशय मूर्ख व अगदीच पोरसवदा होते.

या सगळ्या गोष्टींमुळं माझ्या मनात बिनाविषयी चीड निर्माण झाली. माझ्या मनात इवल्याशा चाऊ चाऊचे विचार यायचे... तो या जगात कुठंतरी असेल. मी त्याला लंडनमध्ये फक्त काही महिने आणि त्याला पहिल्यांदा जहाजातून पाकिस्तानला घेऊन आले तेव्हा सांभाळलं होतं. माझ्या मनात यायचं, त्याच्या वाट्याला किती कमी आलं आणि बिनाला मात्र सगळं काही मिळतंय. मी तिला माझं प्रेम अजिबात देऊ शकले नाही... मी जी एकमात्र गोष्ट द्यायला हवी होती, तीच गोष्ट मी दिली नाही. मी अजूनही त्या घरात धाकातच जगत होते. इथं आपल्या मालकीचं काहीही नाही असं मला वाटत असे. दुपारी व रात्री ठीक आठ वाजता भोजनगृहात जेवणासाठी हजर राहताना चीमीसारखीच मलाही धाकधूक असायची. मी तर कुठलाही पदार्थ मागण्याचंसुद्धा धाडस करायची नाही. माझ्या सर्वांत जवळ जो पदार्थ ठेवला असेल तोच फक्त मी वाढून घ्यायची – इतकी मला भीती वाटायची!

कधीकधी आम्ही ब्रिज खेळायला लोकांना घरी बोलवायचो, पण आपाजींच्या जवळपास असण्याची जाणीव सदैव मनात असायचीच. मला आजही त्यांची

बेडरूम आठवतेय... कस्तुरीच्या गंधानं दरवळणारी. तिथं कस्तुरी व चंदनाचा सुवास दरवळत असे. त्यांच्या ड्रेसिंगटेबलवर सर्वांत नव्या परफ्युम्सच्या कुप्या, लिपस्टिक्सचा ढीग, लिपस्टिक ठेवण्याच्या डब्या आणि निरनिराळं प्रसाधन साहित्य अभिमानानं मांडलेलं असे. त्यांच्या खोलीला जाडजूड, निळे मखमली पडदे होते. बाकीच्या सगळ्या गोष्टीही निळ्याशी रंगसंगती साधणाऱ्याच होत्या. तिथं भलामोठा, कोरीव लाकडी बिछाना होता. त्यासोबत तितकंच मजबूत, कोरीव लाकडी फर्निचर होतं, शोभेच्या वस्तू आणि चित्रांच्या चांदीच्या फ्रेम्सची गर्दी होती. मी कधीही त्यांच्या बाथरूममध्ये गेले नाही, पण तिथंही सगळं असंच अलंकारिक शृंगारलेलं असणार याची मी कल्पना करू शकते. माझ्या बाथरूममध्ये सुद्धा चांदीचा हम्माम (टब) होता, चांदीच्या बादल्या, चांदीचे लोटे व मग होते. नेहमीच्या पोर्सेलिन बेसिनलगतच चांदीचं बेसिनसुद्धा होतं.

डायनिंग टेबलवर एकावेळी बारा जणांची व्यवस्था होऊ शकत असे. तिथं कधीही बुफे डिनर होत नसे. खरं तर बारापेक्षा जास्त माणसांना निमंत्रण आहे, अशा तिथं फार थोड्या पार्ट्या झाल्या.

चीमी आणि मी आपाजींसोबत राहात होतो तेव्हा सादिक 'व्हाईट हाऊस' मध्ये राहात होता. व्हाईट हाऊस हे त्यांचं मुल्तानमधलं वडिलोपार्जित घर होतं. तो दक्षिणी पंजाबचा सेरैकी भाषिक प्रदेश होता. मी याआधी सांगितलंच आहे की, त्यांचं अतिशय सुप्रसिद्ध, सरंजामशाही घराणं होतं – मुल्तानचे कुरेशी. ते पीर आणि आध्यात्मिक नेतेही होते. त्यांच्याकडं मुल्तानमधल्या चार अतिभव्य 'मजार' ची संयुक्त मालकी होती. त्यापैकी हजरत बहाउद्दिन झकारिया व शाह रुक्न-ए-आलम मजार सर्वांत प्रसिद्ध होते. अगदी सुरुवातीच्या काळापासून सांगायचं तर हे मजार चीमीच्या पूर्वजांच्या ताब्यात होते. पुढं कौटुंबिक वादानंतर, स्वर्गीय मखदूम सज्जाद हुसैन कुरेशींच्या वडिलांनी त्यांचा ताबा घेतला. अर्थातच हे घराणं तेच होतं, पण ही त्याची निराळी शाखा होती. आज चीमी मजारच्या परिसरात चिरविश्रांती घेत आहे – मी अलीकडंच मुल्तानची तीर्थयात्रा केली, त्यावेळी मी पहिलीच कबर पाहिली, ती चीमीची होती.

त्याच्या कबरीवर साधाच मजकूर होता :

नवाबजादा नसीम हुसैन कुरेशी
नवाब आशिक हुसेन कुरेशी यांचे सुपुत्र
जन्म : २७ एप्रिल १९२९
मृत्यू : १९ डिसेंबर १९९०, लंडन.

चीमीसारख्या इतक्या मोठ्या व जीवनरसानं ओथंबलेल्या माणसाचे अवशेष सांभाळणारी ती छोटी कबर पाहताना फार विचित्र वाटलं.

माझ्या लाहोरमधल्या आयुष्याकडं पुन्हा वळू या – तिथं करमणुकीबद्दल सांगायचं तर कुठला औपचारिक समारंभ जवळपास नव्हताच. मात्र बिना साधारण दोन महिन्यांची झाली त्या दरम्यान आमच्यासाठी लग्नाचा अतिभव्य स्वागतसमारंभ आयोजित केला होता, त्यावेळी मी पुन्हा माझ्या नेहमीच्या रूपात आले. मला आठवतंय, मी सोन्याची भारदस्त कलाकुसर केलेली शुभ्र साडी परिधान केली होती, तिला साजेसे सोन्यामोत्यांचे अलंकार घातले होते. या समारंभाला पंजाबचे राज्यपाल आले होते. त्यांचं नावही श्री. अख्तर हुसैन होतं. मी त्यांच्या शेजारी बसले होते. त्यांनी मला एक मजेशीर प्रसंग सांगितला. त्यांना एका बाईचं पत्र आलं होतं, खरं तर ते पत्र माझ्या वडिलांसाठी होतं. दोघांचं नाव सारखंच असल्यामुळं हा गैरसमज झाला होता. मला डॅडींच्या किरकोळ चुका, उणिवा माहीत होत्या. ते पत्र त्यांनाच आलं असणार यावर माझा पूर्ण विश्वास बसला.

माझ्या वडिलांना स्त्रियांचा सहवास आवडत असे. ते दिसायला चांगले, सहा फूट उंच, उत्तम वेशभूषा करणारे, गोड वागणारे, उत्तम शिष्टाचारयुक्त आणि आश्चर्यकारक स्मरणशक्ती असणारे होते. अनेक स्त्रियांना त्यांची मोहिनी पडत असे. त्यांच्यामध्ये खास काहीतरी होतं, त्यामुळे त्यांच्या आकर्षणापासून दूर राहणं फार थोड्यांना शक्य होत असे. पण मला माझ्या आईबद्दल वाईट वाटायचं, कारण तीसुद्धा देखणी होती, शिवाय मोहक आणि सभ्य, सुसंस्कृत. तिलाही वेशभूषेची अतिशय उत्तम अभिरुची होती. पण ती डॅडींसारखी संधीच्या शोधात नव्हती. ती सदैव परिपूर्ण स्त्री होती. त्यामुळं ते परस्परांना अनुरूप नव्हते. ती अतिशय बुद्धिमान होती, पण तिची माझ्या वडिलांच्या बुद्धिमत्तेशी बरोबरी नव्हती; तिला विनोदही आवडत नसत. उथळपणा आवडत नसे. ती गंभीर वृत्तीची होती. मीनल, अक्कू व मी – आम्हा तिघांतही त्या दोघांची शारीरिक ठेवण उतरली आहे आणि आम्हाला डॅडींच्या बुद्धिमत्तेचा वारसा लाभला आहे, आम्ही एकमेकांपेक्षा खूप वेगळे आहोत आणि तरीही खूपसे सारखेसुद्धा.

ते दिवस

चीमीच्या घरात फारसं हसतंखेळतं वातावरण नसायचं. त्या घरात आम्ही फारजण राहात नव्हतो. पण सादिक, त्याची बायको (चीना भाभी) आणि त्यांची मुलं मुल्तानहून या घरी यायची तेव्हाच फक्त घर भरून जात असे. मी नववधू म्हणून लाहोरला प्रथम आले त्यावेळी सादिकचा थोरला मुलगा आशिक आपाजींसोबत राहात होता. त्यावेळी तो दहा वर्षांचा, शांत मुलगा होता. तो ॲटचिसन कॉलेजमध्ये शिकत असे. सादिकला एक मुलगी होती, तिचं नाव शहनाज, आणखी मकबूल – त्याचं टोपणनाव होतं बूली व रियाज हुसैन कुरेशी ही दोन मुलं होती. रियाज हुसैन बिनापेक्षा साधारण चार महिन्यांनी मोठा होता. घरात सगळे मिळून जवळचे लोक एवढेच होते.

आपाजींच्या दिमतीला तीन मोलकरणी आणि एक ड्रायव्हर होता. चीना भाभीचा मुल्तानमध्ये नोकरचाकर व इतर लवाजमा अर्थातच वेगळा होता. चीना भाभीला तीन बहिणी होत्या. त्यापैकी गग्गा आपाचं मखदूम सज्जाद हुसैन कुरेशी यांच्याशी लग्न झालं होतं. ते घौस बहाउद्दिन झकारिया व शाह रुक्ने आलम मजारचे सज्जदा नशी होते; दुसरी फिरोजा, तिचं मुल्तानच्या कर्नल मुख्तार खाकवानी यांच्याशी लग्न झालं होतं. कालबागचे नवाब मलिक आमिर मोहम्मद खान पंजाबचे राज्यपाल होते त्यावेळी कर्नल मुख्तार खाकवानी त्यांचे एडीसी होते; सर्वांत धाकटी रफ्फू, ती सुंदर होती. तिचा चीमीशी वाङ्निश्चय झाला होता, पण त्यांचं लग्न झालं नाही. या चौघींचे पिता म्हणजे नवाबजादा मकबूल हुसैन कुरेशी. ते व त्यांची पत्नी (पतौडीच्या नवाबांच्या भगिनी) १९३४ सालच्या क्वेट्टा भूकंपात मरण पावले. त्यानंतर इस्लामिक सुन्नी कायद्यानुसार, नवाब आशिक हुसैन कुरेशी या त्यांच्या एकुलत्या एक हयात भावाला त्यांच्या जमिनीतला मोठा वाटा वारशानं मिळाला, तर कुटुंबातील स्त्री-सदस्यांना प्रत्येकी फक्त दोन एकर जमीन मिळाली.

तेव्हापासून चीनाभाभीनं शिया पंथ स्वीकारला आणि आज त्या अत्यंत कट्टर शिया मुस्लीम आहेत.

आपाजींना कुटुंबाचा मुल्तानमधील भाग आवडत नसे. चीमी तिचा अतिशय लाडका मुलगा होता. आमचं आयुष्य नेहमीसारखंच सुरू होतं. बिना मोठी होत होती. ती फार गोड मुलगी होती. पण सकाळी तिला माझ्याकडं पाठवलं जायचं तेव्हा तिला लिपस्टिक लावून, काजळ घालून, अगदी छान तयार केलेलं असायचं, ते पाहून मात्र मला वैताग येत असे.

चीमीनं कराचीला जाण्याचा बेत आखला होता. मीही त्याच्यासोबत जाण्यास उत्सुक होते, पण तो मला सोबत न घेता गेल्यामुळं मी अतिशय भडकले होते. तो तिथं मजेत होता हे उघड होतं. लवकरच त्याची कराचीवारी वरचेवर घडू लागली. एकदा त्यानं मला सोबत नेलं होतं तेव्हा आम्ही 'पॅलेस हॉटेल' मध्ये राहिलो होतो. तिथं अहमद नवाजही होते. आता जणू जुना काळ पुन्हा अवतरला होता. मी चीमीच्या मागं लागले होते, की आपण निदान उन्हाळ्यापुरतं तरी कराचीला येऊन राहू या. उन्हाळ्यात तिथं शर्यतींचा हंगाम असतो. पण आमच्या लग्नानंतर जवळपास दीड वर्षानी तो एकदाचा या बेताला राजी झाला.

कराचीमध्ये आम्ही PECHS मध्ये आमच्या एका मित्रासोबत राहिलो. त्याचं नाव युसूफ भाब्बा. पण आम्ही त्याच्या स्वागताचा गैरफायदा घेऊन त्याचा अति पाहुणचार घेतला आणि ते फार लाजिरवाणं झालं. युसूफ भाब्बा अविवाहित होता. आम्ही त्याचं घर आमचंच असल्याच्या थाटात वागायला सुरुवात केली. अखेर, माझ्या वडिलांनी – ते नववर्षाच्या दरम्यान मॉस्कोहून आले होते – मीनलसाठी एक छोटं अपार्टमेंट भाड्यानं घेतलं. मीनल एकटीच असल्यामुळं आम्हीही तिच्यासोबत तिथं राहायला गेलो.

मी मुल्तानमध्ये होते त्यावेळी मीनल मॉस्कोत राहात होती. तिचा विवाह राजकुमार शहरयार मोहम्मद खान यांच्याबरोबर झाला होता. ते भोपाळ राज्याच्या राणी अबिदा सुल्तान यांचे सुपुत्र होते. १९४७ साली पाकिस्तानमध्ये जाण्याचा निर्णय घेईपर्यंत त्या वारसदार म्हणून सिंहासनावर होत्या. राणी अबिदा विलक्षण बाई होत्या. भोपाळच्या भावी राज्यकर्त्या म्हणूनच त्यांची जडणघडण झाली होती, त्यामुळं त्यांचं वागणं अतिशय मर्दानी होतं. त्या सर्व खेळांत आणि मर्दानी उद्योगांत भाग घेत असत. त्या विमानभरारी घेत असत, वाघांची शिकार करत असत आणि राज्याच्या बाबतीत व राजकारणातही त्या वाकबगार होत्या. त्यांचा विवाह शेजारच्या राज्याचे राजपुत्र कुरवाईचे नवाब मोहम्मद सरवर खान यांच्याशी झाला होता. ते अत्यंत राजबिंडे होते, पण बिया हुजूर लहानगे राजकुमार शहरयार यांना घेऊन

भोपाळला परत आल्या आणि नुर-अस-सबाह प्रासादात राहू लागल्या. त्यांच्या लहान बहिणीचा – साजिदा सुल्तान यांचा पतौडीच्या नवाबांशी विवाह झाला होता. पतौडीचे नवाब म्हणजे 'टायगर' पतौडींचे पिता. राणी अबिदांनी राजसत्ता सोडल्यानंतर त्या भोपाळच्या बेगम बनल्या.

मीनल पेर्सी स्कूलमध्ये होती त्यावेळी या दोघांची केंब्रिजमध्ये भेट झाली होती. त्यावेळी राजकुमार शहरयार कॉर्पस ख्रिस्तीमध्ये होते. ते उमदे राजकुमार होते. अत्याधुनिक, देखणे आणि अतिशय शिष्टाचारसंपन्न. ते दोघं प्रेमात पडले आणि राणींची नापसंती असूनही मियाँनी – आम्ही राजकुमारना मियाँ म्हणत असू – मीनलशी लग्न केलं. हा विवाह अत्यंत आधुनिक होता. पण ती निराळीच कथा आहे.

लग्नानंतर मीनल व राजकुमार लंडनला गेले, पण माझ्या वडिलांनी तिला मॉस्कोला बोलवून घेतलं, कारण त्यांना तिनं तिच्या सासूबरोबर ब्राझिलमध्ये राहणं पसंत नव्हतं. त्यावेळी त्यांची तिथं पाकिस्तानच्या राजदूतपदी नियुक्ती झाली होती. डॅडींनी मीनलला बोलवून घेतलं ते चांगलंच झालं. मियाँनी अमेरिकेत अभ्यासक्रम पूर्ण केला. त्यांचं दोन वर्षांचं परदेश सेवा प्रशिक्षण पूर्ण झाल्यानंतर ते मॉस्कोला आले आणि मीनलला लंडनला घेऊन गेले. त्यांची लंडनमध्ये पाकिस्तान उच्चायुक्तालयात 'थर्ड सेक्रेटरी' म्हणून नियुक्ती झाली होती. मीनलला कराचीच्या 'होली फॅमिली हॉस्पिटल'मध्ये मुलगा झाला. त्यांचं नाव फैज. तो बिनापेक्षा फक्त चार महिन्यांनी लहान होता.

त्यामुळं आम्ही मीनलसाठी घेतलेल्या अपार्टमेंटमध्ये राहायला गेलो तेव्हा मीनलला छोटं बाळ होतं आणि मला बिना. तिथं ही मुलं सांभाळायला बेबे होती. चीमी आणि मी बरोबर असायचो, पण मियाँ नेहमी मलिरला जाऊन येऊन असत. राणी अबिदा – त्यांना आदरानं बिया हुजूर म्हटलं जात असे – मलिरला राहात असत. १९४७ साली मलिरमध्ये 'भोपाळ हाऊस' बांधलं होतं. हे आठ एकरांच्या परिसरात बांधलेलं घर अगदी साधं होतं. राणी भारतात जो भव्य, श्रीमंती, अलिशान भोपाळ प्रासाद मागं सोडून आल्या होत्या, त्यापेक्षा हे घर फार निराळं होतं.

मीनल आणि मी आपापल्या मुलांसह असल्या खुराड्यात राहात होतो, ते विचित्र वाटायचं. चीमीसोबत राहणं मोठं कठीण होतं. चीमी कधी कसा वागेल त्याचा नेम नसायचा, त्याच्याबाबत कसला अंदाज बांधणं शक्य नसायचं. मला माझ्या माहेरच्यांना चीमीची ही बाजू कळू नये असं वाटायचं, कारण माझं आधीच एक लग्न मोडलं होतं, पण माझ्यासमोर दुसरा कुठला पर्यायच नव्हता. चीमी कधी कधी इतरांसाठी बेफाम उधळपट्टी करायचा तर कधी तितकाच कंजूषपणा करायचा.

मला याचा अर्थच कळत नसे.

डॅडी 'बीच लक्झरी हॉटेल'मध्ये उतरले होते. त्यांनी नववर्षाच्या पार्टीसाठी आम्हा उभयतांना डिनरला बोलावलं होतं. मी चीमीला तसं सांगितलं, पण त्याचा आग्रह होता की 'सीफिल्ड' म्हणजे हरुनच्या निवासस्थानी मोहम्मद व युसूफ हरुनच्या पार्टीला आधी जायचं. ही माणसं वयानं माझ्यापेक्षा बरीच मोठी होती. तरीही मी डबडबत्या डोळ्यांनी शरणागती पत्करली. मग आम्ही हरुनच्या घरी गेलो. मी तिथल्या एका खोलीत गेले. ती खोली आधीच पाहुण्यांनी गच्च भरली होती. लैला हरुनचे पती अजिज सर्फराज यांनी मला नृत्यासाठी आमंत्रण दिलं पण मी नकार देत राहिले.

''मी नेहमी पहिलं नृत्य माझ्या पतीबरोबर करते.'' मी त्यांना सांगितलं.

''रियली, पण तुझा नवरा तर सू जोसेफबरोबर आधीच फ्लोअरवर गेलाय.'' अझिझनं दाखवलं.

सू जोसेफ – ती पुढं माझी मैत्रीण झाली – देखणी पठाण स्त्री होती. चीमीची माझ्याशी भेट होण्याआधी त्या दोघांचं प्रेमप्रकरण जोरात होतं. खरं तर, चीमी पक्का खुशालचेंडू होता. भरपूर पैसा, दिसायला देखणा, काहीही काम नसलेला, सर्वस्वी मुक्त, जबाबदाऱ्यांचे कसलेही पाश नसलेला, उत्तम नर्तक, शर्यतीच्या घोड्यांचा मालक आणि शिवाय एकटा... कुठल्याही बाईला आणखी काय हवं असतं? तो नेहमी विवाहित स्त्रियांच्या मागं असायचा, त्यांना प्रेमात आकंठ बुडवायचा, पण जेव्हा हे प्रकरण लग्नापर्यंत येऊन भिडायचं तेव्हा तो मागं सरकायचा. त्यानं इंटरेस्ट घेतला अशी एकमात्र स्त्री म्हणजे निघात शोएब. तिला चिकी म्हणत असत. पुढं बऱ्याच काळानं त्यांनी विवाहबद्ध होणं हे विधीलिखितच असावं. ती सर्वांत दीर्घकाळ त्याची पत्नी बनून राहिली पण त्यांना मूलबाळ झालं नाही.

पुन्हा आपल्या विषयाकडं वळू या – तर मला जेव्हा समजलं की, चीमी श्रीमती जोसेफ यांच्याबरोबर नृत्य करतोय, तेव्हा मी हिंस्त्र प्रतिक्रिया दिली. मी शेजारच्या खोलीत गेले. तिथं लोक नृत्य करत होते... मी सगळं स्वतःच्या डोळ्यांनी पाहिलं. लहान वय आणि मूर्खपणा... त्यामुळं मला अश्रू आवरता येत नव्हते, ते पाहून युसूफ व मोहम्मद हरुन यांची चांगलीच करमणूक झाली होती. त्यांनी मला दुसऱ्या खोलीत नेऊन माझं सांत्वन करायचा प्रयत्न केला. (बहुधा त्यांना माझ्यामुळं मनसोक्त हसायची संधी मिळाली असावी.) मी अगदी वेडपटपणे वागले होते. मी डान्सफ्लोअरवर परत आले, पण माझी नजर पुन्हापुन्हा मनगटावरच्या घड्याळाकडं वळत होती... रात्र पुढं सरकत होती. उशीर झाला होता आणि अजून

आम्हाला डॅडींना भेटायला जायचं होतं. पण चीमीला कसली काळजी नव्हती.

त्यानं मला गाडीतच बजावलं होतं, "आज रात्री मी मला हवं ते करीन, तू मला अडवायचं नाहीस."

मध्यरात्र व्हायला आली होती. मी नूर हयात नून बरोबर फ्लोअरवर गेले होते. मध्यरात्रीचे टोले वाजण्याआधी चीमी आला आणि त्यानं हक्कानं पुढचं नृत्य सुरू केलं. पाचच मिनिटांनी ऑल्ड लँग सायनीचे स्वर विरले तेव्हा चीमी म्हणाला,

"आपण निघू या."

पण आम्ही 'बीच लक्झरी'त गेलोच नाही. खरं तर डॅडी तिथं आमची वाट पाहात होते. आम्ही तिथून थेट फ्लॅटवर गेलो. मी स्तंभित झाले होते. चीमीनं मला माझ्या खोलीत कोंडलं आणि म्हणाला,

"तू चार लोकांत गैरवर्तन केलं आहेस, त्यामुळं तुला चोवीस तास अन्न मिळणार नाही."

मी रडत होते. बाकी काहीही करू शकत नव्हते. ती रात्र कशी सरली कोण जाणे! मीनलनं दरवाज्यावर असणाऱ्या खिडकीतून थोडं खाणं आत सरकवलं. बिना व बेबे आत येऊ शकल्या नाहीत. दुसऱ्या दिवशी, चीमी माझ्याशी एक शब्दही न बोलता तिरीमिरीत लाहोरला गेला. मला अतिशय असुरक्षित भावना घेरून आली होती... पुढं काय वाढून ठेवलं होतं कोण जाणे! माझ्या हातून इतका कसला भयंकर प्रमाद घडला होता?

त्यानंतर तिसऱ्या दिवशी आपाजींचा लाहोरहून फोन आला. त्या मला मी लाहोरला केव्हा येणार आहे याबद्दल विचारत होत्या. मी त्यांना सांगितलं की, मी सांगू शकत नाही कारण माझ्याजवळ पैसेही नाहीत आणि तिकीटही नाहीय. हे ऐकताच त्या भयंकर चिडल्या आणि मी चीमीशी बोलते असं म्हणाल्या. त्यानंतर चीमीचा फोन आला. त्यानं मला अत्यंत बेपर्वाईनं सांगितलं की, "तू पॅलेस हॉटेलमध्ये अहमद नवाजशी संपर्क कर." ते माझं विमान-तिकीट, आरक्षण ही व्यवस्था करणार होते आणि मी बिनासह त्यांच्यासोबत लाहोरला जाणार होते. मी अहमदना फोन केला. त्यांनी तिकिटांची व्यवस्था केली. आम्ही दोनच दिवसांत निघणार होतो. प्रवासात आम्ही बरोबरच होतो, त्यावेळी माझा पहिल्यांदा अहमदसमोर बांध फुटला. मी त्यांना सगळा प्रकार कथन केला.

त्यावर ते म्हणाले, "चीमीचं हे नेहमीचंच आहे. तो कधी कसा वागेल त्याचा नेम नसतो. त्याला संतापाचे झटकेही येतात, पण तो मनानं चांगला आहे. तू त्याचा स्वभाव समजून घेऊन, त्याच्या लहरीनुसार वागायला शिकलं पाहिजेस."

मला अहमद नवाजशी बोलल्यानंतर खूप हलकं वाटलं. आता मला समजून घेऊ शकेल असं, माझ्याविषयी सहानुभूतीनं व प्रेमळपणे वागू शकेल असं कुणीच

नव्हतं. तेव्हापासून आम्हा दोघांमध्ये बंध निर्माण झाले आणि मी चीमीशी काही खटकलं की मी माझं रडगाणं घेऊन अहमदकडं जाऊ लागले. अनेकदा मी त्यांच्या खांद्यावर डोकं ठेवून रडले आहे. ही आमच्या मैत्रीची सुरुवात होती.

मी अहमद नवाजना ओळखत होते ते चीमीचा मित्र म्हणून. माझा त्यांच्याशी व्यक्तिगत काहीच परिचय नव्हता. ते किती बुद्धिमान आहेत ते आत्ता माझ्या लक्षात आलं होतं. ते संवेदनशील, संयमी आणि सुसंस्कृत होते. मात्र अतिशय व्यसनी होते. ते कॅबरे करणाऱ्या मुलींसोबत राहायचे. सर्व प्रकारच्या बायकांच्या संगतीत असायचे. ते पक्के जुगारीही होते. शिवाय सर्वांना हवाहवासा खुशालचेंडू प्राणी! ते मुक्तपणे पैसे उडवत असत. त्यांच्याभोवती लोचट, आश्रित आणि खुषमस्कऱ्यांचा गराडा असे. ते दोघा बुग्ती सिरदारांमधले धाकटे होते. सुई इथं त्यांच्या जमिनीमध्ये नैसर्गिक वायूचे अमर्याद साठे सापडले होते. हे दोन्ही भाऊ राजकारणी होते. अहमद नवाज सर्वप्रथम १९६२ साली संसदेत निवडून गेले.

चीमी आम्हा दोघींना न्यायला विमानतळावर आला होता. सुरुवातीला तो ताठ्यातच होता. पण बिनाच्या माकडचेष्टांनी लवकरच तो निवळून खुषीत आला. आम्ही त्या रात्री काय घडलं याबद्दल काहीही बोललो नाही, पण त्यानंतर एकूणच आम्ही क्वचितच बोललो असू. चीमी विनोद खूप छान सांगायचा. पण त्याला संभाषणाचा कंटाळा येत असे. तो बाकी काहीही आवडीनं करेल, पण संभाषणं टाळायचा. अगदी वरवर सोडलं तर आमच्यात संवाद नव्हता ही फार दुःखाची बाब होती. परिणामी, तो कधी मला समजू शकला नाही.... माझं मन, मला वाटणारं भय, माझी दुःखं, माझ्या मनात खोलवर दडलेले विचार त्याला कधीच कळले नाहीत.

त्याउलट, अहमद नवाज आणि माझ्यात खूप जवळीक निर्माण झाली. चीमी सतत आम्हा दोघांना एकत्र पाठवत असायचा – माझं गोल्फ फारसं चांगलं नव्हतं. त्यामुळं तो माझ्याशी खेळत नसे, त्याऐवजी तो मला अहमदशी गोल्फ खेळायला सांगत असे. अहमदकडं गाडी नसेल तेव्हा मी त्यांना घ्यायला हॉटेलवर जायची. ते फॅलेट्टीजमध्ये राहात असत. चीमीच्या तेव्हा कधी मनातसुद्धा आलं नसेल की, हाच माणूस आपल्यासाठी मत्सराचं कारण बनणार आहे. चीमीच्या दृष्टीनं अहमद हा सर्वांत सुरक्षित माणूस होता.

मला मात्र, एक मित्र गवसला होता. माझे त्यांच्याशी सूर जुळत होते. अहमद चीमीच्या बालपणाविषयी, त्याची पूर्वज परंपरा, त्याचे वडील यांच्याबद्दल सांगत असत. चीमीचे वडील मंत्री होते. त्यांची हत्या झाली त्यावेळी चीमी फक्त सतरा वर्षांचा होता. ते आपाजींचे काका व पंजाबचे मुख्यमंत्री सर सिकंदर हयात

यांच्याविषयी, आपाजींचे पिता सर लियाकत हयात, यांच्याविषयी, सर नवाज तिवाना यांच्याविषयी तसंच इतर अनेक व्यक्ती व प्रसंगांबद्दल बोलत असत. मला अहमदकडून पंजाबचा सरंजामशाही इतिहास व त्याच्या राजकीय शाखा याविषयी बरंच समजलं.

आम्ही शर्यतींचा आनंद लुटायचो. डेरा गाझी खानमधील लेघारी जमातीचे प्रमुख सर जमाल खान लेघारी व त्यांच्या तीन मुलांची तिथं बॉक्स होती. मी त्यांच्या कुटुंबातल्या बऱ्याच सदस्यांना भेटले आहे. पुढं फारुक लेघारी पाकिस्तानचे पंतप्रधान बनले. त्याखेरीज नून मंडळी येत असत. कर्नल अबिद हुसैन हे शर्यतीच्या घोड्यांचे मालक सुप्रसिद्ध होते. ते त्यांची मुलगी सैदा अबिदा हुसैन यांच्यासह इतरही बरेचजण शर्यतींना येत असत. आमचीसुद्धा तिथं बॉक्स होती. मी रंगीबेरंगी साड्या नेसून नटूनथटून शर्यतींना यायची. आपाजी शर्यतींना येत नसत. तिथं काही उत्सवी प्रसंगही असत, विशेषतः डर्बी. त्यामध्ये अहमद आणि अबिदा यांच्या घोड्यांमध्ये नेहमी स्पर्धा असे. त्या काळच्या जीवनाबद्दल बोलणं, त्याची वर्तमानाशी तुलना करणं मला फार विचित्र वाटतं – त्यावेळी मी काय होते आणि आत्ता काय आहे! केवढं स्थित्यंतर म्हणायचं!

माझी जिवलग मैत्रीण अजिज ताकी बट्ट आणि मी हिवाळ्यात सोबत होतो, पण अकस्मात ती खूप आजारी पडली आणि आम्हाला ते कळण्याआधीच तिच्यावर शस्त्रक्रिया झाली. तिला ट्यूमर झाला होता. तो कॅन्सरचा निघाला आणि तिला रेडिओऑक्टिव्ह थेरपीसाठी ब्रूसेल्सला नेलं.

चीमीच्या आणि माझ्या नात्याची वीण उसवत चाललीय हे मला कळून चुकलं होतं. बिना फार हुशार होती. आता ती बोलायला लागली होती, पण तिची सुद्धा माझ्याबाबतीत विचित्र वृत्ती तयार झाली होती. ती आरशासमोर मुरकत म्हणायची, 'बिना वा वा, ममी छी छी'. म्हणजे बिना छान छान आहे आणि ममी वाईट आहे. कशामुळं कोण जाणे, पण ती माझ्याशी स्पर्धा करत असायची, तेसुद्धा वडील आपल्यावर जिवापाड प्रेम करतात हे चांगलं माहीत असूनही. मी त्या स्थानाच्या कुठं जवळपाससुद्धा फिरकू शकत नव्हते. आपाजी व बिना यांचं चीमीच्या हृदयात खास आणि स्वतंत्र स्थान होतं... मी असेन कुठंतरी दुसऱ्या किंवा तिसऱ्या क्रमांकावर. पण मला या गोष्टीचा त्रास होत नव्हता, मला त्रास व्हायचा तो चीमीच्या संतापाचा. मला त्याच्या संतापाची आणि छोट्या छोट्या गोष्टींवरून भडकून आकांडतांडव करण्याची भीती वाटायची. त्याला लोकांबद्दल अकस्मात तिरस्कार निर्माण होत असे. त्याचं उद्धट आणि अपमानास्पद वर्तन फक्त माझ्याबाबतीतच नव्हतं, तर इतरांशीही तो तसंच वागत असे. मग मी अहमदचा आधार शोधायची.

त्यांच्याशी बोलायची आणि तेही मला सदैव धीर द्यायचे. माझ्या दुःखावर फुंकर घालायचे.

चीमीला बऱ्याच मावसबहिणी-मामेबहिणी होत्या. हयात कुटुंबातल्या या मुली देखण्या होत्या. माझी त्यांच्याशी चांगली गट्टी जमली होती. पण माझं विशेषकरून गूळपीठ होतं ते तसनीमशी. तसनीम म्हणजे पिऊ खालांची मुलगी, आपाजींची भाची. आम्ही दोघी बऱ्याच गोष्टी नेहमी एकत्र करायचो. एकमेकींच्या सहवासात असायचो. बेबेनं मला तसनीमबद्दल बरेचदा सावध केलं होतं, की या दोघी मायलेकी कारस्थानं रचणाऱ्या आहेत आणि पिऊ खाला तसनीमचं चीमीशी लग्न लावून द्यायला फार उत्सुक होत्या. पण चीमीनं या बेताला जराही दाद दिली नव्हती.

एके दिवशी मी अहमदना घ्यायला फॅलेट्टी हॉटेलमध्ये गेले होते. अकस्मात चीमीची कार मागून येताना दिसली. तो माझ्या मागं फॅलेट्टीत आला होता. तो त्याची गाडी माझ्या गाडीला ओलांडून पुढं नेत कडाडला, ''घरी चल.''

अहमद नवाज त्यांच्या खोलीत बूट घालत होते. त्यांनी खिडकीतून हा तमाशा पाहिला आणि आता गोंधळ होणार हे त्यांच्या लक्षात आलं. ते अनवाणी पायांनीच हॉटेलमधून धावत बाहेर पडले आणि चीमीच्या मागोमाग गाडी घेऊन आले. भयानक अवस्था झाली होती. मला तर काय घडलंय तेच कळलं नव्हतं. मग नंतर मला समजलं की, तसनीमनं आपाजींना फोन करुन सांगितलं होतं की, मी फॅलेट्टीमध्ये निघालीय आणि चीमी 'भाईजान'ना ताबडतोब ही गोष्ट कळवली पाहिजे. फॅलेट्टीमध्ये जाण्याआधी मी तसनीमच्या घरी गेले होते.

आम्ही घरी गेलो. चीमीनं माझे केस धरून दरादरा ओढत मला माझ्या खोलीत नेलं. अहमद नवाजही आमच्या मागोमाग आलेच. चीमीनं खोलीचं दार त्यांच्या तोंडावर धाडकन बंद केलं. आता चीमी आणि मी दोघंच होतो. चीमी एक शब्दही बोलला नाही. त्यानं कात्री घेतली... मी भयानं बेशुद्ध पडायची बाकी होते... आणि त्यानं माझे केस कापायला सुरुवात केली. माझ्या मनात आलं, आता हा फक्त आपले केसच नाही तर कदाचित नाकसुद्धा कापेल... 'पापी' महिलेला शिक्षा करण्याचा पारंपरिक मार्ग! माझे केस कापून झाल्यानंतर त्यानं मला त्याच्या गाडीत घातलं आणि गाडी 'जिमखाना क्लब' कडं घेतली... त्या परिसराभोवती चकरा मारल्या आणि गाडी परत वळवली.

मग आम्ही घरी आलो. चीमीची शांतता भयावह होती. आम्ही आमच्या खोलीत बसलो होतो. वातावरण एकदम शांत आणि धडकी भरवणारं होतं. त्यानंतर चीमी बिछान्यावर आडवा झाला आणि गाढ झोपी गेला. चीमीला झोप येत नसली की तो बेन्झेड्रिनच्या दोन गोळ्या घेत असे. 'पॉयझन' असं लिहिलेली ती बाटली मला माहीत होती. मी ती बाटली शोधून काढली आणि त्यातल्या

जवळजवळ दोनशे गोळ्या गिळल्या. माझी जगण्याची इच्छाच नव्हती. मी कसलाही विचार न करता गोळ्या गिळत राहिले. मग मला झोप आली असावी किंवा मूर्च्छा... कारण त्यानंतर मी आपाजींचा आरडा ओरडा ऐकला.

"चीमी, तिला गंगाराम हॉस्पिटलमध्ये घेऊन चल. आपण तिला इथं घरात मरू द्यायचं नाही. चल, पटकन चल!"

चीमीनं माझ्या अंगावर ब्लॅंकेट घातलं, दरम्यान मी जागी झाले.

"चीमी, माझ्या हातून काहीही चूक घडली नाहीय. मी अहमदना फक्त गोल्फसाठी घ्यायला गेले होते," मी पुन्हा पुन्हा सांगत होते.

त्यावर चीमी म्हणत होता, "सगळं काही ठीक होईल. बोलू नकोस."

आमच्यासोबत आपाजीही हॉस्पिटलमध्ये आल्या. माझ्या पोटात 'पंपिंग' करण्यात आलं. ते अतिशय त्रासदायक होतं. पण अखेर त्यांनी पोट स्वच्छ केलं. माझ्या दृष्टीनं सुदैवाची गोष्ट म्हणजे मला अगदी वेळेवर दवाखान्यात नेलं होतं. डॉक्टर रात्रभर प्रयत्न करत होते. दुसऱ्या दिवशी पहाट फुटण्याआधी चीमीनं मला घरी आणलं.

त्यापुढच्याच आठवड्यात ममी आणि नय्यर मुमानी मला भेटायला येणार होत्या. त्या रावळपिंडीला राष्ट्राध्यक्ष अयुब यांच्या पत्नीला भेटायला जाणार होत्या. मला बिछान्यात आडवी, क्षीण व प्रेतवत पाहून ममीला धक्काच बसला. माझं वजन जवळजवळ वीस पौंड उतरलं होतं. मी ममीला पाहून खूप रडले, मला घरी घेऊन चल म्हणाले. मला लाहोरची चीड आली होती. इथून पुढं तिथं राहणं मला शक्यच नव्हतं. डॅडींची इराणमध्ये नियुक्ती झाली होती. आईनं मला घेऊन जाण्यासाठी चीमी व आपाजींपुढे पदर पसरला पण त्या दोघांनाही पाझर फुटला नाही.

चीमी म्हणाला, "लग्न झालेल्या बायका पुन्हा आपल्या आईवडिलांकडं परत जात नाहीत. आम्ही त्याला परवानगी देणार नाही. मी तिला कराचीला घेऊन जाईन, मग कदाचित हिवाळ्यात मी तिला इराणला पाठवीन. पण आत्ता नाही."

हे अर्धवट वचन ममीला बरं वाटावं म्हणून होतं. ममी माझ्या काळजीचा भुंगा सोबत घेऊन गेली.

मी प्रवास करण्याइतकी धडधाकट झाल्यानंतर आम्ही कराचीला गेलो. माझा विसावा वाढदिवस जवळ आला होता. चीमीनं त्याप्रीत्यर्थ 'मेट्रोपोल हॉटेल'मध्ये जंगी पार्टी दिली. पंचवीस जणांच्या मेजवानीत, प्रत्येक पाहुण्यासमोर शॅम्पेनची 'मॅग्नम-साईज' बाटली ठेवली होती. त्यावेळी ऑस्ट्रेलियाचा क्रिकेट संघ पाकिस्तान दौऱ्यावर आला होता, कराचीत कसोटी सामने सुरू होते. त्यादिवशी ते सर्वजण याच हॉटेलमध्ये आले होते. ते सारखे आमच्या टेबलकडं कटाक्ष टाकत होते. या

पार्टीला सादियासुद्धा आली होती. तिनं हरुनशी घटस्फोट घेऊन हफीज पीरजादांशी लग्न केलं होतं. एकेकाळी हफीज पीरजादा भुट्टोंच्या सरकारमध्ये कायदेमंत्री होते. आता ते आंतरराष्ट्रीय ख्यातीचे वकील बनले होते. खरं तर, सादियाच्या या दुसऱ्या लग्नाला तिच्या बहिणीच्या – बाजी जानच्या घरी चीमी व मी दोघंच जवळचे मित्र उपस्थित होतो.

चीमीनं भाड्यानं घर घ्यायचं ठरवलं. त्यानं शरफाबादमध्ये थोडंफार फर्निचर वगैरे असलेली एक जागा शोधली आणि आम्ही तिथं राहू लागलो. बिना, बेबे, चीमी, स्वयंपाकी आणि मी. मी एखाद्या मृत व्यक्तीसारखी होते, जीवनात जराही रस न उरलेली. बिना शरफाबादमधल्या बालवाडीत जाऊ लागली, बेबेला तिचा फार अभिमान होता. तीच बिनाला सकाळी शाळेत सोडायला व पुन्हा आणायला जात असे.

चीमीसोबत सकाळी गावात जाताना माझ्या एक गोष्ट लक्षात येऊ लागली. एक लहान मुलगा नोकरासमवेत नेवल बॅरेक्सजवळ उभा असे. तो मुलगा माझ्याकडं बघत राही. तो माझ्या गाडीची वाट पाहात उभा आहे हे लक्षात यायचं. मग अकस्मात माझ्या डोक्यात प्रकाश पडला... तो तर माझाच मुलगा होता– चाऊ चाऊ. पण चीमीला गाडी थांबवायला सांगायची मला फार भीती वाटत होती. तो मुलगा जवळपास रोज तिथं दिसायचा. एके दिवशी दुपारी मी त्या रस्त्यावरून एकटीच निघाले होते, त्या दिवशी त्या मुलाच्या घरी जायचं ठरवलं. त्यानुसार मी तिथं गेले असता मला बुंदू भेटला. बुंदू म्हणजे बिब्बीचा भाऊ, माझा जुना नोकर. माझ्या अंतर्मनाचा अंदाज बरोबर असल्याची बुंदूकडून खात्री झाली.

"होय, हा चाऊ चाऊ बाबा आहे." तो म्हणाला.

चाऊ चाऊ त्यावेळी साडेतीन वर्षांचा होता.

त्यानं मला सांगितलं की, चाऊ चाऊला पोटाला पुरेसं मिळत नाही, तो सदा भुकेला असतो. मग मी त्याला थोडे पैसे दिले आणि 'तू जर चाऊ चाऊला नीट सांभाळलंस तर तुला मी आणखी पैसे देईन' असंही त्याला सांगितलं. त्या चिमुरड्याला पाहून माझ्या काळजात कळ उठली. आमच्या घरात बिनासाठी आणलेल्या छान छान वस्तू अवतीभवती पडलेल्या असायच्या. त्या पाहून माझं मन चाऊ चाऊकडं धावायचं... त्या पोराला काहीच मिळत नव्हतं.

मी एकदा अहमदना १९ जानेवारीला चाऊ चाऊ च्या वाढदिवशी त्याला खेळण्यातली ट्रेन घेऊन द्यायला सांगितलं होतं. त्याप्रमाणे अहमदनं खेळण्याचा ट्रेन सेट त्याच्या घरी नेऊन दिला होता. भरपाई करण्याचा किती क्षुद्र प्रयत्न! पण चाऊ चाऊच्या दृष्टीनं ते खूप होतं.

मला बुंदूकडून समजलं होतं, की एक डॉक्टर वरचेवर फाझिलकडं येते. ती

काश्मिरी असल्याचं व तिचं नाव सामिया असल्याचंही त्यानंच मला सांगितलं होतं. ती 'जिना हॉस्पिटल'मध्ये काम करत होती. चाऊ चाऊ पाच वर्षांचा होईपर्यंत आपण लग्न करणार नसल्याचं फाझिलनं तिला सांगितलं होतं, हेही मला बुंदूकडून समजलं. पण नंतर मला कळलं की, त्यांनी लग्न केलंच आणि चाऊ चाऊची दुसरीकडं कुठंतरी रवानगी झाली. मी चाऊ चाऊला फाझिलकडं पाठवलं त्यावेळी त्यानं अट घातली होती की, मी पुन्हा चाऊ चाऊला कधीही भेटायचं नाही, त्यामुळं चाऊ चाऊ च्या एवढ्या ओझरत्या दर्शनानंतर पुढं अनेक वर्षांनी मी त्याला पाहिलं. फाझिलची रावळपिंडीत नियुक्ती झाली होती. त्याला व सामियाला तीन मुली झाल्या, त्यामुळं चाऊ चाऊ हाच त्याचा एकुलता एक मुलगा राहिला. फाझिल जनरल झिया-उल-हक यांच्या सरकारमध्ये अन्नमंत्री झाला. तो या पदावर आठ वर्षं होता. त्यानं खरोखरच खूप यश मिळवलं.

१९६० साल सरलं. मी इराणला जाण्यासाठी मागं लागले होते. त्यामुळे बिना, बेबे व चीमी लाहोर व शर्यतींसाठी रवाना झाले आणि मी ममी-डॅडींकडं तेहरानला गेले.

तेहरान

तेहरान अगदी मला हवं तसंच होतं. मला ते फार आवडलं. ते सुंदर तर होतंच, शिवाय तिथली जीवनशैली कुणी कल्पनासुद्धा करू शकणार नाही इतकी अप्रतिम व समृद्ध होती. तिथं मला राजघराण्यातील व्यक्तींशी परिचय होण्याचा योग आला – शहनशाह, सम्राज्ञी फराह, राजपुत्र घोलाम रेझा, राजकुमारी फतेमेह, शम्स व अशरफ. आम्ही तिथल्या सर्वांत देखण्या प्रासादांना भेटी दिल्या. माझ्या वडिलांनी विनोदानं बजावलं होतं, "इथं बशा, काटे-चमचे, सुऱ्या, चहापात्रं सगळं अस्सल सोन्याचं असतं. पण इथून छोटा चमचासुद्धा नेण्याचा विचार मनात आणू नका, कारण इथं सगळीकडं गुप्त व्हिडिओ कॅमेरे बसवलेले असतात." तिथल्या वैभवानं अक्षरश: माझे डोळे दिपले. तिथली भाषा... तिथलं मनोरंजन. सगळंच मी आजवर पाहिलेल्यापेक्षा सर्वस्वी निराळं होतं. ते मला रोम व मॉस्कोतसुद्धा पाहायला मिळालं नव्हतं. राज्यसत्ताक पद्धतीचं डोळ्यांत भरण्याजोगं झगझगतं वलय सगळीकडं दिसत होतं.

मला एक प्रसंग आठवतोय. नौरोज होता. त्या दिवशी सायंकाळी आम्हाला चहापानाचं आमंत्रण होतं. मी टेबलाशी उभी होते, तितक्यात मला अत्यंत देखण्या, मोहक सम्राज्ञी फराह दिसल्या. मी त्यांना नौरोजनिमित्त अभिवादन करायला गेले. तितक्यात शाहपूर रेझा – इराणी सिंहासनाचे छोटुकले वारसदार – रांगत रांगत टेबलाखाली गेले होते. मी पिवळ्या रंगाची साडी नेसले होते. बहुधा तो रंग आवडल्यामुळं, राजकुमार साडीच्या काठाशी खेळू लागले. मी त्यांना उचलून कडेवर घेणार इतक्यात एक राजदूत उद्गारले,

"इराणचे भावी शाह तुझ्या पायाशी आहेत, हे तुझ्या लक्षात आलंय का?"

मी ही प्रतिक्रिया कधीच विसरणार नाही. पण तेव्हा मात्र मला माहीत नव्हतं, की छोटे राजकुमार मयूर सिंहासनावर विराजमान होणार नाहीयेत... लवकरच तिथं

अयातुल्ला खोमेनींच्या नेतृत्वाखाली इस्लामी क्रांती घडणार आहे. इराणमध्ये किती वादळी परिवर्तन घडलं! मी तिथं क्रांतीनंतरच्या काळात पुन्हा कधी गेलेली नाही.

मी तिथं पार्ट्यांना जात होते, स्वत: काही पार्ट्या देत होते. डॅडींनी डिनर ठेवलं असलं की मी प्रत्येकवेळी त्याच्या दुसऱ्या दिवशी माझ्या मित्रमंडळींना आमंत्रण द्यायची आणि उरलेलं अन्न खपवायची. ते अतिशय मुक्त व आनंदी दिवस होते. विवाह बंधन व मातृत्वाच्या जोखडातून मुक्त व वास्तवापासून दूर.

माझी काही छायाचित्रंही आहेत. त्याला शीर्षक आहे – 'मा मलिका-ए-जेबई' (आमची परराष्ट्र विभागाची सुंदरी). मी चार महिन्यांनी जड अंत:करणानं तेहरानचा निरोप घेतला आणि कराचीला आले. चीमी मला न्यायला कराचीला आला होता. तिथून आम्ही विमानानं लाहोरला आलो. अजिज मृत्युशय्येवर होती. कर्करोगामुळं तिच्या देहातील सात अवयवांवर दुष्परिणाम झाला होता. त्यामध्ये तिची संपूर्ण पचनसंस्था व फुप्फुसं कामातून गेली होती. कर्करोगाचे द्रव शरीरातून बाहेर काढण्यासाठी तिच्या शरीरात नळ्या घातल्या होत्या. तिचं जवळपास ऐंशी पौंड वजन घटलं होतं. ती अतिशय नाजूक व अशक्त झाली होती. ती दवाखान्यात होती. मी कित्येकदा सायंकाळी तिच्या सोबतीला थांबायची, तेव्हा इराणमधल्या गोष्टी सांगून तिला निराळ्या विश्वात नेण्याचा प्रयत्न करायची.

याच दरम्यान मला पुन्हा दिवस गेले. या खेपेला मात्र मी गर्भपात करून घेण्याचा आग्रह धरला, कारण त्यावेळी बिना फक्त दोन वर्षांची होती. काही दिवस मी अजिजला ठेवलं होतं त्याच हॉस्पिटलमध्ये होते. तिचा नवरा ताकी बट्ट बरेचदा मला भेटायला यायचा. असंच एकदा तो आला होता. त्यावेळी त्याचं बोलणं ऐकून मी भीतीनं शहारले.

तो म्हणाला, "हिंदू माणसं फार हुशार होती, ते असाध्य आजाराशी झुंजणाऱ्या माणसांना तसंच मरणासन्न अवस्थेत सोडायचे आणि ते वारले की त्यांचं दहन करायचे."

त्याच्या त्या बोलण्याला अजिजचा संदर्भ होता हे मला कळत होतं. मला पुन्हा या माणसाचं तोंडसुद्धा पाहू नये असं वाटलं.

अजिज गेली... माझ्या लेखी लाहोरमधला सर्वोत्तम भाग संपला. मी पुन्हा कराचीला जाण्यासाठी उत्सुक होते. चीमी खूप प्रयत्न करत होता, पण आमच्या विवाहबंधनाची अखेर जवळ आली होती. मी आशाच सोडून दिली होती... जादू उडून गेली होती.

आम्ही कराचीला गेलो. पण सतत वादावादी सुरू होती. बरेचदा अगदी छोट्या छोट्या गोष्टींवरून. असं झालं, की दर खेपेला चीमी मला माझ्या एखाद्या मामाच्या घरी पाठवून द्यायचा. बरेचदा शहजाद मामांच्या व रझिया आपाच्या घरी. ते

कचेरीरोडवर राहात असत. काही दिवस उलटले की, तो मला पुन्हा न्यायला यायचा. काहीतरी महागडी भेटवस्तू आणून किंवा मला शर्यतींना नेऊन सारवासारव करायचा प्रयत्न करायचा, पण पुन्हा पहिल्यासारखे सूर कधीच जुळले नाहीत. त्या वेळी आम्ही क्वीन्स रोडवर राहायला आलो होतो. तो भाग शरफाबादपेक्षा खूप चांगला असला तरी या घराला घरपण कधीच नव्हतं. आम्ही सदैव इकडं-तिकडंच असायचो. आम्ही कधीही या घरात फर्निचर, कुठल्या वस्तू, कुठली कलात्मक शोभिवंत वस्तू – काहीही खरेदी केलं नाही. इथं स्थिरता कधीच नव्हती. आम्ही या घरात कधी कुणाचं आदरातिथ्यही केलं नाही.

मी शहजादा मामा व रझिया आपाच्या घरी गेले की ताणमुक्त होण्याचा प्रयत्न करायची. चीमीनं न्यायला येऊ नये अशी प्रार्थना करायची. जवळजवळ डिसेंबरपर्यंत हा प्रकार सुरू होता. जानेवारी महिन्यात मी तेहरानला जायचं ठरवलं. त्या दरम्यान ममी कराचीला आली होती. चीमीपासून काही काळ दूर राहणं चांगलं, असं तिचं मत पडलं.

तेरा जानेवारी. त्या दिवशी मी माझ्या मामांच्या घरी होते. चीमीचा त्याच्यासोबत घरी येण्याचा आग्रह होता. मात्र दुसऱ्या दिवशी तेहरानला जाणार असल्यामुळं मला त्याच्यासोबत जायचं नव्हतं. पण मामा म्हणाले, की त्याला असं नकार देणं बरोबर नाही. त्यामुळं मी त्याच्यासोबत गेले आणि मला आजवर मी अनुभवलेल्या पेक्षा सर्वाधिक अर्थशून्य व यांत्रिक सेक्सला तोंड द्यावं लागलं. खरं तर, ते बराच काळ सुरूच होतं. मी आदल्याच वर्षी चीमीच्या नकळत आणखी दोनदा गर्भपात करून घेतला होता.

चौदा जानेवारीला मी तेहरानकडं प्रयाण केलं. डॅडी तेहरानच्या मेहराबाद विमानतळावर मला न्यायला आले होते. तिथं पोचताच मला कळलं की, जमशेद खाबिर यांच्या घरी डिनर होतं. जमशेद खाबिर माझ्या वडिलांचे मित्र आणि जवळचे सहकारी होते. आम्ही डिनरला गेलो. तिथं मी एक अतिशय राजबिंडा माणूस पाहिला... सहा फूट दोन इंच उंचीचा, सर्वपिक्षा उंच. मला समजलं की, ते शाहपूर (राजकुमार) मेहमूद रेझा पहलवी होते – शाह यांचे सर्वांत धाकटे भाऊ. त्यांनी मला नृत्यासाठी पाचारण केलं, हा मला माझा फार मोठा सन्मान वाटला. डॅडी माझ्याकडं भेदक नजरेनं बघत होते. डॅडी त्याच रात्री पाकिस्तान-इराण सीमा समितीच्या बैठकीला उपस्थित राहण्यासाठी निघणार होते. मी विमानतळावर त्यांना निरोप द्यायला जावं अशी त्यांची इच्छा होती. डॅडी तिथून निघायचं म्हणाले तेव्हा मी त्यांना सांगितलं,

"नाही. मी इथं पार्टीतच थांबते, नंतर माझी मी घरी जाईन.''

डॅडी माझ्यावर अतिशय चिडून तिथून निघाले. मी आणखी काही वेळ तिथंच

थांबले. मग शाहपूर मेहमूद रेझांनी मला 'घरी सोडू का' विचारलं. माझ्या मनात जराशी भीती दाटली, पण त्यापेक्षाही थरार आणि रोमांच अधिक होता. मी होकार दिला.

आम्ही गाडीतून 'शिमेरान'ला आलो. या ठिकाणी पाकिस्तानच्या राजदूतांचं निवासस्थान होतं, पण राजकुमार म्हणाले, "तू आमच्या राजवाड्यावर येतेस का?" त्यांचा राजवाडा तिथून जवळच होता. मी नम्रपणे त्यांची विनंती नाकारली. "नको, मला वाटतं हे बरोबर नाही..." का असंच काहीतरी म्हणाले.

मला त्यांचं मत वाईट व्हायला नको होतं. आता मी मागं वळून पाहते तेव्हा, मला इतकं लीनपणे वागण्याचा आपण किती मूर्खपणा व पोरकटपणा केला होता असं वाटतं. कदाचित हा माझ्या कन्या राशीचा परिणाम असेल! असो.

दोन दिवसांनी मेहमूद रेझा यांचा फोन आला. त्यांनी मला त्यांच्यासोबत पार्टीला येण्याचं आमंत्रण दिलं. ते मला न्यायला आले होते. त्यांनी मला एका अतिशय आधुनिक व नव्यानंच बांधलेल्या घरी नेलं... मला तिथं खूप आवडलं. मला नंतर समजलं की, मेहमूद रेझांच्या आधीच्या पत्नी – मेहरी खानुस सुद्धा तिथं होत्या. पण मला त्याची मुळीच पर्वा नव्हती. माझ्या मनात इतकाच विचार होता की, इराणी लोक सुसंस्कृत व अत्याधुनिक आहेत... लहरी पाकिस्तान्यांपेक्षा खूप निराळे आहेत.

डॅडी पाकिस्तानहून परत येईपर्यंत दहा दिवस मी मुक्त होते. डॅडी परत आले तेव्हा मेहमूद रेझांची निळी फोर्ड थंडरबर्ड आमच्या घराच्या प्रवेशद्वाराबाहेर उभी होती. मेहमूद चार बदकं घेऊन आले होते. त्यांनी आमच्या ड्रायव्हरला – मुसाला मला बोलवायला सांगितलं.

"मी कॅस्पियनला गेलो होतो. विचार केला की, शिकार केलेली बदकं तुमच्यासाठी आणावीत."

मला अतिशय आनंद झाला, पण त्याचवेळी डॅडी माझ्या मागं उभे होते.

"काय चाललंय?" त्यांनी विचारलं.

"ओह् डॅडी, हे राजकुमार मेहमूद रेझा. तुम्ही यांना जमशेद खाबिर यांच्या पार्टीत भेटला होता."

डॅडी त्यांच्याशी हस्तांदोलन करून निघून गेले. मेहमूद रेझा आणि मी तिथंच उभे राहिलो. आम्ही दोघंही हसत होतो! काही काळ घरात एक प्रकारचं शीतयुद्ध सुरू होतं, पण नंतर मात्र सगळं सुरळीत झालं – पण काही दिवसच... कारण त्या महिन्याच्या अखेरीस माझी पाळी चुकली.

सुरुवातीला मला वाटलं की, हा थंडीचा परिणाम असेल, कारण माझी पाळी नेहमी अतिशय नियमित येत असे.... पण नंतर माझ्या लक्षात आलं की, मला

तेहरान | ६३

ज्याची भीती वाटत होती, तेच घडलं होतं – मी गरोदर होते... आणखी एकदा. आणि ते सुद्धा मी चीमीकडं घटस्फोट मागायचा निर्णय घ्यायचं ठरवल्यानंतर.

मला जबरदस्त मानसिक धक्का बसला होता. ममी त्याच दरम्यान कराचीहून परत आली होती. तिचा प्रवास अत्यंत खडतर झाला होता. ती ज्या विमानातून प्रवास करत होती ते विमान दुर्घटनाग्रस्त झाल्यानं तातडीनं बर्फात उतरवावं लागलं होतं. या विमानात इराणी कलाकारही होते. तीन दिवस कुणाशीच संपर्क नव्हता, ना विमान कर्मचाऱ्यांशी, ना प्रवाशांशी. खातीरे-परवाने हे इराणमधील सुप्रसिद्ध गायकही या विमानात होते. डॅडी अतिशय कष्टी झाले होते. ते काहीतरी बातमी कळेल या आशेनं संपूर्ण रात्रभर फोनजवळ येरझाऱ्या घालत होते. मी सतत त्यांच्या सोबत होते.

अखेर, दूतावासातील श्री. बाजवा यांनी फोन करून ममी सुखरूप असल्याचं सांगितलं. तिला आणायला डॅडी साडेतीनशे किलोमीटरचं अंतर कापून गेले आणि मग आम्ही आनंदोत्सव साजरा केला! आम्ही जंगी पार्टी दिली. या पार्टीला त्या विमानातील सगळ्या कलाकारांना आमंत्रित केलं होतं. त्यांनी सर्वांनी मनोगत व्यक्त केलं.

एकजण म्हणाला, ''त्या विमानात आमच्यासोबत देवदूत होता. त्यामुळंच आमचे प्राण वाचले. हा देवदूत म्हणजे राजदूतांच्या पत्नी.''

किती भावपूर्ण आणि सुंदर शब्द... आणि खरेसुद्धा!

ममी या धक्क्यातून सावरल्यानंतर मी तिला माझी अवस्था सांगितली. ते ऐकून ती सुद्धा फार काळजीत पडली. मग आमच्या घरातल्यांची बैठक झाली, त्यात डॅडीसुद्धा होते आणि असं ठरलं की, मी इराणमधल्या सर्वोत्तम स्त्रीरोगतज्ज्ञाला दाखवून घ्यावं. त्यानुसार मी तज्ज्ञ डॉक्टरांना दाखवलं, पण त्यांनी गर्भपात करायला स्पष्ट नकार दिला. ते म्हणाले, की तुम्ही याआधी बऱ्याच वेळा गर्भपात करून घेतला आहे, त्यामुळं आता तुम्ही हे मूल होऊ दिलंच पाहिजे.

डॅडींना एवढं बास होतं. ते म्हणाले,

''तिला यातून जावंच लागेल. ती घटस्फोट घेतीय असं आपण सगळ्यांना सांगून बसलोय हे मला माहीत आहे, पण तिचं पोट दिसू लागलं की आपण तिला दुसरीकडं पाठवून देऊ.''

माझा अक्षरश: जीव जायची वेळ आली होती. मला प्रचंड औदासिन्य घेरून आलं... मला झोप लागेनाशी झाली.

याच दरम्यान माझी लतिफ व खुर्शिद सबून्ची यांच्याशी ओळख झाली. हे नुसरत भुट्टोंचे भाऊ व वहिनी होते. त्यावेळी त्या पित्यासमवेत तेहरानमध्ये राहत होत्या. वृद्ध सबून्चींना दोन बायका होत्या– मेहरी खानूम आणि हजार खानूम. अठरा

वर्षांच्या मेहरी खानूम त्यांची 'निकाह पत्नी' होत्या, तर हजार खानूम 'मुताह पत्नी'. हजार घरात स्वयंपाकपाणी करत असत, घराची देखभाल करत असत. पद्धतशीर व्यवस्था!

लतिफ मानसोपचारतज्ज्ञ होते. डॅडींनी त्यांना माझ्या निद्रानाशाबद्दल सांगितलं होतं. त्यामुळं ते आमच्याकडं यायचे आणि मला संमोहित करायचे. त्यांच्या हाताची लांबसडक बोटं माझ्या चेहऱ्यावर फिरवत. त्यांच्या हाताला सिगरेटच्या धुराचा भपकारा येत असे – ते दमदार आवाजात म्हणायचे,

"तू गाढ झोपली आहेस, तू गाढ झोपली आहेस."

लतिफ व खुर्शिद वरचेवर आमच्या घरी येऊ लागले. आम्ही एकत्र मिळून बाहेर जाऊ लागलो. त्यांना माझी अवस्था माहीत होती, पण त्यांनी हे गुपित गुपितच राखलं.

आपल्याला कधी ना कधी तेहरान सोडून जावं लागणार आहे या विचारानं माझं मन दु:खी होत असे. माझ्या मित्रांच्या यादीत मेहमूद रेझा बऱ्याच वरच्या क्रमांकावर पोचले होते. आम्ही दोघं बरेचदा एकत्र असायचो. आम्ही इतके एकत्र असायचो, की राजघराण्यातील मंडळीही आम्हाला चिडवू लागली होती. राजकुमार घोलाम रेजा यांचा विवाह जनरल जहाँबानी यांच्या कन्येसोबत झाला. त्या समारंभाला परराष्ट्र विभागातील फक्त आम्हाला आमंत्रण होतं. तो अतिशय दिमाखदार समारंभ होता. त्या समारंभात सर्वप्रथम शाह व शाहबानो 'फ्लोअर' वर आले. त्यांच्यानंतर राजकुमार घोलाम रेझा यांनी पुढच्या नृत्यासाठी मला आमंत्रण देऊन सन्मान बहाल केला. राजघराण्यानं आम्हाला कसा मान दिला याचं हे फक्त उदाहरण आहे.

माझ्या डॅडींना शाह यांच्या हस्ते 'तमघा-ए-हमायूनी ऑफ द फर्स्ट ऑर्डर' या देशातील सर्वोच्च पुरस्कारानं सन्मानित करण्यात आलं होतं.

एकदा राजकुमारी फतेमेह पहलवी यांनी मला त्यांच्या शिमेरान प्रासादात डिनरला बोलावलं. त्या मेहमूद रेझांच्या एकुलत्या एक सख्ख्या भगिनी होत्या. आम्ही त्यांच्याकडच्या प्रोजेक्टर व पडद्यावर सिनेमा पाहिला. मला मेहमूदही तिथं यावेत असं वाटत होतं.

याच दरम्यान, नुसरत भुट्टो त्यांचे पती झुल्फिकार अली भुट्टो यांच्याशी बिनसल्यामुळं तेहरानला आल्या होत्या. त्यावेळी झुल्फिकार अली भुट्टो राष्ट्राध्यक्ष अयूब यांच्या सरकारमध्ये परराष्ट्रमंत्री होते. मी नुसरतना भेटायला सबून्चींच्या घरी गेले, तर तिथं अगदीच भकास व कळाहीन वातावरण दिसलं. ते पाहून मला आश्चर्य वाटलं. मी नुसरतना आधीपासून ओळखतच होते. पण माझी त्यांची बहीण बेहजात इस्पहानीशी जास्त चांगली ओळख होती. आम्ही तिला 'बीआय' म्हणत

असू. आम्ही दोघीही सेंट जोसेफ्स कॉलेजमध्ये होतो. ती माझ्या बरीच पुढं होती. ती उंच असल्यामुळं ती नेटबॉल चांगलं खेळायची.

त्यावेळी नुसरत यांच्या डोक्यात फक्त त्यांच्या पतीचं ताजं वादग्रस्त प्रकरण होतं.

मी त्यांना आमच्या राजदूत निवासस्थानी माझ्यासोबत राहायला बोलवलं, पण त्या म्हणाल्या,

''मी मधूनमधून तुमच्याकडं राहायला येईन, मग आपण एकमेकींच्या सहवासात राहू. पण आत्ता फक्त रोज गाडी पाठवून दे.''

मला सोबत मिळाल्याचा आनंद झाला. नुसरत वरचेवर यायच्या, कधी लतिफ व खुर्शिद यांच्याबरोबर तर कधी एकट्याच यायच्या. आम्हाला त्यांच्या बहिणी व भाच्याही माहीत होत्या. त्यापैकी एक म्हणजे फख्री खानूम. पुढं त्या लग्न करून कराचीत आल्या. आता त्या फॅशनेबल वर्तुळात सुप्रसिद्ध आहेत. आम्ही दोघीही मैत्रिणी होतो. जुन्या तेहरानमध्ये त्यांच्या आईच्या घरी काही वेळा आमची भेट झाली. तिथं आमचा पाकिस्तान्यांचा छान गट जमला होता. नवाब साहिब छत्तारी यांची दूतावासात समुपदेशकपदी नियुक्ती झाली होती. त्यांची मुलगी अंजुम त्यांच्यासोबत आली होती. तेहरानमधल्या त्या नशील्या, अविस्मरणीय काळापासून आज अखेर माझी अंजुमशी मैत्री कायम आहे.

त्यानंतर साधारण दोन महिन्यांनी राष्ट्राध्यक्ष अयुब इराणच्या सरकारी दौऱ्यावर आले. मला ते नुसरत यांच्याशी बोलल्याचं स्मरतंय... तुम्ही मुलांसाठी म्हणून पुन्हा एकदा प्रयत्न करून बघा, असं ते सांगत होते. नुसरत नाखुषीनंच तयार झाल्या आणि त्यांच्यासोबत त्यांच्याच विमानातून पाकिस्तानला परत गेल्या. त्यांच्यासोबत माझी ममीही त्याच विमानातून गेली कारण तिला राष्ट्राध्यक्षांशी आफताब मामांबद्दल बोलायचं होतं. आफताब मामा 'पोस्टर केस' च्या संदर्भात १९५८ सालापासून कराची मध्यवर्ती कारागृहात बंदिवासात होते.

आफताब अहमद खान (मामू साहिब) हुसैन शहीद सुहरावर्दी यांचे मुख्य सचिव होते. इस्कंदर मिर्झा राष्ट्राध्यक्षपदी विराजमान होण्याआधी, १९५६ साली सुहरावर्दी पाकिस्तानचे पंतप्रधान बनले. २६ ऑक्टोबर १९५८ रोजी अयूब खाननी ताबा घेऊन लष्करी कायदा जाहीर केला त्यावेळी मुलकी सेवेतील अधिकाऱ्यांनी एकत्र येऊन, लष्करी कायदा माथी मारण्याच्या विरोधात जनमत जागृत करण्याची योजना आखली. त्यांनी पत्रकं छापून घेतली. ती संपूर्ण कराचीभर चिकटवण्यात येणार होती. पण हे कार्य तडीस जाण्यापूर्वीच हा कट उधळला गेला, ही पत्रकं जप्त करण्यात आली आणि याचं नेतृत्व करणाऱ्यांना अटक झाली. त्यामध्ये

आफताब मामांनाही अटक झाली. आम्ही त्यांना तुरुंगातून सोडवायचे खूप प्रयत्न केले होते. आता आईही तिच्या परीनं प्रयत्न करणार होती.

मी आणि डॅडी राष्ट्राध्यक्ष अयूबना निरोप द्यायला विमानतळावर गेलो. तिथं प्रोटोकॉल ऑफिसर माझ्याजवळ आला आणि म्हणाला, तुम्ही इराणच्या शहांशी बोलताना त्याच्याविषयी 'हिज इम्पिरियल मॅजेस्टी' हे संबोधन वापरायचं.

मला अजून आठवतंय. मी त्या दिवशी निळी-पांढरी साडी नेमले होते. पाकिस्तानी विमान झेपावण्याची वेळ होताच इराणचे शाह माझ्याकडं वळून म्हणाले, "तुला माझ्यासोबत यायला आवडेल? आमच्याकडं राष्ट्राध्यक्षांना तेहरानच्या हवाईसीमेपर्यंत निरोप द्यायला जाण्याची प्रथा आहे. मी माझं विमान चालवणार आहे."

डॅडींना हा प्रकार अजिबात आवडलेला दिसत नव्हता. पण मी त्यांच्याकडं दुर्लक्ष करून, शाह यांच्यासोबत छोट्या विमानात बसले. ती हवाई सफर जेमतेम दहा मिनिटांची होती, पण माझ्या लेखी ते क्षण अतिशय खास होते.

आता वास्तवाला तोंड द्यायची व पाय जमिनीवर येण्याची वेळ आली होती. डॅडींनी माझ्या व ममीच्या लंडन प्रयाणाची व्यवस्था करायला सुरुवात केली. आम्ही एका आठवड्यानं लंडनला निघालो. त्याच पीआयए विमानात पाकिस्तानी क्रिकेट संघसुद्धा होता. ते इंग्लंडच्या क्रिकेट दौऱ्यावर होते. मला प्रवासात जुने मित्र भेटले. हनिफ मुहम्मद, महमूद हुसैन... आणि इतरही काहीजण. पण सईद अहमद माझ्या शेजारी येऊन बसला. आम्ही लंडनला जाईपर्यंत गप्पा मारत होतो. राष्ट्रीय संघ विमानात भेटणं हा खरोखर योगायोगच होता. नियतीचीच तशी इच्छा होती.

मातृत्वाच्या कळा

लंडनला पोचल्यावर सईदनं माझा पत्ता मागितला. मी त्याला सांगितलं की, माझी बहीण पटनीत मालब्रूक रोडवर राहते. मी त्यांच्या घरी राहणार आहे. ते घर खरं तर माझ्या आईच्या मालकीचं होतं. पण त्यावेळी ते पाकिस्तान उच्चायुक्तालयाला शहरयार यांचं निवासस्थान म्हणून भाड्यानं दिलं होतं. त्यावेळी मियाँ उच्चायुक्तालयात 'थर्ड सेक्रेटरी' होते.

दुसऱ्या दिवशी रात्री शहरयारनी पाकिस्तानी क्रिकेट संघासाठी मेजवानी दिली. त्या समारंभात खरंच खूप मजा आली. सईदनं महंमद रफींची काही गाणी गायली. त्यावेळी तो सतत मुद्दाम माझ्याकडं बघत होता. 'चौदहवी का चाँद हो, या आफताब हो, जो भी हो तुम खुदा की कसम लाजवाब हो...'

मला फार गंमत वाटली होती!

या घरी आमचं अतिशय थंड स्वागत झालं, कारण मियाँ व माझ्या बहिणीला तेव्हा माझं येणं आवडलेलं नव्हतं. मी घटस्फोट मिळवायच्या प्रयत्नात आहे, पण गरोदरपणामुळं मला ते शक्य होत नाहीय, हे त्यांना माहीत होतं.

माझ्या दृष्टीनं तो अत्यंत वाईट काळ होता. घरातल्यांच्या उघड नाराजीमुळं मी दु:खी झाले होते. मात्र, ममीनं मला त्या खडतर परिस्थितीत तग धरून राहण्यासाठी भावनिक बळ दिलं. ती माझ्याशी अतिशय प्रेमळपणे, समजून घेऊन, सहनशीलपणे, आपुलकीनं वागली. त्यावेळी तिनं माझी कशी काळजी घेतली ते मला शब्दांत सांगताच येणार नाही.

काही दिवसांतच आम्ही त्या घरातून बाहेर पडायचे ठरवलं आणि विलक्षण योगायोग म्हणजे आम्हाला बीयूफोर्ट गार्डन्समध्ये जागा मिळाली. मी चीमीसोबत या भागात राहिले होते, त्यामुळं हा भाग माझ्या चांगलाच परिचयाचा होता. आम्हाला तळमजल्यावर एक डबलरूम मिळाली. तिथं ममी व मी दोघींत एकच

बाथरूम वापरायचो. ममी स्वत: स्वयंपाक करून, माझ्या पोटातल्या बाळासाठी म्हणून मला शक्य तितकं पौष्टिक अन्न खाऊ घालायची.

सईद अगदी चिकाटीनं माझ्या मागं होता. त्यानं मला क्रिकेट सामने पहायला बोलावलं. माझा भाऊ अक्कू आणि मी, आम्हाला दुसरा काही उद्योगच नसल्यामुळं क्रिकेटच्या सामन्यांना नियमित हजेरी लावू लागलो. सुरुवातीला आम्ही फक्त लंडनच्या जवळपास असलेल्या सामन्यांनाच जायचो, पण नंतर आम्ही दूर अंतरावरच्या सामन्यांनाही जाऊ लागलो. सईदनं लाल रंगाच्या टोयोटा कोरोला गाडीची ऑर्डर नोंदवली होती. गाडी मिळताच तो ती माझ्याकडं घेऊन आला होता. मग मी काही अंतर गाडी चालवून त्याच्यावर माझ्या ड्रायव्हिंगची छाप पाडली होती.

तो म्हणाला, "तू ही गाडी इथंच का ठेवून घेत नाहीस? मला तिची गरज नाहीय. तू वापरू शकशील, विशेषत: लंडनबाहेरच्या सामन्यांना येण्यासाठी."

त्यानंतर आम्ही क्रिकेट सामन्यांना सगळीकडं जाऊ लागलो. अक्कू आणि मी दोघंजणं. आमच्या वयात बरंच अंतर असलं तरी आम्हा दोघांमध्ये कायमच जवळीक होती. मला त्याच्याविषयी नेहमीच मातृत्वाची भावना वाटली आहे... उबदार प्रेमाची आणि कोमल.

दरम्यान हेडिंग्ले कसोटी सुरू झाली. या कसोटीला मियाँ व मीनलही आले होते. एव्हाना माझं पोट थोडंसं दिसू लागलं होतं. मी गरोदर आहे ही गोष्ट सईदच्या लक्षात आली नव्हती. पण मी त्याला त्याबद्दल सांगायचं ठरवलं. हे ऐकल्यावर त्याला चांगलाच धक्का बसला पण, त्यामुळं त्याची माझ्या सहवासाची आतुरता कमी झाली नाही.

त्याची सामाजिक पार्श्वभूमी माझ्यापेक्षा सर्वस्वी निराळी होती हे अगदी उघडच होतं. हे मीनल व मियाँ यांनाही लाजिरवाणं बनलं होतं. माझ्या दृष्टीनं मात्र अशा निराळ्या वर्गातल्या माणसाशी – जो शून्यातून वर येऊन क्रिकेटतारा बनला आहे अशा माणसाशी – जवळीक होणं हा नवा अनुभव होता. तो धडाकेबाज खेळाडू होता, पण इंग्लंडमध्ये – जिथं चेंडू दोन्हीकडं उसळतो – त्याची कामगिरी कधीही फारशी चांगली झाली नाही. पण त्यानं संघातील स्थान मात्र टिकवलं होतं. तो तिसऱ्या क्रमांकावर फलंदाजी करत असे. काही वेळा त्याची खेळी अप्रतिम ठरली आहे. त्याला उदंड चाहतेही लाभले होते. पुढं मला समजलं की, त्याचा एक पाय एका इंचानं आखूड होता. पण त्याला ज्यांनी खेळताना पाहिलं असेल त्यांचा यावर विश्वाससुद्धा बसणार नाही.

याच दरम्यान मला फार विचित्र स्वप्न पडलं... किंवा दृष्टांत झाला. स्वप्नात काळ्या घोड्यावरून आलेला, काळा, पायघोळ अरबी झगा घातलेला माणूस अचानक माझ्याजवळ येऊन थांबला. तो दाढीधारी माणूस मध्यमवयीन होता. मला

त्या माणसाचा चेहरा अजिबात आठवत नाही, पण ते स्वप्न मात्र मी पुन्हा अगदी स्पष्ट पाहू शकते. त्या माणसाजवळ दोन-तीन स्त्रिया उभ्या होत्या. माझ्या लक्षात आलं. त्यापैकी एक हजरत बिबी आयेशा (RA) होत्या – म्हणजे प्रेषितांच्या (PBUH) अत्यंत प्रिय पत्नी – त्यांनी माझ्या दिशेनं काही सुवर्णमोहरा उधळल्या.

मी प्रेषितांना (PBUH) फक्त एकच प्रश्न केला. ''मुलगा आहे की मुलगी?''

ते म्हणाले, ''तुझ्या पोटात मुलगा वाढतोय.''

आणि तितक्यात स्वप्न संपलं.

मी दचकून जागी झाले. मी घामानं डवरले होते. मी आईला हाक मारली.

''ममी, ममी, मला विचित्र स्वप्न पडलं.''

ममी म्हणाली की, या स्वप्नाचा अर्थ खूप चांगला आहे आणि तू फार नशीबवान आहेस. तुला पवित्र प्रेषितांचं दर्शन झालं. पण ममीनं मला हेही सांगितलं की, ''मी ताबडतोब तुझ्या आजोबांना पत्र लिहून या स्वप्नाचा अर्थ विचारते.''

माझ्यातील काही अंश सदैव धार्मिक वृत्तीचा राहिला आहे. मी अनेक अडथळ्यांवर मात केलीय ती केवळ परमेश्वरावरील श्रद्धेच्या बळावर.

दिवस पुढं सरकत होते. माझं आकारमानही गरगरीत वाढलं होतं. मी क्रिकेटचे सामने बघत वेळ घालवत होते. लवकरच क्रिकेट संघ मायदेशी परतण्याची वेळ येऊन ठेपली. सप्टेंबर महिना सुरू होता. पण सईद आणखी दोन आठवडे इथंच राहिला. तो बीयूफोर्ट गार्डन्समध्ये राहायला आला. त्यावेळी मी ममीला सांगितलं की,

''मी कराचीला जातेय.''

माझी प्रसूती ऑक्टोबरमध्ये अपेक्षित होती. माझं बोलणं ऐकून ममी फार अस्वस्थ झाली.

ती रडतच म्हणाली, ''इना, तू हे काय करतेयस? तिथं चीमीचा तुला किती त्रास होईल ते तुला माहीत आहे. शिवाय, तू कुठं राहणार? काय करणार?''

''ममी,'' मी म्हणाले, ''प्लीज, समजून घे. मी सईदविना, क्रिकेट सामन्यांविना फार फार एकाकी होईन. मग मला आनंदी ठेवताना तुझी पुरेवाट होईल. मला जाऊ दे. पण प्लीज मला ॲनेक्स फ्लॅटमध्ये राहू दे.''

PECHS मधल्या डॅडींच्या घरात नोकरांच्या निवासस्थानाच्या वर आणखी बांधकाम केलं होतं. ती जागा त्यावेळी रिकामीच होती.

मग मी सईदसोबत कराचीला गेले. तिथं शहजाद मामांच्या घरी गेले आणि पुन्हा माझी मामी-रझिया आपासोबत राहू लागले. मी एक स्त्रीरोगतज्ज्ञही पाहून ठेवली – खय्याम सिनेमाजवळ ब्लॉक २ PECHS मध्ये डॉ. सकिना कासिम

अलींचा दवाखाना होता. मी वृद्ध बुआला निरोप धाडला. मी लहान असताना बुआ माझी आया होती. सध्या ती कोरांगीत राहात होती. मला बाळाच्या जन्मानंतर त्याची देखभाल करायला बुआ हवी होती. डॉ. सकिनांनी बाळ मोठं असल्याचं सांगितलं. मला ओटीपोटात असह्य वेदना होऊ लागल्या... फ्लॅट तयार करून घेण्याच्या प्रयत्नात मी सतत त्रासदायक टॅक्सींमधून हिंडत होते त्याचा परिणाम झाला असावा. मी बाळाच्या जन्मानंतर त्या फ्लॅटमध्ये राहायला जायचं ठरवलं होतं.

५ ऑक्टोबर १९६२. शुक्रवार होता. डॉक्टरांनी माझी प्रसूती होण्यासाठी 'ड्रिप्स' सुरू केली. दुपारी अडीचच्या सुमाराला भयानक कळा सुरू झाल्या. अस्र प्रार्थनेची अजान कानी पडली... आणि माझं बाळ जन्माला आलं. मी त्याचं नाव ठेवलं बंटी. तो ८.७५ पौंडाचा, गुटगुटीत, मोठ्या डोक्याचा आणि अतिशय गोंडस होता. त्यावेळी पहिल्यांदाच मला आपण आई आहोत असं वाटलं. माझ्यात दडून असलेलं मातृत्व खऱ्याखुऱ्या व उत्कट भावनेनं अकस्मात प्रकटलं. मी जन्माला घातलेला तो इवलासा गोळा पाहून मला नवल वाटत होतं.

अनपेक्षितपणे, मला प्रचंड ताप चढला... साधारण मलेरियाचीच लक्षणं दिसू लागली. डॉक्टर सचिंत झाल्या. त्यांनी मला ॲन्टिबायोटिक्स सुरू केली. त्यानंतर दुसऱ्या दिवशी रात्री मी दवाखान्याबाहेर मोठमोठ्यानं आवाज ऐकला. सकाळी मला कळलं की, रात्री नसीम हुसैन कुरेशी आले होते आणि उद्या सकाळी ते पुन्हा येणार आहेत. आधीच मी तापानं भाजत होते, त्यातच ही धडकी भरवणारी बातमी समजली होती.

तो दुसऱ्या दिवशी सकाळी आला. एखाद्या कुस्तीगीराच्या थाटात पावलं टाकत तो आत आला. त्याचा एकूण आविर्भाव दमात घेण्याचा होता.

"तू परत आल्याचं मला का कळवलं नाहीस? तू परत आली आहेस आणि तुला मुलगा झालाय हे काल रात्री मला एका पार्टीत कुणीतरी सांगितलं." असं म्हणून तो बाळाच्या दिशेनं हात पुढं करत म्हणाला, "कम टू पॅप्पी, सन."

मी त्याच्या या वागण्यानं अतिशय आश्चर्यचकित झाले. पण सरंजामशहाच्या लेखी मुलगा वारसदार लाभणं म्हणजे काय असतं ते मला चांगलंच ठाऊक होतं. संध्याकाळी तो बाळासाठी कपडे घेऊन पुन्हा आला. या खेपेला त्याच्यासोबत सादिया आली होती. ती बाळाला पाहून अत्यानंदानं चीत्कारली,

"ओह्, किती गोंडस बाळ आहे! अगदी वडिलांवर गेलंय."...

ती आम्हा दोघांमध्ये काही झालंच नसल्यासारखं भासवत होती.

दुसऱ्या दिवशी माझा ताप उतरल्यानंतर मी बाळाला घेऊन मामांच्या घरी गेले. माझ्यापर्यंत व बाळापर्यंत पोचण्याचा मार्ग न सापडल्यामुळं चीमीनं ताबडतोब सत्रन्यायालयात मुलाचा ताबा मिळण्यासाठी खटला दाखल केला. सुप्रसिद्ध वकील

व आमचे मित्र हफीज पीरजादा व हफीज मेमन चीमीच्या बाजूनं उभे राहिले. मी झिया कुरेशी हे सामान्य वकील दिले होते. चीमीच्या वकिलांना सुनावणीसाठी ताबडतोब तारीख मिळाली आणि मी ओली बाळंतीण त्या अवस्थेतही न्यायालयात चाळीस पायऱ्या चढून जात होते. माझ्या प्रसूतीला अद्याप एक आठवडासुद्धा झाला नव्हता. माझ्यावर आरोप होता – वडिलांना मुलापासून दूर ठेवून त्यांचा मानसिक छळ करणे व बाळाला स्तनपानाऐवजी पाणी पाजणे. मी हतबुद्धच झाले!

न्यायालयाच्या कामकाजादरम्यान बंटी रडू लागला. मी त्याला अंगावर पाजण्यासाठी पडद्यामागं घेऊन गेले आणि सगळ्या खटल्याचं पितळच उघडं पडलं. त्यानंतर जेव्हा निर्वाहासाठी पैसे देण्याची वेळ आली तेव्हा चीमीनं सांगितलं की, माझं उत्पन्न अगदी किरकोळ असल्यामुळं मला महिना पाचशे रुपयांपेक्षा जास्त पैसे देणं परवडू शकत नाही.

त्यावर माझ्या वकिलांनी युक्तीवाद केला की, चीमी दरमहा प्रत्येक घोड्यावर बाराशे रुपये खर्च करतो, इथं मी तर त्याची पत्नी होते आणि बंटी एकुलता एक मुलगा. मला त्याच्याकडून बाळासाठी पैसे मिळवण्यात रस नव्हता. मला फक्त तो माझ्या बाळापासून दूर राहायला हवा होता. त्याला स्थानिक वकील शरफुद्दिन यांच्या घरी आठवड्यातून एकदा भेटण्याचा हक्क मिळाला.

सईद त्याच्या युसूफ या मित्रासह लाहोरहून आला. ते दोघंजण सायंकाळी माझ्या सोबतीला थांबायचे. युसूफ नॅशनल टायर ॲन्ड कंपनीत काम करत असे. त्यांचं जाणं-येणं पाहून चीमी भयंकर भडकला होता. कारण आता जमिनीसाठी वारसदार लाभल्यामुळं त्याला समेट घडवायचा होता. पण माझ्या मनात निराळेच विचार होते... मी भरपूर श्रीमंती उपभोगली होती. माझ्या मनात होतं जीवन निराळ्या पद्धतीनं सुरू करायचं. सईदशी लग्न करून नव्या जोमानं जीवनाला सुरुवात करायची...

बंटी अर्थातच माझ्याबरोबर राहणार होता. सईदच्या घरच्यांचा बराच विरोध होता, तरी त्यानं लग्नाचं विचारलं होतं.

एके दिवशी, सईदचे आईवडील लाहोरहून आले. मी आजवर अशी माणसं पाहिली नव्हती... ते निराळेच होते. मला त्यांची शिवराळ भाषा, धमक्या आणि सगळ्या प्रकारचे शिव्याशाप सहन करावे लागले. तासभर मला त्यांचं घाणेरडं बोलणं ऐकणं भाग पडलं, अखेर मी त्यांना जायला सांगितलं... तरीही ते खाली जाऊन तिथून पंजाबीत जोरजोरात आरडाओरडा करतच निघून गेले.

चीमीची मला पाचशे रु. द्यायचीसुद्धा इच्छा नव्हती. तो म्हणाला की, तुला पैसे पाहिजे असतील तर माझ्याबरोबर झोप. त्यामुळं मी त्याच्याकडून एक पैसाही घेतला नाही आणि माझ्यापाशी जी काही थोडीफार पुंजी होती त्यातून बंटीच्या

पालनपोषणाचा खर्च भागवू लागले. मग डॅडी मला ठरावीक पैसे देऊ लागले. वृद्ध बुआ बंटीला सांभाळू लागली.

याच दरम्यान, एके दिवशी चीमीचा फोन आला. त्यानं मला गार्डन ईस्टमध्ये अम्माच्या घरी भेटायला बोलावलं. तो तिथं वकिलाला घेऊनच आला होता.

"बेबी, मी आपल्या घटस्फोटाची कागदपत्रं तयार करून घेतली आहेत. तू त्यावर सह्या कर. पण हे काही खरंखुरं नाहीय. नंतर मला पुन्हा तुझ्याशी लग्न करायचं आहे,'' चीमी म्हणाला.

मी चीमीला चांगलं ओळखून होते. माझ्या ताबडतोब लक्षात आलं, की तो त्याच्या मनातली सरंजामी 'घैरात' पूर्ण करून घेण्यासाठी हे करतोय. लग्नबंधन कितीही दु:खाचं असलं तरी घटस्फोट प्रक्रियेतून पार पडणंही अजिबात सोपं नसतं. माझं मन शंकाकुशंकांच्या आवर्तात सापडलं होतं. विषण्ण झालं होतं. त्याच मन:स्थितीत मी त्या कागदपत्रांवर स्वाक्षरी केली.

मी तेहरानला गेल्यापासून बिना लाहोरला आपाजींकडंच होती. मला बिनाचा ताबा मागायचं धाडसच झालं नाही. ती त्यांची लाडकी होती, शिवाय त्यांच्या घरातल्या संपत्तीतली वाटेकरी, वारसदारही होती. त्यामुळं, पुन्हा एकदा मला माझ्या पोटच्या गोळ्याचा काळीज विदीर्ण करणारा विरह सहन करावा लागला. तो चार महिने दहा दिवसांचा 'इद्दत' कालावधी संपल्यानंतर, सईद व मी २७ मार्च १९६३ रोजी विवाहबद्ध झालो. तेवीस मार्चला राष्ट्राध्यक्ष अयुब यांच्या हस्ते सईदला 'प्राईड ऑफ परफॉर्मन्स' पदक देऊन गौरवण्यात आलं. सईदनं कसोटी क्रिकेटमध्ये सर्वांत जलद हजार धावा काढण्याचा विक्रम केला होता.

माझे आई-वडील, त्याचबरोबर संपूर्ण कुटुंबाचा आमच्या लग्नाला कडाडून विरोध होता. त्यांच्या दृष्टीनं आम्ही परस्परांना अजिबात अनुरूप नव्हतो. त्यांनी आमच्या लग्नावर बहिष्कार टाकला. त्याच दरम्यान मला माझी बालपणीची मैत्रीण– बिल्ल्युम पुन्हा भेटली होती. बिल्ल्युम म्हणजे मला आफताब मामांबरोबर रोममध्ये भेटली होती ती. त्यांच्या लग्नानं बरंच वादळ माजवलं होतं, पण ते लग्न टिकलं नाही. आता तिनं मन्सूर बाबर यांच्याशी लग्न केलं होतं. ते 'फ्रीलान्सर' होते, बहुतेकवेळा बेकारच असायचे. त्यांना लहान मुलगा होता. त्याचं नाव आमिर होतं, त्याला बुन्टा म्हणत असत. बिल्ल्युमचा सहवास सुखद असे. आम्ही रोज भेटायचो. बरेचदा मीच बंटीला घेऊन तिच्या घरी जायची. सईद कराचीला आला की तो माझ्या सोबत असायचा.

बिल्ल्युमनं लग्नसमारंभाची सगळी तयारी केली. तिनं व्यावसायिक नर्तक व गायक यांनासुद्धा समारंभात कार्यक्रम सादर करण्यासाठी बोलावलं होतं. बेंगलोर टाऊनमध्ये तिच्याच घरी हा समारंभ झाला. सईद बंटीशी कसा वागेल त्याचा काही

नेम नसायचा. कधी कधी तो त्याच्याशी अगदी प्रेमानं वागायचा, तर कधी त्याचं वागणं अतिशय तिरस्करणीय असायचं. मला याची फार भीती वाटायची. बिल्ल्युम व मी याबद्दल बोललो. आम्हाला वाटलं होतं, की तो नंतर बंटीला स्वीकारेल. आमच्या दोघांच्याही घरचा आमच्या लग्नाला जराही पाठिंबा नव्हता, पण त्याला प्रसिद्धी मात्र भरपूर मिळाली, कारण सईद क्रिकेट जगतातला तारा होता आणि प्रेस त्याला अनुकूल होतं. आमच्या लग्नाला इतर क्रिकेटपटूही उपस्थित होते. अखेर, आमचं लग्न झालं आणि आम्ही माझ्या छोट्याशा अपार्टमेंटमध्ये रहायला गेलो.

वयाच्या एकविसाव्या वर्षापर्यंत तीन लग्नं आणि तीन मुलं... किती आघात म्हणायचे! मला असं घडण्याची अपेक्षा खचितच नव्हती. मला काही घडलंच नसल्याच्या थाटात किंवा या लग्नाबाबत समर्थन करत जगता आलं नाही. माझा सतत बचावात्मक पवित्राच असे. मात्र पुढं पुढं याच गोष्टीमुळं मी आक्रमक बनले. माझी दिलगिरी व्यक्त करायची किंवा स्पष्टीकरण द्यायची इच्छा नाही. पण मग लोक तुम्हाला शांतपणे जगू देत नाहीत. एरवी आयुष्य सर्वसामान्य असतं पण प्रतिकूल आणि विचित्र घटना व अनुभवांमुळं त्याची लयच बिघडते ही गोष्ट बहुतेकशा लोकांना कळत नाही. मात्र खडतर आयुष्यातल्या आव्हानांचा ताकद व निश्चय यांच्या बळावर सामना केला तर ही आव्हानं माणसातील सर्वोत्तम गुण प्रकट करवतात... माझ्या बाबतीत असंच घडलं.

आमच्या नव्या संसाराची मांडणी विचित्र होती. घरात अब्दुल नावाचा बंगाली स्वयंपाकी, बुआ, चार महिन्यांचा बंटी, सईद आणि मी... एवढे सदस्य होतो. आमची मित्रमंडळी म्हणजे बिल्ल्युम, युसुफ, माझा मामेभाऊ – कैसरभाई आणि साहिबा व हैदर काझिलबाश हे नवपरिणीत जोडपं. आम्ही सगळे वरचेवर भेटत असू. सईद तापट, चंचल स्वभावाचा आहे, त्याचं वागणं अनपेक्षित असतं, केव्हा कसं वागेल याचा नेम नसतो – हे मला माहीत होतं, पण लग्नानंतर मला तो हिंस्र, शिवीगाळ करणारा आणि लहरी सुद्धा आहे हे समजलं. क्रिकेटमध्ये कामगिरी चांगली झाली नाही की त्याचं हे रूप दिसायचं. त्यामुळं मला अतिशय त्रास व्हायचा. लग्नानंतर महिन्याभरातच मला आपण किती भयंकर चूक केली आहे ते कळून चुकलं. मी नैराश्यग्रस्त असताना त्याच्याशी लग्न केलं होतं. कदाचित एका सुप्रसिद्ध 'हीरो'शी लग्न करण्याच्या झगमगत्या वलयाची मला भूल पडली असावी. आम्हा दोघांची पार्श्वभूमी अत्यंत निराळी... दोन टोकांची आहे हे मला माहीत होतं, पण त्यामुळं काय फरक पडू शकेल हे मात्र मला ओळखता आलं नव्हतं. कुणीही माणूस एकच चूक तीन-तीनदा करणार नाही... आयुष्य इतकं छोटं असतं की ते परवडणारच नाही. लग्नानंतर लगेचच मला दिवस गेले. मी काही खबरदारी

घेतलीच नव्हती. आता मागं वळून पाहताना असं वाटतं की, मी मूल होऊ देण्यासाठी थोडं थांबायला हवं होतं.

त्या दरम्यान पाकिस्तान क्रिकेट नियामक मंडळाच्या (BCCP) चषक स्पर्धा सुरू झाल्या तेव्हाची गोष्ट आहे. सईद घरातून बाहेर पडत होता. तितक्यात बंटी रडू लागला. मी बंटीला कडेवर घेतलं.

''या कार्ट्याचं रडं थांबत का नाही?'' सईद किंचाळला.

आणि त्यानं मला त्वेषानं खाडदिशी चपराक लावली... मी त्याच्या शारीरिक हिंसेचा पहिल्यांदाच अनुभव घेतला. त्याच तिरीमिरीत तो घराबाहेर पडला. माझ्या डोळ्यांत अश्रूंची तळी भरली होती... मला सगळं काही संपल्यासारखं वाटलं. मला जे विवाहबंधन 'निराळं' ठरेल असं वाटलं होतं ते खरंच खूप 'निराळं' ठरलं होतं... आणि हा आघात म्हणजे तर साऱ्यावर कळसच होता.

मी बुआला हाक मारली. बंटीला तिच्याकडं सोपवलं आणि अब्दुलला 'सोनेरिल' झोपेच्या गोळ्यांची पाच पाकिटं आणायला बाजारात पाठवलं.

मी बुआला सांगितलं की, ''मला काल रात्रभर नीट झोप लागली नाही. मला फोन घ्यायचे नाहीयत. मी झोपते, कुणालाही आत येऊ देऊ नकोस.''

अब्दुलनं गोळ्या आणल्या. मी पाण्याची बाटली घेऊन माझ्या खोलीत गेले आणि दार आतून लावून घेतलं. त्यानंतर मी 'सोनेरिल'च्या शंभर गोळ्या घेतल्या आणि झोपले. मी आठवडाभर बेशुद्ध होते. मला माझ्या आयुष्यातले ते सात दिवस आठवत नाहीत, पण मला जाग आली तेव्हा मी सेवन्थ डे ॲडव्हेन्टिस्ट हॉस्पिटलमध्ये होते. डॉक्टर माझ्यात चेतना जागवण्याचा प्रयत्न करत होते. बिल्ल्युम तिथंच उभी होती. तिनं अश्रुभरल्या डोळ्यांनी माझं चुंबन घेतलं.

नंतर मला सगळी हकिकत समजली... त्या दिवशी दुपारी बिल्ल्युमनं मला फोन केला होता. बुआनं तिला मी झोपल्याचं सांगितलं. त्यानंतर तिनं पुन्हा दुपारी तीन वाजता फोन केला. बुआनं तिला पुन्हा तेच सांगितलं. त्यामुळं काहीतरी गडबड आहे हे बिल्ल्युमनं ओळखलं आणि ती टॅक्सी पकडून तडक आमच्या घरी आली. मी दार आतून बंद केल्याचं पाहून तिनं दार फोडून काढलं... तर मी बेशुद्धावस्थेत दिसले. मी सकाळी साडेदहाच्या सुमाराला त्या गोळ्या घेतल्या होत्या. मग तिनं मला तातडीनं सेवन्थ डे ॲडव्हेन्टिस्ट हॉस्पिटलमध्ये नेलं. पण हा आत्महत्येचा प्रयत्न असल्यामुळं त्यांनी मला तिथं दाखल करून घ्यायला नकार दिला. बिल्ल्युमचे काका–जनरल शाहीद हमीद मंत्री होते. या गोष्टीचा धाक दाखवून तिनं मला तिथं दाखल करून घ्यायला लावलं. त्यानंतर माझं पोट साफ करण्यात येत होतं... ड्रिप्स सुरू होती... आणि मग सात दिवसांनी मी शुद्धीवर आले.

युसूफनं तर जागता पहारा दिला होता. त्यानं सईदला ही बातमी कळवली.

त्यानं त्याच्या वडिलांना – चौधरी इनायतुल्लांना कळवली. त्यांना मी यात मरीन की काय याची चिंता होती. भयंकर प्रसंग होता. मी शुद्धीवर येताच सईदबद्दल विचारणा केली. तो त्याच्या वडिलांसोबत आला. त्यांनी आल्याआल्या आरडाओरडा सुरू केला.

"चलाखी आहे... सगळी चलाखी आहे ही!"

मी त्यांच्या मुलाला दूर नेलं असंही त्यांचं म्हणणं होतं. मात्र, सईदनं कशीबशी त्यांच्यापासून सुटका करून घेतली आणि तो पुन्हा हॉस्पिटलमध्ये परत आला. माझे ओठ सुजले होते, त्यावर चिरा पडल्या होत्या. चेहराही कसातरीच झाला होता. मी गदगदून रडत होते... अश्रूंच्या सोबतीत आमचं पुनर्मीलन झालं. मी त्याला माफ केलं... त्यानंतर लवकरच मला घरी जायची परवानगी मिळाली. मी बिल्ल्युमची ऋणी आहे. तिनंच माझे प्राण वाचवले. त्यावेळी मी मला दिवस गेल्याचंसुद्धा विसरून गेले होते. मी घरी परतले आणि पुन्हा एकदा जीवनाचा अध्याय सुरू झाला.

ममी त्यावेळी इराणमध्ये होती. पण ही बातमी कळताच ती ताबडतोब मला भेटायला आली आणि माझ्यासोबत राहिली. तिला सईदला सहन करणं शक्य होत नव्हतं. त्यामुळं तोही उद्धटपणे वागू लागला, तापटपणा करू लागला. आम्ही बंटीला त्याच्यापासून दूर ठेवलं. पण काहीही परिणाम झाला नाही. त्या भयानक अनुभवानंतर महिन्याभरानं, एका रात्री मी दुसऱ्या बेडरूममध्ये ममीजवळ झोपले होते. मनात सगळ्या प्रकारच्या विचारांचं वादळ घुमत होतं. मला पुन्हा एकदा कळून चुकलं होतं की, आपण सईदशी लग्न करून जी चूक केलीय. त्याची शिक्षा भोगत आयुष्य कंठणं शक्य नाही. माझ्या मनात आलं... आपल्याला एकदा अपयश आलं, पण पुन्हा एकदा सगळं संपवण्याचा प्रयत्न करून पाहायलाच हवा... आणि मी 'सोनेरिल' ची आख्खी बाटली तोंडात रिती केली आणि ममीला सांगितलं.

"प्लीज, मला सकाळी लवकर उठवू नकोस."

आणि मी गाढ झोपी गेले.

मला जाग आली तेव्हा मी पुन्हा एकदा 'सेवन्थ डे अॅडव्हेन्टिस्ट हॉस्पिटल' मध्ये होते. या खेपेला कधी नव्हे इतका अशक्तपणा आला होता... मी गोळ्या घेतल्यानंतर, सकाळी ममीनं मला जमिनीवर पडलेलं पाहिलं. रात्री कधीतरी मी बेशुद्ध झाले असणार. मग तिनं बिल्ल्युमला फोन केला. बिल्ल्युमनं मला हॉस्पिटलमध्ये नेलं होतं... या खेपेला फरक इतकाच होता, की यावेळी माझ्या सोबत ममी होती. मी तीन दिवस बेशुद्ध होते. आपण अजूनही जिवंत आहोत हे मला समजलं त्यावेळी माझ्या मनात फक्त मृत्यूचीच आस होती. मला हॉस्पिटलच्या खिडकीतून

उडी मारावी असं वाटत होतं, पण खिडकीला लोखंडी गज बसवलेले होते. डॉक्टरना जेव्हा हे सगळं समजलं तेव्हा त्यांनी ममीला सांगितलं, की आता अजिबात वेळ न दवडता मानसोपचारतज्ज्ञ गाठा.

त्यानंतर मी घरी आले. ममीनं मला नझिमाबादमध्ये डॉ. इशारत यांच्याकडं नेलं. ते माझ्याशी अतिशय सौम्यपणे, प्रेमानं बोलले. त्यांच्याशी बोलल्यानंतर मला एकदम स्वस्थ, शांत वाटलं. रोज सायंकाळी ममीनं मला डॉ. इशारत यांच्याकडं घेऊन जायचं हा नित्यक्रमच बनला.

त्यांनी मला तीन मूलभूत महत्त्वाच्या गोष्टी सांगितल्या. पहिली, मी नियमित प्रार्थना करायला सुरुवात करायची, दुसरी, मी काम करायला सुरुवात करायची, आणि तिसरी – बहुधा सर्वांत महत्त्वाची – माझ्या बाबतीत जे काही घडलं त्या सगळ्याला मी जबाबदार आहे, त्या सगळ्याचं खापर माझ्या शिरावर आहे असा विचारही मनात आणायचा नाही. उलट, त्यांनी सांगितलं की तू अपराधाचं खापर जिथं फोडायला पाहिजे त्या ठिकाणी – म्हणजे माझ्या जीवनात महत्त्वाची भूमिका बजावण्याला जी माणसं जबाबदार होती, त्यांच्या शिरावर फोडलं पाहिजे.

माझ्या मनानं उभारी घेतली. मग सईद व मी आम्ही दोघांनी ठरवलं, की आपण इंग्लंडमध्ये नव्या जीवनाला प्रारंभ करू या... ज्या ठिकाणी आपल्या मधले सूर हरवले तिथून दूर जाऊ या. माझ्या गरोदरपणाचा काळ पुढं सरकत होता तसं आमचं नातं स्थिरावल्यासारखं वाटत होतं... मात्र अजूनही वादावादी, अधूनमधून हिंसाचार सुरू होताच. मी मानसोपचार तज्ज्ञांचा सल्ला घेतला. त्यानुसार नियमित प्रार्थना करू लागले. मी लंडनला जाण्याच्या तयारीलाही लागले होते. मी माझं फर्निचर, घरातल्या वस्तू, एवढंच नव्हे तर माझे कपडे, बूट-चपला सुद्धा विकलं. मी अपार्टमेंटसाठी भाडेकरूच्या शोधात होते. सईद PIA मध्ये काम करत असल्यामुळं आम्हाला तिकीट दराच्या दहा टक्के रकमेत तिकीटं मिळणार होती. आम्ही लंडनला जाण्यासाठी सज्ज होतो, पण काही ना काही कारणानं आमचं जाणं पुढं जात होतं. त्यातच माझी वेळेआधी प्रसूती झाली. आम्ही लंडनला निघण्याआधी दोनच दिवस. २४ फेब्रुवारी १९६३ रोजी, रात्री सव्वा अकरा वाजता 'लेडी डफरीन हॉस्पिटल'मध्ये डॉ. शौकत हरुन यांच्या देखरेखीखाली मला मुलगी झाली. तिचं नाव फौजिया ठेवलं. ती अतिशय देखणी होती. मी मोठ्या आनंदानं आमच्या कुटुंबात या नव्या सदस्याचं स्वागत केलं.

माझ्या प्रसूतीनंतर एक महिन्यानं आम्ही सर्वजण लंडनला गेलो. माझ्यासोबत बंटी होता. मुलांना सांभाळायला मदत व्हावी म्हणून मी बुआलाही सोबत नेलं. त्या दरम्यान शहरयार बदली होऊन ट्यूनिसला गेले होते, त्यामुळं आम्ही पटनीत माल्ब्रूक रोडवरच्या ममी-डॅडींच्या घरी राहू लागलो. आम्हाला लंडनमध्ये उपाहारगृह

सुरू करायचं होतं, म्हणून आम्ही सोबत पारंपरिक पाकिस्तानी फर्निचर आणलं होतं. मात्र, दोनच महिन्यात सईद काही उद्योग नसल्यानं वैतागला. त्यानं क्रिकेट खेळण्यासाठी पाकिस्तानला जायचं ठरवलं. त्यावेळी मी एकटी... पदरात दोन मुलं... तो काळ फार खडतर होता. मी नोकरीच्या शोधात सेवायोजन कार्यालयात गेले, पण अनेक ठिकाणी जाऊनही नकारघंटाच ऐकावी लागली. दोन महिन्यांनी सईद पुन्हा लंडनला आला. त्यावेळी मी त्याच्यासाठी 'व्यावसायिक' म्हणून काम शोधण्यासाठी कित्येक लँकशायर लीग क्लब्जना फोन केले. सुदैवानं, एका क्लबमध्ये त्याला काम मिळालं. त्यावेळी त्या क्लबचा 'व्यावसायिक' जखमी होता. म्हणून सईदला संधी मिळाली. मग सईद वीकेंडला लँकशायरच्या नेल्सन क्लबमध्ये जाऊ लागला. त्यानं तिथं उत्तम कामगिरी केली, त्यामुळं त्याला पुढच्या वर्षासाठीही करारबद्ध करण्यात आलं. त्यानं 'सरे कन्ट्री'साठी सुद्धा प्रयत्न करून पाहिला, पण त्यावेळी तो अठ्ठावीस वर्षांचा असल्यामुळं त्याला नकार मिळाला आणि त्याच्याऐवजी त्याच्या सतरा वर्षीय भावाला–युनिस अहमदला करारबद्ध करण्यात आलं.

दरम्यान, सईदचं कुटुंब इंग्लंडला येण्यासाठी आतुर होतं. माझे डॅडी त्यावेळी अल्जिरियात राजदूत होते. त्यामुळं मी सईदच्या कुटुंबाला पासपोर्ट, व्हिसा मिळवून दिला. त्याचं संपूर्ण कुटुंब इंग्लंडला आलं आणि विम्बल्डनमध्ये स्थायिक झालं. त्यांचं अवघं जीवनच बदलून गेलं. लाहोरमधलं क्रिशनगर ते लंडन... फार मोठा पल्ला होता.

ऑस्ट्रेलियात कसोटी क्रिकेट

ऑक्टोबरच्या प्रारंभी इंग्लंडमध्ये क्रिकेट हंगाम संपला तसा सईद अस्वस्थ होऊ लागला. त्याला पाकिस्तानला जाऊन ऑस्ट्रेलिया व न्यूझीलंडमधील कसोटी दौऱ्यात सहभागी व्हायचं होतं. माझी मन:स्थिती द्विधा झाली होती. मला बंटीला पुन्हा कराचीला न्यायचं नव्हतं. तो त्यावेळी फक्त दोन वर्षांचा होता आणि मला इतके दिवस एकटीनं लंडनमध्येही रहायचं नव्हतं. त्यामुळं मी काळजावर दगड ठेवून बंटीला ट्यूनिशियाला पाठवायचं ठरविलं. त्यावेळी शहरयार व मीनल तिथं होते. त्याप्रमाणे बुआ बंटीला घेऊन तिकडं गेली आणि मी फौजियाला घेऊन पाकिस्तानला गेले. फौजिया त्यावेळी आठ महिन्यांची होत आली होती. सईदची कसोटी संघात निवड चाचणी झाली, त्याला उपकर्णधारपद मिळालं आणि तो ऑस्ट्रेलियाला रवाना झाला. मी त्याच्यासोबत जाण्यासाठी खूप विनवण्या केल्या, पण मला फौजियाला सांभाळण्यासाठी कराचीतच राहावं लागलं.

मग आम्ही पुन्हा ॲनेक्स फ्लॅटमध्ये आलो. तिथं मला चीमीचे फोन येऊ लागले; एकदोनदा तर तो स्वत:च येऊन टपकलासुद्धा. दरम्यानच्या काळात मी ऑस्ट्रेलियात सईदकडं जाण्यासाठी सरकारी परवानगी मिळवण्यासाठी खूप प्रयत्न करत होते; त्या काळी परदेश दौऱ्यात खेळाडूंबरोबर त्यांच्या बायकांना जायची परवानगी नव्हती. तशी परवानगी मिळण्याची चिन्हं दिसेनात तेव्हा मी ऑस्ट्रेलियाचं तिकीट काढलं आणि तिकडं रवाना झाले. त्यावेळी फौजियाचे आजीआजोबा व आत्या लाहोरमध्ये होते. तिला मी त्यांच्याकडं पाठविलं. पाकिस्तानी संघ त्यावेळी ॲडलेडमध्ये होता. सईदनं माझी दुसऱ्या हॉटेलवर रहायची व्यवस्था केली होती. मी त्याच्या मागोमाग सिडनीला गेले, तिथं YWCA वसतिगृहात राहिले, पण त्यानंतर एकाच आठवड्यात त्याला न्यूझीलंडला जावं लागलं. मी त्याच्यासोबत जाण्याची परवानगी मिळावी अशी पुन्हा सरकारला विनंती केली पण ती व्यर्थ गेली.

मला सिडनीत रहावं लागलं. अखेर एका महिन्यानं मला न्यूझीलंडला त्याच्याकडं जायची परवानगी मिळाली. मी खूप आनंदित झाले. मला सिडनी खूप आवडलं होतं. तिथं मला दोन मैत्रिणीही मिळाल्या होत्या. त्या मुस्लीम मुली फिजीच्या होत्या – नसीम व फौजिया. त्या एकसुरी उर्दू बोलत असत. काही वेळा त्यांच्या सहवासात माझा छान वेळ गेला.

YWCA वसतिगृहात रहाणं म्हणजे बोर्डिंग स्कूलच्या दिवसांसारखाच अनुभव होता. पण अखेर मला परवानगी मिळाली तेव्हा मी सईदकडे 'अधिकृत'पणे गेले. तिथं बाकीचा संघही होता. तो दौरा फार छान झाला. मी उत्तर व दक्षिण आयलंड्स पाहिले. माझ्या येण्यानं सगळी मुलं अगदी खुष होती. ते मला बरेचदा त्यांच्यासाठी पाकिस्तानी भोजन बनवायला लावत असत. मला एक प्रसंग आठवतोय. मला क्रिकेट सामन्याच्या वेळी एक पंजाबी बाई भेटली. आम्ही तिच्यासोबत डिनर घेत होतो. सईद व ती पंजाबीत बोलत होते. संभाषणाच्या ओघात त्यांच्या लक्षात आलं की, ते दोघंही पूर्व पंजाबमधल्या जुल्लुंदरचे होते. सईद अगदी अभिमानानं सांगत होता,

''माझे आजोबा तिथं (रेल्वेत) स्टेशनमास्तर होते.''

हे ऐकून मला इतकी लाज वाटली सांगते! मी इतक्या सामान्य पदावरचा माणूस आपला नातेवाईक असण्याची कधी कल्पनासुद्धा करू शकत नव्हते. आता मी मागं वळून पहाते तेव्हा माझ्या लक्षात येतं, की माझी उच्चभ्रू मानसिकता खरी कधीच बदलली नव्हती, त्यामुळं मी सईदच्या मनात न्यूनगंड निर्माण करत गेले. त्याला बदलण्याच्या प्रयत्नात मी आगीत तेलच ओततेय हे माझ्या लक्षातही आलं नव्हतं.

अखेर लवकरच तो दौरा संपला आणि कराचीला परतण्याची वेळ येऊन ठेपली. आम्ही हाँगकाँगमध्ये थांबून, कॅन्टनपर्यंत रेल्वेप्रवास करून, बीजिंगमार्गे परत आलो. पाकिस्तानला पोचल्यानंतर आम्ही थेट लाहोरला गेलो. तिथे फौजियात झालेला बदल पाहून मी सुन्नच झाले. ती अतिशय काळी झाली होती आणि डोक्यावर केसांचा पत्ताच नव्हता. तिचं मुंडन केलं होतं.... तिच्या केसांच्या देखण्या बटा नाहीशा झाल्या होत्या. ते पाहून मला धक्काच बसला, पण मी गप्प राहिले. क्रिशनगरमधलं ते घर प्रशस्त होतं, पण फार जुन्या पद्धतीचं होतं. तिथं बाथरूम्स नीट नव्हत्या... तिथं खुड्डी होत्या. जमीन खोदून त्या भोकवजा खड्डयांवर सिमेंटचे पत्रे झाकलेले असत. फ्लशिंगसाठी पाणी खेळत नसे. मला त्या संडासांच्या स्मृती मनातून पुसून टाकायच्या आहेत, पण ते जमत नाहीय.

त्यानंतर मी फौजियाला घेऊन सुसंस्कृत जगतात – PECHS मधल्या माझ्या फ्लॅटमध्ये परत आले. ही १९६५ सालची गोष्ट आहे. सईदला नेल्सनच्या

लँकेशायर लीगनं करारबद्ध केलं होतं, त्यामुळे तो मार्चमध्ये लंडनला जाणार होता. तो लंडनला जाण्याआधी मी अतिशय अस्वस्थ झाले होते... मला काहीतरी करायचं होतं. मग मी टंकलेखन शिकायला सुरुवात केली. त्यासाठी मला जवळच्या व्यापारी परिसरात जावं लागत असे. तिथं जाणं त्रासदायक होतं कारण लोकांना वाटायचं की मला 'लिफ्ट' हवीय किंवा मी 'तशी' बाई आहे. पाकिस्तानी स्त्रियांचा अधिक आवडता व नेहमी पाहायला मिळणारा सलवार-कमीज हा पोशाख मला कधीच आवडला नाही. बहुतेक वेळा माझा साडी व बिनबाह्यांचा ब्लाऊज असा पोषाख असे... त्यामुळं मी टंकलेखन शिकायला जाणं थांबवलं.

उद्योजिका

सईदचा मित्र युसूफ जवळपास रोज आम्हाला भेटायला येत असे. तो अजूनही नॅशनल टायर अँन्ड रबर कंपनीतच (NTR) काम करत होता. एके दिवशी सायंकाळी मी त्याच्याशी बोलत होते, त्यावेळी त्यानं मला त्याची कंपनी सुरू करणार असलेल्या नव्या विभागाबद्दल सांगायला सुरुवात केली. या विभागात एप्रन्स व कॉट्सचं उत्पादन होणार होतं. ही रबरी उत्पादनं कापड उद्योगातील यंत्रसामग्रीत वापरली जात असत. जपान पाकिस्तानात उत्पादन करण्यासाठी याचं तंत्रज्ञान देणार होता.

युसूफ म्हणाला, ''भाभी, ही वस्तू इतकी चांगली आहे, आमच्याकडं याची भरपूर मागणी आहे, पण आम्हीच मागणी पूर्ण करू शकत नाहीय.''

हे ऐकून मला फार इंटरेस्ट वाटला. मी नवऱ्याकडं वळून म्हणाले, ''सईद, आपण असा एखादा कारखाना उभारूया का?''

सईदनं लक्ष दिलं नाही – दुसऱ्या दिवशी त्याचा क्रिकेट सामना होता.

मग मी युसूफला म्हणाले, ''हे बघ, श्री. सैद सईद जाफरी माझ्या परिचयाचे आहेत. ते माझ्या वडिलांचे चांगले मित्र आहेत. आता ते 'इन्व्हेस्टमेंट प्रमोशन अँन्ड सप्लाईज' विभागाचे सचिव आहेत. मी त्यांना विचारते, ते आपल्याला कारखाना उभारण्याची मंजुरी देतायत का बघू या.''

ही अगदीच विचित्र कल्पना होती, पण मी तिचा पाठपुरावा करायचं ठरवलं. दुसऱ्याच दिवशी सकाळी लवकर मी सैद सईद जाफरींकडं गेले – ते माझ्या वडिलांचे मित्र असल्यामुळं मी त्यांना 'अंकल' म्हणायची – आणि त्यांच्याकडं चौकशा सुरू केल्या. त्यांनी त्यांच्या सचिवाला गुंतवणूक तपशिलाची यादी आणायला सांगितलं, पण त्यानं दवाखान्यातील साधनसामग्रीची यादी आणली. मग मला स्पष्ट करून सांगावं लागलं की, मी सांगतीय ते एप्रन्स व कॉट्स कापड

उद्योगात वापरले जातात. तोवर याबद्दल कुणी ऐकलेलं दिसत नव्हतं.

सुदैवानं या विभागात निधी उपलब्ध होता. सईद अंकलनी मला कन्सल्टंटकडून 'फिजिबिलीटी रिपोर्ट' तयार करून घ्यायला व औपचारिक अर्ज सादर करायला सांगितलं. मी धावतच क्रिकेट मैदानात पोचले आणि सईदला 'व्ही' या इंग्रजी अक्षरासारखी खूण करून यशस्वी झाल्याचं सांगितलं. त्या दिवशी सायंकाळी युसूफ व मी – आम्ही दोघांनी योजना आखल्या. मी तर इतकी थरारून गेले होते! त्या दिवशी एका अग्रणी उद्योजिकेचा जन्म झाला होता. पाकिस्तानची पहिली महिला कारखानदार!

दुसऱ्या दिवशी सकाळीच माझ्या वकिलांनी करारपत्राचा मसुदा व आर्टिकल्स ऑफ असोसिएशन वगैरे तयार केलं. त्यानुसार सईद व्यवस्थापकीय संचालक, युसूफ तंत्रसंचालक आणि मी प्रशासकीय संचालक बनले. मी आमच्या कंपनीचं नाव ठेवलं 'इम्पिरियल रबर इन्डस्ट्रीज लिमिटेड'. त्यानंतर मी कन्सल्टंटकडं गेले. ते माझ्या वकिलांचे मित्र होते. युसूफनं यंत्रसामग्रीचे तपशील, कच्च्या मालाची यादी, प्रक्रिया तंत्रज्ञान, किमती वगैरे सर्व संबंधित माहिती पुरविली. ती माहिती घेऊन मी दररोज सकाळी कन्सल्टंटकडं जायची. मग अल्पावधीतच 'फिजिबिलीटी रिपोर्ट' तयार झाला आणि तो 'इंडस्ट्रियल डेव्हलपमेंट बँक ऑफ पाकिस्तान' (IDBP) कडं पाठवला. सईद अंकल 'आयडीबीपी'च्या व्यवस्थापकीय संचालकांशी बोलले, त्यामुळं एक महिन्याच्या आत मला मंजुरी मिळाली. तो दिवस होता १३ मे १९६५. दीड महिन्यात मी प्रचंड परिश्रम घेतले होते... तो एक विक्रमच होता!

मग औपचारिकता पूर्ण करण्याची वेळ येऊन ठेपली. त्यामध्ये जमीन खरेदी, यंत्रसामग्रीसाठी तीन कोटेशन्स सादर करणं आणि सर्वांत महत्त्वाचं म्हणजे तारण-गहाण मालमत्तेसाठी 'कोलॅटरल सिक्युरिटी' देणं भाग होतं. मी नाखुषीनंच ममी-डॅडींकड मदत मागितली. मी त्यांना त्यांच्या घराचं खरेदीपत्र मागितलं. माझी ही मागणी निर्लज्जपणाची होती, कारण आता मला 'कोलॅटरल'चा अर्थ समजलाय – एकदा एखादी मालमत्ता बँकेकडं तारण ठेवली, की तिचा पुन्हा ताबा मिळवणं किती अवघड असतं ते कळलंय. मी पन्नास हजार अमेरिकी डॉलर्सची कर्जमागणी केली होती.

मी ममी-डॅडींना तयार करण्यात पुन्हा एकदा यशस्वी झाले. डॅडी त्यावेळी परदेशात होते. ममीनं त्यांची समजूत घालून त्यांना मला त्यांच्या घराचं खरेदीखत द्यायला राजी केलं.

त्यावेळी डॅडींनी मला पत्र लिहिलं होतं. त्यात त्यांनी तत्त्वज्ञानी कवी इक्बाल यांची काव्यपंक्ती उद्धृत केली होती –

बे इख्तियार कूद पडा आतिश-ए-नमरुद में इश्क

म्हणजे प्रेमानं कसल्याही भयाविना आगीत उडी घेतली!

या ओळींना अर्थातच माझ्या कारखाना उभारण्याच्या घाईगडबडीत अविचारीपणे घेतलेल्या उडीचा संदर्भ होता.

मग मी सगळ्या कागदपत्रांनिशी सुसज्ज होऊन श्री. उस्मान यांना भेटायला गेले. ते आयडीबीपीचे विभागीय व्यवस्थापक होते. त्यांनी मला एक पत्र दिलं. त्यात त्यांनी पंचेचाळीस शंका उपस्थित केल्या होत्या. माझं कर्जप्रकरण पूर्ण होण्यासाठी मला या सगळ्या शंकांचं निरसन करावं लागणार होतं. माझी या सद्‌गृहस्थांशी ही पहिली भेट. त्यांनी चेहऱ्यावर उपरोधिक हास्य व तुच्छतादर्शक अविर्भावात माझ्या हातात ते पत्र दिलं आणि म्हणाले,

"सहा महिन्यांत माझ्याकडं पुन्हा या."

"ठीक आहे, मी येईन." एवढंच बोलून मी तिथून बाहेर पडले.

हे माझ्यासाठी मोठं आव्हान बनलं. मी झपाटल्यासारखी काम करत होते. अखेर मला त्या सगळ्याच्या सगळ्या, पंचेचाळीस शंकांचं निरसन करायचं होतं. त्यानंतर तीनच दिवसांनी मी श्री. उस्मानना फोन करून त्यांची अपॉईंटमेंट मागितली. त्यांनी तारणहार असल्याच्या थाटात मला दुसऱ्या दिवशी भेटीची वेळ दिली. मी त्यांच्या पंचवीस पानी कागदपत्रातल्या सगळ्या शंका दूर केलेल्या पहाताच त्यांच्या चेहऱ्यावर जे भाव उमटले ते पाहून मला माझ्या कष्टाचं फळ मिळालं. त्यांचा विश्वासच बसत नव्हता! त्या दिवसापासून त्यांच्या वागण्यात लक्षणीय बदल झाला!

त्यानंतर माझा अर्ज प्रकल्प मूल्यमापन विभागाकडं गेला.

सईद लंडनला जाण्याआधी एके दिवशी सायंकाळी आम्ही 'हॉटेल इन्टरकॉन्टिनेन्टल'च्या लॉबीत होतो. त्यावेळी मी जमिल निश्तारना तिथून जाताना पाहिलं. ते चीमीच्या मावस बहिणीचे – रफ्फुचे पती होते. ते व्यवसायानं बँकर होते. पाकिस्तानच्या संस्थापकांपैकी एक – सरदार अब्दूर रब निश्तार यांचे ते सुपुत्र होते.

माझा हा धीटपणा पाहून सईद आश्चर्यानं थक्क झाला, मी अगदी बुजरी असल्यामुळं त्याला हे अपेक्षित नव्हतं. मी त्यांच्याजवळ गेले आणि म्हणाले,

"जमिल, मी तुम्हाला तुमच्या ऑफिसमध्ये भेटू शकते का? मी उद्योगक्षेत्रात प्रवेश करतीय, त्यासाठी मला थोडी मदत हवीय."

मी त्यांच्याशी असं हॉटेलच्या लॉबीत बोलण्याचं त्यांना आश्चर्य वाटलेलं दिसत नव्हतं; त्यांनी मला त्यांचं कार्ड दिलं आणि 'कधीही या' असं सांगितलं.

ही एका नव्या मैत्रीपर्वाची सुरुवात होती. हे स्नेहबंध जीवनभराचे बनले. त्यांना माझ्या वडिलांचं फार कौतुक वाटत असे. कारण लॉर्ड माऊंटबॅटन यांच्याशी

झालेल्या भारत-पाकिस्तान चर्चेत माझ्या वडिलांनी सरदार अब्दुर रब निश्तारना साहाय्य केलं होतं. तो ऐतिहासिक काळ होता, शंकाच नाही!

दुसऱ्या दिवशी मी जमिलना फोन केला आणि त्यांना भेटायला मॅकलिऑड रोडवरच्या 'युनायटेड बँक लिमिटेड (UBL)'च्या कार्यालयात गेले. तिथं जमिल सीनिअर व्हाईस प्रेसिडेंट होते. मी त्यांना माझ्या प्रकल्पाबद्दल सांगितलं आणि माझ्याजवळ फारसे पैसे नाहीत त्यामुळं मला अर्थसाहाय्याची व त्यासाठी चांगल्या बँकेच्या आधाराची गरज लागणार असल्याचंही सांगितलं.

मी त्यांना सरकारचं मंजुरीपत्र दाखवताच ते फार खुष झाले. त्या भेटीपासून ते माझ्या प्रकल्पातील प्रत्येक बारीकसारीक तपशिलात रस घेऊ लागले आणि प्रत्येक वेळी माझ्या एवढ्याशा यशाचंसुद्धा त्यांना कोण अप्रूप वाटत असे! हळूहळू मी त्यांच्या खाजगी मदतनिसाची टंकलेखनासाठी मदत घेऊ लागले... आणि पुढं तर अक्षरशः जमिल यांचं यूबीएलमधलं कार्यालय माझंच बनलं.

त्यानंतर मी जॉईंट स्टॉक कंपन्यांच्या रजिस्ट्रारकडं आमच्या कंपनीची नोंद करायला गेले. पण तिथं माझ्यासमोर लगेच अडचण उभी राहिलीच. माझे वकील झिया कुरेशी यांनी मला सांगितलं होतं की, रजिस्ट्रारना एक हजार रुपये किंवा पन्नास डॉलर्स द्या, म्हणजे सगळं सुरळीत पार पडेल. पण मी अख्तर हुसैन यांची मुलगी होते ना! डॅडी सचोटीने वागणारे नोकरशहा होते. लाच देणं अथवा घेणं याबाबतीत त्यांची तत्त्वं अतिशय कडक होती. त्यामुळं मी अशा प्रकारे भ्रष्टाचाराला प्रत्यक्ष खतपाणी घालून, इतक्या खालच्या थराला जाण्याची कल्पनासुद्धा करू शकत नव्हते, त्यामुळं रजिस्ट्रारच्या कारकुनानं मला पहिल्याच पायरीवर वाटाण्याच्या अक्षता लावल्या.

त्यानं मला १९१३ चा कंपनी कायदा दाखवला. त्यामध्ये स्पष्ट नमूद केलं होतं, की कंपनीला नाव देताना विशिष्ट व खास परवानगीखेरीज, राजा-राणी सम्राट वगैरेंचा कसलाही संदर्भ असणारी नावं वापरता येणार नाहीत. त्यामुळं 'इम्पिरियल रबर इन्डस्ट्रीज लिमिटेड' हे नाव निश्चित करण्यासाठी 'वेव्हर' आणावं लागणार होतं. मी तर याआधीच करारपत्र, आर्टिकल्स वगैरे छापून घेतलं होतं, त्यामुळं मी वैतागले, निराश झाले. मात्र माझा निश्चय ढळला नव्हता. मग शहरातील न्यायालयात हेलपाटे घालत असताना मला एका ब्रिटिशकालीन, काळासोबत पिवळसर झालेल्या एका इमारतीवर जिल्हा न्यायाधीशांचं नाव दिसलं – जावेद बर्की. १९६२ सालच्या इंग्लंड दौऱ्यात ते क्रिकेट संघाचे कर्णधार होते, त्यांना माझी अडचण सांगितली आणि तिथल्या कारकुनाला लाच हवी आहे हेही सांगितलं. जावेद बर्की – आम्ही त्यांना जेबी म्हणत असू – ताडकन उठले आणि म्हणाले,

"चला माझ्याबरोबर, आपण त्याला लाचलुचपत प्रतिबंधकवाल्यांचा हिसका दाखवू."

असं म्हणून ते अक्षरश: उसळतच माझ्यासोबत आले. रजिस्ट्रार कार्यालय त्याच इमारतीत होतं. मी बिनबाह्यांचा ब्लाऊज व शिफॉन साडी अशा वेशात होते, म्हणजे तिथं अत्यंत विसंगत व्यक्ती! आपला पोशाख निराळा आहे किंवा आपण 'ठरावीक' व योग्य बिझनेस पोशाख वापरले पाहिजेत या गोष्टींचा मी कधी विचारच केला नव्हता. जेबींनी त्या कारकुनाला माझं काम करण्याचा आदेश दिला, पण त्यानं पुन्हा १९१३ च्या कंपनी कायद्यातलं वैध व समर्पक कलम समोर केलं. त्यामुळे आम्ही दोघंही तिथून पराजित व खिन्न होऊन चेहरा पाडून मागं फिरलो.

मग मी पुन्हा माझ्या वकिलांकडं गेले; याबाबतीत आणखी कोणते पर्याय आहेत याबाबत त्यांच्याशी चर्चा केली. आत्तापर्यंत आम्ही छपाईवर खर्च केलेले सगळे पैसे पाण्यात जाण्याचा धोका होताच, शिवाय आता पुन्हा नव्यानं सुरुवात... म्हणजे आणखी विलंब. त्यावर वकिलांनी साधा सोपा मार्ग सुचवला.

ते म्हणाले, "नो प्रॉब्लेम. मी उद्या त्यांना पैसे पोहोचते करीन, तोवर तुम्ही कंपनीसाठी दुसरं नाव ठरवून ठेवा."

अखेर मी माझ्या तत्त्वांना, मला आजवर जी शिकवण मिळाली होती, त्या साऱ्याला मुरड घातली आणि 'बिझनेसमन' बनले व ते पैसे द्यायला कबूल झाले. पुढं लाच या प्रकाराची जी सगळी गोंडस रूपं समोर आली, त्या शृंखलेतली ही पहिली कडी होती!

मग मी कंपनीच्या नावात Imperial च्या ऐवजी Emperial असा बदल केला. या शब्दाला काहीच अर्थ नव्हता, पण आणखी नुकसान टाळण्याचा तो एकमात्र पर्याय होता. 'I' च्या ऐवजी 'E' असं मी स्वत: लिहिलं.... आता कंपनी कायद्याचा भंग होणार नव्हता. अखेर 'Emperial Rubber Industries Limited' ही कंपनी अस्तित्वात आली.... त्याची वेळेवर नोंदही झाली. मला तसं प्रमाणपत्रही मिळालं.... अशा प्रकारे आयडीबीपीनं जी कागदपत्रांची यादी मागितली होती, त्यातला एक मुद्दा पूर्ण झाला.

मग मी प्रकल्प अधिकारी रेहान सिद्दीकी यांना भेटले. ते तरुण होते.... बहुतेक माझ्याच वयाचे असावेत. मला जी काही सर्वांत चांगली माणसं भेटली, रेहान त्यापैकी एक आहेत. ते कार्यालयीन कामकाजाची वेळ संपल्यानंतर सुद्धा माझ्या प्रकल्पावर काम करत असत. त्यांनी या कामाला मनापासून वाहून घेतलं होतं. कदाचित त्यांना माझी समर्पित वृत्ती, ध्येयनिष्ठा व चिकाटीचं नवल वाटलं असावं. माझा उत्साह, माझी कामाची पद्धत, ज्या पद्धतीनं मी अडथळे पार करत होते, आव्हानांना सामोरी जात होते, ते पाहून ते खुष झाले होते. मला आमचा प्रस्ताव

ज्या गतीनं पुढं सरकायला हवा होता, ती गती राखण्यात त्यांनी साहाय्य केलं. कधीकधी सायंकाळपर्यंत मी इतकी थकून जायची की, मी बूट भिरकावून देऊन कांदावाला इमारतीत आयडीबीपीच्या कार्यालयात खांबाला टेकून जमिनीवरच अनवाणी बसकण मारायची. तो अतिशय धावपळीचा काळ होता.

पण माझ्या मागचे त्रास अजून संपले नव्हते. माझ्या लक्षात येऊ लागलं होतं की, आमचा बिझनेस भागीदार युसूफ निष्काळजी बनत चालला होता, त्याच्या वागण्यात ढिलाई येत चालली होती. तो प्रक्रिया तंत्रज्ञानाबाबतची महत्त्वपूर्ण माहिती देतच नव्हता. त्यानं मला सुरुवातीला दिलेली माहिती अगदीच प्राथमिक स्वरूपाची व मूलभूत होती. ती फक्त मंजुरी मिळवायला उपयोगी पडली. आता तपशीलवार अभ्यास करायची वेळ आली होती, पण युसूफकडून माहिती मिळाल्याखेरीज मी काहीच करू शकत नव्हते. रेहान व मी–आम्ही खूप डोकं खाजवलं; मी सईदला फोन करून त्याच्याकडं तक्रारसुद्धा केली, पण काही उपयोग झाला नाही.

मग माझ्या डोक्यात एक छान विचार आला... अर्थातच मी जीवनाचं जे वास्तव नव्यानं पचवलं होतं त्यावरच आधारलेला, तो म्हणजे लाचलुचपत!

मग मी युसूफपुढं एक प्रस्ताव मांडला.

मी म्हणाले, "युसूफ, तू माझ्यासोबत लंडनला येतोस का? तू हा प्रकल्प पूर्ण होईपर्यंत तिथंच काम करू शकशील. काय म्हणतोस?"

माझ्या या प्रस्तावानं जणू जादूची कांडीच फिरवली! त्याला लंडनवारीची भुरळ पडली आणि ब्रिटिश व्हिसा नजरेसमोर तरळू लागल्यामुळं मला हवी ती सगळी माहिती पटापट मिळाली आणि 'लेटर ऑफ क्रेडिट' उघडण्याआधी मी सर्व औपचारिकता पूर्ण करू शकले. मी यंत्रसामग्रीसाठी जपानच्या मेसर्स निशीमन यांच्याशी करार केला. पण तिथं पंचवीस टक्के रोख रक्कम भरावी लागणार होती, माझ्याकडं तर पैसे नव्हते. हे पैसे कसे उभे करायचे या विवंचनेत मी काही रात्री जागून काढल्या आणि पुन्हा एकदा आईकडं पैसे मागितले. त्यावेळी ती अल्जिरियाहून पाकिस्तानला आली होती. डॅडी अजूनही अल्जिरियातच राजदूत होते. एके काळी डॅडी, त्यांचे मित्र, सैद अहमद झैदी, सुलतानमामा आणि त्यांचे एक मित्र यांनी सर्वांनी मिळून कराचीलगत असलेली सहा एकर शेतजमीन विकत घेतली होती. आईनं नेहमीप्रमाणेच मला अडचणींतून सोडविण्यासाठी सर्वतोपरी साहाय्य केलं. तिनं सुलतानमामांशी याबद्दल चर्चा केली. मग त्या दोघांनी त्या शेतजमिनीचं व्यापारीकरण करायचं ठरवलं, म्हणजे त्या जमिनीला चांगली किंमत आली असती. डॅडींचा विरोध डावलून आम्ही दोघींनी ही जमीन 'जंग'चे मालक व संपादक मिर खलिलुर रेहमान यांना एक लाख पंचाहत्तर हजार रुपयांना विकली.

तरी अजून पंचवीस हजार रुपये कमी पडत होते. मग मी माझी टोयोटा

कोरोला विकून 'मार्जिन' रक्कम कशीबशी पूर्ण केली. आता मला आयडीबीपी व यूबीएलमध्ये रिक्षा किंवा टॅक्सी करून जावं लागत होतं. कल्पना करा, इथं मी कारखाना उभारायला निघालीय, माझ्या हातात सरकारी मंजुरीपत्र आहे आणि माझ्याकडं साधी गाडीसुद्धा नव्हती!

मी लंडनला जाण्यासाठी अतिशय आतुर झाले होते. सईद मार्चपासून दूर होता. त्याला माझ्या कामाशी काही देणं घेणं नव्हतं, त्याला फक्त क्रिकेटमध्ये इंटरेस्ट होता. त्यानं माल्ब्रूक रोडनजिक एका खोलीचं अपार्टमेंट मिळविलं होतं. त्याला माझा विरह फारसा जाणवतही नव्हता. त्याचं आयुष्य छान मजेत होतं.... वीकएंड्सना लँकेशायरला जायचं आणि एरवी आपल्या घरच्यांच्या सहवासात यायचं आणि मी इथं कराचीत अंगाची लाही लाही करणाऱ्या उन्हाळ्याच्या झळा सोसत होते. अर्थात माझा दिवसाचा वेळ कामाच्या व्यापात कुठल्याकुठे संपत असे, पण सायंकाळ खायला उठायची. सायंकाळ दीर्घ आणि एकाकी असायची. माझ्या सोबतीला, गप्पा मारायला असायचा तो फक्त युसूफ. मी कुठंही बाहेर जायची नाही, कुणा मैत्रिणीला – अगदी बिल्ल्युमलासुद्धा भेटत नव्हते. तिनं तेव्हा मन्सूर बाबर यांच्याशी घटस्फोट घेऊन तिच्याच मामेभावाशी लग्न केलं होतं.

सायंकाळपर्यंत मी इतकी थकून जायची की घरी येऊन कोसळायची. त्याकाळी टी.व्ही. किंवा व्हीसीआर नव्हते, त्यामुळं स्वत:चं मन रमवायला फारसं काही साधन नव्हतंच. फौजिया अजून खूप लहान होती, पण तिची चिवचिव ऐकली की मन हलकं व्हायचं.

अल्जिअर्समध्ये

आता या टप्प्यावर आपल्याला करण्याजोगं फारसं काही नाही हे लक्षात घेऊन मी १९६५ सालच्या जुलै महिन्यात फौजियाला घेऊन डॅडींकडं अल्जिअर्सला गेले. मी सोबत शहरयारसाठी 'ढोलक' नेला होता. त्यांना भारतीय संगीत फार आवडत असे, त्यामुळं ते ढोलकवादनाचा आनंद घेतील हे मला माहीत होतं. त्यावेळी ते ट्यूनिसमध्ये 'सेकंड सेक्रेटरी' होते. मीनल आणि ते, बंटी व बुआ यांना घेऊन अल्जिअर्सला आले होते. बंटीला भेटून मला फार आनंद झाला.

मी नाईसमार्गे – तिथं विमान बदलावं लागलं – अल्जिअर्सला गेले. वाटेत मला समजलं की अल्जिरियात हिंसक राज्यक्रांती झाली आहे. राष्ट्राध्यक्ष बेन बेल्ला यांना सत्तेवरून दूर करून अटक झाली होती आणि हौआरी बौमेडाईन यांनी राष्ट्राध्यक्षपदाची सूत्रं हाती घेतली होती. पाकिस्तानच्या राजदूतांचं निवासस्थान बेन बेल्लांच्या निवासस्थानाशेजारीच होतं, त्यामुळं सशस्त्र वाहनांतून घराची सुरक्षा व गस्त असं चित्र दिसत होतं. सगळं वातावरण भारलेलं होतं. 'बौमेडाईननी विश्वासघातानं हत्या केली' असं म्हणत. लोकांच्या झुंडी रस्त्यावर उतरल्या होत्या, पण हे बंड समाजवादी सरकारनं तत्परतेनं चिरडून काढलं. दारुबंदी करण्यात आली आणि 'इस्लामिक शरियत' लादण्यात आली.

त्या दरम्यान झुल्फिकार अली भुत्तो माहिती सचिव व अतिशय प्रभावशाली नोकरशहा अल्ताफ गौहर व इतर काही जणांसमवेत आफ्रो-आशियाई पंतप्रधानांच्या दुसऱ्या परिषदेसाठी अल्जिरियाला आले होते. इंडोनेशियाचे राष्ट्राध्यक्ष सोएकार्नो यांनी 'आशियातील सर्वांत तेजस्वी परराष्ट्रमंत्री' अशा शब्दांत भुट्टोंचं वर्णन केलं होतं. परिषदेला आलेल्या सर्व सदस्यांच्या निवासासाठी एक लहानसं खेडंच वसवण्यात आलं होतं. पण भुट्टो आमच्या घरी आले होते त्यावेळी त्यांनी तिथली आलिशान सजावट पाहून माझ्या वडिलांना त्यांची व्यवस्था 'ग्रँड मोरोक्कन पॅलेस'मध्ये

करायला सांगितली. त्यांनी मास्टर बेडरूमचा ताबाच घेतला. तिथल्या संगमरवरी बाथरूम्स आणि इतर ऐषोआरामाची कल्पनासुद्धा करता येणार नाही!

डॅडींनी आम्हाला भुट्टोंपासून दूर रहा असं बजावलं होतं. मी तिथं पोहोचले त्याच दिवशी प्रजासत्ताक दिनाचा समारंभ होता. त्या दिवशी सायंकाळी आम्हा सर्वांना बौमेडाईन यांच्याकडं समारंभाचं आमंत्रण होतं. तिथं मी अनेक नव्या मंत्र्यांना भेटले.... मुस्तफा केलॉऊंना भेटले, परराष्ट्रमंत्री अजिज बौटेफ्लिका यांना भेटले – ते पुढं यूएनचे त्यांच्या देशाचे कायमचे प्रतिनिधी बनले आणि आता ते अध्यक्ष आहेत. तो समारंभ नेहमीसारखाच होता, फक्त मद्य नव्हतं इतकंच.

समारंभ आटोपून आम्ही घरी आलो. मला अजूनही 'जेट लॅग'चा त्रास होत होता, त्यामुळं मी लवकर झोपले. रात्री साधारण एक वाजण्याच्या सुमाराला आमच्या घराबाहेर गाडीच्या हॉर्नचा आवाज सुरू झाला. तो आवाज मोठमोठ्यानं सुरूच राहिला म्हणून मी खिडकीतून बाहेर पाहिलं तर एक छोटी रेनॉल्ट कार उभी होती. मग मी कुणाला न उठवता खाली जाऊन कोण आलंय ते पाहिलं तर ते मुस्तफा केलॉऊ होते.... मला धक्काच बसला! ते भुट्टोंसाठी ब्लॅक लेबल व्हिस्की आणायला आले होते. ते म्हणाले की, ते ड्रिंक्स न मिळाल्यामुळं वैतागले आहेत. मग मी नोकरांना उठवलं आणि डॅडींची परवानगी न घेताच तळघरातून स्कॉचच्या चार बाटल्या आणल्या व त्या मुस्तफांच्या हवाली केल्या.

दुसऱ्या दिवशी सकाळी घबराट पसरली कारण भुट्टोंना झोपेतून जागं करणं शक्य नव्हतं आणि त्यांचं विमान तर सकाळी अकरा वाजता निघणार होतं. मग अल्ताफ गौहरना भुट्टोंना उठवायला सांगितलं... आणि अखेर ते त्यांना जागं करण्यात यशस्वी झाले. मीनल व मी – आम्हा दोघींना त्यांना विमानतळावर निरोप द्यायला जाण्याची परवानगी मिळाली होती. ते मला थोडंफार ओळखत होते. त्यामुळं त्यांनी मला 'तू केव्हा आलीस? मग मला का भेटायला आली नाहीस?' असं विचारलं. ते 'वन पीस'मध्ये होते, अतिशय नीटनेटके, तरतरीत.

मी अल्जिअर्समध्ये आणखी काही दिवस राहिले. तिथं भूमध्य समुद्रात जलक्रीडेचा आनंद घेतला. त्या मौसमात समुद्र अगदी शांत होता.... पाण्याची भलीमोठी निळीशार चादर पसरली असावी तसा दिसत होता.

त्यानंतर मी बुआ, बंटी व फौजियाला घेऊन लंडनला माझ्या नवऱ्याकडं गेले. सईद मला भेटायला डॅडींच्या कोणत्याही राजदूत निवासस्थानी कधीही आला नाही. मी त्याला अल्जिअर्सला सुद्धा बोलावलं होतं, पण त्यानं नकार दिला. हे बहुधा त्याच्या मनातल्या न्यूनगंडामुळं घडलं असावं.

मी लंडनला आले त्यावेळी मला कळलं की, सईद व युसूफ पुटनीमध्ये

एकाच फ्लॅटमध्ये रहात होते. तो दोन बेडरूम्सचा फ्लॅट ममीच्या मालब्रूक रोडवरच्या घरापासून जवळच होता. त्या घरात बंटीचं स्वागत होणार नाही या गोष्टीची मला स्पष्ट कल्पना दिली होती, त्यामुळं मी ममीला बुआ व बंटीला तिच्याकडं ठेवून घ्यायला सांगितलं. फौजिया माझ्याकडंच राहिली. बुआ बंटीला घेऊन माझ्या घरी यायची तेव्हा मी त्याच्याशी खेळायचे किंवा फौजिया व तो एकत्र खेळायचे. ही काही समाधानकारक परिस्थिती नव्हती, पण शांती टिकवण्यासाठी मी गप्प राहिले.

६ सप्टेंबर १९६५ रोजी भारत व पाकिस्तान यांच्या दरम्यान युद्धाचा भडका उडाला. हादरलेला देश सतरा दिवसांच्या युद्धाचा साक्षीदार बनला. सगळीकडं तळमळ आणि औत्सुक्य भरून राहिलं होतं. आम्ही मॅडम नूरजहाँ यांची स्फूर्तीदायी व देशभक्तीपर गीतं ऐकत असू. भुट्टो न्यूयॉर्कला जाताना वाटेत काही तासांसाठी लंडनला थांबणार आहेत हे आम्हाला कळताच तिथं चैतन्य पसरलं. ते यूएनमध्ये पाकिस्तानचं प्रतिनिधित्व करण्यासाठी चालले होते.

सईद, युसूफ व मी विमानतळावर गेलो होतो. माझी परराष्ट्र कार्यालयातील कैसर रशिद यांच्याशी ओळख असल्यामुळं मी आमच्यासाठी व्हीआयपी लाऊन्जच्या शक्य तितकी जवळची जागा मिळवली.

आम्ही श्री. भुट्टोंचं जंगी स्वागत केलं. आम्ही गर्दीसोबत घोषणा देत होतो.... 'युद्धविराम नको' – पाकिस्तानी लोकांनी पुन्हा कधी परस्परांशी इतकी जवळीक अनुभवली असेल असं मला वाटत नाही. भुट्टोंनी वादग्रस्त सुरक्षा समिती सत्रात भावपूर्ण भाषण केलं होतं. आम्ही त्याचं दूरदर्शनवर थेट प्रक्षेपण पाहिलं. भावनेनं ओथंबलेल्या स्वरांत ते म्हणाले होते, की पाकिस्तान एक हजार वर्षांची लढाई लढेल, पण देश युद्धविराम स्वीकारण्यास तयार आहे. देश स्तब्ध झाला होता. भुट्टोंची वैयक्तिक कामगिरी अप्रतिम होती.... किती भावनापूर्ण.... केवढी वक्तृत्वसंपन्न शैली.... किती ओजस्वी भाषा.... आणि किती परिणामकारक अस्तित्व!

पण आम्हाला देश निराश झाल्याची भावना घेरू लागली. आम्हाला विश्वासघात झाल्यासारखं वाटलं.

ऑक्टोबर महिन्यात मी कराचीला परत आले आणि लगेचच जमिनीचा शोध सुरू केला. अखेर मला कोरांगीमध्ये दोन एकर जमीन मिळाली.... पूर्ण ओसाड आणि तीसुद्धा कराचीच्या आयुक्तांच्या थोड्या प्रयत्नांनंतर. मी जमिनीच्या एकूण किमतीच्या निम्मी किंमत देऊन जमिनीचा ताबा घेतला. त्यानंतर मी औद्योगिक आर्किटेक्टकडं जाऊन कारखान्याच्या इमारतीच्या वास्तुरचनेसाठी करार केला. मी कारखाना उभारणीच्या कामाचा ठेका खान ब्रदर्सना दिला. त्यांनी राष्ट्राध्यक्ष आयुब खान यांच्या मुलाच्या – गौहर आयुब खान यांच्या घराचं बांधकाम केलं होतं. ते

जलद व उत्तम काम करत असत. १९६७ सालाच्या प्रारंभी कारखाना आकाराला येऊ लागला, यंत्रसामग्रीसाठी 'लेटर ऑफ क्रेडिट' याआधीच मिळालं होतं. आता मी कर्मचारी नियुक्तीला प्रारंभ केला.

मी कारखान्याच्या प्रगतीचा आढावा घेण्यासाठी दररोज तिथं जायची. मी नेमलेली पहिली व्यक्ती म्हणजे सईदुद्दिन हाश्मी. ते आमच्यासाठी आधारस्तंभ ठरणार होते. त्यांनी 'लंडन स्कूल ऑफ पॉलिमर ॲन्ड रबर सायन्सेस'मधून एचएनडी पदविका घेतली होती. ते रबरी हातमोज्यांच्या उत्पादनात विशेषज्ञ होते. माणूस म्हणून ते अतिशय चांगले होते... खऱ्या अर्थानं सद्गृहस्थ. सगळ्या चढउतारांत ते माझ्यासोबत उभे राहिले. मला त्यांची नेमणूक केल्याचा कधीही पश्चाताप झाला नाही.

मी नेमलेली दुसरी व्यक्ती म्हणजे सफदर. ते 'नॅशनल टायर ॲन्ड रबर कंपनी'त सुपरवायझर होते. कारखाना उभारणीच्या काळात या दोघांचाही मला फार उपयोग झाला. कोबे, जपानहून सगळी यंत्रसामग्री येऊ लागली. हाश्मींनी व मी कस्टममधून ती यंत्रसामग्री आमची आम्हीच सोडवली, कारण आम्हाला 'क्लिअरींग एजंट' परवडण्याजोगा नव्हता.

१९६७ सालच्या मध्यात आमच्या कारखान्यात यंत्रसामग्री बसवण्याचं काम पूर्ण झालं. आता आम्हाला कारखान्याच्या इमारतीचं काम पूर्ण करण्यासाठी पैशांची गरज होती. पण पैशांची चणचण होतीच. प्रत्येक टप्प्यावर माझ्या पाठीशी उभ्या राहणाऱ्या जमिल निश्तारनी आयात कच्च्या माल बाजारभावानुसार तारण गहाण ठेवण्याची व्यवस्था करून पैशाअभावी काम खोळंबू दिलं नाही.

युसूफ आणि सईद लंडनमध्ये होते, त्यांना या प्रकल्प उभारणीशी काहीही देणंघेणं नव्हतं. मी पूर्णपणे एकटी सगळ्याला तोंड देत होते.... प्रत्यक्ष अनुभवातून अर्थविषयक गुंतागुंतीचे धडे घेणारी मनुष्यजातीची अभ्यासक!

डॅडी निरनिराळ्या व वेगळ्या प्रकारच्या लोकांना भेटायला फार उत्सुक असत. भारतात असताना ते सुप्रसिद्ध भिरगू महाराजांकडं जात असत; ज्योतिषी, हस्तसामुद्रिक, स्वामी, साधू यांच्या गाठीभेटी घेत असत. हे त्यांचं एक मनोरंजनाचं आवडतं साधन होतं. रोममध्ये असताना ते मारिया मागा नामक जादूटोणा करणाऱ्या एका बाईकडं गेले होते, त्यावेळी त्यांनी आम्हा भावंडांचं भविष्य विचारलं होतं, तेव्हा त्या बाईनं भाकित वर्तवलं होतं की,

"तुमची थोरली मुलगी आर्थिकदृष्ट्या अलौकिक ठरेल आणि नाव कमवेल."

ही गोष्ट डॅडींनी मला चेष्टेनं सांगितली होती, पण मी कारखाना उभारायला प्रारंभ केला तेव्हा डॅडींनी पुन्हा त्याचा उल्लेख केला.

१९६७ सालच्या नोव्हेंबरमध्ये कारखाना सुरू झाला. कारखान्याचं काम एका पाळीत सुरू झालं. सफदरनी त्यांचे एक सहकारी – मुजफ्फर आमच्याकडं आणले.

ते ‘केमिकल मिक्सिंग’ जाणत होते, पण ते रबर तंत्रज्ञ नव्हते.

आमच्याकडं उत्पादन व्यवस्थापक नव्हता. मी याआधीच लंडनहून जमिलना फोन केला होता, त्यानुसार त्यांनी या पदासाठी एक माणूस हेरून ठेवला होता. ते होते मकबूल अहमद. ते रबर तंत्रज्ञ होते, ते त्यावेळी NTR मध्ये काम करत होते. कंपनीनं त्यांना ‘स्कूल ऑफ प्लॅस्टिक ॲन्ड रबर टेक्नॉलॉजी’मध्ये पदवी अभ्यासक्रमासाठी प्रायोजित केलं होतं. जमिलनी त्यांची मुलाखत घेतली. जमिलना ते जरासे उद्धट वाटले, तरी त्यांनी मकबूल अहमद यांची नेमणूक करायचं ठरवलं. कारखान्यामध्ये त्यांचं कामगारांशी चांगलं जमलं कारण पूर्वी त्यांनी NTR मध्ये त्यांच्यासोबत काम केलं होतंच.

नोव्हेंबर १९६७ मध्ये आम्हाला पहिलीवहिली ऑर्डर मिळाली... वालिका टेक्स्टाईल मिलकडून वीस हजार स्पिनिंग कॉट्सची ऑर्डर होती! सईफुद्दिन वालिका क्रिकेटचे थोर आश्रयदाते होते. ते सईदला ओळखत होते. एका पार्टीत सईदची त्यांच्याशी भेट झाली, तेव्हा सईदनं त्यांना आमच्या कारखान्याबद्दल, आम्ही एप्रन व कॉट्सचं उत्पादन करणार असल्याबद्दल सांगितलं होतं. त्याचवेळी सईफुद्दिन वालिकांनी त्याला संधी द्यायचं ठरवलं होतं. आम्हाला हे काम मिळालं आणि काही दिवसांतच मकबुलनी ही ऑर्डर पूर्ण केली! आम्हाला त्याचे पैसे मिळाले.... अतिशय कष्टानं मिळालेल्या या पैशातून आमचा पहिला पगार भागला. त्यानंतर आम्ही कधीच मागं वळून पाहिलं नाही. वालिका, डायर अशा बऱ्याच कापड गिरण्यांकडून विचारणा होऊ लागली आणि आम्ही मुल्तान, फैसलाबाद, लाहोर, रावळपिंडी व पेशावर इथल्या कापड बाजारात झटपट पाय रोवले.

१९६८ हे वर्ष तर भलतंच भरभराटीचं ठरलं. त्यावेळी आमच्याकडं तीन महिन्यांच्या आगाऊ ऑर्डर्स होत्या. आम्ही या उद्योगात अग्रणी होतो आणि आमची उत्पादनं फक्त इम्पिरियल (Emperial) याच नावाखाली विकत होतो. लवकरच हा बाजारात सुपरिचित ‘ब्रँड’ बनला. आम्ही भरपूर पैसे मिळवत होतो. याचा आनंद फार मोठा होता. भरपूर मोबदला मिळत असल्यामुळं आमची जीवनशैली बदलू लागली. मी स्वत:साठी दागिने करून घ्यायला, सुंदर पोशाख शिवून घ्यायला सुरुवात केली. तोवर आहे ते चालवून घ्यावं लागत होतं.

उत्पादन विभागाचा सगळा भार एकट्या मकबूल यांच्यावरच होता, ही गोष्ट हाश्मी साहिबना रुचत नव्हती. त्यांनासुद्धा अभियांत्रिकी विभागात काम करायचं होतं. पण मकबूलना उत्पादन विभागात इतर कुणी असणं सहन होणार नव्हतं. त्यांनी व मुजफ्फरनी फॉर्म्युला स्वत:जवळच ठेवला. आम्हाला कुणाला काय घडतंय ते जाणून घ्यायची कधी संधीच मिळाली नाही. युसूफ अजून लंडनहून परत आला नव्हता, त्यामुळं ही असामाधानकारक परिस्थिती निर्माण झाली होती.

दु:खी पत्नी

१९६८ सालच्या ऑगस्टमध्ये मी लंडनला गेले. तिथली परिस्थिती जैसे थे होती. आमचा फ्लॅट ममीच्या घराजवळ होता आणि बुआला दररोज बंटीला घेऊन आमच्या घरी यावं लागत असे. सईदनं बंटीशी उघड शत्रुत्व धरलेलंच होतं. आता त्यानं बंटीला लाथा घालणं, चिमटे काढणं असले प्रकारसुद्धा सुरू केले होते. ते पाहून माझं काळीज तुटत होतं. एके दिवशी दुपारी मी सईदसमवेत दिवाणखान्यात बसून केस वाळवत होते. तितक्यात बुआ बंटीला घेऊन आली. नेहमीप्रमाणे सईदनं त्याला पाहून नाक मुरडलंच. मला ते सहन झालं नाही. मी म्हणाले,

"या पोरानं तुझं काय केलंय?"

माझं हे वाक्यसुद्धा पूर्ण झालं नसेल तितक्यात माझ्यावर तडाख्यांचा वर्षाव सुरू झाला. त्यानं माझे केस धरून मला जमिनीवरून दरादरा फरफटत नेऊन अक्षरश: मला घरातून लाथ घालून हाकलून दिलं. तिथून निघताना मी इतकंच म्हणत होते,

"प्लीज, मला माझी चप्पल आणि बॅग घेऊ दे..." पण नाही, माझ्या तोंडावर दरवाजा धाडदिशी बंद झाला.

बुआ बंटीला घेऊन धावतच बाहेर पडली... पण मी... मी अजूनही धक्क्यातून सावरले नव्हते... पुढं काय करायचं तेच मला कळत नव्हतं. पहिल्यांदा मी दारावर थाप दिली, पण काहीच प्रतिसाद मिळाला नाही. मग मी बधिर मन:स्थितीत तिथून निघाले... अनवाणी चालत... अंगावर दुपट्टा नाही, जवळ बॅग नाही, पैसे नाहीत अशा अवस्थेत... मी ममीच्या घरी अजिबात जाऊ शकत नव्हते, कारण मला तिला माझी ती अवस्था पाहू द्यायची नव्हती. माझा संपूर्ण चेहरा काळानिळा होऊन सुजला होता. गालांवरून कढत अश्रूधारा ओघळत होत्या. माझ्या मागच्या आत्महत्येच्या प्रयत्नानंतर आजवर मी बरंच काही मिळवलं होतं, पण माझं सईदशी असणारं नातं

तुटलं होतं; आमचे आधीच बिघडलेले संबंध, त्याच्या बंटीशी पुकारलेल्या बेफिकीर शत्रुत्वामुळे आणखी कडवट बनले होते. आता मला फक्त इथून दूर निघून जायचं होतं आणि एकटीनं राहायचं होतं...

माझ्या मनात या असंबद्ध विचारांचं तांडव सुरू होतं. ब्रिटिश माणसं खोदून चौकशा करणारी नसतात याबद्दल मी देवाचे आभार मानले. माझा तो अवतार बघून कुणीही काहीही विचारलं नाही, एवढंच नव्हे तर कुणी पुन्हा माझ्याकडं वळूनदेखील पाहिलं नाही. मी स्वत:च्याच तंद्रीत वाट तुडवत राहिले... मग लक्षात आलं की, मी रस्त्याच्या दुसऱ्या टोकाला असणाऱ्या पटनी पोस्ट ऑफिससमोर आले आहे. मग मी जमिल निश्तारना फोन लावला. त्यावेळी ते लंडनमध्ये युनायटेड बँकेच्या कार्यालयाला भेट देण्यासाठी आले होते. ते लगेचच फोनवर आले आणि माझा बांध फुटला... मी फोनवरच रडू लागले. या माणसानं मला कसं मारलं, लाथ घालून घराबाहेर काढलं ते त्यांना सांगू लागले.

जमिल म्हणाले, ''मी ताबडतोब तिकडं येतोय. मी 'इस्ट एन्ड'ला आहे, पण मी पटनी पोस्ट ऑफिसजवळ येतोय. तुम्ही तिथंच थांबा. कुठंही जाऊ नका.''

मी त्यांचे हे शब्द ऐकताच पुन्हा एकदा परमेश्वराचे आभार मानले... मी विसंबून राहावं असं कुणीतरी होतं. मी तिथं वाट पहात थांबले... तो काळ युगानुयुगांसारखा वाटला, पण बहुधा दीड तास झाला असावा, तितक्यात जमिल आलेच. मला पहाताच त्यांच्या चेहऱ्यावर भय साकळलं. त्यांच्याकडं शोफर ड्रीव्हन बेन्टली कार होती. त्यांनी माझं मुटकुळं गाडीत कोंबलं. मला तर बोलतासुद्धा येत नव्हतं. त्यांनी ड्रायव्हरला गाडी हाय स्ट्रीट केन्सिंग्टनवरच्या 'रॉयल गार्डन हॉटेल'वर घ्यायला सांगितली. वाटेत आम्ही 'डॉल्कीज'शी थांबलो, तिथं मी सँडल जोड विकत घेतला. वाटेत आम्ही एकमेकांशी फारसं बोललो नाही. त्यांनी माझ्याभोवती हात टाकून फक्त माझा हात धरला होता. त्यांनी एकही प्रश्न विचारला नाही.

त्यानंतर आम्ही हॉटेलवर त्यांच्या खोलीत गेलो. त्यांनी माझ्यासाठी सूप मागवलं. मग कापूस व डेटॉल घेऊन त्यांनी माझ्या जखमा पुसल्या. एव्हाना माझ्या हातापायांवर व मानेवरही मुक्या माराचे काळेनिळे कुरूप डाग सरसरून फुलले होते... मी अतिशय शिणले होते, थकून गेले होते. मला वाटतं आम्ही दोघंही ती रात्र कधीच विसरणार नाही. मग मी जमिलना माझ्या लग्नापासून सईदसोबत कशा प्रकारचं आयुष्य घालवलं त्याबद्दल सांगितलं... या आयुष्यातलं दु:ख, इथला छळ, संपूर्ण असहायतेची भावना, समजून घेण्याचा अभाव, निराळी पार्श्वभूमी आणि मी कर्तबगारी सिद्ध करूनही मला घेरून असणारी अपयशाची भावना, हे सगळं त्यांना सांगितलं. आता हे विवाहबंधन पूर्ण तुटलंय हे मी जाणलं होतं. मनात

प्रचंड कडवटपणा व यातनांचा कल्लोळ उठला होता. माझा आत्मसन्मान कधी नव्हे इतका रसातळाला पोचला होता. जमिलनी माझा उद्रेक शांतपणे ऐकून घेतला... त्यानंतर माझ्यासाठी बिछाना तयार केला आणि मला झोपवलं. मी अजूनही धक्क्यातून सावरले नव्हते. जमिलना दुसऱ्या दिवशी सायंकाळी न्यूयॉर्कला जायचं होतं. त्यामुळं त्यांनी माझ्या रहाण्याची व्यवस्था अख्तर अनिस यांच्याकडं करतो असं सांगितलं. अख्तर अनिस यूबीएलच्या एका शाखेचे व्यवस्थापक होते. जमिल म्हणाले की, ते अतिशय चांगले आहेत, ते तुमच्याबद्दल इतर कुणालाही काही सांगणार नाहीत.

पण मी त्यांना म्हणाले, ''नको जमिल, मला फक्त थोडे पैसे मिळवून द्या. मी कुठं राहायचं त्याचा विचार करीन. मी अनोळखी लोकांसोबत राहू शकत नाही.''

त्यानुसार जमिलनी माझ्या यूबीएलमधल्या खात्यातून मला एक हजार पौंड मिळवून दिले... डॅडी मला जे पैसे पाठवणार होते त्या पैशांची आगाऊ उचल म्हणून. त्यानंतर त्यांनी मला हाय स्ट्रीट केन्स्टिंग्टनवर 'जॉन बार्कर्स'मध्ये नेलं. तिथं मी काही कपडे, मेकअप वगैरे साहित्य विकत घेतलं. मला अजूनही आठवतंय... मी साडीसाठी फिकट निळ्या व हिरव्या रंगाचं 'जर्सी' कापड आणि तयार ब्लाऊज विकत घेतले होते. मी पाश्चात्य कपडे वापरणं बंद केलं होतं, त्यामुळं मी पुन्हा हॉटेलवर गेले, साड्यांच्या काठांना दुमड घातली आणि त्यातलीच एक साडी नेसले. त्यानंतर मी केशरचनाकाराकडं जाऊन केस बारीक कापून आले. तिथून परत आल्यावर जमिल मला आलिंगन देत म्हणाले, ''छान दिसतेयस.'' इतक्या वेळात प्रथमच माझ्या चेहऱ्यावर स्मित फुललं होतं... ते दुखणारे काळेनिळे व्रण सोबतीला असूनही.

त्यानंतर मला कराचीतल्या एका बालपणीच्या मित्राची आठवण झाली. तो काही काळ 'माझ्या प्रेमात आहे' असं म्हणत असे. त्याचं नाव सलीम सिद्दिकी. मी त्याच्या कंपनीत फोन करून त्याला गाठलं आणि तो जिथं राहतो तिथं जवळपास एखादी खोली भाड्यानं मिळेल का याबद्दल विचारणा केली; सुदैवानं तिथं जागा होती. जमिल न्यूयॉर्कला निघण्याच्या बेतात होते. मी त्यांना सांगितलं की, मी सलीमसोबत आरामात राहीन... तो मला, आमच्या घरच्यांना ओळखतो. जमिल पाच दिवसांनी परत येणार होते, पण त्यांना माझी फार काळजी वाटत होती. त्यांनी तर मला सोबत नेण्याचा सुद्धा विचार केला होता. पण लोकांनी त्यातून चुकीचा अर्थ काढला असता.

मग सलीमनं मला उत्तर लंडनमध्ये एका छोट्याशा घरी नेलं. त्याची घरमालकीण खोल्या भाड्यानं देत असे. मी ममीडॅडींसोबत रोमला गेले त्यानंतर, म्हणजे १९५३ सालानंतर मी सलीमला पाहिलंसुद्धा नव्हतं, पण घरचे लोक, समान मित्र हे विषय

निघताच संभाषणाचं सूत्र सहज गवसलं. सलीम चार्टर्ड अकौटन्सी परीक्षेत जवळपास आठ वर्षं नापास होत होता, पण त्याला चांगली नोकरी होती. आणि महत्त्वाची गोष्ट म्हणजे तो त्याच्यापाशी जे होतं त्यात संतुष्ट होता. तो उत्तम श्रोता आणि चांगला मित्र होता. मी त्याच्याशी माझ्यासमोर असणाऱ्या पर्यायांबद्दल चर्चा केली... मी तिसरं लग्न मोडून सईदला सोडायचं आणि मुलांना घेऊन लंडनमध्ये रहायचं, इथंच काम करायचं किंवा सईदकडं परत जायचं आणि बंटीला त्याच्या वडिलांकडं पाठवून द्यायचं, त्यांना तो हवाच होता. आम्ही जवळजवळ आठवडाभर यावर चर्चा केली. अखेर त्यानं मला सांगितलं,

''इनी, सईदकडं परत जा. बंटी पाच वर्षांचा होत आला आहे आणि एकदा का तो सात वर्षांचा झाला की इस्लामिक कायद्यानुसार तू त्याला सोबत ठेवू शकणार नाहीस.''

दरम्यान, जमिल न्यूयॉर्कहून परत आल्यावर मला न्यायला आले. सलीमनं मला 'गुडबाय' केलं आणि तो निघून गेला. तेव्हापासून मी पुन्हा कधीही त्याला भेटले नाही.

जमिल आणि मी – आमच्यातलं नातं अपूर्व होतं. मी इतर कुणाशी अशा नातेसंबंधांची कल्पनासुद्धा करू शकत नाही. ते एकाच वेळी माझे पिता, भाऊ आणि मित्र होते... पण या साऱ्याहून महत्त्वाचं म्हणजे ते अतिशय चांगला माणूस होते. या जगात त्यांच्यासारखी माणसं फार थोडी असतात. ज्यावेळी माझ्यासमोर थेम्स नदीत उडी घेण्यावाचून दुसरा पर्यायच नव्हता, त्यावेळी त्यांनी माझे प्राण वाचवले आहेत. आमची मैत्री कायम टिकून राहिली होती... ते जिवंत होते तोवर मला कधीही एकटेपणाची भावना आली नाही. त्यांनी मला मी जशी आहे तशी स्वीकारलं होतं... माझ्या सगळ्या गुणदोषांसह... माझ्या सगळ्या अडचणी-समस्या-त्रासांसकट. ते माझ्या सुखासाठी स्वत: त्रास घेत असत. त्यांचं वैवाहिक जीवन अतिशय सुखी व समृद्ध होतं. ते सतत पत्नीविषयी बोलत असत, त्यांचं तिच्यावर किती प्रेम आहे ते सांगत असत. माझ्याच नशिबाची पानं अशी फतरी का आणि मी निवडलेल्या पुरुषांबाबतीत माझा आडाखा असा चुकला का, ते त्यांना समजत नसे. जमिल आता आपल्यात नाहीत. ते वयाच्या अवघ्या बावन्नाव्या वर्षी निवर्तले. त्यांचं काळीज थांबलं तेव्हा त्यांच्या ओठांतली सिगार तशीच तेवत होती... जीवनरसानं ओथंबलेला, चैतन्यपूर्ण, मनात आशा व योजना यांचे तरारते अंकुर फुलते ठेवणारा माणूस... आणि अत्यंत प्रिय, जिवलग मित्र.

''बंटी सात वर्षांचा झाला की तू त्याला सोबत ठेवू शकणार नाहीस. तू फौजियाला सोडून जाऊ शकत नाहीस; ती तर फक्त साडेतीन वर्षांची आहे. काय

तो निर्णय घे... आणि एकदा ठरवलंस की त्या निर्णयाशी ठाम राहा.''

सलीमचे शब्द माझ्या डोक्यात घुमत राहिले. तो बरोबर सांगतोय हे मला कळत होतं. माझ्या काळजाच्या चिंध्या चिंध्या झाल्या होत्या. मी सलीमशी इतके दिवस याबद्दल बोलत होते त्यामुळं विचारांचा गुंता सुटला असला तरी मनात यातनादायी संघर्ष सुरूच होता. सईदसोबत रहाण्याच्या कल्पनेचाही मला तिटकारा येत होता आणि माझ्या काळजाच्या तुकड्याला – जो माझ्याकडं रहावा म्हणून मी किती आटापिटा करून लढा दिला होता – सोडून देण्याचा तर विचारसुद्धा सहन होत नव्हता. आता आयुष्यात आणखी एक वळण येऊन ठेपलंय हे मी ओळखलं.

खरं तर सईदनं मला हाकलून दिल्यानंतर मी ममीला फोन करायचा नाही असं ठरवलं होतं. माझ्या आयुष्यातील घटनांमुळं त्यांना आधीच खूप त्रास झाला होता, आता त्यांच्या शिरावर आणखी भार टाकायची माझी इच्छा नव्हती. पण मला काय तो निर्णय लवकर घ्यावा लागणार होता कारण डॅडी व्हिएन्नाहून लंडनला येणार होते. त्यांना हृद्रोग होता. मी 'नाहीशी झाले' हे समजल्यावर त्यांना फार मोठा धक्का बसला असता.

युसूफ माझ्याबरोबर जो लंडनला आला होता, तो पुन्हा पाकिस्तानला परत गेलाच नव्हता, त्यामुळं त्यानं कारखान्यात काम करणं हा प्रश्नच नव्हता. मग मी त्याला फोन करून तिथल्या परिस्थितीचा अंदाज घ्यायचं ठरवलं. माझा आवाज ऐकून तो रोमांचित झाला.

''भाभी, तुम्ही कुठं आहात? कशा आहात?''

त्यानं सईद मँचेस्टरमध्ये असल्याचं सांगितलं, तसंच डॅडी दुसऱ्याच दिवशी व्हिएन्नाहून तिथं येत असल्याचंही त्याच्याकडूनच कळलं. मुलं सारखी माझी आठवण काढत असतात हेही त्यानं सांगितलं. तो माझ्या ठावठिकाणाची काळजी करत होता असं दिसत तरी होतं. तो माझ्या ममीच्या संपर्कातही होता. तो मला घरी परत येण्याची विनवणी करत होता.

''मी आईच्या घरी जाईन, पण सईद मला न्यायला येत नाही तोवर मी त्या घरी येणार नाही.'' मी त्याला सांगितलं.

माझा निर्णय झाला होता. मी आलिया भोगासी सादर व्हायचं ठरवून दुसऱ्याच दिवशी आईच्या घरी आले. मला पाहून तिनं सुटकेचा नि:श्वास टाकला. तिला खूप आनंद झाला होता, मुलंही अगदी खुष झाली. डॅडींचं आगमन एक दिवस लांबलं, ते बरंच झालं. त्याच रात्री युसूफ सईदला घेऊन आला आणि मी जड अंत:करणानं त्याच्याबरोबर अपार्टमेंटवर परत गेले. जाताना मी बंटीचे पापे घेतले... या चिमुरड्याला निरोप द्यावा लागणार आहे हे मी ओळखून होते. मी बंटीला त्याच्या वडिलांकडं पाठवण्याचा निर्णय घेतल्याचं मी सईदला सांगितलं नाही.

दरम्यान, सप्टेंबर महिना संपत आला म्हणजे क्रिकेटचा हंगामही संपत आला होता. आता कराचीला परत जाण्याची वेळ येऊन ठेपली होती. या दरम्यान माझं युसूफशी बरेचदा बोलणं झालं. सईदचं बोल्टनमधल्या एका विवाहित इंग्रज स्त्रीशी काही दिवसांपासून लफडं सुरू असल्याची कुणकुणही मला त्याच्याकडूनच लागली. त्यावेळी त्यानं विचित्र उद्गारही काढले... किंवा मला ते त्यावेळी विचित्र वाटले असं म्हणू या.

तो म्हणाला की, सईद इतका व्यभिचारी आहे की तो घरातल्या मोलकरणीलासुद्धा सोडणार नाही. ही गोष्ट लाहोरमध्ये सर्वश्रुत आहे. मला सईदची ही वृत्ती माहीत होती, पण तो या थराला पोहोचलेला असेल असं मात्र मला अजिबात वाटलं नव्हतं. मी युसूफचं बोलणं या कानानं ऐकून घेतलं... पण स्वत:ला बजावलं की, ''हा सईदवर जळतोय, त्यामुळं माझं डोकं फिरवायचा प्रयत्न करतोय.''

बंटी कराचीत आला आहे हे समजताच – इतक्या वर्षांत प्रथमच – चीमीचे सतत फोन येऊ लागले.

''मला माझ्या मुलाला बघायचं आहे आणि तुझ्याशी तडजोड करायची आहे. आपण कधी भेटू या?''

मग एके दिवशी रात्री मी त्याला कराचीत गार्डन इस्टमधल्या माझ्या आजीच्या घरी भेटायला बोलावलं. तो सोबत वकील मित्र घेऊन आला होता. त्यानं मला कागदपत्रं वाचायला दिली. त्यात साधारण असा मजकूर होता की – माझ्या नावावरची पाचशे एकर जमीन बंटीच्या नावावर करायची, मी त्या जमिनीवर कधीही हक्क वा वहिवाट सांगायची नाही आणि मी बंटीशीही काही संबंध ठेवायचा नाही.

मी ते वाचून फक्त एकच विनंती केली,

''चीमी, बंटीला पहिल्यापासून बुआनं सांभाळलंय. तो एक दिवससुद्धा तिला सोडून राहिलेला नाही. प्लीज, आता त्या दोघांना वेगळं करू नकोस.''

चीमी याला कबूल झाला. खरं तर मी आणखी काही मागण्या न केल्यामुळं त्याला सुटल्यासारखं झालं.

तो फक्त इतकंच म्हणाला की, ''आज तीन ऑक्टोबर आहे. मला बंटीला पाच तारखेला न्यायचंय, त्याच्या वाढदिवशी.''

मला त्यावेळची माझी मन:स्थिती नेमकी आठवत नाही, पण मी जाळ्यात अडकलेली... परिस्थितीचा दुर्दैवी बळी होते. मी गार्डन इस्टमधून सुन्न मनानं घरी परत आले.

दुसऱ्याच दिवशी मी माझ्या बाबाचे – आम्ही सगळे त्याला बंटी बाबा म्हणत

असू – कपडे भरले आणि त्याच्या वाढदिवशी, त्याला काहीही न सांगता त्याला व बुआला ठरलेल्या ठिकाणी सोडून आले. अगदी आजही, या ओळी लिहितानासुद्धा आयुष्यातले ते भयंकर क्षण आठवून माझा थरकाप होतोय. ती वेदना खरंच शब्दांपलीकडली आहे.

त्यानंतर मी स्वत:ला कामात झोकून दिलं. मी दररोज कारखान्यात जायची. युसूफ अजून लंडनहून परत आला नव्हता, पण लवकरच येणार होता. तो परत आला तेव्हा तो आमच्यासोबतच राहायला आला, मी त्याला एक स्वतंत्र बेडरूम दिली. त्याची आधीची काहीशी आदरानं वागण्याची पद्धत आता पूर्ण बदलली होती. तो चांगलाच भांडखोर बनला होता, सईदशी बरोबरी करण्याचा प्रयत्न करत होता. सकाळी उशिरा उठायचं, बिछान्यातच पराठे व आम्लेट असा ब्रेकफास्ट घ्यायचा, मनात आलंच तर कारखान्यात चक्कर मारायची... थोडक्यात सांगायचं तर सईदचीच भिकार आवृत्ती! इंग्लंडमध्ये दोन पाळ्यांत काम करून भरपूर पैसे मिळू लागल्यानंतर त्याला अधिक सुरक्षित वाटू लागलं असावं, त्याच्यात अधिक आत्मविश्वास निर्माण झाला असावा. त्याला कारखान्यात कामगार म्हणून राहण्यापेक्षा मालक म्हणून तोरा गाजवण्याची इच्छा जास्त होती. त्यामुळं माझी इच्छा असो वा नसो, कामगार बनले ती फक्त मी! मात्र आमचा कारखाना छान सुरळीत सुरू होता. बाजारात आमचं महत्त्वपूर्ण स्थान निर्माण झालं होतं. आम्ही विक्री व्यवस्थापक सुद्धा नेमले होते. त्यांचं नाव कैसर इमाम. ते यापूर्वी कापड गिरणीत 'स्पिनिंग मास्टर' होते, त्यांची इतर कापड गिरण्यांतल्या स्पिनिंग मास्टर्सशी चांगली ओळख होती. आमची दरमहा सुमारे एक लाख रुपये बचत होऊ लागली होती, त्यामुळं आम्हाला आयडीबीपीच्या कर्जाचे हप्ते भरणं सुकर झालं होतं.

विचित्र गोष्ट अशी की, युसूफच तिथं अनावश्यक बनला होता. तिथं तो सुपरवायझर्स, सफदर आणि मुजफ्फर यांच्यासोबत हास्यविनोद करणं सोडून फारसं काहीच करत नव्हता. आपल्याला मूर्ख बनवलंय हे माझ्या हळूहळू लक्षात येऊ लागलं. युसूफला यंत्रसामग्रीची यादी आणि प्रक्रियेविषयी थोडीफार माहिती एवढं सोडून काहीच ज्ञान नव्हतं; त्याला कारखान्यातले काही लोक माहीत होते कारण त्यानं पूर्वी याच 'डिपार्ट'मध्ये त्यांच्यासोबत काम केलं होतं. त्याचं उत्पादन प्रक्रियेत वापरल्या जाणाऱ्या रसायनांबाबतचं ज्ञान म्हणजे त्याला त्या रसायनांची 'ब्रँड नेम्स' ठाऊक होती एवढंच. त्याचवेळी मकबूल यांची मात्र त्यावर जबरदस्त हुकूमत होती. याचं कारण त्यांच्याजवळ या क्षेत्रातली सर्वोच्च पदवी होती, एवढंच नव्हतं तर याला त्यांचा स्वत:च्या कर्तबगारीबद्दल असणारा खंबीर आत्मविश्वास कारणीभूत होता.

मी हे सगळं सईदला सांगितलं, पण युसूफकडं कंपनीची तेहेतीस टक्के मालकी असल्यामुळं आम्हाला यातून मार्ग काढण्यासाठी सावधपणे पावलं टाकावी लागणार होती. मी कंपनीच्या 'आर्टिकल्स अँन्ड मेमोरँडम'मध्ये काही अटी-शर्ती घालण्याची दक्षता बाळगली होती. त्यानुसार तंत्रसल्लागाराला (युसूफला) त्याच्या तंत्रविषयक तज्ज्ञतेच्या बदल्यात समभाग मिळतील आणि जर त्यानं कराराचा भंग केला तर त्याला पंचवीस हजार रुपये देऊन पदमुक्त करण्यात येईल असं कलम घातलं होतं. परमेश्वरानं मला हे कलम घालण्याची सुबुद्धीच दिली होती, पण आम्ही त्याचा वापर न करण्याची सभ्यता बाळगली होती. आणखी एक समस्या होती, ती म्हणजे सईदनं युसूफच्या नावावर मर्सिडीज-बेन्झ 'बुक' केली होती. ती बंदरावर कुठल्याही क्षणी येऊन थडकणार होती.

सईद आधी शीघ्रकोपी होताच, त्यात आता युसूफच्या या नव्या रंगढंगांना तोही वैतागू लागला होता, त्याचं हे तोऱ्यात वागणं सईदला आवडेनासं झालं होतं. एकाच घरात दोन दोन मालक असणं ही साधी-सोपी गोष्ट नसतेच. अखेर एक दिवस पाणी डोक्यावरून गेलं आणि या सगळ्याचा दुःखद शेवट झाला... सईद आणि युसूफ – दोघांनी एकमेकांना पंजाबीतल्या सगळ्यांत घाणेरड्या शिव्यांची लाखोली वाहिली. सईदनं त्याच्यावर कारखान्यात फुकट वेळ काढण्याखेरीज काहीही न करण्याचा आरोप केला आणि त्याला 'पंचवीस हजार रुपये घे आणि राजीनामा दे' असं सांगितलं.

मग युसूफनं आम्हाला त्या गाडीच्या संदर्भात ब्लॅकमेल करायला सुरुवात केली. तो 'ती कार माझ्या नावावर आहे, ती आली की मी ती विकून टाकणार आहे,' असं म्हणू लागला. त्यामुळं सईद घाबरला, पण मी त्याला धीर देत सांगितलं की, अगदी तशीच वेळ आली तर मी युसूफला राजीनाम्याच्या कागदपत्रांवर त्यानं सह्या करण्याच्या बदल्यात माझी 'मॉरिस मायनर' देईन. युसूफसोबत एकाच छताखाली राहणं अधिकाधिक अवघड होत चाललं होतंच. यातून काहीतरी मार्ग निघतोय असं सईदला वाटलं. मग आम्ही त्याच्यासमोर आमचा अंतिम प्रस्ताव ठेवला... आणि आमचं सगळ्यांचं सुदैव म्हणजे त्यानं तो स्वीकारला; त्यानुसार तो पंचवीस हजार रुपये आणि गाडी घेऊन लाहोरला निघून गेला.

युसूफच्या जाण्यानं कसला साधा तरंगसुद्धा उठला नाही, ना आमच्या घरात ना कारखान्यात. पुढं आम्हाला त्यानं लाहोरच्या बाटापूरमध्ये नोकरी धरल्याचं समजलं. अशा प्रकारे युसूफ नामक अध्यायाची इथं सांगता झाली... आणि तीस वर्षांहून अधिक काळ टिकलेल्या एका मैत्रीपर्वाचीही अखेर झाली. त्याला हवं ते मिळालं, आम्हालाही आमची फॅक्टरी मिळाली... पण अजूनही मनातला कडवटपणा विरलेला नाही.

एव्हाना फौजिया चार वर्षांची झाली होती, त्यामुळं सासरच्यांकडून सारखी टोचणी सुरू होती... कारण आम्हाला मुलगा नव्हता. तोवर मला गर्भधारणा न होणं हा मी मुद्दाम घेतलेल्या निर्णयाचा परिणाम होता. मी काटेकोरपणे गर्भनिरोधन केलं होतं. कारण, कारखान्याच्या इतक्या प्रचंड मागण्या असताना मला आणखी एका मुलाची जबाबदारी नको होती. पण मी तशी दक्षता घेणं थांबवूनही मला गर्भधारणा झाली नव्हती. एरवी मी लगेच गरोदर राहणारी... त्यामुळं या खेपेला हा आश्चर्याचा धक्का होता, पण तो सुखद नव्हता. काही महिन्यांनी मी लंडनला जाऊन हर्ले स्ट्रीटवरचे माझे पूर्वीचे डॉक्टर – श्री. नोएल गूस यांना भेटले. त्यांनी डी अ‍ॅन्ड सी केलं. पण मला एक वाईट बातमी दिली, ती म्हणजे माझ्या फॅलोपियन नलिका बंद झाल्या आहेत, त्यामुळं मोठी शस्त्रक्रिया करून घेतल्याशिवाय मला मुलं होणार नाहीत. हे ऐकून मी सुन्नच झाले.

ही बातमी कळताक्षणी माझ्या सासरच्यांनी सईदच्या मागं दुसऱ्या लग्नाचं टुमणं लावलं. त्याला 'दाखवण्या'साठी घरी मुली येऊ लागल्या. मी तर इतकी निराश झाले होते की, मी चक्क माझ्या मोलकरणीला बिब्बीला विचारलं की, तुझ्या मुलीला – रजियाला सईदपासून मूल होऊ देशील का? मग मी ते मूल दत्तक घेईन. आमचा कारखाना, माझी सगळी कामगिरी अकस्मात सगळं अर्थशून्य झालं. माझ्या मनात फक्त मूल कसं होईल याचाच विचार होता. मग मी 'जिना हॉस्पिटल'मधल्या डॉ. महमूद सैद यांना दाखवलं, त्यांना आशेचा किरण आहे असं वाटलं. त्यांनी मला सांगितलं,

"सलमा, लिव्हरपूलमध्ये एक प्रसिद्ध डॉक्टर आहेत. ते या नलिकांवर ओपन सर्जरी करतात, पण यात यश लाभण्याची शक्यता फक्त तेहेतीस टक्के असते."

"मी नशीब अजमावून बघते," असं म्हणून मी लिव्हरपूलला प्रयाण केलं.

तिथं मी स्त्रीरोगतज्ज्ञांना भेटले. त्यांनी मला शस्त्रक्रियेची तारीख दिली. हा प्रकार सिझेरियनसारखा होता, पण यातली सगळ्यांत चांगली गोष्ट म्हणजे शस्त्रक्रिया झाल्यानंतर डॉक्टरांनी ही शस्त्रक्रिया पूर्ण यशस्वी झाल्याचं सांगितलं.

माझी भूल उतरली तेव्हा माझ्यासमोर होते जमिल निश्तार.... माझे पालक... देवदूत... लाल गुलाबांचा भलामोठा बुके घेऊन उभे होते. त्यांना पाहाताच मला रडू कोसळलं. मला जेव्हा जेव्हा त्यांची गरज भासली तेव्हा तेव्हा ते कायम माझ्यासाठी हजर होते. मी लंडनमध्ये नसल्याचं समजताच ते मला बघायला लिव्हरपूलला आले होते. सईद अर्थातच मायदेशी त्याच्या क्रिकेट सामन्यांत गर्क होता. फौजिया त्याच्यासोबतच होती.

मग मी कराचीला घरी परत आले आणि त्यानंतर लाहोरला नसीरच्या (सईदचा भाऊ) लग्नाला गेले. तिथं सईदसमोर पात्र तरुणींची फौज खडी केली जात होती

आणि तो त्या सगळ्या बायकांकडं लाळघोटेपणे बघत होता, माझ्या दृष्टीनं ही काळाशी शर्यत सुरू होती. फेब्रुवारी महिना उजाडला आणि पाळीचा थोडाफार अंक झाला, नेहमीसारखी पाळी आली नाही. मी गर्भधारणेसाठी अगदी आसुसले होते. मला जर दिवस गेले नाहीत तर सईद दुसरी बायको करणार ही टांगती तलवार माझ्या मानेवर होती.

राजकारणाच्या मैदानात

माझ्या वैयक्तिक जीवनात हे सगळं सुरू होतं, त्यावेळी देशात गोंधळाची परिस्थिती होती. १९६४ सालापासून राष्ट्राध्यक्ष अयूब यांची लोकप्रियता ओसरू लागली होती. लष्करी कायदा व घटनाबंदीविरुद्ध चळवळ उभारल्याबद्दल तुरुंगवास भोगणाऱ्या माझ्या आफताबमामांच्या पावलावर पाऊल टाकत मी सुद्धा १९६५ च्या निवडणुकीत कु. फातिमा जिना या विरोधी उमेदवाराला पाठिंबा द्यायचं ठरवलं.

सईद व मी आम्हा दोघांनाही १९६४ साली राजकारणात प्रथमच रस निर्माण झाला. दररोज सायंकाळी आफताबमामांच्या घरी राजकारण्यांचे विचार ऐकायला जाणं – विशेषत: पूर्व पाकिस्तानमधल्या राजकारण्यांचे – हा आमचा आवडता उद्योग बनला होता. या राजकारण्यांमधलं सर्वांत ठळक व्यक्तिमत्त्व म्हणजे शेख मुजिबुर रहमान. आम्ही कित्येकदा सायंकाळी त्यांच्याकडं जायचो. पण त्याचा कधीही कंटाळा आला नाही. सईद व माझ्यात हा एक समान दुवा होता.

आफताबमामा लियाकताबादमधून 'कम्बाईन्ड अपोझिशन पार्टीज' (COP) तर्फे निवडणुकीला उभे राहिले. त्यांच्या पक्षाचं निवडणूक चिन्ह होतं, 'कंदील'. आफताबमामा मुलकी सेवेत असताना बराच काळ बंगालमध्ये होते. तिथं त्यांच्या बऱ्याच ओळखी झाल्या होत्या. ते बंगाली भाषा अगदी तिथलेच असल्यासारखं अस्खलित बोलत असत.

कु. फातिमा जिनांची 'कौन्सिल मुस्लीम लीग' आणि पूर्व पाकिस्तानमधील 'नॅशनल अवामी पार्टी' (एनएपी – भशानी ग्रुप) हे दोन पक्ष पुढं आले होते, पण ते अयुब खान यांच्या 'कन्व्हेन्शन मुस्लीम लीग'ची घोडदौड थोपवू शकले नव्हते.

१९५० च्या दशकात सुहरावर्दी पंतप्रधान झाले. त्यावेळी आफताबमामांची त्यांच्या प्रमुख सचिवपदी नियुक्ती झाली आणि हो! नय्यर मुमानींनाही आपोआपच त्याचा लाभ झाला! त्या खरेदीला जायच्या आणि जी काही खरेदी करायच्या ती

सगळी पंतप्रधानांच्या निवासस्थानी पाठवा असं दुकानदारांना सांगायच्या. त्यावेळी आफताबमामा व त्या कचेरी रोड पलीकडल्या, पंतप्रधानांच्या निवासस्थानाला लागून असलेल्या 'परवीन हाऊस' मध्ये राहात असत. मुमानींना नट्टापट्टा करायला तासन्तास लागत असत. त्यांनी स्वतःची फारच चांगली निगा राखली होती. एकदा चीमी व मी ईदच्या दिवशी शुभेच्छा द्यायला त्यांच्या घरी गेलो होतो तेव्हा त्या साजशृंगार करून खोलीतून बाहेर येईपर्यंत आम्ही तीन तास तिथं तिष्ठत थांबलो होतो! त्या पहिल्यापासून आकर्षक होत्याच, आता तर अत्यंत देखण्या दिसत होत्या आणि सुहरावर्दींचा देखण्या बायकांवर डोळा असतो अशी अफवाही होती. आफताबमामा व मुमानी पंतप्रधानांबरोबर अमेरिका दौऱ्यावर गेले होते. सुहरावर्दी मेरिलिन मन्रोला भेटल्याची आठवण आम्हाला नेहमी सांगत असत. असंच एकदा लंडनमध्ये ते हाच प्रसंग पुन्हा ऐकवत असताना त्यांची मैत्रीण मध्येच म्हणाली,

"अँड व्हेअर डिड यू पुट युवर नोज डिअर?"
– सुहरावर्दी बुटके असल्यामुळं हा आहेर मिळाला होता!

त्यानंतर, १९६९ सालच्या फेब्रुवारी महिन्यात मला दिवस गेल्याचं लक्षात आलं. त्याच दरम्यान, मीनल व मी अल्ताफ गौहर यांच्यासमवेत 'इन्टर-कॉन्टिनेन्टल हॉटेल' मध्ये जेवायला गेलो होतो. ते त्यावेळी सत्ताधारी नोकरशहांच्या उच्चवर्तुळात होते. जेवण झाल्यानंतर, मी त्यांना दोन गोष्टींची विनंती केली. पहिली मर्सिडीज कारवरचा आयात कर कमी करावा, कारण मला दोनशे टक्के कस्टम्स लेव्ही भरणं शक्य नव्हतं आणि दुसरी सईदचा पाकिस्तान क्रिकेट संघाच्या कर्णधारपदासाठी विचार व्हावा.

आमची ही भेट संस्मरणीय ठरली. अल्ताफ गौहर व मीनलचे खूप जवळचे संबंध होते. त्यांना तिचा सहवास, गप्पा आवडत असत. मीनल संभाषणचतुर आहे, ती सगळ्यांना आवडते. त्या भेटीत, मध्येच राजकारणावर चर्चा सुरू झाली.

"फॉर गॉड्स सेक, तुम्ही हे संप आणि कारखाने बंद करणं थांबवण्याचा प्रयत्न का करत नाही?" मी प्रश्न केला.

"वेळ निघून गेलीय, आता ते कुणीही थांबवू शकत नाही." अल्ताफ उत्तरले.

"लष्कर?" मी विचारलं.

"लष्कर काय करणार?" त्यांनी प्रतिप्रश्न केला – खरं तर, लष्करानंच अयुब खान यांचा पाठिंबा काढून घेतलाय असं त्यांना म्हणायचं होतं. मी समजले. माझा श्वास रोखला होता.

मी त्यांना म्हणाले, "मी तुम्हाला जिवंत पाहण्याची आशा करते."

माझं हे वाक्य चेष्टेत नव्हतं, मी ते मनापासून बोलले होते. ते दिवसच विचित्र होते.

ऑस्ट्रेलियातील मालिकेपासून सईद क्रिकेटसंघाच्या उपकर्णधारपदी होताच. अल्ताफ गौहरनी मला सईदच्या कर्णधारपदासंदर्भात फिदा हुसैन (माझ्या डॅडींचे सहकारी व राष्ट्राध्यक्ष अयुब खान यांचे मुख्य सचिव) यांच्याशी बोलण्याचं आश्वासन दिलं. त्यानुसार त्याला कर्णधारपद मिळालं आणि सर्व मर्सिडीज कार्सच्या आयात करातही कपात झाली! मग आम्ही ती कार कस्टम्समधून सोडवून आणली. त्या गाडीतून फिरताना छानच वाटत होतं. जमिल निशतार पुष्पगुच्छ घेऊन आमच्या घरी आले होते, त्यावर चिठ्ठी होती – 'कर्णधारीणबाईंसाठी.'

एससीसी संघाचं आगमन झालं. सईद रोमांचित झाला होता आणि गर्कही. मी एमसीसी व प्रेसिडेन्ट्स इलेव्हन यांच्या दरम्यानचा सामना पाहायला रावळपिंडीला गेले. या दौऱ्यातला हा पहिलाच महत्त्वपूर्ण सामना होता. तिथं राष्ट्राध्यक्ष अयुब आले होते. फिदा हुसैननी माझा त्यांच्याशी परिचय करून दिला.

"ही माझे सहकारी अख्तर हुसैन यांची कन्या आणि सईदची पत्नी... आणि हे सईद अहमद, संघाचे कर्णधार. यांचे वडील माझे स्वीय मदतनीस होते."

हे ऐकून मला शरमल्यासारखं झालं, पण सईदला काहीच वाटलेलं दिसलं नाही, त्यामुळं मी ते सोडून दिलं.

त्यानंतर संघ रावळपिंडीहून लाहोरला रवाना झाला. मीही लाहोरला गेले. आम्ही सर्वजण 'इन्टर-कॉन्टिनेन्टल हॉटेल'मध्ये राहिलो होतो. त्यावेळचा एक प्रसंग अगदी आजही माझ्या चांगला स्मरणात आहे – आणखी एक भयानक अनुभव! सईद बाथरूममध्ये अंघोळीला गेला होता. तितक्यात फोनची रिंग वाजू लागली. मी फोन उचलला. फोनवर कुणीतरी सईदची चाहती होती. मी तिला सांगितलं.

"ते अंघोळीला गेले आहेत, प्लीज अर्ध्या तासानं फोन करा."

दहा मिनिटांनी पुन्हा फोन वाजू लागला. या खेपेला मी बाथरूमच्या दारावर टकटक करून सईदला सांगितलं की,

"कुठल्यातरी मुलीचा फोन आहे, ती तिचं नाव आणि नंबर सांगायला तयार नाहीय, तिला तुझ्याशीच बोलायचंय."

मग सईद चवताळल्यासारखा बाथरूममधून बाहेर आला. फोन घेतला... त्या मुलीशी मधाळपणे बोलला... आणि मग मला काही कळायच्या आत त्यानं माझ्यावर झेप घेतली आणि केस धरून मला लाथा घालत खोलीबाहेर ढकललं. मी मार चुकवायचा प्रयत्न करत विनवणी करत होते.

"सईद, प्लीज, मी गरोदर आहे. प्लीज मला ढकलू नकोस, प्लीज ढकलू नकोस."

त्यावेळी शफाकत राणा आणि परवेज सज्जाद हे क्रिकेटपटू कॉरीडॉरमध्ये होते... त्यांनी हा भयानक तमाशा पाहिला... आमच्या खोलीचं दार अर्धवट उघडं... आणि मी जमिनीवर आडवी पडलेली. मी कशीबशी ताकद एकवटून खोलीत परत आले.

"तुला झालंय तरी काय?" मी ओरडून विचारलं, "एकतर तुला मुलींचे फोन येतात आणि मग तू मला मारायला सुरुवात करतोस... मी काय केलंय?"

"मी मला पाहिजे त्याच्याशी बोलीन." तो किंचाळला, "तू काय पाहिजे ते कर, यू ब्लडी बिच!"

मी अंथरुणावर पडले... माझ्या गालांवरुन कढत अश्रू ओघळत होते. तो बाहेर निघून गेला. पण पहिली कसोटी सुरू झाल्यामुळं त्याला रात्री लवकर परत यावं लागणार होतं. आम्ही एकमेकांशी एक शब्दही बोललो नाही. माझ्या मनात आलं, आपण काहीही केलं तरी हा विचित्र माणूस कधीही बदलणार नाही... दुसरं मूल झालं तरीही नाही... कशानंच बदलणार नाही.

लाहोरमधला कसोटी सामना अनिर्णित राहिला. संघ दुसऱ्या कसोटीसाठी ढाक्याला रवाना झाला आणि मी कराचीला परत आले. हा सामनाही अनिर्णित राहिला. पण सर्फराज नवाझचं (मित्रांसाठी सैफी) पदार्पण सनसनाटी ठरलं. हा उंच, देखणा क्रिकेटपटू फास्ट-मिडियम व आऊट स्विंगर्स गोलंदाज होता. त्याच्या निवडीचं सगळं श्रेय सईदला आहे. त्याला सर्फराजचा खेळ चांगलाच माहीत होता आणि चांगल्या खेळाडूंना त्यानं कधीच डावललं नाही.

त्यानंतर कराची कसोटी सुरू झाली आणि आभाळ कोसळलं. सामन्याच्या तिसऱ्या दिवशी प्रेक्षक संतप्त झाले. त्यांनी मैदानात धाव घेऊन सगळी दाणादाण उडवली. गुंडगिरी व अराजक माजलं आणि सईदचा या सगळ्याशी काडीमात्र संबंध नसूनही त्याचं कर्णधारपद टिकण्याची शक्यता धूसर बनली. राजकीय अशान्तीनं क्रिकेट मैदानावरही डोकं वर काढलं होतं. मला सईदच्या अवस्थेचं फार वाईट वाटलं. हा कसोटी सामना उधळला गेल्यामुळं तो फार बेचैन व निराश झाला होता.

२५ मार्च १९६९ रोजी जनरल याह्या खान व लष्करी अधिकाऱ्यांनी लष्करी कायदा जाहीर केला आणि राष्ट्राध्यक्ष अयुब यांची सत्ता उलथून टाकली.

आता सईदसाठी पुन्हा इंग्लंडला जाणं हा पर्याय होता. मी या खेपेला रॉथमन सिगारेट्सच्या उत्पादकांना पत्र लिहून कळवलं की, तुम्ही प्रायोजित करत असलेल्या सामन्यांसाठी सईद उपलब्ध आहे. त्यांनी सईदला आनंदानं आमंत्रण दिलं आणि सईद रॉथमन जागतिक क्रिकेट संघाचा सदस्य बनला. या संघात गॅरिफिल्ड सोबर्स, रोहन कन्हाई, टेड डेक्स्टर अशा अनेक आघाडीच्या खेळाडूंचा समावेश होता. त्यांना चांगला मोबदला मिळत असे, प्रसिद्धीही लाभत असे. हे सामने पाहणं फार

मौजेचं असे. मी गरोदर असल्यामुळं त्या वर्षी हे सगळं शान्तपणे घेत होते. त्यामुळंच मी कारखान्याचं व्यवस्थापनही हाशमी साहिबांकडं सोपवलं होतं. ते त्यांचं काम अत्यंत इमानदारीनं करत होते.

मी महमूदा सैद या स्त्रीरोगतज्ज्ञांना दाखवत होते. मी लंडनहून परत आल्यानंतर, माझं वजन प्रचंड वाढलेलं असल्यामुळं मला डॉक्टरीणबाईंनी मला आहार-व्यायाम यासंबंधी कडक नियम घालून दिले. त्याचवेळी माझी मैत्रीण सादिया पीरजादासुद्धा सेहरच्या वेळी तिसऱ्यांदा गरोदर होती.

१२ ऑक्टोबर १९६९ रोजी सकाळी ९ वाजून १० मिनिटांनी जिना हॉस्पिटलच्या गलिच्छ जनरल वॉर्डमध्ये गोजिरवाणी, गुलाबी गालांची सेहबा जन्मली. मला रात्रभर प्रसूती वेदना सुरू होत्या... पण या खेपेला या वेदना काही वेगळ्याच होत्या. आधीच्या बाळंतपणासारख्या नव्हत्या. म्हणजे कळा बराच काळ टिकत होत्या, पण त्या इतक्या तीव्र नव्हत्या. मला रात्रीच तिथं दाखल केलं होतं. महमूदांनी मला जनरल वॉर्डमध्ये ठेवलं होतं कारण तिथंच माझी काळजी जास्त चांगल्या प्रकारे घेतली जाईल, विशेषत: रात्रीच्या वेळी, असं त्यांना वाटत होतं. मी डॅडींच्या संमतीनं बाळाचं नाव सेहबा ठेवलं – आम्ही ठरवून ठेवलं होतं की, मुलगा झाला तर त्याचं नाव फरहाद ठेवायचं आणि मुलगी झाली तर सेहबा.

फौजिया म्हणायची, ''आम्ही फरूचीच वाट बघत होतो. पण त्याच्याऐवजी सुब्बाय आली.''

सेहबा शब्दाचा अर्थ आहे शराब-उन-तहुरा म्हणजेच स्वर्गीय मद्य. फौजिया भावंडांसाठी फार उत्सुक होती. ती विचारायची,

''ममी, हमारे यहाँ कोई बेबी क्यों नहीं आता?''

मी तिला सांगायची, ''बेटा, दुआ माँगो, दुआ माँगो!''

मग ती तिचे इवले इवले हात वर करून प्रार्थना करायची. पण सेहबा खरंच आली तेव्हा मात्र फौजियाला त्या इवल्याशा जीवानं सगळ्यांचं, विशेषत: तिच्या वडिलांचं लक्ष वेधून घेणं, तिला आवडलं नाही.

त्या संकटमय रात्री सईदचा क्षणभरही डोळ्याला डोळा लागला नव्हता. त्यातच दुर्दैवानं लगेचच त्याची भेट आय.ए. खान. यांच्याशी झाली. ते पाकिस्तान क्रिकेट संघाचे व्यवस्थापक व बीसीसीपी चे अध्यक्ष होते. त्या दोघांमध्ये शाब्दिक ठिणग्या उडाल्या. खरं काय घडलं ते मला कधीही समजलं नाही, पण त्या भेटीचं पर्यवसान सईदला जीवनभर क्रिकेट खेळण्यास मनाई करण्यात झालं. क्रिकेट हे सईदचं पहिलं प्रेमच नव्हे, तर त्याचं जीवनच होतं.

पाकिस्तान संघाच्या कर्णधारासाठी ही सर्वांत मोठी शिक्षा होती. सेहबा त्याचवेळी जणू जीवनदात्री बनून जगात आली. या आघातातून सईदचं लक्ष

तिच्यामुळं दुसरीकडं वळलं. आम्ही त्यावेळी कुणाशीही दोन हात करण्याच्या परिस्थितीत नसल्यामुळं मी सईदला आय.ए. खान यांची माफी माग अशी विनंती करत होते... अखेर तो कबूल झाला. मी त्याला याबाबतीत समजू शकते. त्यावेळी माझ्या प्रसूतीची वेळ असल्यामुळं त्याच्या मनावर ताण होता, त्या जोडीनं बाळाच्या आगमनाची उत्कंठा होती. जे घडलं ते दुर्दैवी होतं. त्याची दिलगिरी स्वीकारण्यात आली. पण सईदच्या दृष्टीनं क्रिकेट जगतातल्या गोष्टी बदलल्या होत्या. त्यानं १९६० साली, वयाच्या चोविसाव्या वर्षी कसोटी क्रिकेट खेळायला प्रारंभ केला होता. दहा वर्षं चमकदार कामगिरी केल्यानंतर आता उतरती कळा सुरू झाली होती.

सेहबाच्या जन्मानंतर दोनच महिन्यांत मला पुन्हा दिवस गेले. माझी प्रसूती सप्टेंबर महिन्यात अपेक्षित होती. मात्र, या गरोदरपणामुळं मी सेहबाकडं जराही दुर्लक्ष केलं नाही. तिच्यासाठी स्वतंत्र आया ठेवली होती. ती नागपूरहून आलेली काळीभोर, बुटकी, पण मजबूत बांध्याची बाई अगदी कार्यक्षम होती. ती सेहबाला फार छान सांभाळायची. सेहबा समाधानी आणि अगदी शहाणी मुलगी होती, पोट भरलेलं असलं की ती खुष असायची. ती गोड आणि शांत मुलगी होती, खोडकर फौजियापेक्षा अगदी वेगळी. सईद सेहबावर खूप जीव टाकत असे. त्यानं तिच्यावर भरभरून प्रेम केलं. दरम्यान, क्रिकेटचा हंगाम सुरू झाला आणि सईदनं निरनिराळ्या देशांतर्गत सामन्यांत खेळायला सुरुवात केली. त्याला पाकिस्तानी संघात निवड होण्याची आशा होती. त्याची कामगिरी उत्तम होती, त्यामुळं त्याची निवडही झाली... त्याच्यावरची बंदी उठवण्यात आली. त्यामुळं तो प्रफुल्लित झाला.

मी कारखान्यात काम करतच होते. राजकीय खळबळ वरकरणी नियंत्रित झाली असली तरी, १९६८ साली जमिल निश्तारनी मला सावध केलं होतं... ते म्हणाले होते की, पूर्व पाकिस्तानमध्ये अशांती माजली असून लवकरच आपल्याला देशाचं विभाजन झालेलं पाहायला मिळेल. हे ऐकून मला धडकीच भरली होती पण मला ते अतिशयोक्ती करतायत असं वाटलं होतं. राजकीय अस्वस्थता असलेल्या काळात, माझ्या कारखान्यातल्या एरवी आज्ञाधारक असणाऱ्या कामगारांनी सुद्धा मला अडचणीत आणायला सुरुवात केली. मला आठवतंय, एके दिवशी त्यांनी काळे झेंडे दाखवून व 'मुर्दाबाद! मुर्दाबाद!' च्या घोषणा देऊन माझं स्वागत केलं. मी कारखान्यात गेले आणि त्यांना विचारलं.

"समजा मी मेले, तर तुम्हाला पगार कोण देईल?"

हे ऐकताच ते शांत झाले आणि लाजेनं मान खाली घालून कामावर पुन्हा रुजू झाले. आणखी असाच एक प्रसंग घडला. 'कलेक्टिव्ह बार्गेनिंग एजंट' (CBA) माझ्या कार्यालयात माझ्यासमोर बसला होता... माझ्या डेस्कवर पाय ठेवून, माझ्या

दिशेनं सिगरेटच्या धुराची वर्तुळं सोडत. माझा तिळपापड झाला होता. पण मी काय करू शकत होते? अखेर मी त्याला प्रश्न केला की, तुमची स्त्रियांशी वागण्याची पद्धत अशीच असते का?

उद्योजिका म्हणून काम करताना, पुरुषांच्या जगात टिकून राहताना मला अक्कलहुशारी वापरावी लागली. ते सोपं नव्हतं. सुरुवातीला, लोकांना सगळी गंमतच वाटायची किंवा मी हे गांभीर्यानं करतीय यावर त्यांचा विश्वासच बसायचा नाही. मी हे केवळ विरंगुळ्याचं साधन म्हणून करतीय अशा भावनेनं ते सहकार्याचा वरकरणी आव आणत असत. फार थोड्या लोकांनी मला गांभीर्यानं घेतलं. दुर्दैवानं राजकारणातही असंच आहे. एखादी स्त्री उत्कृष्टतेच्या विशिष्ट स्तरापर्यंत पोहोचत नाही, किंवा आपली गुणवत्ता स्पष्टपणे सिद्ध करून दाखवत नाही, तोवर तिला पुढं जाणं शक्यच होत नाही. त्यामुळं उद्योगविश्व असो वा राजकारण, स्त्रीला पाय रोवून उभं राहणं फार अवघड जातं. सगळ्या प्रकारच्या युक्त्या-प्रयुक्त्या योजाव्या लागतात – कधी फारच आक्रमक व्हावं लागतं तर कधी कमकुवतपणा दाखवावा लागतो. म्हणतात ना, 'नथिंग सक्सीड्स लाईक सक्सेस.' माझा अनुभव आहे की, विवाहित स्त्रीपेक्षा एकट्या महिलेला स्वत:ची पात्रता सिद्ध करायला फार त्रास पडतो, तिला कितीतरी जास्त धोके झेलावे लागतात कारण पुरुषांची वृत्ती स्त्री विवाहित आहे की नाही यानुसार बदलते. ते एकदम खंबीर, किंवा संरक्षणकर्ता अशा रूपात समोर येतात, पण त्यातले फार थोडे मदतीचा खरा हात पुढं करतात. हा समतोल साधणं फार अवघड असतं, त्यामुळंच एखादी बाई सहज तोंडावर पडू शकते. मी माझ्या बऱ्याच अपयशाचं खापर दुष्टबुद्धीच्या पुरुषांच्या माथी मारेन. मी त्यांची चाल उधळून लावली ना! स्त्रीच्या यशोमार्गात हे असले अडथळे आडवे येतात. समजा स्त्री तडजोडी करायला तयार असली, तरीसुद्धा ती खऱ्या अर्थानं मुक्त कधीच नसते. वास्तवात स्त्रीला स्वत:चा आत्मसन्मान, स्थान व सार्थ अभिमान अबाधित राखण्याची आणि सर्व प्रतिकूलतेवर मात करून समाजात ताठ मानेनं उभं राहण्यासाठी फार मोठी किंमत चुकवावी लागते.

याह्यांनी सूत्रं स्वीकारली

१९६६ सालच्या जानेवारी महिन्यात राष्ट्राध्यक्ष अयुब व परराष्ट्रमंत्री झुल्फिकार अली भुट्टोंनी रशियात ताश्कंद करारावर स्वाक्षरी केली. या करारावर स्वाक्षरी झाल्यानंतर लगेचच, भारताचे पंतप्रधान लालबहादूर शास्त्री हृदयविकाराच्या तीव्र झटक्यानं मरण पावले. त्यानंतर इंदिरा गांधींनी काँग्रेस पक्षाची धुरा खांद्यावर घेतली आणि त्या पंतप्रधानपदी विराजमान झाल्या. इकडं पाकिस्तानमध्येही सगळ्या गोष्टी जलद घडत गेल्या. राष्ट्राध्यक्ष अयुब व त्यांचे लाडके अत्यंत हुशार भुट्टो यांचं एकमेकांशी बिनसलं. भुट्टोंनी राजीनामा दिला आणि ते रावळपिंडी सोडून रेल्वेनं निघाले. ते लाहोरला पोचले तेव्हा प्रचंड जनसमुदायानं त्यांचं जल्लोषी स्वागत केलं.

त्याच्या आदल्याच वर्षी, अयुबना त्यांचं 'सुधारणा दशक (१९५७-६७)' साजरं करण्याचा सल्ला देण्यात आला होता, त्यामुळं लोक भडकले होते. ते लष्करी हुकूमशहा होते, पण अप्रत्यक्ष निवडणूक पद्धतीच्या मुखवट्याआड ते लोकशाही तत्त्वानुसार नियुक्त राष्ट्राध्यक्ष होते. त्यांनी ही तथाकथित मूलभूत लोकशाही पद्धती (बेसिक डेमॉक्रसी सिस्टिम – BD) निर्माण केली होती, त्यामध्ये अध्यक्ष हा प्रत्येक मतदार संघाचा प्रमुख होता आणि हे अध्यक्ष एकत्र येऊन 'इलेक्टोरल कॉलेज' तयार होत असे व ते राष्ट्राध्यक्षांची निवड करत असत. हा सगळा शुद्ध बनाव होता आणि दहा वर्ष म्हणजे खूप मोठा टप्पा असतो. माझ्या मते 'सुधारणा दशक' हे काही प्रमाणात अल्ताफ गौहर व काही प्रमाणात कुद्रतुल्लाह शहाब (माहिती सचिव) यांच्या डोक्यातलं पिल्लू असावं, सुरुवातीला भुट्टोसुद्धा 'बीडी सिस्टिम'चे प्रमुख समर्थक होते. १९६५ च्या निवडणुकीत त्यांनी याचा प्रचार केला होता. भुट्टो व अयुब यांच्यातील संघर्ष ही महत्त्वाची घटना होती आणि भुट्टोंना पाकिस्तानमध्ये मिळणाऱ्या अशा जबरदस्त स्वागतातून

लोकांचा कल स्पष्ट होत होता. तो राष्ट्राध्यक्ष अयुब यांच्या पायउतार होण्याचा आरंभ होता. त्यांना त्याच दरम्यान फुप्फुसाचा विकार झाला होता. आता पुढल्या लष्कर प्रमुखानं पाऊल उचलणं अगदी स्वाभाविक होतं आणि तसंच घडलं. २५ मार्च १९६९ रोजी जनरल याह्या खान यांनी लष्करी कायदा जाहीर केला.

याह्यांचा कालखंड पाकिस्तानच्या इतिहासातील एक काळाकुट्ट अध्याय म्हणून स्मरणात राहील. त्यांनी काही महत्त्वाचे बदल केले. माझ्या दृष्टीनं एक ठळक गोष्ट म्हणजे माझे मामा जनरल अतिकुर रहमान पश्चिम पंजाबचे राज्यपाल बनले. ते यापूर्वी मुल्तानचे कॉर्प्स कमांडर होते. आम्ही जनरल अतिकुर रहमानना इक्बाल मामा म्हणत असू. ते त्यांचं टोपणनाव होतं. मी आत्तापर्यंत या मामांचा उल्लेख केला नव्हता. आता त्यांच्याबद्दल सांगते.

माझ्या आईची एकुलती एक आत्या म्हणजे नवाबजादी किश्वर जमानी बेगम. तिचा विवाह कर्नल एम.ए. रहमान यांच्याशी झाला होता. कर्नल आर.एस.एस. (रॉयल मेडिकल सर्व्हिसेस) डॉक्टर होते. त्यांनी दोन्ही जागतिक महायुद्धांत सेवा बजावली होती. माझ्या आईच्या कुटुंबाला शेकडो वर्षांचा वारसा होता.... आमचे एक पूर्वज – अफगाणी योद्धा अहमद शाह अब्दालीच्या सैन्याबरोबर बरैलीला आले होते. या सैन्यानं भारताच्या या प्रदेशावर स्वारी केली आणि तो रोहिलखंडातून जिंकला. आमचे आणखी एक पूर्वज योद्धा हफिज रहमत खान रोहिला यांना १८५७ च्या स्वातंत्र्यलढ्यात त्यांनी बाजवलेल्या भूमिकेमुळं ब्रिटिशांनी जाहीर फाशी दिली होती. त्यांनी झाशीची राणी व औधचे हजरत महल यांच्या सैन्यासोबत युद्धांत भाग घेतला होता.

माझ्या आजीचा नवाब मुश्ताक अहमद खान यांच्याशी विवाह झाला. ते मोरादाबादच्या नवाब सज्जाद अहमद खान यांचे सुपुत्र होते. मोरादाबाद परिसरात त्यांच्या मालकीची बरीच खेडी होती. त्यापैकी सर्वांत मोठं खेडं होतं मानकुला. आमच्या सर्वांत चांगल्या परिचयाचं! माझ्या आजीला लग्नात हुंडा म्हणून दोन खेडी दिली होती. त्यापैकी एक होतं बरैलीजवळचं मनोना. माझ्या आजीचे वडील मलिक सादत वली खान अत्यंत श्रीमंत असामी होते. माझी आजी तिच्या आईची फार लाडकी होती. माझी मोलकरीण बिब्बी आम्हाला सांगायची की, अम्मांचं (आजी) अब्बांशी (आजोबांशी) लग्न झालं तेव्हा तिच्या हुंड्याचा अहेर घेऊन जाणाऱ्या वरातीच्या अग्रभागी मौल्यवान दाग-दागिन्यांनी शृंगारलेला हत्ती होता.... आणि त्या वरातीत सुवर्णमुद्रांच्या थैल्याच्याथैल्या होत्या. नवाब सज्जाद अहमद खान यांच्या खजिन्यात या सगळ्या ऐश्वर्याचीही भर पडली आणि ते त्या भागातले सर्वांत मातब्बर जमीनदार बनले. त्यांचे आणखी एक सुपुत्र म्हणजे माझे चुलत आजोबा डॉ. सर शफाअत अहमद खान सुप्रसिद्ध इतिहासतज्ज्ञ व राजकारणी होते.

नवाबजादी किश्वर जमानी बेगम त्यांची एकुलती एक मुलगी होती. तिचा कर्नल एम.ए. रहमान यांच्याशी विवाह झाला होता.

कर्नल रहमानना दोन मुलगे होते – अतिकुर रहमान (इक्बाल मामा) आणि अत्ताऊर रहमान (इशी मामा). १९४० च्या दशकात, कर्नल रहमान यांची संघराज्याच्या लोकसेवा आयोगाच्या सदस्यपदी नियुक्ती झाली. अत्तिक मामा सैन्यात दाखल झाले. तिथं त्यांनी उत्तुंग कामगिरी बजावली. त्यांना बर्मा युद्धादरम्यान शौर्य गाजवल्याबद्दल 'डिस्टिंग्विश्ड सर्व्हिसेस ऑर्डर' व 'मिल्ट्री क्रॉस' देऊन गौरवण्यात आलं होतं. १९४७ साली त्यांनी पाकिस्तानात येण्याचा निर्णय घेतला. त्यांच्या भावानं भारतीय मुलकी सेवेत (आयसीएस) प्रवेश केला. पुढं ते भारतीय परराष्ट्र सेवेत दाखल झाले. ते जर्मनी, झेकोस्लोव्हाकिया व इतर बऱ्याच देशांत भारतीय राजदूत म्हणून कार्यरत होते. इशी मामा अजून आहेत. ते दिल्लीत राहतात, पण इक्बाल मामा १९९६ मध्ये निवर्तले. हे दोन्हीही मामा आमचे फार आवडते होते, कारण आम्ही त्यांच्या सहवासातच लहानाचे मोठे झालो. किश्वर आत्याला मुलगी नसल्यामुळं ती माझ्या आईलाच मुलीसारखं वागवत असे. त्या काळी प्रचलित असलेल्या सरंजामशाही परंपरेनुसार कुटुंबातलं एक मूल आजीआजोबांकडं वाढत असे. माझ्या पणजीनं – अम्मा हुजूर फिरोजी बेगमनं माझी आई जन्मल्याबरोबर तिला स्वत:कडं नेलं आणि तिचं संगोपन केलं. परिणामी, माझ्या आईची तिच्या आजीआजोबांशी व किश्वरआत्याशीही खूप जवळीक होती.

आता वर्तमानात येऊ या... तर हे अत्तिकुर रहमानमामा पश्चिम पंजाबचे राज्यपाल झाले. अयुबखाननी पाकिस्तानचे दोन प्रशासकीय भाग पाडले होते – पूर्व पाकिस्तान व पश्चिम पाकिस्तान. २९ नोव्हेंबर १९६९ रोजी याह्या खान यांनी, ५ ऑक्टोबर १९७० रोजी एक व्यक्ती – एक मत या सूत्रानुसार निवडणुका घेण्याचं जाहीर केलं. त्यामुळं पूर्व व पश्चिम पाकिस्तान यांच्यातील समानता नष्ट झाली. १९४७ च्या पाकिस्तानची अखेर होण्यास प्रारंभ झाला होता आणि १ जुलै १९७० रोजी याह्यांनी पश्चिम पाकिस्तानचं एकसंध युनिट मोडून टाकलं.

अयुब खान यांच्यापासून फारकत घेतल्यानंतर भुट्टो व पाकिस्तान पीपल्य पार्टी (PPP) गती घेऊ लागले होते. भुट्टो लोकांची प्रचंड गर्दी खेचत होते. विशेषत: पंजाबमध्ये त्यांची 'रोटी, कपडा और मकान' ही घोषणा प्रचंड लोकप्रिय ठरली होती.

दरम्यान, मी सेहबाच्या संगोपनात बुडून गेले होते. ती फौजियाला 'आपी' म्हणायची. आजही तिला हे नाव चिकटलेलंच आहे. सेहबा फार शहाणी, चांगली मुलगी होती. तिनं अजिबात त्रास दिला नाही. तिची नागपुरी आया तिची फार चांगली काळजी घेत असे, फक्त तिनं सेहबाला एक वाईट सवय लावली होती.

ती म्हणजे झोपायच्या आधी तिची बोटं हुंगली की सेहबा – आम्ही तिला सब्बी म्हणत असू - गुडूपकन झोपत असे.

'गुल कहूँ, खुशबू कहूँ, सागर कहूँ, सेहबा कहूँ,
ए सखा रंग ओ बु आखिर मैं तुझको क्या कहूँ?''

तुला फूल म्हणू की सुगंध... मद्याचा समुद्र म्हणू की स्वर्गीय मद्य?

तू... तू बनली आहेस फुलांची आणि रंगांची... मी तुला काय म्हणू?

याच बरोबर मी कारखान्याच्या कामातही बुडून गेले होते. जवळजवळ दोन वर्षांहून अधिक काळ, आमच्या कारखान्याचे तंत्रव्यवस्थापक मकबूल रविवारी सुट्टीच्या दिवशी कारखाना गुपचूप उघडून, कुणाच्याही नकळत आमच्या यंत्रसामग्रीच्या डिझाईन्सची कॉपी करत होते. त्यांनी आमची नोकरी सोडण्याआधी दोन आठवडे, आमच्या कारखान्यातील ज्या कर्मचाऱ्यांना या प्रकारची कुणकुण होती, त्यांनी मला सावध केलं. मकबूलनी आमची नोकरी सोडून इफ्तिखार सूमरो यांच्याशी भागीदारी केली. आता माझ्यासमोर कारखान्याच्या अभियांत्रिकी विभागातील उच्च फळीत हाश्मीसाहिब यांची नेमणूक करण्यावाचून कुठला पर्यायच नव्हता. तसंच अजमत सब्जवारी आमच्याकडं व्यवस्थापक म्हणून रुजू झाले.

आयुष्य पुढं सरकत होतं... त्यात फारसा काही बदल नव्हता... आफताब मामांकडं राजकीय चर्चांना नियमित जायचं, डिनर पार्ट्या एवढंच. त्या दरम्यान हफीज पीरजादा 'लिंकन्स इन' मधून नुकतेच परत आले होते. भुट्टोंच्या कायदेविषयक कंपनीत त्यांचे 'ज्युनिअर' बनलेले हफीज पाकिस्तान पीपल्स पार्टीत बरेच सक्रिय बनले होते. हफीज भुट्टोंसोबत काम करत असत. ते कार्यालय सत्र न्यायालयासमोरच होतं. सईदा आणि मी बरेचदा त्यांना आणायला गाडी घेऊन तिथं जात असू. सईदाला छोटा मुलगा होता – निळ्याशार डोळ्यांचा, गोरापान... त्याचं नाव हसीब. तो साधारण बंटीच्याच वयाचा होता. सादियाचा हा दुसरा मुलगा. पहिला शाहजी बिनापेक्षा एक वर्षानं लहान होता.

या दरम्यान मी पुन्हा आई बनणार होते. १९७० साली मार्च महिन्यात सईद क्रिकेट हंगामासाठी लंडनला निघण्याआधी मला मातृत्वाची चाहूल लागली. ते वर्ष माझ्या आयुष्यातलं एक काळंकुट्ट वर्ष ठरलं. मला तिसरा महिना लागला होता, त्याच दरम्यान माझ्या मांडीवर एक लहानसा तीळ उगवला. पहिल्यांदा तो गुलाबी होता, मग काळ्या रंगाचा झाला आणि नंतर लालभडक झाला. मी तज्ज्ञ डॉक्टरांना दाखवलं. त्यांनी सांगितलं की, हा तीळ काढून टाकावा लागेल. त्यांनी मी लंडनला कधी जाणार आहे याचीही चौकशी केली. मी जुलै महिन्यात लंडनला जाणार असल्याचं सांगितल्यावर त्यांनी तोवर थांबायला हरकत नसल्याचं सांगितलं. त्यावेळी तिळाचा रंग बदलणं या गोष्टीचं गांभीर्य मला समजलंच नव्हतं त्यामुळं

मी कसलीही काळजी न करता निवांतपणे माझ्या नित्य दिनक्रमाला लागले.

जुलै महिन्यात मी लंडनला सईदच्या बहिणीकडं गेले. त्याची बहीण फरखंदा पतीसमवेत तिथं राहात होती. त्यांनी विम्बल्डनमध्ये घर घेतलं होतं. ते घर असं होतं की, बाथरूमकडं जायचं म्हटलं तर तीन खोल्या पार करून जावं लागायचं. पण फौजिया, सेहबा व आम्ही दोघं... आम्हाला बाहेर पैसे देऊन राहणं परवडण्याजोगं नव्हतं. मी बँकेत पैसे साठवत होते. माझं किमान एक लाख पौंड बचतीचं लक्ष्य होतं.

मी तिथं गेल्यावर डॉक्टरांना तो तीळ दाखवला. त्यांनी मला टूटिंगमधल्या सेंट जॉर्जस हॉस्पिटलमध्ये दाखवायला सांगितलं. टूटिंगमधल्या डॉक्टरनी मला धोक्याची कल्पना दिली. तिथल्या डॉक्टरमंडळानं मला तपासलं आणि एका आठवड्यात शस्त्रक्रिया करून घ्यायचा सल्ला दिला. आश्चर्याची गोष्ट म्हणजे मला कॅन्सर वॉर्डमध्ये दाखल केलं होतं. मी तिथं सगळ्यांत तरुण रुग्ण होते... सहा महिन्यांची गरोदर चिन्तातुर जन्तू. मी सायंकाळी फौजिया व सेहबाला भेटायला आतुर झाले होते.

मग शस्त्रक्रियेचा दिवस उजाडला. शस्त्रक्रिया सुरू होण्याआधी तिथल्या दक्षिण आफ्रिकी डॉक्टरांनी मला थोडक्यात कल्पना दिली.

ते म्हणाले, ''आम्हाला त्वचेचा मॅलानोमा किंवा 'ब्लॅक कॅन्सर' ची शंका वाटतीय. त्यामुळं आम्ही धोका पत्करणार नाही. आम्ही तुमच्या मांडीत सहा इंच खोल व चार इंच रुंद 'कट' घेतोय.''

असं म्हणून त्यांनी मार्करनं माझ्या मांडीवर एक चौरस आखला आणि मला अपेक्षित जखमेचा आकार दाखवला. ही शस्त्रक्रिया चार तास चालेल. कारण हा जर कॅन्सरच असेल तर प्रत्येक थर काढून टाकावा लागेल, ही गोष्टही त्यांनी मला सांगितली.

ही गोष्ट अत्यंत गंभीर आहे आणि मी जीवनमरणादरम्यान हिंदोळतीय हे वास्तव समोर आलं. सईदच्या तर काय घडलंय हेच नीट लक्षात आलं नव्हतं. तो तिथल्या परिचारिकांवर भाव मारण्यासाठी भपकेदार कपडे घालून यायचा. माझ्यावर शस्त्रक्रिया होणार होती. त्याच दिवशी रॉथमन क्रिकेट सामना होता. सईदनं तोसुद्धा रद्द केला नाही. त्या दिवशी फक्त डॅडी माझ्यासोबत होते... भूलतज्ज्ञाची वाट बघत थांबले होते. मी शुद्धीवर आले तेव्हा सर्वप्रथम त्यांचाच प्रेमळ चेहरा माझ्यासमोर होता. त्यांच्या गालांवरून अश्रूधारा ओघळत होत्या. मी वेदनांनी पिळवटले होते. डॉक्टरांनी माझ्या मांडीच्या जखमेला टाके घातले नव्हते; तर त्यावर माझ्या पायाच्या आतली त्वचा काढून, त्याचं रोपण केलं होतं. मी जखमेला हात लावून पाहिला तर हात रक्तानं माखला. मी घाबरून किंचाळले... मग मला झोपेचं

इंजेक्शन दिलं. सायंकाळी उशिरापर्यंत सईद मला बघायला सुद्धा आला नव्हता. आला तो दिमाखदार बेल-बॉटम्स घालून... मला ती फाडून टाकाविशी वाटली होती! तो इतका स्वार्थानं बरबटलेला आणि मूर्ख माणूस होता, की त्याला माझी काय अवस्था आहे ते सुद्धा लक्षात आलं नव्हतं.

त्यानंतर, डॉक्टरनी सांगितलं की, बायॉप्सी तीन वेगवेगळ्या प्रयोगशाळांमध्ये पाठवली आहे आणि 'रिझल्ट' कळायला दहा ते पंधरा दिवस लागतील. ते माझ्या आयुष्यातले सर्वांत प्रदीर्घ बारा दिवस होते... माझ्या मानेवर मृत्यूची टांगती तलवार होती.

एकदा तर ते दक्षिण आफ्रिकी डॉक्टर म्हणाले, ''मॅडम तुम्ही सुदैवी आहात, आम्ही तुमचा पाय कापून काढला नाही.''

हा शब्द भयानक म्हणावा की तो, अशी अवस्था होती.

नववा दिवस उजाडला. त्या दिवशी तर माझ्या मनात भयाचं वादळ घुमत होतं. रात्रभर मी परमेश्वराची करुणा भाकत होते... देवा, माझ्यावर दया कर, ते रिझल्ट्स निगेटिव्ह येऊ देत.

''देवा, मी शपथ घेते.. मी तुझ्या कृपाप्रसादाबद्दल माथा टेकण्यासाठी पवित्र काबाच्या दर्शनाला येईन आणि तीर्थयात्रा करीन.''

माझ्या बाबतीत चमत्कार घडला. दुसऱ्या दिवशी डॉक्टरांनी सांगितलं, ''तो हिमॅन्जिओमा होता, मॅलानोमा नव्हता... कधी कधी या दोन्हींमध्ये गोंधळ होतो.''

माझ्या स्वत:च्या सुदैवावर विश्वासच बसेना!

मक्का

मी देवाचे कोट्यवधी वेळा आभार मानले. मला दोन आठवड्यांनी घरी जायची परवानगी मिळाली. पण जखमेवरची पट्टी नियमित बदलावी लागत असे. मी सर्वप्रथम कुठली गोष्ट केली असेल तर जेद्दाहची तिकिटं काढली. आम्ही सर्वजण उमरा करणार होतो. १९७० सालच्या जुलै महिन्याच्या अखेरीस आम्ही कैरो मार्गे जेद्दाहला रवाना झालो. आम्ही कैरोत 'नाईल हिल्टन' मध्ये राहिलो होतो. तिथं सेहबाला सणसणून ताप भरला. डॉक्टरांनी तो गोवर असल्याचं सांगितलं आणि त्यानुसार तिच्यावर उपचार केले. दुसऱ्या दिवशी आम्ही जेद्दाहला गेलो. तिथं भयानक उकाडा होता. पण मला त्याची पर्वा नव्हती. आम्ही तिथं एका छोट्या हॉटेलमध्ये राहिलो आणि मदिनाला जाण्यासाठी लवकरात लवकर उपलब्ध असणारं विमान धरलं. पवित्र प्रेषितांच्या अंतिम विश्रांतीस्थानी मी प्रथमच भेट देत होते. तो अनुभव विलक्षण होता. आम्ही तिथं प्रार्थना केली. पण आम्हाला कुठल्याही कबरीला स्पर्श करायचा नाही असं सांगितलं होतं. तिथं अरब सुरक्षारक्षक सूचनांचं पालन न करणाऱ्यांना फोडून काढायला हातात फोक घेऊन उभेच होते. मी देवाला प्रार्थना केली की, मला या खेपेला मुलगा होऊ दे.

तितक्यात, अचानक सेहबाला भयानक अतिसार सुरू झाला. मी तिला घेऊन मस्जिद-ए-नबवी मधून छोट्या हॉटेलवर धावले. तिथं तिला स्वच्छ केलं. ती गोवर चांगलाच फुलल्यामुळे लालबुंद झाली होती, त्यातच खोकत होती. माझाही पाय अजून नीट बरा न झाल्यामुळे मलाही पट्टी करावी लागत होती.

अशा सगळ्या वैतागवाण्या अवस्थेत, ४२ डिग्री सेंटीग्रेडपेक्षाही अधिक तापमानाच्या तडाख्यानं भाजत आम्ही जेद्दाहला जाणारं विमान धरण्यासाठी विमानतळावर गेलो, अर्ध्या तासाच्या प्रवासानंतर जेद्दाहला पोहोचलो, तिथं आधी अंघोळी-बिंघोळी आटोपलं आणि मग टॅक्सी करून मक्काला निघालो. तिथं रात्री २ च्या सुमाराला

पोचलो. मला टॅक्सीचालकाची आदरशून्य वृत्ती बघून आश्चर्य वाटलं. आम्ही 'दरुद' पठण करत होतो, त्यावेळी त्यानं संपूर्ण रस्ताभर... मक्का येईपर्यंत मोठ्या आवाजात अरबी संगीत लावून ठेवलं होतं.

मक्केला पोचल्यानंतर आम्ही मुस्लिमांसाठी तीर्थांचं तीर्थस्थान असणाऱ्या काबाला निघालो. मनात आलं, आपली या पवित्र स्थानी पाय ठेवायची सुद्धा लायकी नाही. माझी आळवणी ऐकून मला पुनर्जन्म दिल्याबद्दल मी देवाची अत्यंत ऋणी होते. आता मला मुलांची काळजी घेता येणार होती. आम्ही 'तवफ-ए-काबा' नंतर 'सयीह' केलं... तहानेनं व्याकुळलेल्या लहानग्या हजरत ईस्माईलना पाणी पाजण्यासाठी, अवतीभवती आर्तपणे पाण्याचा शोध घेणाऱ्या बिबी हाजरा यांच्या मुखी असणाऱ्या शब्दांचं पठण करत आम्ही सफा व मरवा यादरम्यानचा मार्ग सातवेळा पूर्ण केला. रात्रीच्या वेळी हवा दमटच होती, पण दिवसाच्या कडक उकाड्यापेक्षा पुष्कळ गारवा होता.

'सयीह' पूर्ण झालं. आमची 'उमरा' यात्रा पूर्ण झाली. आम्ही हे सगळं इतकं मनापासून व खऱ्याखुऱ्या धार्मिकतेनं केलं की, आम्हाला जराही शीण आला नाही की, सेहबाच्या आजारपणाच्या चिंतेनं पोखरलं नाही. त्यानंतर आम्ही हॉटेलवर आलो आणि अक्षरश: बेशुद्ध पडल्यासारखे झोपलो.

दुसऱ्या दिवशी आम्ही 'कराची-बाऊन्ड पीआयए' विमानानं निघालो. या प्रवासात माझी अक्रम सुल्तान यांच्याशी भेट झाली. ते कराचीतले सुप्रसिद्ध उद्योगपती होते. पुढं त्यांच्या कन्येचा विवाह पीर साहिब पगारोंचे धाकटे चिरंजीव युनुस सईन यांच्याशी झाला. नंतरच्या काळात, मी MNA होते त्यावेळी अक्रम सुल्तान सिनेटर होते.

कराचीच्या परिचित वातावणात, घराच्या आरामदायी कुशीत परत जाणं सुखद वाटलं. तिथं मुलांना सांभाळायला घरी नोकरचाकर होते. मी कराचीत जाऊन स्थिरस्थावर झाल्याबरोबर स्त्रीरोगतज्ज्ञ महमूदा सैद यांना भेटले. त्यांना माझ्या रक्तदाबाची व माझ्या पायावर आलेल्या सुजेची जरा काळजी वाटत होती. त्यामुळं त्यांनी मला 'लॅसिक्स' लिहून दिलं. एवढं सोडलं तर त्यांना काहीही वेगळं, अपवादात्मक आढळलं नाही.

मी नव्या बाळासाठी यतीमान नावाची बंगाली आया निश्चित केली. १९ सप्टेंबर रोजी मला प्रसूतीवेदना सुरू झाल्या. त्यावेळी सईद झोपला होता. मी त्याला उठवलं तर तो चिडला.

"ए बाई ऽ मला झोपू दे."

माझ्या कळा वाढत चालल्या होत्या. त्यामुळं सकाळी सहाच्या दरम्यान मला पुन्हा त्याला उठवावं लागलं.

मग तो झोपमोड झाल्यामुळं चिडूनच उठला. पण मला 'जिना हॉस्पिटल'मध्ये घेऊन गेला. सोबत ती आया आणि बाळाच्या कपड्यांची पेटी होती.

अचानक कळा ओसरल्या. पण डॉक्टरीण बाईंनी येण्यास फारच उशीर लावला. अखेर सकाळी दहाच्या दरम्यान त्या आल्या. मी व्हीआयपी वॉर्डमध्ये होते. त्या वॉर्डसाठी वरच्या मजल्यावर लहानसा प्रसूतीकक्ष होता. एव्हाना, अधूनमधून कळा येत होत्या, पण त्या नेहमीसारख्या नव्हत्या. दुपारी दोनच्या सुमाराला मेहमूदा वर आल्या आणि म्हणाल्या,

"आपण काहीतरी हालचाल करू या."

असं म्हणून त्यांनी मला एक इंजेक्शन टोचलं. त्याबरोबर माझ्या पोटात काहीतरी विचित्रच भावना होऊ लागली. मी त्यांना तसं सांगितलंही, पण त्यानंतर अर्ध्या तासात बाळ जन्माला आलं. बाळानं ट्यँहॅ करण्याआधीच डॉक्टरांनी नाळ कापली आणि मग त्याच्या मागच्या बाजूला थापट्या मारल्या. मला फक्त गुदमरल्याचे अस्फुट आवाज ऐकू आले.

"ऑक्सिजन!" त्या नर्सवर खेकसल्या. "ऑक्सिजन!"

त्यांनी ऑक्सिजन सिलिंडर आणला... पण तो रिकामा होता. मग डॉक्टर शेजारच्या खोलीत धावल्या.

"खाली जा आणि दुसरा ऑक्सिजन सिलिंडर आण."

तिथल्या लोकांनी घाबरून धावपळ केली, पण तिथं ऑक्सिजन नव्हताच. शेजारच्या खोलीत, माझ्या बाळानं जन्माला आल्यापासून अवघ्या वीस मिनिटांत डोळे मिटले. ती मुलगी होती... दिसायला अगदी आपीसारखी होती; नंतर मला कळलं... पण माझं मन तिला पाहायला धजावलं नाही. आम्ही याखेपेला मुलगी झाली तर तिचं नाव 'वफा' ठेवायचं ठरवलं होतं. पण आम्ही ते नाव ठेवलं नाही... आम्हाला सोडून गेलेल्या या बाळाचं नाव ठेवलं उमरा. मग हफीज पीरजादा व माझा मामेभाऊ कैसर सुल्तान आले. त्यांनी शवपेटीची व्यवस्था केली आणि उमरा बाळाचं PECHS दफनभूमीत दफन करण्यात आलं. तिच्या कबरीवर लिहिलं – 'उमरा बिनते सईद अहमद, जन्म व मृत्यू : २० सप्टेंबर १९७०.'

मी या साऱ्यातून बधीरपणे पार पडले... जणू मी तिथं नव्हतेच. त्याजोडीनं मला प्रचंड रक्तस्राव सुरू झाला होता. मला घरी जायची घाई झाली होती. माझी अवस्था गंभीर होती. तरी डॉक्टरांनी मला घरी जायची परवानगी दिली, पण मी बाळाला न घेताच घरी आलेलं पाहून फौजिया 'आपी'नं विचारलं,

"बाळ कुठाय? आणि बाळाची पेटी परत का आणलीय?"

माझ्या लेकीची मृत्यूशी ही पहिलीवहिली भेट होती.

त्यावेळी मी ठरवलं की मुलगा होऊ दे किंवा मुलगी होऊ दे अशी प्रार्थना पुन्हा

कधीही करायची नाही. एक गोंडस मुलगी जन्माला येणार होती, पण मी मदिनात 'मुलगा होऊ दे' असं मागणं मागून त्या पोटच्या गोळ्यासाठी मरणच मागितलं. असं मला वाटत होतं. 'और वो आ गये अचानक, बडी उमर हो तुम्हारी...' रेडिओवर गीत सुरू होतं... ते स्वर कानी पडताच सईदला व मला रडू कोसळलं...

लाहोरहून माझ्या सासूबाई माझ्या 'चिल्ला' (शुद्धीकरण स्नान) साठी आल्या कारण उमराचा जन्माच्या वेळीच मृत्यू झाला होता. आम्ही समुद्रावर गेलो. तिथं मी भूतबाधामुक्त होण्यासाठी माझ्या माथ्यावर समुद्राचं चाळीस बादल्या पाणी ओतण्यात आलं. मी उमराच्या वियोगातून पूर्णत: कधीच वर आले नाही. १२ ऑक्टोबरला सेहबाच्या पहिल्या वाढदिवसाच्या फोटोत माझा प्रेतवत चेहरा, विषण्ण मुद्रा आणि खप्पड गाल पाहिले की माझ्या काळजातला दु:खाचा कल्लोळ लक्षात येतो.

क्रिकेटला प्रतिबंध

१९७० साली निवडणुका लागल्या, त्यावेळी हफीज पीरजादा निवडणुकीच्या मैदानात सक्रिय झाले. मी कमाल अजफर यांच्या PECHS मधल्या 'जलसा' (निवडणूक प्रचार फेरी) ला गेले होते. ते या मतदारसंघातून निवडणूक लढवत होते. कमाल यांचे पितासुद्धा आयसीएस अधिकारी होते. त्यांची बायको नहीद म्हणजे सईद जाफरी काकांची मुलगी. त्यांचा आमच्याशी खूप घरोबा होता... ते आम्हाला नात्यातल्यासारखेच होते. नहीद तेव्हाही आणि आत्ताही लक्षणीय व्यक्तिमत्त्व आहे... कलावंत, उंच, देखणी. तिचं भारतीय अभिनेत्री शबाना आजमीशी थोडं साम्य आहे.

विशेष म्हणजे भुट्टोंनी या प्रचारफेरीत भाषण केलं. सईदा, हफीज, सईद, मी आणि अन्सा व जफर मूराज ही आणखी एक जोडी असे आम्ही सर्वजण व्यासपीठावर होतो. अन्सा व मी सेंट जोसेफ्स कॉन्व्हेन्ट स्कूलमध्ये एकत्र होतो. ते जणू मोठं सुखी कुटुंब होतं, पण व्यासपीठावरून बोललेले शब्द खरे वाटण्याजोगे नव्हते. व्यासपीठावर बसलेले आम्ही सर्वजण 'श्रीमंत' जगतातले 'वंचितां'ना चिथावत होतो. आम्ही त्यांच्यासमोर जीवनाचं असं चित्र रंगवण्याचा प्रयत्न करत होतो की, जे त्यांच्या दृष्टीनं अस्तित्वात नव्हतं. ज्या काळी दरमहा दरडोई उत्पन्न अवघं अडीचशे रुपये... म्हणजे फक्त निर्वाह होऊ शकेल इतपत होतं, त्यावेळी 'रोटी, कपडा और मकान'चं चित्र! देशाच्या नागरिकांमध्ये नि:शब्द बदल घडायला सुरुवात झाली होती. भुट्टो चित्रातले रंग वास्तवात उतरवू शकतील किंवा शकणार नाहीतही, पण गरीब जनता भविष्यात अधिक चांगलं जीवनमान लाभण्याच्या स्वप्नानं नक्कीच भारून गेली. ती निवडणूक भुट्टोंनी जिंकली.

मला १९६८ साली, हफीज व सादियानं दिलेली एक पार्टी आठवतीय. त्या पार्टीला भुट्टो, माझे डॅडी, मुस्तफा जतोई व त्यांच्या पत्नी आणि मुल्ताननजिकच्या

मुजफ्फरनगरचे तरुण सरंजामदार मुस्तफा खार यांना निमंत्रित केलं होतं. त्यावेळी भुट्टो मुस्तफा जतोईंनी पाकिस्तान पीपल्स पार्टीत यावं म्हणून त्यांचं मन वळवत होते. मुस्तफा जतोई नवाबशाहचे सुप्रसिद्ध सरंजामदार राजकारणी होते. ते पुढं काळजीवाहू पंतप्रधान झाले. ते देशातील एक अत्यंत सभ्य व सुप्रसिद्ध राजकारणी होते. भुट्टोंनी माझ्या डॅडींनाही पक्षात येण्याचं निमंत्रण दिलं होतं, पण डॅडींनी तसा शब्द दिला नाही. डॅडी मला नंतर म्हणाले होते,

"बेटा, इनकी दोस्ती भी बुरी, इनकी दुष्मनी भी बुरी.''

याचाच अर्थ होता. "दूर राहा.''

डॅडींचा हा उपदेश मी जीवनभर लक्षात ठेवला आहे.

डिसेंबर महिन्यात मला पुन्हा एकदा दिवस गेल्याचं लक्षात आलं... तीन वर्षांत तीनदा गर्भारपण! याखेपेला मी कसलाही धोका पत्करणार नव्हते. देशात राजकीय अशांती असली तरी आमचा कारखाना अद्याप चांगला चालला होता. आम्ही भरपूर पैसे कमवत होतो. त्यामुळं, मी मार्च महिन्यात फौजिया, सेहबा व सेहबाची आया यांच्या समवेत आठवडाभर जिनिव्हाला गेले. त्यावेळी मीनल व मियाँ तिथं होते. शहरयार यांची जिनिव्हातल्या पाकिस्तान दूतावासात नियुक्ती झाली होती. ती सफर छान झाली. आम्ही डिव्होनी मधल्या कॅसिनोत गेलो... त्यावेळी मला माँन्टेकार्लों मधल्या कॅसिनोची फार आठवण झाली. चीमीनं मला आमच्या मधुचंद्रादरम्यान तिथं नेलं होतं.

एप्रिल महिन्यात मी लंडनला गेले आणि ९० मॉर्टलेक रोड, क्यू सरे इथं राहू लागले. हे घरसुद्धा माझ्या ममीच्या मालकीचंच होतं, पण १९७१ साली मी ते तिच्याकडून विकत घेतलं होतं. या खेपेला आम्हाला पूर्ण घर मिळालं. मी सईदचे खाला, खालू आणि त्यांची चार मुलं यांनाही तिथं बोलवलं. आम्ही वरच्या मजल्यावर राहात होतो. तिथं त्यांना एक खोली दिली. खालच्या मजल्यावरचा फ्लॅट ममीनं भाड्यानं दिला होता.

मी कार्लशॅल्टन, सरे मधल्या सेंट हेलियर्स हॉस्पिटलमध्ये बाळंतपणासाठी नाव नोंदवलं आणि तिथं दर पंधरवड्यानं दाखवायला जाऊ लागले. तिथं जाताना मला वार सुस्थितीत आहे ना हे तपासण्यासाठी लघवीचा चोवीस तासातला नमुना सोबत न्यावा लागत असे. इंग्लंडमधले डॉक्टर उमराच्या मृत्यूचं कारण शोधण्यासाठी माझ्या वैद्यकीय इतिहासाची संगती लावत होते. त्यांनी असा निष्कर्ष काढला की, कॅन्सरच्या शक्यतेमुळं माझ्यावर जी शस्त्रक्रिया झाली होती. त्या दरम्यान मला भुलीचा जादा डोस दिला होता, परिणामी माझ्या वारेची वाढ थांबली होती. या खेपेला त्यांना असं काही घडू न देण्याची दक्षता घ्यायची होती.

सईद इंग्लंडच्या दौऱ्यावर होता, पण तिसऱ्या क्रमांकावर फलंदाजी करण्यासाठी त्याच्याऐवजी झहीर अब्बासची निवड झाली होती व सईदला आणखी खाली... पाचव्या क्रमांकावर ढकलल्यामुळं तो बिथरला होता. हा दौरा त्याच्या दृष्टीनं वाईट ठरला. त्याला धावसंख्या रचता आली नाही की, सतत त्याचा मूड बिघडलेला असायचा. दरम्यान मी घर किंवा फ्लॅटच्या शोधात होते. अखेर मला हवा तसा फ्लॅट मिळाला. नं. ६, सॉमरसेट लॉज... तीन बेडरूम्स, दोन बाथरूम्स, पेंटहाऊस असलेला फ्लॅट, पटनीच्या बाजूला रोहॅम्प्टनमध्ये होता. हा फ्लॅट फार छान होता. मी नव्या बाळाच्या स्वागतासाठी हा फ्लॅट सजवून सज्ज करण्याच्या कामात गर्क होते.

दरम्यान, पाकिस्तानमध्ये बरंच क्षुब्ध वातावरण होतं. शेख मुजिबुर रहमान व त्यांच्या अवामी लीगनं चांगलाच जोर पकडून 'आमार बेंगाल, सोनार बेंगाल' ची हाक दिली होती. त्यांचा सहा सूत्री कार्यक्रम म्हणजे जवळपास संपूर्ण स्वायत्ततेची मागणी होती. त्यात फक्त परराष्ट्र, संरक्षण व वित्त हे तीन मध्यवर्ती विभाग वगळले होते.

११ ऑगस्ट १९७१. रात्री दहा वाजून पंधरा मिनिटांनी माझा लाडका फरहान – फरू जन्मला. त्याच्या जन्माच्या वेळी सईद प्रसूतिकक्षात हजर होता. डॉक्टरांनी अजिबात धोका पत्करला नाही. त्यांनी फरहानला ताबडतोब 'इन्क्युबेटर' मध्ये हलवलं आणि पुढचे चोवीस तास त्याला तिथंच ठेवलं. मला हे इवलुसं मुटकुळं फार आवडलं..... गोरं-गोरंपान, दाट, तपकिरी, कुरळ्या केसांचं चिमणं! आमचं स्वप्न साकार झालं होतं. त्याच्या दोन्ही बहिणींना त्याचं कोण कौतुक होतं! मी आठवडाभर सेंट हेलियर्समध्येच होते. त्यानंतर बाळाला घेऊन थेट सॉमरसेट लॉजमधल्या घरी गेले. आमच्या वैवाहिक जीवनात प्रथमच सईदनं मला मास्टर बेडरूममधून दुसरीकडे जायला सांगितलं, कारण फरूमुळे रात्री त्याला जागरणं झाली असती. मग मी फरूसह छोट्या बेडरूममध्ये बस्तान बसवलं. बिबीचा मोठा मुलगा फहिम – त्याला मी माझ्याबरोबर लंडनला आणलं होतं – फरूला सांभाळण्यात माझी मदत करू लागला. फरू... वांड मुलगा.. अख्खी रात्र टक्क जागा असायचा आणि सुरुवातीपासूनच अतिशय चळवळ्या!

१९७१ सालच्या ऑक्टोबरमध्ये युद्धाचे ढग गोळा होऊ लागले आणि सेहबाच्या आयानं कराचीला परत जाण्यासाठी भुणभुण लावली. त्याच दरम्यान तिचा करारही संपला होता. तिला इथंच राहण्याबद्दल पटवून देणं कठीण होतं.

त्यामुळं आम्ही तो फ्लॅट सोडला आणि नोव्हेंबर महिन्यात कराचीला जायला निघालो. मी इथं आल्या आल्या ब्रिटिश उच्चायुक्त कार्यालयात, (तशी गरज पडलीच तर म्हणून) स्थलांतरासाठी आमची सर्वांची नावं नोंदवली होती... मुख्यत्वे बाळामुळं.

मी नोव्हेंबरच्या अखेरीस फररूला लस टोचण्यासाठी घेऊन गेले होते, तेव्हा PECHS वरून जाणारं एक भारतीय विमान पाहिलं, आमच्या घराशेजारीच बॉम्ब टाकला होता! त्याचबरोबर, डिफेन्स हौसिंग सोसायटीत राहणारे आमचे मित्र शौकत व शहनाज फान्सी यांच्या घरावर बॉम्ब टाकला होता. त्यांची मुलगी फातिमा दगडविटांच्या ढिगाऱ्याखाली गाडली गेली होती, पण देवाची कृपा म्हणून ती त्यातून जिवंत वाचली. ते दुसऱ्याच दिवशी देश सोडून गेले. कराचीमध्ये प्रचंड घबराट पसरली होती.

सोळा डिसेंबर रोजी आम्ही लंडनला निघालेल्या ब्रिटिश लोकांच्या पहिल्या गटाबरोबर C-१३० फ्रेटर विमानानं रवाना झालो. रात्री सायप्रसला थांबा होता, त्यानंतर दुसऱ्या दिवशी सकाळी आम्ही लंडनला पोचलो. दुसऱ्या दिवशी 'संडे ऑब्जर्व्हर'च्या पहिल्या पानावर माझा फररूसोबत फोटो झळकला. पाकिस्तान दुभंगल्यामुळं मला खिन्नता आली होती, मन दुःखानं झाकोळलं होतं. माझा फ्लॅट भाड्यानं दिल्यामुळं आम्हाला राहायला कुठं ठिकाणच नव्हतं, पण मीनलनं बिम्बल्डन व्हिलेजमधल्या ६ लॅन्केस्टन गार्डन्समध्ये आमची सोय केली, ते फार चांगलं झालं.

२० डिसेंबर १९७१ रोजी भुट्टोंची लष्करी कायदा प्रशासकपदी नियुक्ती झाली आणि बांगलादेश हे वास्तव बनून समोर ठाकलं आणि होय, भयानक दुष्कृत्यं घडली. लष्करानं पूर्व पाकिस्तानमध्ये शरणागती पत्करली. आता आम्ही 'नव्या' पाकिस्तानमध्ये राहात होतो. नीती, धैर्य खचलेलं, चूरचूर झालेलं नवं पाकिस्तान तयार झालं होतं. हे सगळं अत्यंत शोकात्म होतं. आम्ही १९७२ सालच्या फेब्रुवारीपर्यंत कराचीला परतच गेलो नव्हतो. भुट्टोंनी सत्तासूत्रं हाती घेतल्यानंतर लवकरच, पाकिस्तानी चलनाचं १३० टक्के अवमूल्यन जाहीर केलं. त्यामुळं आमच्या कारखान्याचं कर्ज एका फटक्यात १०० टक्क्यांहून अधिक पट वाढलं. आमची पूर्व पाकिस्तानातली – आता बांगलादेशातली उधार विक्री पूर्ण बुडाली. उद्योगाची अवस्था इतकी खडतर कधीच नव्हती, तीसुद्धा अशा सत्वपरीक्षा घेणाऱ्या परिस्थितीत आणि अशा उद्विग्न करणाऱ्या वातावरणात...

मी फौजियाला इंग्लंडमध्येच ठेवलं. मी तिला ईस्टबोर्नमधल्या मॉयरा हाऊस स्कूलमध्ये घातलं. तिनं रडून रडून आकांत मांडला होता. पण कराचीत काय परिस्थिती आहे ते कळल्याखेरीज मला तिला कराचीला परत न्यायचं नव्हतं.

त्यामुळं आता आमच्या कुटुंबात फक्त आम्ही दोघं आणि सेहबा व फररू एवढेच होतो. आम्ही फररूबाबाला सांभाळायला अम्मा ही पठाणी बाई ठेवली होती. ती फारशी कुशल नसली तरी तिनं फररूवर प्रेम केलं. इथं आल्यानंतर लवकरच सेहबाच्या आयानं राजीनामा दिला, त्यामुळं अम्मा दोन्ही मुलांना सांभाळू लागली.

नवं सरकार स्थापन झाल्यानंतर हफीज व सादिया इस्लामाबादला गेले होते. हफीज कायदामंत्री झाले होते. ते नव्या घटनेची चौकट तयार करण्याच्या कामात साहाय्य करत होते. एकदा, सईद व मी इस्लामाबादला नॅशनल असेम्ब्लीत त्यांचे पाहुणे म्हणून गेलो होतो. त्यावेळी १९७३ घटनेचं पहिलं वाचन सुरू होतं... हफीज आर्टिकल – २ ब वाचत होते. सादिया व मी व्हिजिटर्स गॅलरीतून बघत होतो... राष्ट्रीय पोशाखात झळकणारे खान अब्दुल वली खान, नवाब खैर बक्ष मर्री आणि इतर सर्व एमएनए ऐकत होते. मी ते दृश्य पाहून भारावले होते. मी देवाकडं प्रार्थना केली की, कधीतरी मलासुद्धा या सभागृहात सदस्य बनायची संधी दे. माझ्या त्या प्रार्थनेला तेरा वर्षांनी फळ आलं, पण त्याआधी बरीच खळबळजनक वर्षं पार पडली.

सईद पाकिस्तानला आला होता. १९७२-७३ च्या ऑस्ट्रेलिया-न्यूझीलंड क्रिकेट दौऱ्यासाठी जाऊ इच्छिणारा तो अंतिम खेळाडू होता. त्यानं दौऱ्याच्या आधी खेळलेल्या सामन्यात शतक ठोकलं व चार बळी टिपले. संघातील इतरांचा विरोध असूनही त्याची कसोटी मालिकेसाठी निवड झाली आणि तो ऑस्ट्रेलियाला गेला. त्यावेळी असिफ इक्बाल संघाचा कर्णधार होता.

त्यानंतर, १९७२ साली उन्हाळ्यात मी मुलांना घेऊन लंडनला गेले. तिथं माझी अहमद नवाज बुग्तींशी भेट झाली. मी त्यांना दहा वर्षांत भेटले नव्हते. मग आमच्या गतकाळाबद्दल गप्पा झाल्या. त्यांची भेट संस्मरणीय ठरली. त्यामुळं पुन्हा एकदा माझ्या जीवनाची घडी पालटली. ते खूप बदलले होते. आता अगदी गंभीर व नेमस्त बनले होते. बलोचिस्तानचे मुख्यमंत्री व मेंगाल जमातीचे प्रमुख सरदार अताऊल्ला खान मेंगाल या विलक्षण जबरदस्त व इंटरेस्टिंग व्यक्तिमत्त्वाच्या हाताखाली ते बऱ्याच विभागांचं मंत्रीपद सांभाळत होते.

मग मला बेचैनी सतावू लागली. मला बऱ्याच काळापासून साचलेपण आलं होतं. अजून माझी तृष्णा शमली नव्हती. मला मुलं होती. मी पैसा कमवला होता. मी शिखराप्रत वाटचाल केली होती, पण आयुष्यात कसला थरारच नव्हता. सरदार मेंगाल–त्यांना फक्त 'सरदार' म्हणत असत, अहमद नवाज व मी – आम्ही बरेचदा केन्सिंग्टन हाय स्ट्रीट जवळच्या छोट्याशा फ्रेंच उपहारगृहात लंचला एकत्र जात असू. या बलुची नेत्यांना भेटणं, त्यांची मतं ऐकणं, त्यांची अदम्य जिद्द इतक्या

क्रिकेटला प्रतिबंध । १२५

जवळून पाहणं हा रोमांचक अनुभव होता. माझ्या मनात आलं, आजवर आपण कुठं होतो. जाग येण्याची वाट बघत कुठल्या अडगळीत पडलो होतो! त्यांच्या इच्छा आकांक्षा, त्यांचा आशावाद, त्यांचं धैर्य, शौर्य, सद्‌गुण, त्यांची मतं, त्यांचे आदर्श पाहून मी भारावून गेले होते.

त्यानंतर मी कराचीला परत आले आणि याच शहरात पाय रोवून ठाम उभं राहण्याचा निश्चय केला. याची पहिली पायरी म्हणजे मी क्लिफ्टनमध्ये माझ्या घराचा पाया घातला. १९६९ साली, म्हणजे सेहबाचा जन्म झाला त्याच वर्षी मी ब्लॉक ४ क्लिफ्टन मध्ये मोहत्ता पॅलेस लगतची दोन हजार चौरस यार्ड जागा विकत घेतली होती. ही जागा मी जाहीर लिलावात घेतली होती. जागेसाठी प्रती चौरस यार्ड चाळीस पैसे दरानं बोली सुरू झाली होती. तिथं एक बडा पारशी माझ्याशी चढाओढीत बोली लावत होता. अखेर बोली अठ्ठेचाळीस पैशांवर येऊन ठेपली तेव्हा मी मनातल्या मनात संत अब्दुल्ला शाह गाझींची प्रार्थना केली,

''गाझी बाबा, मी तुमच्या शेजारी राहायला योग्य असीन तर मला या जमीन खरेदीत यशस्वी होऊ द्या.''

आणि त्या पारशी सद्‌गृहस्थानं माघार घेतली.

खरं तर त्याच्या बायकोनं त्याला गुजरातीत सांगितलं की, ''डार्लिंग, इथं दर गुरुवारी भक्तजन संत अब्दुल्ला शाह गाझींना वंदन करायला येणार तेव्हा त्यांचा गजबजता मेळा फुलणार. आपण या जागेसाठी बोली लावायला नको.''

मग ती जागा माझी झाली. हाश्मी साहिबनी पंचवीस टक्के रक्कम तिथल्यातिथं चुकती केली आणि ती बोली आमच्या बाजूनं निश्चित झाली.

मी आमच्या घराच्या उभारणीत खूप रस घेतला. प्यार अली यांचे ज्युनिअर नावीद शेख यांनी मला प्लॅन्स दाखवले. त्यातला पाचवा प्लॅन माझ्या मनातल्या कल्पनाचित्राच्या जवळचा होता. जमिल निश्तारही माझ्या PECHS मधून क्लिफ्टनमध्ये जाण्याच्या निर्णयाशी अत्यंत सहमत होते. या नव्या घराच्या बांधकामात त्यांचा मोठा आधार होता. रीतीनुसार घराचा पाया बळीच्या बकऱ्यांच्या रक्तानं पवित्र केला. मी या घराच्या कामात अगदी आकंठ बुडाले असले तरी अहमद नवाज बलोचिस्तानहून यायचे तेव्हा त्यांना आवर्जून भेटायचे.

काही दिवसांपूर्वी, भुट्टो इराणच्या शहांच्या भगिनी–राजकन्या अशरफ पहलवी यांच्या भेटीसाठी बलोचिस्तानला गेले होते. त्या बलोचिस्तान सरकारच्या पाहुण्या होत्या. मेजवानी सुरू असताना मध्येच भुट्टोंनी हफीज पीरजादांना उठून 'हे जमालो'च्या सुरांवर नृत्य करायला सांगितलं. त्यानंतर हफीजनी सरदार मेंगाल व खैर बक्ष मर्री यांना तसंच करायला सांगितलं. त्यांनी तीनदा नकार दिला आणि

अखेर खैर बक्ष म्हणाले,

"माझ्या हातात बंदूक आहे. पुन्हा सरदारना नृत्याबद्दल सांगितलं तर तुम्हाला गोळी घालीन."

सरदारनी मला हा प्रसंग सांगितला होता.

यावरून मला आणखी एक प्रसंग आठवला. भुट्टोंची ब्रिटनला अधिकृत भेट होती. त्यावेळी बंकिंगहॅम पॅलेसमध्ये इंग्लंडमध्ये इंग्लंडच्या राणींसमवेत बैठ्या मेजवानीला नवाब 'नेबॉब' अकबर खान बुग्ती आले होते. ते अत्यंत देखणे होते. त्यांच्या शेजारी बसलेल्या महिलेनं नम्रपणे त्यांना विचारलं,

"मग तुम्ही पहिली वाघाची शिकार कधी केली होती, नेबॉब?"

त्यावर नवाब बुग्ती मिशांना पीळ देत उत्तरले,

"मी बारा वर्षांचा होतो तेव्हा मी पहिली माणसाची शिकार केली."

ती बाई जवळजवळ बेशुद्धच झाली!

मी हा किस्सा अहमद नवाज यांच्याकडून ऐकला आहे.

१९७३ सालच्या फेब्रुवारीत भुट्टोंनी मेंगाल सरकार बरखास्त केलं. अत्ताउल्ला मेंगालना तुरुंगवास झाला आणि अहमद नवाजना मोहम्मद अली सोसायटीत त्यांनी भाड्यानं घेतलेल्या जागेत अडकवण्यात आलं. त्या भागाला या उद्देशासाठी 'सब-जेल' घोषित करण्यात आलं. त्यांचं घर गाडीनं दहा मिनिटांच्या अंतरावर होतं. मी दररोज तिथं जायची. मी त्यांना दीर्घ पत्रंही लिहीत होते. ती पत्रं मी त्यांचा नोकर हरीनला द्यायचे. हरीनला मी बऱ्याच वर्षांपासून ओळखत होते. मग तो ती पत्र अहमद नवाजना द्यायचा आणि त्यांनी दिलेली पत्रं मला आणून द्यायचा. कधीकधी हा कार्यक्रम दिवसांतून दोनदा व्हायचा. मी त्या पत्रांमध्ये माझा उद्वेग, माझं यश, माझ्या मनातल्या कल्पना, बेत सांगायची... माझ्या मुलांबद्दल, माझ्या दुःखी गृहजीवनाबद्दल सांगायची. अहमद नवाजनी आजही ती पत्रं जपून ठेवली असतील तर – असणार अशी मला शंका आहे – ती पत्रं एका अशा महिलेची कहाणी सांगतील की जी, पाय रोवून उभं राहायचा, बदल घडवण्याचा प्रयत्न करतीय, आपलं अवघं अस्तित्व बदलून टाकायचा प्रयत्न करतीय, पण त्यात सपशेल आपटतीय. ती पत्रं म्हणजे मनातलं दुःख, विषाद, पराभव यांची कबुली होती. त्या पत्रांत दहा असमाधानी वर्षांची कहाणी होती... सतत संघर्षाची, प्रयत्नवादाची, अश्रूंची, दुःखाची, अपूर्ण इच्छा आकांक्षांचीही कहाणी होती आणि मजेची गोष्ट म्हणजे उद्योगातील अपूर्व यशाची कहाणीही होती.

मी अहमद नवाजपासून काहीही हातचं राखलं नाही. ज्या गोष्टी मी स्वतःपासूनसुद्धा लपवल्या असतील, त्यासुद्धा त्यांना अगदी मोकळेपणानं सांगितल्या. त्यामुळं

मला खूप हलकं आणि बरं वाटलं. दुर्दैवाने, आपण ज्यांच्याशी मन मोकळं करू शकू अशा व्यक्ती फार थोड्या असतात. कारण बरीचशी माणसं टीकात्मक असतात आणि ती लगेच न्यायनिवाडा करून मोकळी होतात.

प्रत्येक गोष्टीला, अगदी जीवनालासुद्धा शेवट असतोच. सईद ऑस्ट्रेलिया दौऱ्यावर होता तेव्हा एक दिवस कानावर आलं की, त्याच्याविरुद्ध पुन्हा एकदा शिस्तभंगाची कारवाई करण्यात आलीय आणि त्याला पाकिस्तानला परत पाठवणार आहेत. हफीज पीरजादा त्यावेळी शिक्षणमंत्री होते. मी त्यांच्यामार्फत, सईदची हकालपट्टी रद्द व्हावी व त्याला पुन्हा पूर्वीचं स्थान मिळावं यासाठी आकाशपाताळ एक केलं, पण काहीही उपयोग झाला नाही.

हफीज करदार यांनी सईदला सिडनीत हॉटेलमध्ये त्याच्या खोलीत कोंडून त्याचा पासपोर्ट व पैसे जप्त केले होते. हफीज करदार म्हणजे पाकिस्तान क्रिकेट संघाचे सुप्रसिद्ध माजी कर्णधार. ते पीपीपी सरकारमध्ये मंत्रीही होते आणि का कोण जाणे पण सईद-द्वेष्टे होते.

या प्रकारामागचं कारण असं होतं की, मागच्या कसोटी सामन्याच्या वेळी सईदनं करदारना ऐकू येईल अशा प्रकारे 'ओल्ड इज गोल्ड' असे उद्गार काढले होते – कदाचित, त्याला करदार हे 'श्रीयुत सर्वज्ञानी' आहेत या वस्तुस्थितीचा उपहासात्मक संदर्भ असू शकेल. पीपल्स पार्टीवाल्यांना टीका सोसत नसे. सईदसारख्या लोकांकडून आधीपासूनच तुच्छतेनं वागणूक मिळाल्यामुळे करदारना आणखी उपमर्द सहन झाला नाही. त्यांनी अस्सल पीपीपी स्टाईलनं एका नायकाची उचलबांगडी केली... आणि त्याला मृत्यूची सजा सुनावली. हुकूमनाम्याची अंमलबजावणी करावीच लागली. हफीज पीरजादांनी – ते कुणी सामान्य मंत्री नव्हते – कितीही बाजू लढवली तरी त्यांना श्री. करदार यांच्यासारख्या माणसाला थोपवता आलं नाही. त्यांनी थंडपणे, निष्ठूर बेपर्वाईनं सईदची क्रिकेट कारकीर्द विझवली... त्याच्या दृष्टीनं क्रिकेट संपणं म्हणजे जीवनालाच पूर्णविराम होता... त्यांनी सईदला अक्षरश: वेडं केलं.

सईद कराचीला परत आला त्यावेळी हा चिंतामुक्त आनंदी प्राणी, कधीकधी मूर्खासारखं वागणारा, कधीकधी उर्मट तर कधी हिंस्रपणे वागणारा हा माणूस संपला होता... त्याच्यात काहीच उरलं नव्हतं... ना लढण्याचं बळ, ना आक्रमकता. पाच दिवस हॉटेलच्या खोलीत कोंडून राहावं लागण्याच्या लाजिरवाण्या अवस्थेमुळं तो मोडून पडला... आणि एका महान क्रिकेटपटूचा अंत झाला. किती लाजिरवाणी अखेर! पण हे पाकिस्तानी मानसिकतेचं द्योतक होतं – नायकांचा संपूर्ण नाश करा... त्यांना धुळीला मिळवा... त्यांचा लोळागोळा करा. कारण त्यांचा उपयोग संपला आहे. फक्त उगवत्या सूर्याला नमस्कार करा... तुमचा अहं कुरवाळणाऱ्या

माणसाला डोक्यावर घ्या.

सईद घरी आला तेव्हा त्याचे हात कापत होते. त्या दिवसापासून तो फक्त मानसोपचारतज्ज्ञालाच दाखवावी अशी केस बनला होता.

त्यानं पत्रकार परिषद आयोजित केली. पण हफीज पीरजादांनी त्यांची भूमिका मवाळ केली. सईदच्या बाजूनं कुणी म्हणजे कुणीसुद्धा उभं राहिलं नाही आणि हा सगळाच प्रकार भलताच चुकीच्या पद्धतीनं घडलाय हे कुणाच्याच ध्यानी आलं नाही.

कल्पित अनादर... ऑस्ट्रेलियात घडलेला एक विनोद... आणि आमचं अखखं कुटुंब करदारांच्या अहंकाराच्या आगीत आहुती पडलं. आज, तीन दशकांहून अधिक काळ उलटलाय, अजूनही सईदचं कुटुंब विखुरलेलं आहे आणि तीन वर्ष मानसोपचार करूनही ते सईदला पुन्हा नेहमीसारखं सामान्य स्तरावर आणू शकलेले नाहीत. त्याची मुलं पित्याच्या छत्राविनाच वाढली आहेत. मी त्याच्या मुलांना त्याच्या आधाराखेरीज वाढवलं आहे. ही माझी लढाई होती आणि तेच माझं ध्येयही होतं.

हा माणूस असा मोडून पडला त्याबद्दल मी कुणाला जबाबदार धरायचं? हा जागतिक दर्जाचा क्रिकेटपटू तबलीगी जमातचा सदस्य बनला, दाढी वाढवून, घोट्याच्या वर तीन इंच येणारी सलवार परिधान करू लागला. एकुलत्या एक मुलाकडं दुर्लक्ष करू लागला, त्याला स्वतःच्या मुलींची पर्वा नव्हती. एकेकाळी जवळीकीच्या धाग्यांनी विणलेल्या त्याच्या एकत्र कुटुंबात फाटाफूट होऊन त्याचे तुकडे तुकडे झाले... हे तुकडे संपूर्ण जगभर विखुरले आहेत. त्याची भावनिकदृष्ट्या गोंधळलेली माजी-पत्नी अनेक वर्ष एकाकी आयुष्य कंठतीय... सुखानं आपल्याला असा चकवा का दिला ते तिला समजत नाहीय. सत्ता हाती असणारी करदार व पीरजादांसारखी माणसं कुणाच्याही घराचं सुख पायदळी तुडवू शकतात, मग ते किती का क्षुल्लक कारणासाठी असेना... आणि इथं आगीच्या भक्ष्यस्थानी पडलेलं घर सईदचं होतं!

"गिरी है जिसपे कल बिजली वो मेरा आशियाँ क्यों हो?"

...माझ्याच घरावर विजेचा लोळ का कोसळावा?

अस्वस्थ कालखंड

१९७२ साल म्हटलं की, भाषिक दंगली आठवतात. त्या दरम्यान सिंधच्या मुख्यमंत्री मुमताज भुट्टोंनी 'सिंध असेम्ब्ली' मध्ये सिंधी ही उर्दूसह सक्तीची भाषा करण्यासंदर्भातील विधेयक सादर केलं. कराचीतील उर्दूभाषिक जनता प्रथमच, याच्या विरोधात एकत्र आली.

सुप्रसिद्ध उर्दू कवी रैस अमरोहोवी यांनी 'जंग' मध्ये त्यांच्या 'किता' त लिहिलं होतं. "उर्दू का जनाजा है, जरा धूम से निकाले."

१९७१ मध्ये पाकिस्तानचं जे क्लेषकारक विभाजन झालं त्यामुळं लोक भयभीत झाले होते, त्यांना असुरक्षित भावनेनं घेरलं होतं. मला तो काळ आठवतो... त्यावेळी 'पाकिस्तानी' असा शब्दप्रयोग केला जात नव्हता. तर एखादा माणूस त्या त्या प्रदेशानुसार ओळखला जात असे – म्हणजे पंजाबी, पठाण, सिंधी व बलोची. तथाकथित 'मोहाजीर' किंवा भारतातून आलेले उर्दूभाषिक स्थलांतरित ते मुख्यत्वे कराची, हैद्राबाद व सुक्कूर मध्ये वसले होते. त्यांना अशी 'ओळख' नव्हती. मात्र पूर्व पंजाबातील स्थलांतरितांना असं वाटत नसल्यामुळं ते त्यांच्या पश्चिम पंजाबातल्या बांधवांमध्ये सहज मिसळले होते, कारण त्यांची भाषा व संस्कृती समानच होती.

उर्दू भाषिक लोक, विशेषत: उत्तर प्रदेश अथवा औध पट्ट्यातले लोक, स्वत:ला नेहमीच अधिक शिकलेले व सांस्कृतिकदृष्ट्या अधिक सरस मानतात. त्यामुळं हा संघर्ष उद्भवला. सिंधमधल्या मूळ रहिवाशांना ही सांस्कृतिक तफावत रुचली नाही. त्यांनी बऱ्याच मागण्या करायला सुरुवात केली. त्यातलीच एक मागणी म्हणजे 'मोहाजीरांनी' स्वत:ला 'नवसिंधी' म्हणायचं. मग उर्दू भाषिक लोकांनी हिंस्र प्रतिक्रिया दिली. त्यांनी सवत्या सुभ्याची मागणी सुरू केली... त्याला 'उर्दू सुबा' वा 'कराची सुबा' असं म्हटलं गेलं. याचीच परिणती 'ऑल पाकिस्तान मोहाजीर स्टुडंट्स असोसिएशन (APMSO) व पुढं मोहाजीर कौमी मूव्हमेंट

(MQM) च्या स्थापनेत झाली. याचं नेतृत्व अल्ताफ हुसैन या तेजस्वी नेत्यानं केलं.

याच दरम्यान मी काही नवे मित्र जोडले. त्यात 'उर्दू डायजेस्ट'चे संपादक व पत्रकार अहमद अल्ताफही होते. अल्ताफ हुसैन व इतर मंडळींबरोबर APMSO च्या उभारणीला चालना देणाऱ्यांतले ते एक प्रमुख होते. त्याखेरीज महमूद अहमद सिद्दिकी होते. बाबा बशीर म्हणून परिचित असणारे एम.एम. बशीर होते. पूर्व पाकिस्तानातले मन्नत शम्सी होते आणि अहमद अल्ताफ यांचे लहान भाऊ नौशाद होते. ते आता कॅनडात स्थायिक झाले आहेत. अल्ताफ साहिब अत्यंत अदबशीर, शिष्टाचारसंपन्न व उर्दूत पारंगत आहेत. महमद सिद्दिकींची अर्धी पार्श्वभूमी तुर्की आहे, ते आग्र्याचे होते. डोक्यावर तांबड्या केसांचं जंजाळ असणारे अहमद सिद्दिकी अत्यंत उत्साही तरुण होते. नौशाद बुद्धिमान तरुण होते. त्यांचा विषय अर्थशास्त्र होता. आम्हा सर्वांचा सिद्धान्तवाद एकच होता – मोहाजीर समुदायाचे हक्क उचलून धरायचे; आणि संस्कृती, भाषा, काव्य व परंपरा यांचं जतन करायचं – आणि आम्हा सगळ्यांना स्वत:ची 'ओळख' शोधायची होती.

१९७४ साली, बांगलादेशातील विस्थापित पाकिस्तान्यांचे, मुख्यत्वे बिहारी लोकांचे पाकिस्तानात लोंढेच्या लोंढे येत होते. त्यांना पुन्हा स्थिरस्थावर करावं लागणार होतं. पण सिंधी लोक या प्रदेशात उर्दू भाषिक भागातले आणखी स्थलांतरीत स्वीकारायला तयार नव्हते, त्यामुळं अगदी थोड्या बिहारी लोकांना सिंधमध्ये स्थायिक होऊ देण्यात आलं. आम्ही मित्रमंडळी समाजातील काही सुप्रसिद्ध बुजुर्गांसमवेत एकत्र आलो आणि निवृत्त न्यायाधीश एम.बी. अहमद यांच्या कार्यालयात आम्ही सर्वांनी मिळून 'मोहाजीर युनिटी बोर्ड' स्थापन केलं. त्यांनी आम्हाला ही जागा मोफत वापरू दिली. आमचं उद्दिष्ट होतं, विस्थापित पूर्व पाकिस्तानी लोकांचं त्यांच्यासाठी आखून दिलेल्या जागेत पुनर्वसन करणं. त्यांच्यासाठी कराची शहराबाहेर टेकड्यांजवळचा ओरांगी हा ओसाड भाग देण्यात आला होता. आम्ही अगदी मनापासून कामाला लागलो होतो. मी त्या गटात एकमात्र स्त्री होते आणि आमच्या गटाचं सळसळतं चैतन्यही होते. मी आठवड्यातून दोनदा माझ्या कर्मचाऱ्यांसाठी असणाऱ्या गाड्या मागवून घेऊन, बांगलादेशातून आलेल्या विधवा व विपन्नावस्थेतील लोकांना अन्न व औषधं पुरवत होते. आम्ही त्यांना कपडेसुद्धा दिले आणि शक्य तिथं पाण्याच्या टाक्या बांधल्या व तात्पुरते निवारे उभारले. आता माझ्या लक्षात येतंय की, मी जर आर्थिकदृष्ट्या स्वतंत्र नसते तर माझ्या अशा प्रकारच्या सामाजिक कार्यावर कठोर निर्बंध आले असते.

मी माझे स्वत:चे साधनस्रोत वापरून हे कार्य करत होते, मात्र मला मरियम अली खान यांच्याकडून मोठा आधार लाभला. त्या रेडक्रॉस सोसायटीच्या अध्यक्षा

होत्या. आम्हा दोघींच्या आयांची एकमेकींशी ओळख असल्यामुळं आम्हीही मैत्रिणी होतो. मरियमनी अकबर लियाकत अली खान यांच्याशी विवाह केला होता. ते पाकिस्तानच्या पहिल्या पंतप्रधानांचे सुपुत्र होते. अकबर यांच्या आई बेगम राना लियाकत अली खान महान समाजसेविका होत्या – त्या पाकिस्तानातली पहिलीवहिली महिला संघटना चालवत असत – ऑल पाकिस्तान विमेन्स असोसिएशन (APWA). या दरम्यान बेगम राना लियाकत अली सिंधच्या राज्यपाल होत्या. आम्ही आठवड्यातून दोनदा अतिशय तळमळीनं ओरांगीला जायचो. हे ठिकाण कराचीपासून वीस मैलांवर होतं. आम्ही यादी तयार केली होती, त्यानुसार कॉम्रेड्स अहमद अल्ताफ, महमूद अहमद सिद्दिकी, नौशाद अहमद व मी – आम्ही शिधावाटप करायचो. १९७२ साली भुट्टोंनी केलेल्या सिमला करारानुसार, बांगलादेशात निराधार झालेल्या बिहारींपैकी दीड लाख लोक पाकिस्तानमध्ये परत पाठवण्याचं आणि त्र्याण्णव हजार युद्धकैद्यांची मुक्तता करण्याचं ठरलं होतं. ढाक्यामध्ये मोहम्मदपूर व मिरपूर जिल्ह्यांमध्ये रेडक्रॉसच्या छावण्या उभारल्या होत्या. जे बिहारी मागं राहिले होते त्यांना या छावण्यांत निवारा मिळाला होता. हिरवा पाकिस्तानी पासपोर्ट बाळगणारे हे सर्वजण गोंधळून गेले होते. आपल्या दीड लाख बांधवांसोबत आपल्यालाही पाकिस्तानला का पाठवत नाहीयेत हे त्यांना उमजत नव्हतं. आज तीस वर्षांनंतर अजूनही ते नशीब उघडण्याची वाट बघतायत. आपण पाकिस्तानी आहोत की नाही? ...तेच त्यांना कळत नाही. पाकिस्तान निर्मितीचं सयुक्तिक कारण काय होतं?

एके दिवशी मरियमनी मला रेडक्रॉस कार्यालयात फोन केला.

''पंतप्रधान भुट्टोंनी सांगितलंय की, तुम्ही जे लोक कराचीच्या स्वीकृत यादीत आहेत, फक्त त्यांनाच शिधा व औषधं द्या; जे लोक लाहोरमधून इथं आले असतील त्यांना देऊ नका.''

हे ऐकून मला संताप आला. मी म्हणाले,

''मरियम, दारिद्र्यानं गांजलेल्या स्त्रियांना तुम्ही कुठल्या अधिकृत यादीत आहात की नाही असं विचारायचं का?''

आणि तिथूनच माझ्या प्रस्थापित-विरोधी भूमिकेला प्रारंभ झाला. मी ओरांगीमध्ये भाषणं देऊ लागले. हा केवळ आरंभ होता, पण माझी भाषणं भावनेनं ओथंबलेली असत. आपण लोकांच्या काळजाला भिडू शकतोय हे मला समजलं. त्या दिवसापासून अल्ताफ अहमदनी मला त्यांच्या छत्राखाली घेतलं. त्यांनी माझं उर्दू सुधारण्यासाठी प्रयत्न केले. माझं उर्दू साधं, अनालंकृत होतं. पण त्यांनी मला त्यांच्यासारखं पांडित्यपूर्ण व अलंकारिक वक्तृत्व शिकवलं. त्यांनी माझी राजकारणाच्या मैदानात उतरण्याच्या दृष्टीनं जडणघडण करायला सुरुवात केली. आम्ही त्यावेळी जे कार्य

केलं त्याला प्रसिद्धी लाभली नसली तरी, सामाजिक कार्यकर्ती व राजकारणी म्हणून माझ्या करियरची सुरुवात झाली होती. ते १९७४ साल होतं.

१९७४ च्या नववर्षाच्या पूर्वसंध्येआधी सईदा व हफीज पीरजादांनी आम्हाला एका खास मेजवानीसाठी आमंत्रित केलं होतं. ही मेजवानी त्यांच्या सनसेट बुल्व्हा डिफेन्स सोसायटीतल्या घरी पंतप्रधान व बेगम भुट्टो यांच्या सन्मानार्थ आयोजित केली होती. मी प्रथेप्रमाणं नुसरत भुट्टोंच्या दोन्ही गालांवर चुंबन दिलं, पण त्या अगदी मोजूनमापून होत्या, त्यांनी फाजील सलगी होऊ दिली नाही. 'हाय टेबल'शी जागा आधीच ठरल्या होत्या. मी भुट्टोंशी बोलायला गेले.

"सर तुम्हाला आठवतंय की नाही कोण जाणे, पण आपली ६ जुलै १९६५ रोजी अल्जिअर्समध्ये भेट झालीय. तुम्ही त्यावेळी आफ्रो-आशियाई परराष्ट्र मंत्र्यांच्या परिषदेला तिथं आला होता.''

त्यांची स्मरणशक्ती तल्लख होती. त्यांनी लगेच प्रश्न केला.

"अख्तर हुसैन कसे आहेत?''

"ठीक आहेत.'' मी उत्तरले.

"आणि शहरयार?'' ते विचारू लागले.

मग हफीजनी ताबडतोब मला हाय टेबलवर जागा द्यायचं ठरवलं. भुट्टोंच्या उजव्या बाजूला बेगम राणा लियाकत स्थानापन्न झाल्या तर डाव्या बाजूला मी. त्या दरम्यान अतिशय जबरदस्त व रसपूर्ण संभाषण झालं. मला त्यातला एक इंटरेस्टिंग भाग आठवतोय...

भुट्टो बेगम राणांना त्यांच्या घरी असलेल्या पाहुण्यावरून म्हणजे बलोचिस्तानचे राज्यपाल नवाब अकबर खान बुग्ती यांच्यावरून चिडवत होते. भुट्टो म्हणाले की, बुग्ती तुमच्या घरी राहतायत तोवर तुम्ही नेहमी जे गरारे घालता ते आवर्जून घालत जा! बेगम राणा लियाकत यांचे गरारे म्हणजे जुन्या यूपी फॅशनचे अवशेष होते!

पंतप्रधान अतिशय मनोवेधक आणि संभाषणकुशल, पण नीतिनियम झुगारून वागणारे होते. त्यांना पेचप्रसंगांतून मार्गक्रमण करायला कसं आवडतं, याविषयी आम्ही बोललो. त्याबाबत ते म्हणाले की, मला हा आयुष्यातला सर्वांत मोठा थरार वाटतो.

मी त्यांना म्हणाले की, "तुमची 'टाईम' मासिकात 'मॅन ऑफ द इयर' म्हणून निवड होणार असं मला वाटतं. तुमचं नाव सुचवलेलं असणार याची मला खात्री आहे.''

त्यानंतर आम्ही कराचीतील संमिश्र जनता व त्यामुळं परिस्थिती कशी धोकादायक बनलीय याबद्दल बोललो. मला माझी मान अगदी उंचावल्यासारखं वाटलं. मला

निमंत्रण दिल्याबद्दल हफीज व सादिया यांच्याबद्दल माझ्या मनात कृतज्ञता निर्माण झाली.

मला आणखी एक प्रसंग स्मरतोय. एका पार्टीत भुट्टो व मी बुफे टेबलशी वाढून घेत असताना ते मला बाजूला नेऊन म्हणाले,
"मला सांगा, तेहरानमध्ये नुसरत काय करत होती?"
मी नुसरत यांची चांगली मैत्रीण या नात्यानं त्यांच्या मनातील शंकांचं मळभ दूर केलं आणि म्हणाले,
"आम्ही दोघी नेहमी पाट्यांना बरोबरच जायचो."
माझ्या उत्तरानं त्यांचं समाधान झाल्यासारखं वाटलं.

३१ डिसेंबर १९७३ रोजी भुट्टोंनी स्टेट बँकेच्या इमारतीत देशातल्या सर्व आघाडीच्या कारखानदारांची बैठक बोलवली. या बैठकीत त्यांनी त्यांचं सरकार खाजगी क्षेत्राला पाठिंबा देईल अशी ग्वाही दिली. ती नववर्षाच्या स्वागताची सायंकाळ होती. आम्ही सर्वांनी 'मेट्रोपोल हॉटेल'मधल्या 'समर' नाईट क्लबची डिनरची तिकिटं विकत घेतली होती. त्या दिवशी आम्ही चोवीसजण तरी असू.... त्यात हफीज व सादिया आणि अन्सा व जफर मूराज होते. अन्सा म्हणजे सेंट जोसेफ कॉन्व्हेन्टमधली माझी जुनी शाळा मैत्रीण आणि जफर म्हणजे सुप्रसिद्ध दंतरोगतज्ज्ञ डॉ. वली मूराज यांचे चिरंजीव. सुप्रसिद्ध 'बावीस कुटुंबांत' न मोडणारे जे काही मोजके लोक होते, त्यात सईद व मी होतो. मध्यरात्र उलटली.... त्यानंतर थोड्याच वेळात आम्हाला सांगण्यात आलं की, बँकिंग, तेल, पोलाद आणि सर्व प्रमुख उद्योगांचं राष्ट्रीयीकरण झालं आहे. त्यानंतर अवघ्या पाचच मिनिटांत 'समर' ओस पडलं. भुट्टोंना अशा पद्धतीनं वागायला आवडत असे.... अनपेक्षित, विकृत व भेसूर.

आमचा मित्रपरिवार खूप विस्तारला होता. माझी सामाजिक वर्तुळातल्या जवळपास प्रत्येकाशी ओळख झाली होती. आम्ही अगदी लोकप्रिय जोडपं होतो. दरम्यान सईदनं प्रचंड प्यायला सुरुवात केल्याचं माझ्या लक्षात आलं. एके दिवशी सायंकाळी सादिया व हफीज यांनी शाह मेहमूद रेझा यांच्यासाठी 'समर'मध्ये पार्टी ठेवली होती. मेहमूदना पुन्हा इतक्या वर्षांनी भेटणं... मी अगदी थरारून गेले होते! ते अजूनही तेव्हासारखेच राजबिंडे दिसत होते. सर्वप्रथम आम्ही PECHS नाट्यगृहात PIA सांस्कृतिक समूहाचा कलाविष्कार पाहायला गेलो आणि त्यानंतर 'समर'मध्ये पार्टीला. माझ्यासाठी राजकुमारांसमवेत हाय टेबलवर जागा राखून ठेवली होती कारण माझा त्यांच्याशी माझ्या इराणमधल्या

वास्तव्यापासून परिचय होता.

राजकुमार मेहमूदनी माझ्यासमवेत नृत्याच्या काही फेऱ्या केल्या, त्यानंतर सईद माझ्याजवळ आला. तो आधीच खूप प्यायला होता आणि म्हणाला की, आपण निघू या. आम्ही आधी आमचे मित्र शौकत व शहनाज फान्सी यांना घरी सोडलं, पण त्यानंतर सईदच्या मस्तकात संतापाची तिडीक उठली. त्यानं आमच्या घराच्या प्रवेशद्वारावर दोनदा गाडी धडकवली. मी घाबरून गेले... मी गाडीतून उतरून पळत जाऊन दरवाजा उघडला, पण तितक्यात त्यानं माझ्या चेहऱ्यावर दोन ठोसे लगावले... त्यातला एक तर थेट माझ्या डोळ्यावर बसला. मी वेदनांनी कळवळत घरात धावले. मला वाटतं मानसोपचाराची औषधं व मद्य यांच्या मिश्रणानं तो हिंस्र बनला असावा. शिवाय, त्यावेळी त्याच्या अंगात पाशवी ताकद संचारली होती.

मी आरशात पाहिलं तर डोळ्यातली रक्तवाहिनी फुटलेली दिसली. मी त्याला ते दाखवायला गेले तर त्यानं मला पुन्हा ठोसा लगावला... आणि तोसुद्धा पुन्हा त्याच डोळ्यावर! त्यानं माझ्या गळ्यातलं हिऱ्या-माणकांचं नेकलेससुद्धा हिसकून तोडलं. मी ते नेकलेस माझी मामेबहीण – नज्जीकडून त्या कार्यक्रमाला घालण्यापुरतं आणलं होतं. माझ्या डोळ्यांत अश्रू दाटले होते... मी जमिनीवर विखुरलेली हिरे-माणकं गोळा केली आणि घर सोडून निघाले. माझ्या आईचं घर तिथून कोपऱ्यावरच होतं. त्या रात्री मी आईच्या घरी झोपले. दुसऱ्या दिवशी मी आमच्या घरी गेले. माझा डोळा काळा आणि सुजून टेनिसच्या चेंडूच्या आकाराचा झाला होता. आम्हाला त्या दिवशी जनरल व मारी हबिबुल्ला यांच्या घरी स्वागत समारंभाला जायचं होतं, पण मी अशा अवस्थेत कशी जाणार?

सईदवर नियमित मानसोपचार सुरू होते. पहिल्यांदा कराचीत डॉ. इशारत त्याच्यावर उपचार करत होते. नंतर लंडनमध्ये हर्ले स्ट्रीटवरील एक तज्ज्ञ डॉक्टरांचे उपचार सुरू होते. त्यांनी सईदच्या अवस्थेचं 'ॲक्यूट पॅरनॉइया' असं निदान केलं होतं. त्यांनी मला सांगितलं होतं की, जर सईद हिंस्र बनला तर तुम्हाला त्याच्यापासून वेगळं व्हावं लागेल, नाहीतर तुम्हाला व त्याचबरोबर मुलांनाही धोका आहे. त्याच दरम्यान मी क्लिफ्टनमध्ये घर बांधत होते, शिवाय कारखानाही चालवत होते. माझं विक्री कार्यालय 'तारिक रोड'वर होतं. आम्ही १९७४ च्या सप्टेंबरमध्ये नव्या घरी राहायला आलो, पण सईद तिथं फक्त दोनच महिने राहिला. आमचं विवाहबंधन वाचवण्यासाठी आम्ही तात्पुरतं दूर व्हायचं ठरवलं. त्याआधी आमच्या जुन्या घरात पुन्हा एकदा असाच प्रसंग घडला. मी अहमद नवाज यांच्याशी फोनवर

बोलत असताना सईदनं फररूला तडाखे लावले.

माझ्या आयुष्यात एक नवा घटक प्रवेशला. 'सिंध क्लब'मध्ये ईदच्या भोजनाच्या वेळी एक मुलगी माझ्याजवळ येऊन म्हणाली,

''हॅलो, इनी आन्टी. मला ओळखलंत?''

मी तिच्याकडं पाहिलं आणि एकदम लख्ख प्रकाश पडला... ती बिना होती. तो क्षण अतिशय बोचरा होता.

मी तिला पहिला प्रश्न केला, तो म्हणजे, ''तुझा भाऊ कुठं आहे?''

ती मॉन्टीला माझ्याजवळ घेऊन आली. ते आता त्याला मॉन्टी म्हणत होते. साधारण दहा वर्षांचा, बुटका, जरासा गुटगुटीत आणि बुजरा.... माझा बंटी आता मोठा झाला होता. बिना पंधरा वर्षांची झाली होती. त्यावेळी चीमीनं चिकीशी लग्न केलं होतं. तोवर तो सिल्व्हिया या ऑस्ट्रियन महिलेबरोबर राहत होता. माझी तिच्याशी कधी भेट झाली नाही, पण मी चीकीला मात्र ओळखत होते.

मग माझी मुलं ममीच्या घरी मला भेटायला आली. बिना चांगली बडबडी होती. ती अतिशय हुशार होती. दिसायला बरीचशी माझ्यासारखीच होती, पण बंटी मात्र अतिशय शांत होता. काहीही बोलण्याआधी तो बिना 'बहेन'कडं भित्र्या डोळ्यांनी बघत तिची परवानगी घ्यायचा.

मी त्याला विचारलं, ''मी तुला आठवतीय का?''

''तू मला बिछान्यावर झोपवायचीस तेव्हा माझ्याकडं खाली झुकलेला तुझा चेहरा मला आठवतो. मी तुला कसा विसरीन?'' बंटी उत्तरला.

त्याचा एकेक शब्द आजही माझ्या मनात खोलवर रुतून आहे. माझ्या मुलांनी 'मी त्यांना का सोडलं' हा प्रश्न कधीही विचारला नाही, त्यांच्या वागण्यात चीड, संताप यांचा लवलेशही नव्हता.... होता तो फक्त पुन्हा एकवार भेटण्याचा बिनशर्त आनंद! तेव्हापासून ते दोघं दर आठवड्याला मला भेटायला येत असत.

डॅडींची ऑस्ट्रियात राजदूतपदी बदली झाली होती. ही त्यांची अखेरचीच नियुक्ती होती. तिथंच ते निवृत्त होणार होते. मी सईदपासून वेगळी झाल्याचं ऐकलं तेव्हा त्यांनी सुटकेचा नि:श्वास टाकला, कारण प्रकरण एकदाचं संपलं, हे त्यांनी ओळखलं होतं.

मात्र, सईदनं वेगळं होण्याआधी पुरता सूड उगवायचं ठरवलं असावं. आम्ही क्लिफ्टनमध्ये राहायला जाण्याच्या नादात होतो. अजून अर्धं सामान PECHS मध्येच होतं. त्याच दरम्यान एके दिवशी माझ्यावर गुरगुरत म्हणाला,

''बस, मला तुला काही सांगायचंय.''

आम्हा दोघांमध्ये संपर्क इतका अत्यल्प उरला होता की, माझ्यापुढं काय

वाढून ठेवलंय त्याची मला अजिबात कल्पना नव्हती. त्यानं मला बसायला लावलं आणि आमचं लग्न झाल्यापासून तो ज्या ज्या बाईबरोबर झोपला होता त्या प्रत्येक बाईचं तपशीलवार चित्र रंगवू लागला. त्यानं जी नावं घेतली, त्यात माझ्या नातेवाईक, मैत्रिणी, अनोळखी स्त्रिया आणि नोकरचाकर बायकासुद्धा होत्या... खरोखर भयानक कहाणी होती!

''तुला काय वाटलं, मी तुझ्याशी निष्ठावान राहीन? स्वत:कडं बघ, तुझ्या पायाला भसका पडलाय. मी वर्षभराहून अधिक काळ तुझ्या सोबत झोपलेलो नाहीय. तुला काय मी हांडगा वाटलो? मुळीच नाही. मी रोज सकाळी आपल्या शेजाऱ्याच्या बायकोबरोबर झोपतो... तिचंही नाव सलमा आहे. तिलाही माझ्याबद्दल तीव्र कामेच्छा असते. आणि तुला काय वाटलं, मी कारखान्यात काम करायला जातो? नाही. मी तिथं जातो ते फक्त तुझ्या मैत्रिणींना फोन करण्यासाठी. तू कामावर गेलीस रे गेलीस, की मी त्यातल्या एकीकडं जाऊन तिच्याबरोबर झोपतो, जी कुणी उपलब्ध असेल तिच्याबरोबर... दिवसातून दोनदा किंवा तीनदा. तू स्वत:ला कोण समजतेस... राजदूताची पोरगी?''

हा सत्त्वपरीक्षा पहाणारा अनुभव अतिशय यातनादायी व अंतहीन होता.

''नको, नको, सईद, आता आणखी काही सांगू नकोस,'' मी त्याला विनवलं.

''मी सांगणार. तुला माझे सगळे कबुलीजबाब ऐकावे लागतील, तुला ते सगळं ऐकावंच लागेल,'' सईद ठासून म्हणाला.

त्याचं बोलणं संपेपर्यंत माझे हात कापू लागले होते. त्यानंतर अहमद अल्ताफ व ममी मला नजिमाबादमधल्या डॉ. इशारत यांच्याकडं घेऊन जावं लागलं. त्यांनी मला 'लारगॅक्टिल'चं इंजेक्शन दिलं आणि मी दिवा मालवल्यासारखी शांत झाले. त्यानंतर डॉ. इशारत यांच्याकडच्या वाऱ्या सुरू झाल्या.

अखेर, १९७५ च्या जानेवारीत मी पायावर शस्त्रक्रिया करून घेण्यासाठी लंडनला गेले. तिथं मी विम्बल्डनमध्ये मीनलच्या घरी राहिले होते. या खेपेला मी खाजगी दवाखान्यात गेले होते. शस्त्रक्रिया दुसऱ्याच दिवशी ठरली होती. भूलतज्ज्ञानं मला कुठली औषधं चालू आहेत का याबद्दल विचारलं. मला लारगॅक्टिलचे मोठे डोस चालू होते, त्याचा उल्लेख करायचं विसरून मी त्यांना फक्त झोपेच्या गोळ्या घेत असल्याचं सांगितलं. माझ्या पायावर पहिलं 'स्कीन ग्राफ्ट' झालं. त्यानंतर तिसऱ्या दिवशी मला बाहेर पडायची परवानगी मिळाली... पण पुढं अघटित वाढून तयारच होतं. आधी माझे हात व बाहू थरथरू लागले, त्यानंतर पाय... आणि मग सगळ्या शरीरालाच कंप सुटला.

मग मी सईदच्या मावशीला – खालाजींना निरोप पाठवून बोलावून घेतलं, कारण माझे मला कपडेसुद्धा घालता येत नव्हते. माझा भाचा – फैज याचीही मला

मदत झाली. मी फार आजारी पडले होते. मी मी हर्ले स्ट्रीटवर सईदला ज्या मानसोपचारतज्ज्ञांचे उपचार सुरू होते त्यांना दाखवायचं ठरवलं. त्यांनी मला ताबडतोब रुग्णवाहिकेत घातलं आणि 'रिजंट्स पार्क क्लिनिक'मध्ये पाठवलं. मी पूर्णत: नर्व्हस ब्रेक डाऊनची शिकार बनले होते. डॉक्टरांनी मला गुलाबी, पिवळी पांढरी अशा सगळ्या रंगांची बरीच औषधं दिली. मी १९७५ च्या मार्चपर्यंत त्या क्लिनिकमध्येच होते. तिथं बिब्बीचा मुलगा फहिम मला भेटायला येत असे. एका महिन्यानं मला संध्याकाळी बाहेर जायची परवानगी मिळाली. मी फहिमबरोबर ऑक्सफर्ड स्ट्रीटवर गेले... आणि मला धस्सच झालं... माझ्या लक्षात आलं की मी लिहिणं विसरूनच गेलेय. मग मी 'नॅशनल वेस्टमिन्स्टर' बँकेत फोन केला – तिथं माझं खातं होतं आणि त्यांना सांगितलं, की माझी तब्येत बरी नाहीय आणि मला धनादेश लिहिता येत नाहीयेत. त्यांनी माझी वेडीवाकडी सही चालवून घेण्याचं मान्य केलं. त्या महिन्याला मी रेकॉर्ड्स खरेदी, नकली दागिने व नाईट ड्रेसेस विकत घेण्यासाठी जवळ जवळ दहा हजार पौंड खर्च केले. मी नियमित बाहेर खायची. अतिशय कष्टानं साठवलेला घामाचा पैसा मी अशा प्रकारे उधळला. मार्चच्या अखेरीस मला कराचीला परत जाण्याची परवानगी मिळाली.

दरम्यान मला 'ॲम्नेस्टी इंटरनॅशनल'कडून दिल्ली वारीचं निमंत्रण मिळालं. मी ते ताबडतोब स्वीकारलं. आठवडाभर कराचीत राहून मी दिल्लीला गेले. तिथं आम्ही 'गांधी आश्रम'मध्ये राहिलो होतो. मी तर त्या शहराच्या प्रेमातच पडले. या दौऱ्यात मी सुफी संत हजरत निजामुद्दिन औलिया यांना वंदन करण्यासाठी गेले होते. तोवर मी फक्त त्यांचं नाव ऐकून होते. मी पीर सफदम निजामी इथंही भेट दिली. हजरत निजामुद्दिन यांच्या 'रोजा'ला गेल्यापासून माझे या संत महात्म्याशी जीवनभराचे भावबंध जुळले आहेत... हा माझ्या जीवनाचा अविभाज्य घटकच बनला आहे.

हजरत निजामुद्दिन यांचे निस्सीम भक्त – हजरत अमिर खुस्रो यांची कव्वाली जगभरात प्रसिद्ध आहे. या भेटीनं माझ्यासाठी जीवनाचा संपूर्ण नवा अध्याय खुला केला... आध्यात्मिक जीवनाची ओळख घडवली. मला माझ्या आयुष्याचा... माझ्या अस्तित्वाचा आणि जीवनातल्या कठोर वास्तवाचा अतिशय वीट आला होता, पण सुफी जगतानं माझ्या गांजल्या मनावर फुंकर घालून मला दिलासा दिला. सादियाच्या भाचीनं, मीनू रूखसाना सिंगनं मला 'रोजा'ला नेलं होतं. ती अतिशय हुशार आणि तेजस्वी होती. मीनू म्हणजे भारतीय अभिनेत्री अमृता सिंगची आई. त्यावेळी तिचं रामपूरचे नवाब मिकीमियाँ यांच्याबरोबर प्रेमप्रकरण सुरू होतं. तिनं मला त्याबद्दल सांगितलं. पुढं तिच्या संजय गांधींशी गाठीभेटी होऊ लागल्या. ते दोघंजण

आणीबाणीच्या काळात बरेच प्रसिद्ध झाले होते. त्यावेळी संजय व मीनू संततीनियमनाची अंमलबजावणी करण्यासाठी मुस्लीम प्रभागांत गेले होते. त्या दोघांमध्ये किती जवळीक निर्माण झाली असेल याची मला कल्पना येते... इतकी सुंदर स्त्री... पण इतक्या तरुण वयातच जग सोडून गेली. मी मीनूला फक्त एकदाच भेटलीय, पण तिची छबी माझ्या स्मरणात ठळक राहिली आहे.

त्यावेळी मला कसली ओळख नव्हती... ना मनात कुठल्या स्मृती होत्या. मी ना इनी होते, ना सलमा. मी अर्धवट जागृतावस्थेत... जणू झोपेत आयुष्य ढकलत होते. त्या वर्षाचे काही दिवस औषधांवर निघाले पण आता मी कराचीला परत आले होते. एव्हाना अहमद नवाज बुगती तुरुंगातून बाहेर आले होते. मी बरेचदा सायंकाळी त्यांच्याकडं जायची तेव्हा आम्ही एकमेकांच्या सहवासात काही काळ घालवायचो. हा माझ्या आयुष्यातला शांत आणि छान भाग असायचा कारण बाकी दिवसभर मी कारखान्याच्या कामात गर्क असायची.

राजकीय खेळी

एके दिवशी अचानक मी शिकून पदवी मिळवायची असं ठरवलं. माझं शिक्षण फक्त 'इन्टरमिजिएट'पर्यंत झालेलं होतं. त्यामुळं मला माझ्या 'सीव्ही'मध्ये ती मोठी उणीव वाटायची. मग मी पंजाब विद्यापीठात बहिस्थ विद्यार्थिनी म्हणून नाव नोंदवलं आणि बी.ए.च्या परीक्षेला बसले. त्या परीक्षेत मी फार काही परिश्रम न घेता उत्तीर्णही झाले. त्या दरम्यान सईद मुस्तफा खार यांच्यासमवेत रहात होता. मुस्तफा खार म्हणजे पाकिस्तान पीपल्स पार्टी सरकारमधले पंजाबचे माजी मुख्यमंत्री. १९७५ सालची गोष्ट आहे. लाहोरच्या हलका ६ (मतदारसंघ) मध्ये मध्यावधी निवडणूक जाहीर झाली होती. खार यांनी भुट्टोंशी फारकत घेतली होती. या निवडणुकीत ते त्यांच्या पक्षाच्या विरोधात होते. सईदचा खार यांना पाठिंबा होता. तो त्यांचा राजकीय कार्यकर्ता होता.

आमचा कारखाना उत्तम चालला होता. मी दरमहा सईदला खर्चासाठी पैसे पाठवत होते. मी कराचीहून त्याच्यासाठी तपकिरी रंगाची १९७५ टोयोटा कोरोला सुद्धा पाठवली होती. क्लिफ्टनमधल्या आमच्या घराच्या बांधकामात भरपूर पैसे खर्च झाले होते, पण घर मात्र अतिशय छान, मनाजोगतं झालं होतं... स्विमिंग पूल, मस्त हिरवळ... सगळं काही देखणं होतं... पण त्या घरात सहवासाचा आनंद घ्यायला माझा माणूसच नव्हता. मी 'व्हिक्टोरिया' आणि 'कॉन्टिनेन्टल फर्निशर्स'मधून फर्निचर मागवलं होतं. पडद्याचं काम होमई दुबाश या व्यावसायिक अंतर्गत रचनाकारावर सोपवलं होतं... माझ्या स्वप्नातलं घर साकारण्यासाठी मी कष्ट किंवा पैसे काहीच कमी पडू दिलं नव्हतं. माझ्या स्वप्नपूर्तीमुळे दोन माणसांना फार आनंद झाला होता – एक म्हणजे माझे डॅडी व दुसरे – जमिल निश्तार. मोहत्ता पॅलेस व समुद्रालगतच्या त्या वातावरणात मला पाहून डॅडी खुष झाले होते.

डॅडींनी निवृत्तीनंतर लंडनच्या बर्नेसमध्ये घर घेतलं होतं. ते माझ्या सॉमरसेट

लॉजमधल्या फ्लॅटपासून पायी अवघ्या दहा मिनिटांच्या अंतरावर होतं. डॅडींच्या त्या घरी व्हिएन्नातली एलफ्रिड फस नावाची बाई घरकाम सांभाळत असे. ती बाई म्हणजे थंड प्राणी होता, ती आम्हाला आवडत नसे. आम्ही सगळे तिला नोकरासारखंच वागवत असू. आम्ही तिच्याकडं पूर्ण दुर्लक्ष करायचो, ती तिथं हजरच नाही असं समजायचो. ती व्हिएन्नामध्ये दूतावासात घरकामाला होती.

''इनी, एल्फी अतिशय प्रामाणिक आणि पापभीरु बाई आहे; ती घरातल्या कुठल्याही वस्तूला कधी हातसुद्धा लावणार नाही,'' डॅडी मला पटवून द्यायचा प्रयत्न करायचे. त्यांचा हा समज किती चुकीचा होता! डॅडी निवृत्तीनंतर लंडन व स्पेन अशा दोन्ही ठिकाणी राहात असत. त्यांनी मार्बेलामध्ये दोन 'विला' विकत घेतले होते, एक भाड्यानं देण्यासाठी आणि एक स्वत:ला राहण्यासाठी. एल्फी त्यांच्याबरोबर स्पेनलाही जात असे.

डॅडी दरवर्षी हिवाळ्याचा बराचसा काळ कराचीत व्यतीत करत असत, त्यामुळं मी त्यांना क्लिफ्टनमधल्या माझ्या नव्या घरी राहायला बोलावलं. त्यांनी माझ्याकडं यायचं मान्य केलं, कारण त्यावेळी सईद व मी विभक्त झालो होतो. डॅडींना सईद अजिबात सहन होत नसे. मी डॅडींना तळमजल्यावरची छोटा टी.व्ही. असलेली खोली दिली होती. मी तिथं गोल टेबल बनवून घेतलं होतं, त्या टेबलावर डॅडी व मी रोज सकाळी साडेआठ वाजता न्याहारी घ्यायचो. डॅडींचं आहार-विहार अतिशय काटेकोर असायचं. ते सकाळी सहा वाजता उठून समुद्रावर फिरायला जायचे, योगा करायचे, मग न्याहारी करायचे. दुपारी बरोबर दीडच्या ठोक्याला जेवण घ्यायचे, आता ते माझ्यासाठी दुपारी दोनपर्यंत थांबलेले असत. त्यानंतर जराशी डुलकी... मग दुपारी चार वाजता 'ब्रिस्क वॉक'. त्यानंतर सायंकाळी पाच वाजता वरच्या मजल्यावरच्या व्हरांड्यात बसून माझ्यासोबत चहापान आणि मी रात्री बाहेर जेवायला जाणार नसेन तेव्हा आम्ही रात्री साडेआठला जेवायला बसत असू. आपल्यालासुद्धा असा काटेकोर दिनक्रम पाळता यावा असं मला वाटतं, कारण त्यामुळं तब्येत उत्तम राहू शकते. डॅडींचे एक जिवलग मित्र होते सैद साहिब, म्हणजेच सैद अंकल. त्यांचे डॅडींशी जीवनभराचे स्नेहबंध होते. ते दोघंजण मिळून काव्याचा आस्वाद घेत असत; राजकारण, तत्त्वज्ञान यांवर चर्चा करत असत; मनातल्या खास गोष्टी एकमेकांना सांगत असत. सैद अंकल सुक्कूरमध्ये राहात असत, त्यामुळं ते इथं आले की आधी मी त्यांना डॅडींना भेटायला बोलावत असे. ते आले की डॅडी खुष असत. डॅडींना इथलं आरामदायी वातावरण, पार्ट्या, माझा मित्रपरिवार, त्यांची मित्रमंडळी, वृत्तपत्रवाचन अशा गोष्टी आवडत असत आणि लंडनमध्ये त्यांना करता आल्या नव्हत्या अशा अनेक गोष्टी त्यांनी इथं केल्या.

१९७५ हे साल माझ्या दृष्टीनं वाईटच ठरलं. भुट्टोंनी 'इम्पिरियल रबर

इंडस्ट्रीज'विरुद्ध पाच आयकर खटले दाखल करण्यासाठी आयकर आयुक्त गुलाम सादिक यांच्या नेतृत्वाखाली 'स्पेशल इन्व्हेस्टिगेशन सेल' तयार केला होता. त्यामुळं माझ्या हातून काही उपयुक्त काम होण्याऐवजी माझा सगळा वेळ दररोज आयकर कार्यालयात हेलपाटे मारण्यातच जाऊ लागला. मला चोवीस तासांच्या आत त्यांच्या शंकांचं निरसन करावं लागणार होतं.

"तुम्ही किती क्लब्जच्या सदस्य आहात?"
"तुम्ही वर्षातून किती वेळा परदेशवारी करता?"
"तुमची किती मुलं परदेशात शिकत आहेत?... कोणत्या शाळेत?"
"मागच्या खेपेला तुम्ही कुठं राहिला होतात?... कुणाकडं राहिला होता?... तुम्ही भोजन व उपहारगृहांवर किती खर्च केला?"

असल्या वैतागवाण्या प्रश्नांची सरबत्ती सुरू होती. या छळवादामुळं अक्षरशः माझं डोकं कामातून गेलं होतं. आधी मला वाटलं की, सईद लाहोरमध्ये मुस्तफा खार यांना सक्रिय पाठिंबा देत असल्यामुळं हे घडतंय, पण नंतर लक्षात आलं की, मी अहमद अल्ताफ यांच्या समवेत सक्रिय कार्य करत असल्याचा हा परिणाम होता. मी याआधी सांगितलंच की, APMSO संघटित करण्यात अल्ताफ अहमदनी साहाय्य केलं होतं. अल्ताफ हुसेन या संघटनेचं नेतृत्व करत होते आणि त्यांच्या खालोखाल अजिम तारीक पदभार सांभाळत होते. आम्ही तारीक रोडच्या पिछाडीस असणाऱ्या गोल्डन ड्रॅगन उपहारगृहाच्या वरच्या बाजूला आमचं कार्यालय थाटलं होतं. काहीशा गुप्त स्वरूपाच्या बैठकी तिथंच होत असत.

माझ्या सहकाऱ्यांनी 'मोहाजीर'प्रश्नी आवाज उठवण्यासाठी रस्त्यावर उतरण्याची तयारी केली. भिंतींवर घोषणा रंगवण्याच्या कामी महमूद सिद्दिकी, नौशाद अहमद व मन्नन शम्सी यांची नियुक्ती झाली. अल्ताफ हुसेन त्यांच्या मोटारसायकलवरून महमूदना घेऊन जात असत. सोबत काळ्या रंगाच्या बादल्या, ब्रश असा सरंजाम असे. ते महमूदना या कामी मदत करत असत. आम्हा सर्वांच्याच मनात असुरक्षिततेची भयंकर जाणीव होती... भविष्यात आमच्यासमोर काय वाढून ठेवलंय ते आम्हाला माहीत नव्हतं.

एके दिवशी रात्री मला शहरयार यांच्याकडून निरोप आला. त्यांची पुन्हा लंडनमध्ये नियुक्ती झाली होती. शहरयारना मला लवकरच अटक होणार असल्याची माहिती मिळाली होती. त्यांनी मला मुलांना घेऊन ताबडतोब लंडनला येण्याबद्दल बजावलं. त्याच रात्री चाळीस ट्रक्सनी माझ्या घराला वेढा दिला. मलिक शाहबाज नामक पोलिस अधिकाऱ्यांनं माझ्या पठाण आयाला मला बाहेर बोलवायला सांगितलं. मी आफताबमामांना फोन केला. त्यांनी मला सांगितलं की, 'मी मुलांसमवेत झोपलीय आणि उद्या सकाळी नऊ वाजेपर्यंत बाहेर येणार नाही' असा पोलिसांना

निरोप पाठव.

पोलिस रात्रभर खडा पहारा ठेवून होते. सकाळी महमूद सिद्दिकी आल्यानंतर मी मलिक शाहबाजना भेटले. त्यांनी मला अहमद अल्ताफ इथं आहेत का, असं विचारलं. मी नकारार्थी उत्तर दिलं आणि मला त्यांचा काहीही ठावठिकाणा माहीत नसल्याचं सांगितलं.

त्याच दिवशी सायंकाळी माझा मामेभाऊ – शुजात करनी यानं मला 'स्विस एअर'ची पाच लंडनची तिकिटं आणून दिली. मी माझ्या गाडीतून बाहेर न पडता टॅक्सीतून गेले. ही टॅक्सी माझ्या आयाच्या मित्राची होती – ही आया त्याला 'भाई' म्हणत असे. गंमत म्हणजे उपखंडातील संस्कृतीमध्ये अशी 'मृदू' शब्दयोजना सर्रास आढळते.

लंडनमध्ये मी सुखात नव्हते. माझे सगळे मित्र कराचीत आणि मी इथं एकटी बसलीय! मी नुकतीच ज्या कार्यात गुंतले होते त्याचा थरार माझ्या काळजात उसळत होता. मी 'विम्बल्डन व्हिलेज'मध्ये शहरयार व मीनल यांच्या घरी राहिले होते. त्यांचं घर अतिशय प्रशस्त, एडवर्डियन शैलीचं होतं. एक एकराहून अधिक जागेत हिरव्यागार बगिच्यात वसलेल्या त्या घरात जवळ जवळ सात बेडरूम्स होत्या. मीनलची मुलं – भय्या (फैज), ओमर आणि अली बाबा फार लाघवी होती. (ओमर बंटीपेक्षा मोठा होता आणि अली सेहबाच्याच वयाचा होता.) आमची सगळी मुलं एकत्रच वाढली आहेत. त्यांचं परस्परांवर खूप प्रेम आहे. आजही त्यांच्यामध्ये दृढ भावबंध आहेत आणि आजही त्यांचं परस्परांशी ठाम विश्वासाचं नातं आहे.

मुलांच्या गोतावळ्यात नंतर आणखी एकीची भर पडली. डिसेंबर १९७५ मध्ये मीनलला मुलगी झाली – कन्नी. तिला फैजा बिया म्हणतात.

मी लंडनमध्ये असताना बरेचदा माझ्या डॅडींशी खूप गप्पा झाल्या... राजकारण, त्यामध्ये काहीतरी अनपेक्षित कसं घडतं... याबद्दल आम्ही बरंच बोललो. डॅडींचा सल्ला होता की, नेहमी 'सुरक्षित' पक्षाबरोबर असणं केव्हाही अधिक चांगलं. कुठल्यातरी अतिपुरोगामी, नव्या चळवळीत सहभागी होण्यापेक्षा मी 'मुस्लीम लीग'मध्ये जावं असं त्यांनी मला सुचवलं. मी एकटी बाई, पदरात लहान लहान मुलं, शिवाय मला कारखाना सांभाळायचा होता, त्यामुळं डॅडींचा हा सल्ला होता.

मी दोन महिने लंडनमध्ये राहिले. त्यानंतर पुन्हा कराचीला परतले... पुन्हा त्या आयकर खटल्यांत व मंदावलेल्या अर्थव्यवस्थेत. आमची पंजाबमध्ये उधारीवर विक्री नेहमीच असायची, पण हा आकडा वाढतच निघाला होता... तीन महिन्यांची मुदत ओलांडून हा आकडा गगनाला भिडला होता.

१९७७ सालच्या निवडणुका

१९७७ सालचा जानेवारी महिना उजाडला. भुट्टोंनी त्याच वर्षी मार्चमध्ये निवडणुका घेण्याचं जाहीर केलं. आम्ही झपाटल्यासारखं निवडणूक कार्यांत स्वत:ला झोकून दिलं होतं. १९७६ मध्ये सईदनं मुस्तफा खारना कराचीला आणलं होतं. आधी ते पगारोच्या पीर साहिबांचे पाहुणे होते. पण माझं घर पाहताच ते तिथं राहायलाच आले. त्यांच्याबरोबर नेहमी पाच-सहा मित्रांचा ताफा असे, त्यामुळं ते जेव्हा जेव्हा कराचीला यायचे तेव्हा मला त्यांच्या सगळ्या पाहुण्यांचं आदरातिथ्य करावं लागत असे. मीही त्यांना आरामदायी व्हावं यासाठी सर्वतोपरी प्रयत्न करायची.

सईद कराचीला यायचा तेव्हा तो माझ्या घरीच राहायचा, पण त्याला वेगळ्या बेडरूममध्ये झोपावं लागायचं; मी मुलांसोबत असायची. माझ्या घराच्या आजूबाजूला सीआयडीच्या गाड्या व लोकांची गजबज असायची, पण मुस्तफा खार बरेचदा माझ्या गाडीत मागच्या बाजूला लपून बाहेर सटकत असत. ते इंटरेस्टिंग, दिसायला चांगले, भरपूर हसवणारे आणि अतिशय हुशार व्यक्ती होते. मला त्यांचं येणं फार आवडायचं. त्यांचं तेहमिनांशी ('माय फ्यूडल लॉर्ड' पुस्तकाच्या लेखिका) प्रियाराधन चालू होतं त्या दरम्यान एकदा ते माझ्या घरातून निसटून टिनांना (तेहमिना) भेटायला गेले होते. या कामी म्हणजे गुपचूप निसटण्यात अर्थातच मी त्यांना साहाय्य केलं होतं. त्या दरम्यान त्यांनी त्यांच्या पत्नीशी – शेरीं (शेरजादी) यांच्याशी नातं पूर्णपणे तोडलं होतं. शेरीं सादियाची भाची होत्या. या काळात सईद व माझ्यात हलकंफुलकं संभाषणसुद्धा क्वचितच होत असे.

मला एक अत्यंत धडकी भरवणारा प्रसंग आठवतोय. त्या दिवशी खार हुस्नांना (भुट्टोंच्या तृतीय पत्नी) भेटायला गेले होते. त्या क्लिफ्टनमध्येच माझ्या

घरापासून जवळच 'मंजिल' नावाच्या घरात राहात असत. मी खार यांची वाट बघत थांबले होते, पण फारच उशीर झाला तेव्हा मी झोपायला गेले. त्या दिवशी माझ्यासोबत मुलांपैकीही कुणी नव्हतं... त्या रात्री सईद हळूच दार उघडून आत आला आणि अजिबात आवाज न करता माझ्या दिशेनं येऊ लागला. मी डोळे बंदच ठेवून पडले होते. त्यानं माझ्याकडं पाहिलं आणि मग खाली झुकला... जणू दोन्ही हातांनी माझा गळा दाबण्याच्या बेतात असावा. मी अख्ख्या आयुष्यात इतकी कधीही घाबरले नसेन. मी स्तब्धपणे फक्त प्रार्थना करत राहिले. देवाला माझी दया आली असावी. कारण अकस्मात, झुकलेला सईद ताठ झाला आणि खिडकीत जाऊन अंधाराचा वेध घेऊ लागला. मी ती संधी टिपली... आणि फौजियाच्या खोलीत धावत गेले. त्यानंतर काही वेळानं खारही परत आले आणि मग मला हायसं झालं. माझा खून होता होता थोडक्यात वाचला होता. एकेकाळी इतकं प्रेमाचं आणि सुंदर असणारं नातं असं थंडगार, मृतवत झालेलं पाहून कुणाचंही काळीज तुटेल! मी अजूनही आमचा सुखी संसार असल्याचंच भासवत होते. मी 'सिंध क्लब'मध्ये सुद्धा सईदची पत्नी म्हणूनच सदस्यत्व कायम ठेवलं होतं.

१९७७ साल सळसळत्या ऊर्जेचं होतं. मी 'नॅशनल डेमोक्रॅटिक पार्टी' (NDP) चे नेते शेरबाज मजारी यांच्याकडं जाऊन त्यांच्यासोबत काम करायची इच्छा व्यक्त केली. नऊ राजकीय पक्षांनी – सगळेच अपरिचित – एकत्र येऊन विरोधी युती उभारली. या युतीचं नाव होतं PNA (पाकिस्तान नॅशनल अलायन्स). या युतीला 'नौ सितारे' असं म्हटलं जाऊ लागलं. 'नॅशनल अवामी पार्टी' (NAP) चे वरिष्ठ नेते सरदार अताउल्ला मेंगाल, मिर गौर बक्श बिझेन्जो आणि खान वली खान – ते हैद्राबादच्या मध्यवर्ती कारागृहात बंदिवासात होते; बेगम नसिम वली खान NDP त सहभागी झाल्या होत्या. ही त्यांच्यासाठी एक मोठीच जमेची बाजू होती. त्या उत्कृष्ट वक्त्या होत्या. त्या फार चांगलं उर्दू बोलत असत आणि कधी कधी राजकीय नाट्यसुद्धा प्रभावीपणे सादर करत असत. मला एक प्रसंग आठवतोय. त्यांनी श्रोतृवृंदासमोर बोलताना त्यांची 'चद्दर' श्रोत्यांच्या दिशेनं फेकली आणि आवाहन केलं की, 'बहन की लाज रखो!'

माझं आयुष्य संपूर्णत: निवडणूकमय झालं होतं. मी शहबाज यांच्या मतदारसंघात, विशेषत: गोलीमार, बारा बोर्ड व पाक कॉलनी या उर्दू भाषिक भागांत काम करत होते. त्याचबरोबर मी शेर शाह, पठाण कॉलनी व इतर ठिकाणीही फिरत होते. अल्ताफ अहमद सतत माझ्यासोबत असत. हजारो लोकांना आकर्षित करणारे ते महाकाय जल्लोशी जलसे मी कधीही विसरू शकत नाही. मी शेरबाज यांच्यासाठी काम करत असल्यामुळं मला त्यांच्या सभांच्या वेळीच नव्हे, तर PNA नं

आयोजित केलेल्या सभांमध्येसुद्धा व्यासपीठावर स्थान असायचं. लोक नेत्यांच्या आगमनाची प्रतिक्षा करत असायचे, त्यावेळी आम्ही त्यांना उद्देशून भाषणं द्यायचो. लोकांच्या महासागरासमोर उभं राहून बोलणं हा विलक्षण व आनंददायी अनुभव होता.

"ये ला इलाहइल्ललाह का इन्किलाब है," मी ध्वनीक्षेपकावर गर्जायचे आणि गर्दीतून टाळ्यांचा प्रचंड गजर घुमायचा. मला 'पाकिस्तान पीपल्स पार्टी'ला उघड विरोध करणं आवडायचं..... आमच्या मनातल्या गेल्या अनेक वर्षांच्या सगळ्या उद्वेगाला आणि कोंडमाऱ्याला वाट मिळाली होती. सईदला त्यावेळी जी वागणूक दिली होती त्याबद्दलची आमची तीव्र नाराजी, प्रतिपरमेश्वर बनलेल्या मित्रांची उदासीन वृत्ती... आम्हाला जेव्हा यांच्या मदतीची सर्वाधिक गरज होती तेव्हा त्यांनी हात मागं घेतला होता, त्यांनी आमची व्यक्तिमत्त्वं, आमचा अहं साऱ्यासाऱ्याचा पार चोळामोळा केला होता... आमची छळवणूक केली होती, आम्हाला काय वाटेल याची जराही पर्वा केली नव्हती... या सगळ्या भावना भळाभळा वाहत होत्या.

नऊ पक्षांनी संयुक्त व्यूहरचना आखली होती, त्यानुसार आम्ही एकत्रित विरोध करण्यासाठी संयुक्त जाहीर सभा घेतल्या. माझा गट कराचीच्या प्रत्येक भागातील सगळ्या सभांना उपस्थित होता. हळूहळू मला लोक ओळखू लागले. या संपूर्ण काळात भयावह 'फेडरल सिक्युरिटी फोर्स' (FSF) पूर्ण सक्रिय होता. ते अश्रुधुराचा वापर करून लोकांची गर्दी पांगवायचे, त्यांच्यावर गोळीबार करायचे, त्यांना जखमी करायचे आणि त्यांना चौकशीसाठी उचलायचे. कराचीमध्ये भुट्टोंचा पाडाव होण्याची चिन्हं दिसत होती. एकदा भुट्टो लियाकताबादमध्ये खुल्या बाजारपेठेत आयोजित केलेल्या सभेला उपस्थित होते तेव्हा त्यांच्यावर चपलांचा वर्षाव झाला होता. लियाकताबादमधल्या रहिवाशांची कायमच कराचीतले सर्वांत लहरी म्हणून ओळख आहे.

देशातील औद्योगिक महानगर असणारं कराची शहर PNA चळवळीचं आघाडीचं केंद्र होतं. PNA नेत्यांनी कराचीवासियांच्या माध्यमातून थेट हल्ला चढवण्यावर लक्ष एकवटलं होतं. FSF नं कुणालाही सोडलं नाही. त्यांनी उसळत्या गर्दीवर अंदाधुंद गोळीबार केला. 'गरुडा'चं चिन्ह असलेली FSF ची वाहनं आली की, वातावरणात तणाव निर्माण होत असे, पण लोकही तयारीत होते. बरेच जण गोळीबार झेलायचे, अनेक कार्यकर्त्यांची धरपकड व्हायची. 'द डिफेन्स ऑफ पाकिस्तान रूल्स' (DPR) अमलात आला होता, त्यानुसार अधिकाऱ्यांना कुणालाही बिनावॉरंट अटक करण्याचे संपूर्ण अधिकार प्राप्त झाले होते; मध्यरात्रीच्या वेळी दारावर थाप पडण्याचा भयंकर प्रकार नित्याचाच झाला होता. खूप लोक घायाळ झाले होते, त्यातूनच PNA मधल्या माहिलांनी एकत्र येऊन 'खवातीन

(महिला) रिलीफ कमिटी'ची स्थापना केली. माझी या समितीच्या प्रमुख सचिवपदी एकमतानं निवड झाली. आम्ही PNA कार्यकर्त्यांच्या गरजू कुटुंबांना औषधं व निधी यांचं वाटप केलं. त्यामध्ये कसलाही भेदाभेद नव्हता. 'जमात-ए-इस्लामी'च्या आयेशा हसन (मुनावर हसन यांच्या पत्नी), 'जमात'च्याच बेगम सलाहुद्दिन (सुप्रसिद्ध पत्रकार मौलाना सलाहुद्दिन यांच्या पत्नी) यांच्या घरी बैठका होत असत. सैद्धान्तिक मतभेदांमुळं कसलेही ताणतणाव निर्माण झाले नाहीत. 'इस्लाम-पसंद' व धर्मनिरपेक्ष असे दोन्ही मतप्रवाह समान उद्दिष्ट घेऊन एकाच व्यासपीठावर एकत्र आले होते.

निवडणुकीचा ज्वर चांगलाच शिगेला पोचला होता. मी शेरबाज मजारी यांच्या मतदारसंघात माझ्या गटासमवेत गेले आणि त्यांचे फलक, पोस्टर्स लावली. मी अहोरात्र काम करण्यासाठी पाच सुझुकी वाहनांची ऑर्डर दिली होती. या निवडणूक प्रचार मोहिमेचा कळस म्हणजे फेब्रुवारी १९७७ च्या अखेरीस 'तेहरिक-ए-इस्तकलाल' पक्षाचे अध्यक्ष असगर खान यांच्या स्वागतासाठी विमानतळावर जमलेला प्रचंड जनसागर! असगर खानना बर्नस रोडवर पोचायलाच कित्येक तास लागले. त्यांनी बर्नस रोडवर प्रचंड जनसमुदायाला उद्देशून भाषण केलं. या घटनेनं नवा इतिहास घडवला. कराचीमध्ये यापूर्वी कधी इतकी भव्य मिरवणूक झाली नव्हती. आम्ही सर्वजण जल्लोष करत होतो... PNA चे झेंडे 'V' हे विजयचिन्ह उंचच उंच दिमाखात फडकावत होते. एकोप्याची, 'आपलं' असण्याची, समान उद्दिष्टासाठी लढण्याची, सदिच्छांनी ओसंडलेली... किती विलक्षण भावना होती ती! याआधी कधी अशी भावना उमलल्याचं मला स्मरत नाही, निदान १९६५ च्या युद्धानंतर तर नक्कीच नाही.

सात व दहा मार्च रोजी निवडणूक होती... हे दिवस जवळ येत होते. आम्ही मतदारांच्या याद्या, मतदानकेंद्रांच्या याद्या... आवश्यक त्या सगळ्या गोष्टी वितरीत केल्या होत्या. आम्ही आमच्या मतदारसंघातील मतदान प्रतिनिधींच्या सुसंघटित टीम नेमल्या होत्या. 'पाकिस्तान पीपल्स पार्टी'चे उमेदवार अब्दुल्ला बलोच शेरबाज यांच्या भागातून विरोधी उमेदवार म्हणून निवडणूक लढवत होते. ते अत्यंत कुप्रसिद्ध व तत्त्वहीन होते.

मी एका गोष्टीचा आवर्जून उल्लेख केलाच पाहिजे, ती म्हणजे माझ्या मुलीचा, फौजियाचा या धामधुमीत मोठा वाटा होता. ती बऱ्याच सभांना हजर होती, ती मनापासून या कामात उतरली होती. त्यावेळी ती फक्त तेरा वर्षांची होती, पण आक्रमक आणि संरक्षक होती; आणि माझी चांगली सखीसुद्धा.

मतदानाला अवघेच तीनच दिवस उरले असताना, तीन काळ्या वाहनांनी माझ्या पिवळ्या माझदा गाडीचा (ती गाडी अहमद नवाज बुग्तींची होती) मार्ग

रोखला. हा प्रकार 'डिफेन्स सोसायटी'त 'लिंक ॲव्हेन्यू'जवळ घडला. मी एकटी होते आणि केवळ नशीब म्हणूनच धडक टाळून मी माझी गाडी युक्तीनं सहीसलामत बाजूला घेऊ शकले.

प्रत्यक्ष मतदानाच्या दिवशी फौजिया व मी सर्व मतदानकेंद्रांवर देखरेख करत फिरत होतो. एका मतदान केंद्रावर एका प्रसिद्ध उमेदवाराची बायको आधीच भरलेल्या मतपेट्या घेऊन येत होती. फौजियानं ही बाब नेमकी हेरली आणि तिथं इतका गोंधळ उडवून दिला की, तिथलं मतदान दोन तास थांबवावं लागलं होतं.

एकदा तर 'पाकिस्तान पीपल्स पार्टी'चे समर्थक माझ्या गाडीला आग लावून देण्याच्या बेतात होते. त्यावेळी माझी गाडी अक्षरशः तिथून उचलून बाजूला करावी लागली होती.

आम्ही निवडणुकीचा अंतिम निकाल हाती येईपर्यंत थांबलो आणि तो कळताच 'जीतेगा भाई जीतेगा, शेरबाज हमारा जीतेगा' व 'गंजे के सर पर हल चलेगा' अशा घोषणा देतच आम्ही घरी परतलो. आमच्या निवडणूक सभांमध्ये अशा आणखीही काही घोषणा होत्या. दुपारी दोन वाजता आम्ही शेरबाज यांच्या निवासस्थानी पोचलो. 'डिफेन्स सोसायटी'तल्या त्यांच्या निवासस्थानाबाहेर अलोट गर्दी जमली होती. शेरबाज कराचीतून विजयी झाले होते!

दरम्यान, आम्ही शहरभरातून PNA च्या विजयवार्ता ऐकत होतो. PNA नं कराचीत स्पष्ट विजय मिळवला होता, फक्त ल्यारीची एकच जागा PPP ला मिळाली होती.

याच दरम्यान, प्रसारमाध्यमांकडून अतिशय विचित्र निकाल समजत होते, विशेषतः पंजाबमधले. त्या ठिकाणी PPP ला विजय तर मिळालाच होता, पण त्यांच्या उमेदवारांना प्रत्यक्ष मतदानापेक्षाही जास्त मतं मिळाल्याचं बऱ्याच ठिकाणी दिसत होतं. आम्ही या विषयातल्या या नव्या घडामोडींमुळं हतबुद्ध होऊन, दूरदर्शनवर नजर खिळवून होतो. हे निकाल लबाडीचे आहेत ही गोष्ट अगदी स्पष्ट होती. त्यामुळं PNA नं दहा मार्चच्या प्रांतीय असेम्ब्ली निवडणुकांवर बहिष्कार टाकण्याचा निर्णय ताबडतोब घेतला, कारण सगळा फार्सच झाला होता.

पाकिस्तानची लोकसंख्यात्मकदृष्ट्या रचना अशी आहे की, 'नॅशनल असेम्ब्ली'त पंजाबच्या जितक्या जागा आहेत तितक्या सिंध, बलोचिस्तान व NWFP (वायव्य सरहद्द प्रांत) या तीन अल्पसंख्याक प्रदेशांच्या मिळूनसुद्धा होत नाहीत.

१९७७ साली पंजाबची लोकसंख्या पाकिस्तानच्या एकूण लोकसंख्येच्या बासष्ट टक्के होती. म्हणजे उर्वरित तीन प्रदेशांत केवळ अठ्ठावीस टक्के लोकसंख्या राहिली. परिणामी, राजकीय प्रतिनिधित्वाच्या संदर्भात बहुसंख्य लोकसंख्या असलेल्या

प्रदेशाचं पारडं बरंच जड राहिलं तर अल्पसंख्याक प्रदेशांचं अस्तित्व अगदी किरकोळ उरलं. वस्तुत; १९७१ मध्ये पाकिस्तानच्या विभाजनाआधी हे राजकीय विभाजन इतकं प्रकर्षानं कधी जाणवलं नव्हतं, पण तेव्हापासून हा मुद्दा फार तीव्रपणे जाणवत आहे. आम्हाला हास्यास्पद पण अत्यंत वेदनादायी परिस्थितीचा सामना करावा लागला. मग PNA नेत्यांनी प्रदीर्घ बैठक घेतली. या बैठकीत बरीच साधकबाधक चर्चा होऊन निवडणुकांवर बहिष्कार टाकण्याचा निर्णय झाला. हा अतिशय महत्त्वाचा राजकीय निर्णय होता. त्यापाठोपाठ, बऱ्याच वेगानं घडामोडी झाल्या. दहा मार्च रोजी निवडणूक मतदान केंद्रांवर काहीच गजबज नव्हती. ही केंद्रं सुनी सुनी होती.

दुर्दैवानं याच दरम्यान माझ्या वैयक्तिक जीवनात दु:खाचा मोठा आघात झाला. आफताबमामा गेल्याचा निरोप आला. हॉस्पिटलमधून साधा फोनसुद्धा आला नाही... फक्त रहस्यमय निरोप मिळाला. आफताबमामा गेले आठ महिने खूप आजारी होते ही गोष्टसुद्धा मला माहीत नव्हती. नय्यर मुमानी तिथं असताना मामांना भेटायला जाण्यात काहीच मजा नव्हती, कारण तिचं आजूबाजूला असणं नकोसं वाटणारं असायचं, तिचा प्रतिसाद थंडा असायचा. शिवाय त्यांच्या घरात माझं मनापासून स्वागत नसायचंच. आफताबमामा एकटे असले की खूप मजा यायची. मग ते त्यांचा आचारी बचन्नाला बोलावून माझ्यासाठी काहीतरी खास बेत करायला सांगायचे.

''बचन्ना, इनी बेबी आलीय, काहीतरी खास पाहिजे,'' ते सांगायचे.

पण तेच मुमानी घरी असल्या की त्यांच्या चेहऱ्यावर फुललेलं स्मित मावळायचं, त्यांच्या डोळ्यातली चमक मंद व्हायची. कारण ते त्यांच्यासमोर माझ्याविषयी वाटणारं प्रेम-ममता दाखवत नसत.

ही दु:खद वार्ता कळताच मी 'नर्सरी हाऊस'मध्ये गेले. बाहेर आफताबमामांची शवपेटी पडली होती आणि मुमानी तिच्या मैत्रिणींसमवेत वातानुकूलित खोलीत आरामात विराजमान झालेल्या होत्या. तिथं पगारोच्या बेगम साहिबासुद्धा आल्या होत्या. प्रथेप्रमाणं त्या सोबत भोजन घेऊन आल्या होत्या. एखाद्या घरी मृत्यू झाला तर त्या घरी तीन दिवस अन्न शिजवत नाहीत. त्यामुळं मित्रमंडळी व नातेवाईक अंत्यविधीसाठी जेवढे लोक येतील त्यांच्या भोजनाची व्यवस्था करतात.

लाहोरहून शहजादमामा आल्यानंतर सायंकाळी सहा वाजता आफताबमामांचा दफनविधी झाला. पण त्याआधी विलक्षण गोष्ट घडली. आफताबमामांच्या शवपेटिकेतून अकस्मात रक्त ओघळू लागलं.... मामांच्या डोक्यातून. ते दृश्य पाहणं अतिशय यातनादायी होतं... आणि ते माझ्या लाडक्या मामांच्या बाबतीत घडत असल्यामुळं

त्या यातनांचा दाह अधिकच होता.

अखेर, भुट्टोंनी पुन्हा निवडणुका घेण्याची तयारी दर्शवली. तथापि, लोकांचा कल 'पाकिस्तान पीपल्स पार्टी'च्या विरोधात होता. लोकांना बदल हवा होता. भुट्टोंनी दूरदर्शनवरून मद्य, जुगार, घोड्यांच्या शर्यती यांवर बंदी जाहीर केली आणि शुक्रवार हा साप्ताहिक सुटीचा दिवस जाहीर केला. दूरदर्शनवरून भाषण देताना ते बसले होते त्या खुर्चीवर मूठ आपटून म्हणाले,

''माझी खुर्ची खूप बळकट आहे. ती काही काचेची नाहीय!''

त्यांनी शौर्याचा आव आणला असला तरी ते पराभूत, पाडाव झालेले दिसत होते. ते कायम मन्क स्कॉच आणि उत्तम मद्यांचा आस्वाद घेत असत, पण आता त्यांनीच दारूबंदी जाहीर केली होती. त्याचं कारण त्यांना अल्कोहोल 'हराम' वाटत होतं हे नसून, हा PNA च्या जाहीरनाम्यातील एक मुद्दा होता, हे होतं. जुगाराला प्रतिबंध व शुक्रवारच्या साप्ताहिक सुट्टीचं कारणही तेच होतं. यामुळं PNA च्या इस्लामी कार्यक्रमातली हवा जाईल अशी त्यांची कल्पना असावी किंवा त्यांना तसं वाटलं असावं.

पंधरा मार्चपासून PNA च्या निष्ठावंत कार्यकर्त्यांनी अटक करवून घ्यायला सुरुवात केली – दुसरी फळी, तिसरी फळी, कार्यकर्ते... हा प्रकार एप्रिलपर्यंत सुरूच होता. त्या दरम्यान चळवळ शिखरावर पोचली. मे महिन्यात अन्यायी लष्करी कायदा लादण्यात आला, लष्कराला पाचारण करण्यात आलं. जून महिन्यात सत्ताधारी पाकिस्तान पीपल्स पार्टी व PNA नेते यांच्या दरम्यान बोलणी सुरू झाली. नवाबजादा नसरूल्लाह खान (PDP), मुफ्ती महमूद (JUI) आणि प्रोफेसर गफूर अहमद (JI) यांनी PNA चं तर भुट्टो, हफीज पीरजादा व मौलाना कौसर नियाजी यांनी PPP चं प्रतिनिधित्व केलं. मौलाना कौसर नियाजी आमच्या कुटुंबाचे स्नेही व मियाँ-मीनलचे जवळचे मित्र होते. पुढं माझ्या MNA कालावधीत ते सिनेटर बनले. ते बुद्धिमान व विद्वान गृहस्थ होते. ते कवीही होते. त्यांचा धार्मिक बाबींचा गाढा व्यासंग होता. ते अतिशय सुंदर उर्दू बोलत असत. मला आमच्या घरी आयोजित केलेला एक कव्वाली कार्यक्रम स्मरतोय. त्या कार्यक्रमात स्व. गुलाम फरीद साबरी व मकबूल मियाँ यांनी फक्त मौलानांच्याच पद्यरचना सादर केल्या होत्या.

PNA व PPP दरम्यान होणाऱ्या करारातील मुद्यांच्या मसुद्याचं लेखन-पुनर्लेखन सुरू असतानाच, भुट्टो अचानक सौदी अरेबियाला गेले. आम्हाला सर्वांना वाटलं की हा त्यांचा अमेरिकेच्या पाठिंब्यानं स्वत:ला वाचवण्याचा अखेरचा प्रयत्न असणार. पण दोन जुलै रोजी ते मायदेशी परत आले आणि रावळपिंडीत दूरदर्शनवर येऊन त्यांनी जाहीर केलं की, 'द पार्टी इज ओव्हर'. त्यानंतर बोलणी सुरू असतानाच,

चार जुलै रोजी कराराचा अंतिम मसुदा निश्चित होणं अपेक्षित असतानाच, पाच जुलै १९७७ रोजी जनरल झिया-उल-हक यांनी लष्करी कायदा पुकारला आणि नव्वद दिवसांत निवडणुका घेण्याचं जाहीर केलं. त्याआधी, लाहोरमध्ये लोक जखमी झाले होते, काही मृत झाले होते, तसंच दोन ब्रिगेडियर्सनी जनसमुदायावर बेछूट गोळीबार करण्यास नकार दिला, या घटनांनी कडेलोट झाला होताच. पंजाबमध्ये रक्त इतकं सहजी वाहत नाही. एके दिवशी घडा भरणारच होता आणि तो दिवस येऊन ठेपला. आता सुटकेचा नि:श्वास प्रत्येकाच्याच नजरेच्या टप्प्यात आला होता. गेल्या सात वर्षांतल्या दु:खद घटनांनी लोक मुळापासून हादरले होते, त्या सर्वांना आता शांती हवी होती.

मग PNA नं 'योम-ए-निजात' म्हणजेच पाकिस्तान पीपल्स पार्टीपासून सुटका झाल्याबद्दल 'मुक्तता दिन' साजरा केला. सगळीकडं गीतांची, हास्याची, मौजेची बहार उडाली होती. PNA चा बालेकिल्ला असणाऱ्या कराचीत रस्त्यारस्त्यांवर मिठाई वाटण्यात आली. माझ्यापुरतं सांगायचं तर, माझ्यावरचे आयकर खटले ताबडतोब व बिनशर्त मागं घेण्यात आल्यानं मला बराच काळ ज्याची प्रतीक्षा होती तो सुटकेचा नि:श्वास टाकता आला.

याच दरम्यान लष्करी कायदा पुकारण्यात आला. त्यानंतर काही दिवसांतच एक टीम माझं म्हणणं नोंदवून घेण्यासाठी आली. 'डिफेन्स सोसायटी'त गौहर अयूब यांच्या घराजवळ माझ्या गाडीला घेराव घातला होता, त्यासंदर्भात त्यांनी माझं म्हणणं नोंदवून घेतलं. त्यावेळी मला समजलं की, सेहबा व फररू सुट्टीत इंग्लंडहून कराचीला येतील तेव्हा त्यांचं अपहरण करण्याच्या सूचना भुट्टोंनी गृहसचिवांना दिल्या होत्या. हे ऐकल्यावर भीतीनं माझं रक्तच गोठलं. परमेश्वरानंच माझ्या निष्पाप लेकरांची आणि माझी काळजी वाहिली होती. अब्दुल्लाशाह गाझी माझे तारणहार होते.

अहमद नवाज एकदा म्हणाले होते, ''कधीही घाबरू नका. तुमच्या मनात एकदा जर भयानं शिरकाव केला, तर मग तुम्हाला शंभर पहारेकरी दिले तरी ते भय तुमचा पिच्छा सोडणार नाही.''

त्यांचे हे शब्द आजही माझ्या स्मरणात आहेत. या सल्ल्यानंच मला तारून नेलंय. नाहीतर मी वीस वर्षांहून अधिक काळ एकटी कशी काय राहिली असते? या कालखंडानं माझ्याकडून बरंच काही हिरावून घेतलं असलं, तरी त्यानं मला खंबीर आणि स्वतंत्रही बनवलंय.

लेडी शिप-ब्रेकर

माझ्यासाठी अकस्मात व अनपेक्षितपणे सुवर्णकाळ अवतरला. जनरल झिया-उल-हक यांनी जाहीर केल्याप्रमाणं नव्वद दिवसांत निवडणुका झाल्या नाहीत तेव्हा ते लोकशाहीचे 'मारेकरी' भासू लागले. पण PNA च्या जवळपास प्रत्येक नेत्यानं त्यांना भेटून लष्करी कायदा सुरू ठेवण्याची मागणी केली. माझ्या दृष्टीनं जनरल झिया-उल-हक परोपकारी रक्षणकर्ता होते कारण त्यांनी माझी अगदी वेळेवर सुटका केल्यानं मला पुन्हा 'जगता' आलं होतं. माझी जनरल झिया यांच्याशी जितकी जवळीक होती तितकी दुसऱ्या कुठल्याच राष्ट्राध्यक्षांशी अथवा राष्ट्रप्रमुखांशी नव्हती. त्यांनी मला सामान्य जीवनातून बाहेर काढून यशाच्या उच्च वलयात नेऊन ठेवलं.

अर्थात यामध्ये नशिबाचा वाटाही तितकाच मोठा होता हे उघड आहे. मी १३ नोव्हेंबर १९७७ रोजी 'पाकिस्तान मुस्लीम लीग' (PML) मध्ये औपचारिक प्रवेश केला. मी या मध्यवर्ती पक्षात प्रवेश करून डॅडींची इच्छा पूर्ण केली. झुल्फिकार जमोते – ते पुढं सिनेटर बनले. ते पीर साहिब पगारोंचे खास जिवलग मित्र होते. माझीही त्यांच्याशी दृढ मैत्री झाली – मला 'किंगरी' या पीर साहिबांच्या KDA-१ मधल्या भव्य निवासस्थानी पत्रकार परिषदेसाठी न्यायला आले होते. मी जर सुरुवातीपासूनच भक्कम पाया रचण्यासाठी घाम गाळला नसता आणि एकेक चिरा घडवत मजबूत आर्थिक पाया उभारला नसता, तर मी राजकारणात येऊ शकले नसते हे मी ओळखून आहे. याच भक्कम पायामुळं माझा राजकारणाच्या मैदानापर्यंतचा प्रवास सुलभ झाला. PNA चळवळीत काम करणाऱ्या अनेक महिला माझ्यासोबत 'मुस्लीम लीग'मध्ये दाखल झाल्या. सादियाची भाची व माझी मैत्रीण – मारियानासुद्धा 'मुस्लीम लीग'मध्ये आल्या होत्या. मला पगारोच्या पीरना भेटायचा प्रसंग अनेकदा आला होता, विशेषत: PNA चळवळीच्या निमित्तानं तर बरेचदा. त्यांचं व्यक्तिमत्त्व

जरासं विक्षिप्त असलं तरी ते अपूर्व व्यक्ती होते आणि आहेत... खऱ्या अर्थानं अतिशय उदात्त माणूस, पण स्वतःच्या मनाला येईल तसं वागणारे. पीर साहिबांविषयी कुणालाही आदरयुक्त धाक वाटतो. त्यांचं व्यक्तिमत्व मोठं भारदस्त होतं... दाढी, मजबूत बांधा आणि मध्यम उंची. अप्पर सिंध व राजस्थानमधील हुर या लढवय्या जमातीतले आठ लाख लोक त्यांचे 'मुरीद' अथवा धार्मिक अनुयायी होते. हुर लोकांनी ब्रिटिशांविरुद्ध लढा दिला होता. पीर साहिबांचे पिता सद्रुद्दिन शाह रशिदी यांना ब्रिटिश सत्तेच्या काळात फाशीची शिक्षा फर्मावण्यात आली होती.

विलक्षण गोष्ट आहे, पण मला सरदार अहमद नवाज बुग्तींची कधीच भीती अथवा धाक वाटला नाही. ते जमातप्रमुखांचे लहान भाऊ होते. त्यांच्या पाठीशी जवळपास सहा लाख स्वामीनिष्ठ बुग्ती जमातबांधव होते.

माझा सुरुवातीचा बुजरेपणा व मितभाषीपणा हळूहळू लोपला. लवकरच पीर साहिब आमचे राजकीय सहकारी बनले. मी त्यांना नेहमीच योग्य मान व आदर द्यायचीच, शिवाय त्यांच्यासमवेत हास्यविनोदही करायची. ते अतिशय प्रेमळ व छान व्यक्ती होते. आमचा हा स्नेह काळाच्या कसोटीवरही खरा उतरला आहे आणि आता राजकारण खूप मागं पडलं आहे तरी आमची मैत्री आजही टिकून आहे. आमची मैत्री औपचारिकतेपलीकडची आहे. मी पीर साहिबांशी ज्योतिष, राज्यकारभार, गावातल्या शिळोप्याच्या गोष्टी... अशा कुठल्याही विषयावर तासन्‌तास गप्पा मारल्या आहेत. त्यांची आधीची पत्नी व मी – आमच्या दोघींमध्येही काहीतरी समीकरण जुळलेलं होतं. मला त्यांची फार भीती वाटायची कारण त्यांचं व्यक्तिमत्त्वच मोठं जबरदस्त होतं! त्या अतिशय औपचारिक, अतिशय काटेकोर, समाजाच्या संकेतांनुसार वागणाऱ्या होत्या. मी त्यांना बेगम साहिबा या संबोधनाखेरीज दुसरं कुठलंही संबोधन वापरलं नाही आणि आम्ही कधीही 'अतिपरिचयात्' अवस्थेप्रत गेलो नाही. त्यांच्या पाठीमागं पीर साहिब त्यांचा उल्लेख 'लष्करी कायदा' असा करत असत.

'मुस्लीम लीग'मध्ये प्रवेश करणं याचा अर्थ होता सामान्य लोकांसाठी काम करणं... रात्रंदिवस त्यांच्यासाठी माझ्या घराचे दरवाजे खुले ठेवणं. मला पक्ष कार्यकर्त्यांचे प्रश्न सोडवावे लागत असत, त्यांच्या व्यथावेदना ऐकाव्या लागत असत, त्यांच्या मुलांच्या शाळाप्रवेशाची व्यवस्था करावी लागत असे, आडदांड प्राण्यांना तुरुंगातून सोडवावं लागत असे, क्षुल्लक भांडणं मिटवावी लागत असत... आणि अशाच बऱ्याच गोष्टी कराव्या लागत असत. मात्र, मी त्यांची नायिका बनले होते. अगदी आजही माझे कार्यकर्ते माझ्याशी निष्ठावंत आहेत.

एकदा इशक बन्धानी या राजकीय कार्यकर्त्यानं लियाकताबादमध्ये एका भव्य सभेचं आयोजन केलं होतं. या समारंभात पक्ष कार्यकर्त्यांनी मला सुवर्णमुकुट घातला होता. त्यांना याचा फार आनंद झाला होता आणि मलाही खूप भरून पावलं होतं.

माझं जीवन अशा प्रकारे गजबजून गेलं होतं... दिवसा काम करायचं आणि रात्री राजकीय कार्य असायचं, त्यामुळं मला मुलांसाठी फार वेळ उरत नव्हता. शिवाय, सईद मुलांचा ताबा मिळवण्यासाठी न्यायालयात दावा लावेल या भीतीची कृष्णछाया मला घेरून होतीच, त्यामुळं मी मुलांना लंडनच्या 'क्यू गार्डन्स'मध्ये पाठवलं. तिथंच त्यांना शाळेत घातलं.

मला एका अत्यंत अनुरूप पण विवाहित पुरुषाकडून लग्नाचा प्रस्ताव आला होता. मी माझा बिझनेस विकून त्याची दुसरी पत्नी बनून लंडनला राहायला यावं अशी त्याची इच्छा होती. त्याला मी राजकारणातली गोवणूकही कमी करावी असं वाटत होतं. मग मी न्यायालयातून सईदशी घटस्फोट वा 'खुला' मिळवायचं ठरवलं. अस्लम नसिर जहिद यांनी माझ्या वतीनं दावा चालवला. त्यावेळी खलिद इशक यांचे 'ज्युनिअर' असणारे अस्लम नसिर जहिद पुढं सर्वोच्च न्यायालयाचे न्यायमूर्ती बनले.

पण दुर्दैवाची व अविश्वसनीय गोष्ट अशी, की त्यांनी 'फॅमिली लॉ ऑर्डिनन्स'च्या चुकीच्या कलमाखाली दावा दाखल केला आणि आम्ही हरलो... तसंच तो लग्नाचा प्रस्तावही विरून गेला!

त्यानंतर दोन वर्षांनी – प्रयत्नांची पराकाष्ठा करून – अखेर मला सईदपासून 'खुला' मिळाला. सिंधचे तत्कालीन मुख्यमंत्री गौस अली शाह यांना माझी अवस्था समजली. ते माझे चांगले मित्र असल्यामुळं त्यांनी मदतीचा हात पुढं केला. एके दिवशी सायंकाळी ते एका तरुण माणसाला घेऊन माझ्या घरी आले. त्यांनी त्याची ओळख करून दिली,

"हे फारूक नईक."

मग त्यांनी अगदी गुपित असल्याच्या स्वरांत सांगितलं की, फारूक अतिशय हुशार व उदयोन्मुख वकील आहेत, ते तुमचा दावा लढू शकतील.

त्यानुसार मी फारूक यांच्याशी बोलले, त्यांना दाव्याचे सगळे तपशील दिले आणि प्रतीक्षा करू लागले.

त्यानंतर तीनच महिन्यांत 'खुला' मिळाला, पण त्यासाठी मला जबरदस्त किंमत मोजावी लागली. सईद सॉमरसेट लॉजमधल्या माझ्या देखण्या पेंटहाऊस फ्लॅटखेरीज कशावरही तडजोड करायला तयार नव्हता त्यामुळं 'खुला' तडजोडीचा भाग म्हणून मी नाखुषीनंच तो फ्लॅट त्याला दिला.

त्यानंतर मी माझे कायमचे 'दाता' जमिल निश्तार यांच्याकडं गेले. ते त्यावेळी 'नॅशनल बँक ऑफ पाकिस्तान'चे अध्यक्ष होते. योगायोगानं जमिल यांचे मित्र – शहजाद मेहबूब त्याच वेळी त्यांना भेटायला आले होते. त्यांची अपॉईंटमेंट ठरली होती. आम्ही दोघं प्रतीक्षालयात बसलो होतो.

''तुम्ही काय काम करू इच्छिता?'' मी शहजादना विचारलं.

''शिप-ब्रेकिंग,'' त्यांनी तत्परतेनं उत्तर दिलं.

मी त्याच उद्योगासंदर्भात तिथं आले होते, त्यामुळं मी गप्प राहिले. बलोचिस्तानच्या गदानी समुद्रकिनाऱ्यावर जहाजं मोडण्यासाठी यार्ड उभं राहिलं होतं. अद्याप 'पाकिस्तान स्टील मिल्स'ची उभारणी झाली नसल्यामुळं पाकिस्तान जुन्या जहाजांची आयात करत होतं व ती जहाजं मोडून ती री-रोलिंग मिल्सना भंगार म्हणून विकत होतं. १९७८ व १९७९ या काळात हा उद्योग शिखरावर होता. एकदा तर पाकिस्तानी उद्योजकांनी दोनशे जहाजं विकत घेतली होती. हा जगातला जहाजं मोडण्याचा सर्वांत मोठा उपक्रम बनला होता. यात कोरिया प्रथम स्थानावर होतं. मी शिपिंग मंत्रालयातल्या माझ्या मामेभावाकडून याबद्दल ऐकलं आणि या क्षेत्रात उडी घ्यायचं ठरवलं. हा जुगार होता... पण मी तो खेळणार होते.

शहजाद माझ्या आधी आत गेले, पण बाहेर आले ते खिन्न चेहऱ्यानं. आता माझा नंबर होता.

मी या क्षेत्रात प्रवेश करावा का, या माझ्या प्रश्नाला जमिल यांचं उत्तर होतं,

''शिप ब्रेकिंगसाठी शाहजी फारच कच्चा आहे, पण सलमा, तुम्हाला हे जमेल.''

''मला ॲप्रन्स व कॉट्सचा कंटाळा आलाय. मला कुठल्यातरी नव्या क्षेत्रात पाऊल ठेवायचंय,'' मी म्हणाले.

''ठीक आहे,'' जमील म्हणाले. ''कामाला लागा. तीस टक्के रोख रक्कम भरून 'लेटर ऑफ क्रेडिट' उघडा. मी पुढच्या वेळी ही रक्कम शक्य तितकी कमी करीन.''

मी इतकी थरारून गेले होते... माझ्या स्वतःच्या नशिबावर विश्वासच बसत नव्हता! मी क्लिफ्टनमध्ये 'नॅशनल बँक ऑफ पाकिस्तान'च्या 'मॉडेल ब्रँच'मध्ये पहिलं 'लेटर ऑफ क्रेडिट' उघडलं आणि शिप ब्रेकिंगच्या माझ्या नव्या व्यावसायिक उपक्रमाचा आरंभ केला.

अशा प्रकारे 'गदानी मरिन एन्टरप्राईजेस'ची सुरुवात झाली. त्याचे भागीदार होते सरदार अहमद नवाज बुग्ती, अब्दुल मजीद गिचकी (सरदार अताउल्ला मेंगाल यांचे जावई) आणि मी. आम्ही खरेदी केलेलं पहिलं जहाज होतं 'एमव्ही फ्लोरिटा'. आम्ही या जहाजापुरते आणखी दोन भागीदार निम्म्या-निम्म्या भागीदारीत घेतले. ते होते मेमन बंधू – मोहम्मद भाई व फारूक भाई. उद्योग समुदायात मेमन अत्यंत विश्वसनीय मानले जातात.

आमचं पहिलंवहिलं जहाज गदानीच्या रेतीत रुतलं तेव्हा माझ्या आनंदाला पारावर उरला नव्हता. यातली सगळी आर्थिक उलाढाल थक्क करणारी होती.

आम्हाला झटपट पैसेही मिळाले. 'फ्लोरिटा' मोडण्याचं काम पूर्ण व्हायला आठ महिने लागले. 'फ्लोरिटा'नंतर आम्ही 'एमव्ही पुन्ता दी मैसी' हे जहाज विकत घेतलं. एव्हाना आम्ही 'बाल्टिक एक्स्चेंज'चा दलाल शोधला होता. आम्ही थेट त्याच्याकडून खरेदी करून कमिशन वाचवत होतो. मी डॅडींना दहा टक्के 'डाऊन पेमेंट' भरायला सांगायची आणि त्यांना कमिशनमधला वाटा द्यायची.

मी बलोचिस्तानमधल्या गदानीत जवळ जवळ रोज जात होते. त्या यार्डात 'धक्का' म्हणून ओळखल्या जाणाऱ्या तात्पुरत्या कार्यालयात जाणं मला अतिशय आवडायचं. पाकिस्तानात गदानीत सुमारे अडीचशे जहाजं होती. हा जगातील दुसऱ्या क्रमांकाचा जहाज-मोडणी उपक्रम होता. जहाज मोडण्याचं दृश्य मोठं विलक्षण असे – प्रथम जहाज समुद्रकिनारी आणलं जात असे, मग ॲसिटिलीन विजेऱ्या तेवत असत... दणकट पठाण मजूर प्रचंड पोलादी भाग सुटे करत असत. ते ओढून नेण्यासाठी हातरहाट उभारलेले असत. थोडक्यात सांगायचं तर मधमाश्यांसारखं काम सुरू असे.

त्यानंतर रविवार उजाडला की मजा असायची... उजळलेले चेहरे, आनंदी, छान वातावरण आणि समानतेची भावनासुद्धा. आर्थिकदृष्ट्या या उद्योगाला प्रचंड गुंतवणूक आवश्यक असली तरी परतावा जलद मिळत होता. त्यामुळं बँकेची कर्जं झटपट फेडणं शक्य झालं... आणि सगळं वजा जाता भरपूर पैसे उरत होते... खरोखर, पोत्यांत भरण्याइतक्या नोटा असायच्या!

मी 'इम्पिरियल रबर'च्या बाबतीत खूप खडतर परिश्रम घेतले होते, पण हा अनुभव सर्वस्वी निराळाच होता. याची फलनिष्पत्ती इतकी झटपट घडत होती! एका अर्थानं हा जुगारच होता. समुद्रकिनारे मला नेहमीच मोहवतात. सुंदरशा 'गदानी बीच'नं माझ्यात कायमचा थरार जागवला आहे. हा समुद्रकिनारा अगदी चित्रातल्यासारखा मनोहर भासत असे.

१२ ऑक्टोबर १९७८ रोजी 'प्रोफेशनल बिझनेस विमेन असोसिएशन'च्या अध्यक्षा श्रीमती सलिमा आर.डी. अहमद यांनी 'हॉटेल इन्टर-कॉन्टिनेन्टल'मध्ये स्वागत समारंभ आयोजित केला होता. या समारंभात जनरल झिया-उल-हक यांनी भाषण केलं होतं. यावेळी माझी त्यांच्याशी पहिल्यांदा भेट झाली. त्या दिवशी सेहबाचा वाढदिवस होता, पण मी या समारंभाला येण्यासाठी तिची पार्टी सोडून आले होते. या समारंभात माझी भेट मुस्तफा गोकल यांच्याशीही झाली. ते अतिशय मोहक व देखणे होते. तीनशे जहाजांचा मालक असणारा हा माणूस जनरल झियांचा शिपिंग सल्लागार होता. मी त्या दिवशी पिवळी-काळी शिफॉन साडी नेसले होते. मुस्तफांनी मला जनरल झियांसाठी आयोजित केलेल्या स्वागत समारंभाला सोबत येण्याविषयी सांगितलं. मी त्यांना मला आमंत्रण नसल्याचं

सांगताच ते म्हणाले,

"म्हणून काय झालं? मी तुम्हाला सोबत नेईन."

आणि अशा प्रकारे हा सगळा अध्याय सुरू झाला. मुस्ताफांनी माझा जनरल झियांशी परिचय करून दिला... माझ्या लेखी हा ऐतिहासिक क्षण होता... १२ ऑक्टोबर १९७८. सायंकाळचे साडेसहा वाजले होते.

"अ लेडी शिप ब्रेकर, सर, बेगम सलमा अहमद," माझी जनरल झियांशी ओळख करून दिली.

अशा प्रकारे माझी जनरल झियांशी भेट झाली. ते सस्मित आणि अगदी निवांत दिसत होते. मी त्यांच्यासमवेत फोटो काढून घेतला. मग 'जनरल साहिबांनी'– मी त्यांच्यासाठी नेहमी हेच संबोधन वापरायची – विचारलं,

"आज सकाळी तुम्ही गदानीला का आला नव्हता?"

त्याच दिवशी सकाळी झियांनी गदानीला भेट दिली होती, पण मला त्या कार्यक्रमाचं निमंत्रण नव्हतं.

"सर, त्यांना तिथं बायकांचं येणं आवडत नाही," मी उत्तरले.

"आय नो," ते हसून म्हणाले.

त्याच दिवशी रात्री ते दूरदर्शनवर होते. त्यावेळी एका विशिष्ट मुद्द्यासंदर्भात बोलताना ते म्हणाले,

"आज मी कराचीत बऱ्याच बुद्धिमान स्त्रियांना भेटलो. आज माझी एका लेडी शिप ब्रेकरशी सुद्धा भेट झाली."

ही फक्त सुरुवात होती. हळूहळू ते माझे पिता व आधारस्तंभ बनले. मी त्यांना वरचेवर भेटू लागले.

मुस्तफा गोकल व माझ्यात बऱ्याच समान गोष्टी होत्या. ते अतिशय हुशार, काहीसे कडक, पण अतिशय चैतन्यमय होते. त्यांचीही परमेश्वरावर दृढ श्रद्धा होती. ते शिया मुस्लीम होते. ते दिवसातून पाच वेळा नमाज पढत असत. ते मद्याला स्पर्शही करत नसत. सर्वांना ठाऊक आहेच त्याप्रमाणे जनरल झिया-उल-हकही अतिशय धार्मिक वृत्तीचे होते. ते कधीही नित्य प्रार्थना चुकवत नसत. त्यांची श्रद्धा इतकी बळकट होती की, त्यामुळंच ते पाकिस्तानची सत्तासूत्रं सांभाळताना, त्या अशांत अकरा वर्षांच्या काळात या सगळ्या काळातले चढउतार झेलत – त्यात मुख्यत्वे 'चढ'च होते – टिकाव धरू शकले. आज त्यांना अफगाणिस्तानमधल्या परिस्थितीबद्दल, देशात अमली पदार्थ व कलाश्निकोव आणण्याबद्दल, पाकिस्तानमध्ये लक्षावधी अफगाण निर्वासितांना काही काळापुरतं राहू देण्याची परवानगी दिल्याबद्दल आणि MQM वाढू दिल्याबद्दल – खरं तर त्याची निर्मिती केल्याबद्दल – या

आरोपात सत्याचा लवलेशही नाही – जबाबदार धरलं जातं, त्यांच्यावर प्रचंड टीका केली जाते, त्याला काही अंतच नाही, पण त्यांनी सदैव देशाच्या दृष्टीनं जे योग्य असेल तेच केलं असं माझं मत आहे. तडाख्यांनी खचलेल्या पाकिस्तानला त्यांनी पुन्हा जगाच्या नकाशावर आणलं.

माझं आयुष्य तर जादूनं मंतरल्यासारखं होतं. बऱ्याच काळानंतर मी मजेत जगायला सुरुवात केली होती.... पण १९७९ मध्ये दोन घटना घडल्या. पहिली म्हणजे भुट्टोंना पाच एप्रिल रोजी फाशी देण्यात आलं. माझ्या व त्यांच्या राजकीय ध्येयांमध्ये बरीच तफावत असली तरीसुद्धा, आपल्या परिचयाच्या व आपल्या कौतुकाचा विषय असलेल्या माणसाला थंडपणे फासावर चढवलं जाणं ही गोष्ट सहन करणं फार कठीण होतं. अगदी माझे डॅडीसुद्धा प्रचंड हादरले होते... विशेषत:, लोक भुट्टोंच्या मृत्यूचा आनंद साजरा करण्यासाठी मिठाई वाटत होते, या गोष्टीचा त्यांना मोठा धक्का बसला होता. हा रक्त गोठवणारा भयानक प्रकार होता.

त्या वर्षीच्या सोनेरी उन्हाळ्यात लंडनमध्ये आम्ही सर्वजण एकत्र होतो. मी ती उन्हाळी सुट्टी मुलांसमवेत घालवली. या सुट्टीत माझा बंटीसुद्धा माझ्यासोबत होता. तो त्याच्या पित्याचं घर सोडून माझ्याकडं आला होता. तो आता सोळा वर्षांचा झाला होता. त्यानं ग्रामर स्कूलमध्ये 'O लेव्हल्स' नुकतीच पूर्ण केली होती. त्याचं माझ्यासोबत राहणं चीमीला पसंत नव्हतं, पण बंटीला त्याची सावत्र आई आवडत नव्हती. त्यामुळं त्यानं मला तिथून घेऊन जाण्याची विनंती केली होती. मग मी त्याची परीक्षा संपण्याच्या दिवशीच त्याच्या शाळेत लवकर गेले. बंटी अक्षरश: गेटवरून उडी मारून माझ्याकडं पळत आला! मग मी त्याला इस्लामाबादमार्गे लंडनला घेऊन आले. तिथं तो त्याच्या बहिणी व लहान भावांसमवेत राहू लागला. तिथं आमच्याकडं दोन नोकर होते – नियामत व आमचा स्वयंपाकी कुतुबुद्दिन. आम्ही तिथं अगदी मजेत, चैनीत राहिलो. मीनलची मुलंही तिथंच होती – भय्या, ओमर व अली बाबा. फौजिया, सेहबा, बंटी व फररू आणि मीनलची मुलं, सगळी एकत्र खेळायची. मी क्वचित कधीतरी मित्रमंडळींसोबत बाहेर जायची. १९७५ साली मीनलला लंडनमध्ये अतिशय गोजिरवाणं बाळ झालं होतं. तिचं नाव फैजा बिया.

काळ जणू पंख लावून पुढं सरकत होता. मला त्या वर्षीचा माझा वाढदिवस स्मरतोय. सप्टेंबरमधला तो सुंदर दिवस... डॅडी क्यू गार्डन्समधल्या घरी चॉकलेट केक घेऊन आले होते. त्या दिवशी रात्री आम्ही सगळ्यांनी मुलांसमवेत नृत्य केलं होतं. तो वाढदिवस संस्मरणीय ठरला.

पण अजून एक प्रसंग उंबरठ्याशी येऊन ठेपला होता... त्यामुळं माझं आयुष्यच उद्ध्वस्त होणार होतं!

नि:शब्द अश्रू

आता कराचीला परत जायची वेळ येऊन ठेपली होती... माझं घर... काम... राजकारण. डॅडी हिवाळ्यात माझ्याकडं राहायला येणार होते. ते ऑक्टोबरमध्ये लंडनमधून निघाले आणि ऑलिया एअरलाईन्सनं अथेन्समार्गे अम्मानला गेले. त्यावेळी शहरयार जॉर्डनमध्ये पाकिस्तानचे राजदूत होते. त्यांना त्या देशातली पहिलीच नियुक्ती आवडली होती. आम्ही सर्वजण राणी सर्वथ यांना ओळखत असल्यामुळं त्यांचं काम सोपं झालं होतं. राणी सर्वथ म्हणजे जॉर्डनचे तत्कालीन राजे हसन बिन तलाल यांच्या पत्नी. त्या इक्रमुल्ला अंकलच्या कन्या होत्या. इक्रमुल्ला पाकिस्तानचे पहिले परराष्ट्र सचिव होते. सर्वथ – त्यांना लाडानं बिटलुम म्हणत असत – आमच्यापेक्षा बऱ्याच लहान होत्या. त्यांच्या मोठ्या बहिणी – सलमा व नाज आमच्या मैत्रिणी होत्या.

डॅडी अम्मानमध्ये चारच दिवस राहून कराचीला आले. मला या खेपेला सईद अंकलना आणता आलं नव्हतं. त्यांची तब्येत बरी नव्हती, पण डॅडी आलेत हे कळल्यावर ते नाखुषीनंच यायला कबूल झाले. मला फार चिंता लागून राहण्याचं कारण म्हणजे मला ईद-उल-अझाच्या सुट्टीत मुलांकडं लंडनला जायचं होतं, कदाचित जहाजखरेदीचं कामही होणार होतं.

"इनी, कामाच्या नादात तू अशी जगभर किती काळ फिरत राहणार आहेस?" मी डॅडींना माझ्या बेतांविषयी सांगितलं तेव्हा त्यांनी विचारलं.

डॅडी फिरण्याचा नेम चुकवून इतरत्र कुठे गेलेत असं अगदी क्वचित घडायचं, पण सईद अंकल सुक्कूरहून येणार होते त्या दिवशी डॅडी त्यांना आणायला स्टेशनवर गेले होते. त्या दिवशी ट्रेनला बराच उशीर होणार होता. त्यामुळं डॅडी घरी आले ते नाराज होऊनच.

या खेपेला डॅडी फार खिन्न दिसत होते. मला वाटलं की, कदाचित त्यांना

एल्फीची आठवण होत असेल. ते शांत शांत आणि विचारमग्न होते. एके दिवशी संध्याकाळी त्यांनी मला व्हारांड्यात बोलावलं.

"इनी, माझं काही बरंवाईट झालं तर तू स्वित्झर्लंडमधल्या माझ्या बँक खात्यातले दहा हजार पौंड तुझ्या आईला दे. ती मीनल व शहरयारचं एवढं देणं लागते. मला तिच्या माथ्यावर कर्जाचं ओझं पहायचं नाहीय."

डॅडींचे शब्द मला ऐकवेनात. डॅडी इथं माझ्यासमोर निरवानिरवीची भाषा करत होते. मी त्यांच्या तोंडावर हात ठेवला आणि त्यांना थांबवत म्हणाले,

"नाही डॅडी, नाही. मला असलं काही ऐकायचं नाहीय."

ईद जवळ येऊन ठेपल्यामुळं मी लंडनचं तिकीट काढलं आणि डॅडींना सांगितलं की, मी उद्या सकाळी लंडनला जातीय, पण चारच दिवसात मी परत येते. तो दिवस होता २ नोव्हेंबर १९७९. मी ब्रिटिश एअरवेजनं दुबई व कुवेतमार्गे लंडनला पोहोचले. विमानतळावर मुलं माझ्या स्वागताला हजरच होती.

अक्कू व ममीनं विम्बल्डनमध्ये नवं घर घेतलं होतं, पण त्यावेळी अक्कू कराचीला गेला होता आणि ममी लंडनमध्येच होती. आमच्या कुटुंबात अक्कू शेंडेफळ असल्यामुळं आमचा सगळ्यांचा अक्कूवर विशेष जीव होता, पण डॅडींचं आणि त्याचं पटत नसे... अक्कूची विद्यार्थीदशेत अत्यंत चमकदार कामगिरी होती, तो खूप हुशार निघाला, आधी तो ॲस्कॉटच्या पॅपलविकमध्ये शिकला, त्यानंतर तो रोजीमधल्या जगप्रसिद्ध व खास पब्लिक स्कूलमध्ये दोन वर्षं होता आणि अखेर न्यू कॉलेज, ऑक्सफर्डमध्ये. तो शेक्सपिअर, मॅकावेली व कॅस्टिग्लिऑनीवर पीएच.डी. करत होता. सध्या तो 'हॅम्लेट'वरच्या एका पुस्तकावर काम करतोय. तो कविता लिहितो. त्याला १९६८ साली गिनिज काव्य पुरस्कार मिळाला आहे.

ममीचं अक्कूवर सतत लक्ष असायचं. मी याआधी उल्लेख केलाच आहे, त्याप्रमाणं अक्कू व मी सुरुवातीला, म्हणजे सईद माझ्या प्रेमात होता त्या दरम्यान, खूप जवळ होतो, पण माझ्यासमोर समस्यांचं तांडव सुरू झालं आणि मी जीवनाशी व स्वत:शी जुळवून घेण्याचा प्रयत्न करू लागले. त्या काळात आमच्यातलं अंतर वाढत गेलं. मीसुद्धा काळाच्या ओघात खूप बदलले, अधिक आक्रमक झाले. हा स्वभावगुण माझ्या कुटुंबाच्या परिचयाचा नव्हता. आयुष्य पुढं सरकेल तसे लोक विकसित होतात, परिस्थिती व अनुभवांनुसार घडत जातात. ही विलक्षण प्रक्रिया असते. विशेषत: तुम्ही जर त्रयस्थपणे वस्तुनिष्ठ भूमिकेतून स्वत:चंच निरीक्षण केलंत आणि निरनिराळ्या परिस्थितीत स्वत:चीच क्रिया व प्रतिक्रिया पाहिलीत तर हे लक्षात येईल.

इथं थोडं विषयांतर झालं... कदाचित समोर वाढून ठेवलेला भयानक प्रसंग कथन करणं थोडं लांबावं या उद्देशानं असेल...

आम्ही लंडनमध्ये सर्वांनी मिळून ईद साजरी केली. दुसऱ्या दिवशी मी एका मित्रासमवेत लंचला जाणार होते. त्यानं ईदच्या दिवशी सुंदर पुष्पगुच्छ पाठवला होता आणि त्या दिवशी दुपारी दीड वाजता तो मला लंचसाठी न्यायला येणार होता.

तितक्यात टेलिफोनची रिंग वाजली.

''डॅडी गेले, आपा, डॅडी आपल्याला सोडून गेले.''

फोनवर अक्कू होता. मला वाटतं माझ्या हातून फोन गळून पडला असावा, कारण मी मूर्च्छित होऊन कोसळले. मग मीनलनं फोन घेऊन सगळी हकिगत विचारून घेतली. त्यानंतर मी भानावर आल्यानंतर जोरात किंचाळले आणि... मग एकदम सुन्न... बधीर झाले.

त्यानंतर पुन्हा फोन वाजला. या खेपेला, मी ज्याच्यासोबत लंचला जाणार होते तो मित्र फोनवर होता.

''काय झालं सलमा?'' त्यानं विचारलं.

''माझे वडील गेले. मला ताबडतोब कराचीला जायचंय. पाकिस्तानला जायला लगेच विमान कधी आहे?'' मी विचारलं.

''संध्याकाळी पाच वाजता इस्लामाबादचं विमान आहे. मी प्रथम श्रेणीची तिकिटं मिळवायचा प्रयत्न करतो आणि तुझ्यासोबत येतो. आता मी विमानतळावर निघतोय.'' त्यानं सांगितलं.

मी उभी राहिले, पण पाय शिशासारखे जडशीळ झाले होते. मी पवित्र कुराणाच्या इंग्रजी भाषांतराची प्रत सोबत घेतली आणि ममी व नियामतचा निरोप घेऊन निघाले. ममी माझ्यासोबत आली नाही कारण, इस्लामी शरीयानुसार स्त्रीनं पतीनिधनानंतर चार महिने दहा दिवसांच्या 'इद्दत' कालावधीत घराचा उंबरा ओलांडायचा नसतो. मुलं मला निरोप द्यायला हिथ्रो विमानतळावर आली होती. मी कराचीला परत येईपर्यंत अंत्यविधीसंदर्भात काहीही न करण्याच्या सूचना देऊन ठेवल्या होत्या. इस्लामाबादपर्यंतचा प्रवास 'ट्रॅन्क्विलायजर्स'च्या मदतीनं पार पडला. या संपूर्ण प्रवासात मी शांतपणे पवित्र कुराण पठण करत निःशब्द अश्रू ढाळत होते.

अखेर कराची आलं. विमानतळावर मला न्यायला आलेल्या लोकांची झुंबड उसळली होती. मीनल थेट लंडन-कराची विमानानं माझ्याआधी पोचली होती. डॅडी त्यांच्या बिछान्यात झोपल्यासारखे दिसत होते.

मी त्यांच्या थंडगार गालांचं चुंबन घेतलं.

मी त्यांच्या पावलांना स्पर्श केला आणि त्यांचं चुंबन घेतलं. कुणीतरी म्हणालं की, इस्लाममध्ये असं चालत नाही. पण मी ते धुडकावून लावलं. मी विचारांच्या आवर्तात सगळं पाहात होते. दुःखाचा दाह जाळून काढत होता... अतीव दुःख... मला ते सहन होत नव्हतं. ओह, ते डॅडींना घेऊन चाललेत... ओह् डॅडी! मी

तुम्हाला सोडून का गेले? का गेले? ओह् डॅडी, तुम्ही पट्ट्या सोडून ठेवल्या आहेत. डॅडी, तुम्हाला व्हॅरिकोज व्हेन्सचा त्रास होत होता ही गोष्ट तुम्ही मला कधीच बोलला नाहीत... तुम्ही गुपचूप पायाला पट्ट्या बांधत होतात... मी तुम्हाला डॉक्टरकडं घेऊन गेले असते. ओह् डॅडी, तुमचे हफीज आणि सादी अजूनही तुमच्या बिछान्यालगत पडले आहेत. मी त्यांना घेऊन जाईन...

माझं घर माणसांनी गजबजून गेलं होतं. पत्रकार, छायाचित्रकार, मित्रपरिवार, नातेवाईक... सगळे जमले होते. घरातलं फर्निचर काढून टाकलं होतं. रेशमी चादरींच्या जागी पांढऱ्या चादरी अंथरल्या होत्या. मला या साऱ्यातून पार व्हावंच लागलं. मला जगावंच लागलं... पण किती शोकान्तिका होती! मला माझं आयुष्यच संपल्यासारखं वाटत होतं. माझे मामेभाऊ डॉ. अजरा यांनी मला लारगॅक्टिलच्या इंजेक्शनचा मोठा डोस दिला तेव्हा कुठं माझ्या डोळ्याला डोळा लागला.

जनरल झियांचा फोन आला होता.

"तुम्ही सांत्वनपर फोन केलात त्याबद्दल आभारी आहे. होय, सर, ते थोर होते."

अभ्यासिकेतल्या नक्षीदार लाकडी जमिनीवर चटया अंथरल्या होत्या. सकाळी नऊ वाजता बलोचिस्तानचे राज्यपाल जनरल रहिमुद्दिन यांचं आगमन झालं. सायरन, गाड्यांचे ताफे, राज्यपाल व मंत्रीगण – हे सगळं माझ्या त्या बधीर आयुष्याचा हिस्सा बनलं होतं. दुसऱ्याच दिवशी – म्हणजे डॅडींच्या निधनाच्या तिसऱ्या दिवशी 'सोयेम' करावं लागणार होतं.

"अजमत साहिब, बागेत तंबू उभे करा."

"हो. मौलाना नूरानींना निरोप पाठवा. त्यांनी अंत्यविधीच्या प्रार्थनांची मुख्य सूत्रं सांभाळावी अशी माझी इच्छा आहे."

मौलाना शाह अहमद नूरानींना माझ्या डॅडींविषयी नेहमीच आदर होता. १९५९ साली मौलाना नूरानी त्यांचे काका मौलाना अब्दुल हमीद बदायुनी यांच्यासोबत अधिकृत शिष्टमंडळ सदस्य म्हणून रशिया दौऱ्यावर आले होते, त्यावेळी त्यांची डॅडींशी पहिल्यांदा भेट झाली होती आणि अर्थातच त्या दोघांमध्ये आणखीही एक सूत्र होतं, ते म्हणजे बरैली... ते दोघेही याच शहरातले होते.

मग... भोजन! हजार लोकांना भोजन दिलंच पाहिजे. एखादं भयानक स्वप्न संपतच नसावं तसं झालं होतं... मी त्यातच आला दिवस ढकलत होते. तिसरा दिवस सरला... तसाच सातवा... मग दहावाही झाला. मला कुठंतरी निघून जावंसं वाटत होतं. आता स्मृतींचा काफिला सोडून काहीच उरलं नव्हतं... उरल्या होत्या त्या फक्त डॅडींच्या आठवणी.

"ते तुमचे मित्र – मदानी साहिबांची वाट पाहात होते. ते चहाला येणार होते. त्यांनी पकोडे करायला सांगितलं होतं."

मदानी साहिब त्यावेळी 'जंग'चे संपादक होते.

"बीबीसाहिब, त्यांनी चहासुद्धा घेतला नाही. मी स्वयंपाकघराच्या खिडकीतून बघितलं तर त्यांचं डोकं एका बाजूला कलंडलेलं दिसलं. मग मी धावत बाहेर आले आणि त्यांच्या हाताला स्पर्श केला. त्यांचा हात थंडगार होता. मग मी सईद साहिबांना हाक मारली... ते वरच्या मजल्यावरून धावत खाली आले, पण तितक्यात बडे साहिब गेले होते. आम्ही डॉक्टरांना बोलावलं, पण बडे साहिब आधीच गेले होते."

बीब्बीनं सगळी हकिगत सांगितली. तिच्या चेहऱ्यावरून अश्रूधारा ओघळत होत्या.

"बीबीसाहिब, अहो, साहिबजादी बेगम साखरपुडा झाल्यानंतर त्यांना भेटायला जायच्या तेव्हा मी त्यांच्यासोबत जायची. काय सांगू, बीबी सहिब!" बीब्बी रडत होती.

त्यानंतर मी माझं विस्कटलेलं आयुष्य पुन्हा सावरण्यासाठी लंडनला गेले. मला अतिशय कडक औषधं सुरू होतीच, त्यात आता मी 'ॲटिवॅन' घ्यायलाही सुरुवात केली होती. मात्र, डॅडींच्या निधनानंतर चाळिसाव्या दिवसासाठी – चेहलुमसाठी वेळेत कराचीला परत आले. पुन्हा एकदा मौलाना शाह अहमद नूरानी, मित्र व नातेवाईक जमणं, गरीबांना अन्नदान, पवित्र कुराणाचं पठण – सगळं पार पडलं. मी शुभ्र पांढऱ्या संगमरवराची सुंदर कबर बनवून घेतली होती. त्यावर कोरलं होतं :

"कुल्लो मनाले – हा फान (पृथ्वीवरील सर्व गोष्टी नाशवंत आहेत) अल-कुराण ४५:२६ – सईद अख्तर हुसैन, खान बहादूर सईद फाजल हुसैन यांचे सुपुत्र, माजी आयसीएस व पाकिस्तानचे राजदूत, जन्म : १० जानेवारी १९१७ - मृत्यू : ४ नोव्हेंबर १९७९ 'इन्ना लिल्लाही वा इन्ना इलाही राजी उन' ('आपण अल्लाची लेकरं आहोत आणि आपण त्याच्याकडंच परत जाणार आहोत.') अल कुराण २:१५६. त्यांच्या कबरीच्या एका बाजूला चार 'कुल' कोरण्यात आले होते.

मी त्यांच्या कबरीजवळ उभं राहून त्यांच्याशी निःशब्द संवाद साधला.

"मला वाटलं होतं तुम्ही दीर्घायुष्य घेऊन आला आहात. तुम्ही सोबत आणलं होतं ते चिरंतन तारुण्य. तुमच्या चमचमत्या पांढऱ्या केसांच्या सोबतीतसुद्धा तुमच्या चेहऱ्यावर विलक्षण असे बालिश भाव होते आणि तुमच्या वेळा, तुमचा आहार हे सगळं काटेकोर असूनसुद्धा त्यानं त्याला हवं तेव्हा तुम्हाला नेलंच."

डॅडींच्या निधनाच्या दु:खातून सावरायला मला वर्षभर लागलं. डॅडींचं जाणं हा माझ्या दृष्टीनं सर्वांत मोठा दणका होता; कारण मला नवरा नव्हताच आणि डॅडी कराचीत असले की माझ्यासोबत राहात असत. एलफ्रिडनं – तीच ती.... व्हिएन्नाची 'प्रामाणिक आणि पापभीरू' कामवाली – त्या बाईनं बर्नीस हाऊस, गाड्या, गालिचे, चांदीच्या वस्तू, स्पॅनिश विलाज, स्विस बँकेतलं खातं, युनिडो कार्यालयालगतचं व्हिएन्ना अपार्टमेंट सगळं काही धुऊन नेलं. मीनल, अक्कू व मी – आम्ही तिघंही लंडनच्या न्यायालयात लढलो. त्यासाठी सर्वोत्तम वकील नेमले, पाण्यासारखा पैसा ओतला, पण आम्हाला एक दमडीही परत मिळाली नाही. त्यामुळं ममीजवळ क्रॅव्हन गार्डन्स विम्बल्डन हाऊस व कराचीतलं घर एवढंच काय ते उरलं. या साऱ्यात पैशाचं महत्त्व नव्हतं. आम्ही तत्त्वासाठी लढलो. डॅडींनी भलत्याच व्यक्तीवर विश्वास टाकल्याचं आम्हाला दु:ख झालं.

इंदिरा गांधींशी भेट

दुःखानं चूर चूर झालेल्या मनाला सगळे तुकडे सांधून पुन्हा कसं ताळ्यावर आणायचं तेच उमगत नव्हतं. त्याच दरम्यान मला 'वर्ल्ड असेम्ब्ली ऑफ स्मॉल ॲन्ड मिडियम एन्टरप्रायजेस (WASHE)' या संस्थेच्या वतीनं नवी दिल्लीत होणाऱ्या उद्योजिकांच्या आंतरराष्ट्रीय परिषदेला उपस्थित राहण्याचं निमंत्रण मिळालं. या परिषदेत माझा श्री. चक्रधारी अगरवाल या चैतन्यदायी व्यक्तिमत्त्वाशी परिचय झाला. माझ्या आयुष्यात त्यांचं स्थान महत्त्वाचं आहे, कारण त्यांनी मला नवा दृष्टिकोन दिला. मी या परिषदेला जाण्यासाठी उत्सुक असण्याचं कारण म्हणजे या परिषदेचं उद्घाटन इंदिरा गांधींच्या हस्ते होणार होतं. माझी त्यांना भेटायची फार इच्छा होती.

एका समारंभात माझी आणखी एका जादूई व इंटरेस्टिंग व्यक्तीशी भेट झाली. ती व्यक्ती म्हणजे भारताचे परराष्ट्र सचिव रोमेश भंडारी. भोजनादरम्यान मी त्यांच्याशी बोलायला गेले... त्यांना मी माझे मामा अत्ताउर रहमान म्हणजेच इशी अंकल माहीत आहेत का असं विचारलं. इशी अंकलसुद्धा भारतीय परराष्ट्र सेवेत होते. रोमेश भंडारींशी माझी पटकन मैत्री जुळली. त्यांनी मला घरी बोलावलं. आम्हा दोघांमध्ये बरीच समान सूत्रं असल्याचं लक्षात आलं. पहिली गोष्ट म्हणजे, त्यांच्या देखण्या, मोहक पत्नी–कुमुदेश पतियाळाच्या महाराजांच्या सुकन्या होत्या. चीमीचे स्वर्गीय आजोबा–सर लियाकत हयात यांनी या राज्याच्या पंतप्रधानपदी प्रदीर्घ काळ सेवा बजावली होती. दुसरी गोष्ट म्हणजे रोमेश व चीमी ॲटचिसन कॉलेजमध्ये एकाच वेळी शिकत होते. या कौटुंबिक बंधांनी मला एक स्नेहपुष्प गवसलं... आणि ही मैत्री अनेक वर्षं टिकून आहे. रोमेश यांची कारकीर्द स्तिमित करणारी आहे. केंब्रिजमध्ये शिकलेले, अत्यंत सभ्य-सुसंस्कृत रोमेश दिल्लीचे लेफ्टनंट-गव्हर्नर बनले. पुढं ते त्रिपुरा, गोवा व अखेर उत्तर प्रदेश या भारतातील सर्वांत

मोठ्या प्रदेशाचे राज्यपाल बनले. त्यांच्या करियरच्या मध्यात त्यांना काही आघात सोसावे लागले. पण ते त्यातून बाहेर पडून थेट शिखरावर पोचले. त्यांच्यासारखे काही लक्षणीय सद्गृहस्थ मला मित्र म्हणून लाभणं हे माझं सुदैव आहे. हा मित्रपरिवार माझ्या आयुष्यातील सगळ्या चढ-उतारांत माझ्या पाठीशी उभा राहिला आहे.

माझ्या आयुष्यातील एक विलक्षण प्रसंग म्हणजे इंदिरा गांधींची भेट! आम्ही पाकिस्तानी शिष्टमंडळातले सहाजण त्यांना त्यांच्या सफदरजंग निवासस्थानी भेटायला गेलो होतो. त्यांना सर्दी झाली होती, तरीसुद्धा त्यांनी बाहेर येऊन आमचं स्वागत केलं. आम्ही विज्ञान भवनात उद्घाटनपर सत्रात घेतलेले फोटो इंदिरा गांधींची त्यावर स्वाक्षरी घेण्यासाठी सोबत घेतले होते. माझा स्वाक्षरी घेण्याचा नंबर आला त्यावेळी त्या इंग्रजीत म्हणाल्या,

"तुम्ही हुशार आहात. फोटोत तुम्ही फिकट रंगाचे कपडे घातलेत. त्यामुळं माझी स्वाक्षरी सुस्पष्ट दिसेल."

आणि खरंच तसं घडलं आहे. तो फोटो म्हणजे मला बक्षीस मिळालेला चषकच आहे!

मला त्यांच्याशी बोलण्याची संधी मिळाली होती, ती पकडून मी म्हणाले,

"मॅडम, माझ्या वडिलांनी तुमच्या नावावरून माझं नाव ठेवलं आहे, हा माझा सन्मान आहे. माझे मामेआजोबा सर शफात अहमद खान पंडित नेहरुंच्या पहिल्या मंत्रीमंडळात शिक्षणमंत्री होते."

"ओह," त्या म्हणाल्या, "आता माझ्या ध्यानात आलं. तुम्ही माझ्याच विश्वातल्या आहात."

त्यानंतर शिष्टमंडळातल्या आणखी एका सदस्यानं त्यांना विचारलं,

"मॅडम, तुम्ही पाकिस्तानला भेट का देत नाही?"

त्यापाठोपाठ मी उर्दूत म्हणाले, "अगर आप नहीं आ सकती हैं तो हमारे वाले को बुला लें," म्हणजेच, तुम्ही येऊ शकत नसलात तर आमच्या माणसाला बोलवा. मला अर्थातच जनरल झियांना निमंत्रण द्यावं हे सूचित करायचं होतं.

"मैंने तो मन्नत माँगी है, हजरत निजामुद्दिन औलिया पर... की, तुमची दोघांची भेट होऊ दे."

त्यावर त्यांनी हसून मान डोलावली.

उपखंडातले लोक इंग्रजी बोलताना उर्दू शब्द व उर्दू बोलताना इंग्रजी शब्दांची पखरण नेहमी करत असतात. ही फार विचित्र सवय आहे!

आणि त्यानंतर लवकरच या दोघांची भेट झाली. प्रेसनं त्या दोघांची भेट होणार

असल्याचं वृत्त देताच मी जनरल झियांना पत्र लिहून हजरत निजामुद्दिन औलियांच्या कबरीवर पुष्पचक्र अर्पण करण्याची विनंती केली, कारण मी तशी 'मन्नत' मागितली होती... झियांची माझ्यासारखी 'मजार'ना जाण्याची श्रद्धा नाही हे चांगलंच माहीत असूनही! माझा नवस फळाला आल्याचा मला फार आनंद आहे. दुआ गोह आणि पवित्र स्थानाचे सज्जदा नशीं—पूज्य पीर सफदर निजामी यांनी जनरल झियांचं मोठ्या आनंदानं स्वागत करून, त्यांना मजारमध्ये 'जियारत' साठी नेलं.

१९७८ साली माझी मोहम्मद खान जुनेजोंशी भेट झाली. त्यांना एमके म्हणत असत. त्यावेळी ते रेल्वेमंत्री होते. इस्लामाबादमध्ये त्यांच्या घरी आयोजित केलेल्या मुस्लीम लीग कृती समितीच्या बैठकीत आमची गाठ पडली. ते बुजरे, सभ्य-सुसंस्कृत होते. ते फारसे शिकलेले नव्हते. पण ते बुद्धिमान, चतुर आणि राजकीय बोलणी-चालणी करण्यात वाकबगार होते. त्यादरम्यान मी मोकळीच होते आणि ते दास बनून माझ्या अहंला खतपाणी घालायला तयार होते. ते माझ्या व्यक्तिमत्त्वाच्या सहसा न आढळणाऱ्या रसायनानं भारावून गेले होते. ते माझ्याकडं चुंबकासारखे आकर्षित झाले होते. मलासुद्धा त्यांचं दिलासा देणारं अस्तित्व आवडत होतं. एमकेंमुळं मला मनःशांती लाभली. ते मनाला फारसं काही लावून न घेणारे शांत व स्थिरचित्त होते. ते मला खूप सहन करायचे, याआधी, माझे डॅडी माझ्याकडं यायचे तेव्हा एमके त्यांना भेटायला येत असत व बरेचदा जेवायला थांबत असत.

आम्ही एकत्र मिळून बिझनेस केला. त्यांनी नफा-विभागणी तत्वावर 'शिप-ब्रेकिंग' उद्योगात गुंतवणूक केली होती. मी दर महिन्याच्या पाच तारखेला त्यांना माझे विश्वासू व्यवस्थापक श्री. युनूस यांच्याकरवी त्यांच्या मुद्दल रक्कमेतील हिस्सा व पन्नास टक्के नफ्याची रक्कम पाठवत असे, तीसुद्धा करमुक्त.

एमकेंनी व मी पाकिस्तानबाहेर गुंतवणूक संधी शोधण्यासाठी खूप प्रवास केला. ह्यूस्टन हे आमचं एक आवडतं स्थळ होतं. तिथं आम्ही अठ्ठावीस घरं विकत घेतली होती. त्यासाठी एक कंपनीही सुरू केली होती. 'इमसत कॉर्पोरेशन' या नावानं नोंदणी झालेल्या या कंपनीत आणखी दोन भागीदारही होते – एक, माझा मामेभाऊ मुनावर व दुसरा त्याचा एक अकौंटंट मित्र होता. यात आम्हाला प्रचंड फटका बसला, कारण अमेरिकी अर्थव्यवस्थेवर मंदीचं मळभ होतं, अगदी पाकिस्तानची सुद्धा अर्थव्यवस्था मंदावलेलीच होती. मग एमके व मी हवाई व जपानमार्गे पाकिस्तानला परत आलो. ते आता मंत्री राहिले नव्हते कारण 'मुस्लीम लीग'चं दोन भागात विभाजन झालं होतं – छथ्था मुस्लीम लीग व पगारो मुस्लीम लीग. आमचा पक्ष सरकारमधून बाहेर पडला असला तरी आमचा जनरल झिया-उल-हक यांना पाठिंबा होता.

एमके मला त्यांच्या व त्यांच्या घराण्याच्या पीर पगारोंप्रती असणाऱ्या निष्ठेबद्दल नेहमी सांगायचे. त्यांना पीर-जो-गोथ या पीर साहिब पगारोंच्या मूळ खेड्यात... त्यांचा बालेकिल्ला व पवित्र स्थळ मानल्या जाणाऱ्या ठिकाणी जावं लागत असे, त्या काळाबद्दल ते सांगायचे. त्यांना गाडी काही अंतरावर लावून तिथून पीर-जो-गोथपर्यंत अनवाणी चालत जावं लागत असे. सोबत जेवणाची डबाही न्यावा लागत असे, कारण 'हुर' ना पीरांच्या घरचं जेवण न देण्याची प्रथा होती. ते अशा बऱ्याच जुन्या, विलक्षण कहाण्या सांगत असत. एमके जेमतेम सतरा वर्षांचे झाले असतील, तोच त्यांचे वडील निवर्तले. त्यांच्या आईनं त्यांच्यासाठी शेतजमीन राखून ठेवल्याबद्दल ते आईचं ऋण मानत असत. ते मिरपुर्खास मधल्या सिंधरी खेड्यातले होते.

उन्हाळा सुरू झाला की आमच्या घरात आंब्यांच्या राशी लागायच्या. त्यातले बहुतेकसे आंबे एमकेंच्या खेड्यातून येत असत. ते उत्कृष्ट प्रतीचे सिंधरी आंबे पिकवत असत. त्याजोडीनं पीर साहेबांच्या शेतांतले आंबेही असत... मुस्लीम लीगचे आंबे!

१९८१ साली 'शिप-ब्रेकिंग' उद्योगात अकस्मात प्रचंड खोट आली. आंतरराष्ट्रीय स्तरावर जहाजांच्या किमती अकस्मात कोसळल्या. प्रती टन एकशेनव्वद अमेरिकी डॉलर्सना खरेदी केलेल्या जहाजांच्या किमती एकशेवीस अमेरिकी डॉलरवर आल्या. त्यामुळं प्रती टन सत्तर अमेरिकी डॉलर्स इतका दणकून तोटा झाला... कुठल्याही शिप-ब्रेकरला एवढा तोटा सहन करणं शक्यच नव्हतं. आम्ही अचानक खिंडीत सापडलो होतो. पण परमेश्वराची कृपा होती, की अजून कारखाना सुरू होता. त्यामुळं आम्ही पूर्णत: धुळीला मिळालो नाही. मात्र बरेच शिप-ब्रेकर साफ बुडाले. बँकांनी हप्ते थकल्यामुळं मालमत्ता ताब्यात घेऊन, जहाजं जप्त केली. आम्ही कर्जाचे प्रचंड डोंगर भागवले आणि आमचा शिप-ब्रेकिंग उद्योग बंद केला. माझा शिप-ब्रेकिंग उद्योगातला काळ मला माझ्या कारकिर्दीतला शिखर काळ म्हणून स्मरतो... एका उद्योजिकेचा अतिशय भरभराटीचा काळ होता तो! ते दिवस मी कधीही विसरणार नाही. या उद्योगात आम्हाला पडता काळ बघावा लागूनसुद्धा मला नेहमी या उद्योगात पुन्हा येण्याची आस होती.

आता समुद्रकिनाऱ्याला भकास कळा आली होती. सर्वत्र जहाजांचे निरुपयोगी सांगाडे व भंगार विखरून पडलं होतं. पण लोकांनी बांधलेल्या छोट्या केबिन अजूनही उभ्या होत्या. १९९७ साली मी पुन्हा गदानीवर गेले होते. त्यावेळी पाकिस्तानच्या सुवर्णमहोत्सवी समारंभासाठी बीबीसी वृत्तवाहिनीची माहितीपट बनवणारी टीम पाकिस्तानात आली होती. त्यांनी गदानीवर एका जहाजात माझं चित्रीकरण केलं. ते 'अ‍ॅक्शन-रिप्ले' सारखंच होतं. मी जगातली एकमात्र महिला शिप-ब्रेकर

असल्याचं मला कळलं. त्या गोष्टीनं मला कर्तबगारीची एक खास जाणीव दिली.

'कराची चेम्बर ऑफ कॉमर्स अॅन्ड इन्डस्ट्री'च्या एका बैठकीत नजरल झिया-उल-हक अध्यक्षस्थानी होते. त्यांनी पोलाद कारखान्याची लवकरच सुरुवात होणार असल्याचं जाहीर केलं. त्या दरम्यान, शिप-ब्रेकिंग उद्योग संपलाय हे अखेर आम्हाला कळून चुकलं होतं. मी त्या बैठकीत माझे विचार मांडले. मी त्या अतिभव्य सम्मेलनाला उपस्थित असणारी एकमात्र महिला होते.

१९८१ साली ऑगस्टमध्ये मी राष्ट्राध्यक्षांचे डेप्युटी मिलिटरी सेक्रेटरी कर्नल जहीर मलिक यांना भेटले. त्यांनी जनरल झियांशी भेट घडवून देण्यात व भेटीच्या आगाऊ वेळा ठरवून देण्यात खूप साहाय्य केलं. त्यांच्यामुळंच मला इस्लामाबादची द्वारं खुली झाली आणि खास करून राष्ट्राध्यक्षांच्या घराचीही.

शिप-ब्रेकिंग उद्योग थंडावला होता, त्याऐवजी दुसरा काही उद्योग नव्हता. त्यामुळं मी रिकामी होते. कारखाना सुरळीतपणे सुरू होता. पण मला त्याचाही कंटाळा आला होता. मुलं युकेत होती, त्यामुळं मी अगदी मुक्त होते. माझ्यावर कसलाही अंकुश नव्हता. त्यावेळी मला पहिल्यांदाच संपूर्ण स्वातंत्र्य लाभलं होतं. माझी मित्रमंडळी मला सांगत होती की, मुलांना कराचीला परत बोलवून घे, विशेषत: छोट्यांना... म्हणजे सेहबा व फररूला. मी त्यांचा सल्ला मानला. मुलं सुट्टीत घरी आली. तेव्हा मी त्यांना 'कराची अमेरिकन स्कूल' मध्ये दाखल केलं. दरम्यान, फौजियाला उच्च शिक्षणासाठी अमेरिकेला जायचं होतं. १९८२ साली तिला माऊंट होल्योक मध्ये प्रवेश मिळाला. ती १९८७ साली इतिहास व साहित्यात 'डबल मेजर'सह पदवीधर झाली. त्याआधी, बंटी बोस्टनला गेला होता. तो १९८६ साली गणितात 'मेजर' सह पदवीधर झाला.

१९८१ साली हिवाळ्यात मी पुन्हा एकदा भारतवारी केली. त्यावेळी मी उद्योजिकांच्या दुसऱ्या आंतरराष्ट्रीय परिषदेसाठी भारतात आले होते. ही परिषद नवी दिल्ली येथे विज्ञान भवन येथे आयोजित केली होती. तिथं माझी पुन्हा एकदा इंदिरा गांधींशी भेट झाली. मी हजरत निजामुद्दिन औलियांच्या तीर्थक्षेत्री उर्सला गेले होते... तिथं मला पुन्हा एकदा तशीच शांती लाभली आणि मन हर्षभरीत झालं. माझी त्यांच्यावर निस्सीम श्रद्धा होती.

ही परिषद आटोपून कराचीला परत आल्यानंतर मी जनरल झियांशी भेट ठरवण्यासाठी इस्लामाबादला गेले. त्यांची भेट होण्यासाठी मला पाच दिवस प्रतिक्षा करावी लागली. मी हॉलीडे इन (आता मॅरियट हॉटेल) मध्ये राहिले होते. त्या भेटीत जनरल झियांनी मोठ्या विश्वासानं एक गुपित सांगितलं, ते म्हणजे –

ते एक 'मजलिस-ए-शूरा' (सल्लागार समिती) स्थापन करत होते आणि त्यांनी या समितीच्या सदस्यपदी माझं नाव आधीच निश्चित केलं होतं. हे ऐकताच मी थरारून गेले. मी कराचीला परत येण्यापूर्वी ही गोष्ट फक्त जहीर मलिक यांच्या कानावर घातली. त्यानंतर 'मजलिस-ए-शूरा'ची रचना जाहीर झाली तेव्हा बरंच वादळ उठलं. प्रत्येक प्रदेशाला आपलं प्रतिनिधित्व हवं होतं. त्यामुळं सर्व प्रदेशांच्या राज्यपालांशी मसलत करण्यात आली. 'मजलिस'मध्ये सहभागी सदस्यांच्या अंतिम यादीत सर्व सत्ताधारी मंत्र्यांची नामांकनं झाली होती.

माझा पहिला नवरा फाझिल जाँजुआ जनरल झियांच्या पहिल्या मंत्रीमंडळात अन्न व कृषी मंत्री होता. त्याला आरमारप्रमुख पदी बढती मिळाली होती आणि आता तो इस्लामाबादमध्ये राहात होता. नशिबाचे खेळ किती विचित्र असतात बघा! जाँजुआनं वायव्य सरहद्द प्रान्ताचे तत्कालीन राज्यपाल स्वर्गीय जनरल फाजल हक व पंजाबच्या महिला मंत्री बेगम अफिफा मामदोत यांना माझ्या नामांकनाला विरोध करायला सांगितलं. शिवाय त्यानं हेही जाहीर केलं की, माझं नामांकन मागं घेतलं नाही तर त्याला मंत्रीपदावर काम करत राहणं फार अवघड जाईल. मी सर्वांत वादग्रस्त उमेदवार बनले होते. जनरल झियांनी माझी वेचून निवड केल्यामुळं तर जास्तच.

खात्रीलायक सूत्रांकडून कळलेल्या माहितीनुसार, जनरल फाजल हक यांनी जनरल झियांना विचारलं होतं की, "तुम्ही या बाईच्या बाबतीत मृदूपणे वागताय का?" एवढं पुरेसं होतं... जनरल झियांनी माझं नाव वगळायचं ठरवलं.

राष्ट्राध्यक्षांनी सिंधचे राज्यपाल एस.एम. अब्बासी यांना फोन करून हे वृत्त मला सौम्यपणे सांगायला सांगितलं. मग माझ्या ऐवजी मुस्लीम लीग महिला आघाडीच्या कराची अध्यक्षा महमूदा सुल्ताना यांना राखीव उमेदवार म्हणून पाचारण करण्यात आलं आणि पदाची शपथ देण्यात आली. त्या दिवशी रात्री मला राज्यपाल अब्बासींनी बोलावून घेतलं होतं आणि जनरल झियांनी फोन करून घडल्या प्रकाराबद्दल दिलगिरी व्यक्त केली आणि कधीतरी, कुठल्यातरी रूपानं याची भरपाई करीन असं सांगितलं. तो अतिशय भावपूर्ण पण काळीज तोडणारा प्रसंग होता.

त्यावेळी जहीर मलिक माझा एकमात्र आधार होते. मी निराशेच्या गर्तेत खोलवर जाऊ नये यासाठी ते मला रात्रंदिवस फोन करत होते. मी त्यांना माझ्या भूतकाळाबद्दल सांगितलं असल्यामुळं त्यांना फाझिल जाँजुआबद्दलही सगळं ठाऊक होतं. त्यावेळी मला किती खिन्नता दाटून आली होती ते आजही माझ्या लक्षात आहे. माझ्या मनातली प्रेरणा, महत्त्वाकांक्षा, इच्छा-आकांक्षा... सगळं अगदी रसातळाला पोचलं होतं. या अन्यायाचा तडाखा फार जोराचा होता... या माणसाबरोबर

माझं कधीकाळी लग्न झालं होतं, पण आता त्याच्याशी इतक्या वर्षांत कधीही काहीही संपर्क नव्हता आणि आता आयुष्याच्या या टप्प्यावर या माणसानं मला तडाखा देऊन खाली ओढावं? त्याचं पुन्हा लग्न झालं होतं, त्याची बायको डॉक्टर होती, त्यांना तीन मुली होत्या. एखादं माणूस लोकांबद्दल वाईटसाईट बोलत नाही ते त्याला बोलता येत नाही म्हणून नाही, तर त्याला चारचौघात घरच्या गोष्टींची खुशाल चर्चा व्हावी असं वाटत नसतं म्हणून. एकेकाळी आपला जोडीदार असणाऱ्या व्यक्तीवर जाहीर आगपाखड न करणं हे सुसंस्कृतपणाचं लक्षण असतं. पण फाझिलचं तसं नव्हतं. फाझिलला आपण जिंकलो असं नक्कीच वाटलं होतं.

आज चाऊ चाऊ मोठा झालाय. त्याच्या वडिलांनी त्याच्यासाठी मुलगी पसंत केली. तिचं नाव रोहिना. ती चाऊ चाऊच्या सावत्र आईची भाची आहे. चाऊ चाऊ व रोहिनाच्या संसारवेलीवर दोन गोजिरवाणी फुलं उमलली आहेत – सारा व सलमान. साराचं माझ्याशी जरासं साम्य आहे असं ऐकलंय आणि सलमानचं नाव माझ्या नावावरून ठेवलंय. मी आजवर या नातवंडांना फक्त एकदाच पाहिलंय.

माझे पक्के मित्र – जमील निश्तार या सगळ्याला मिळालेलं हे वळण पाहून अतिशय उद्विग्न झाले. ते आता कृषी विकास बँकेचे अध्यक्ष होते. इस्लामाबादच्या 'झिरो पॉईंट' ला एका इमारतीत दहाव्या मजल्यावर त्यांचं आलिशान कार्यालय होतं. त्यांच्या कार्यालयातून आजूबाजूला नजर टाकली की विलोभनीय दृश्य दिसत असे.

सेहबा व फररू त्यावेळी हे सगळं समजण्याच्या दृष्टीनं फारच लहान होते... माझ्या बाबतीत काय शोकान्तिका घडलीय, माझ्या अहंला किती जोराची ठेच लागलीय हे त्यांना समजत नव्हतं. तरी त्यांच्यामुळं मला खूप दिलासा मिळाला. माझी मुलं बाहेर हिरवळीवर त्यांच्या मित्रमंडळींबरोबर खेळत असायची. क्लिफ्टन हाऊस मधली शांतता त्यांच्या प्रफुल्ल किलबिलाटी हास्यात विरघळून जायची.... या साऱ्याच्या सोबतीनं मी या अतिशय खडतर काळातून तरून गेले.

सुदैवाची गोष्ट म्हणजे, पीर पगारो 'मजलिस-ए-शूरा'च्या संकल्पनेच्या व रचनेच्या विरोधात होते. त्यांनी इशारा दिला होता की, त्यांच्या पक्षाच्या कुणा सदस्यानं 'मजलिस' मध्ये सहभागी होण्याचं आमंत्रण स्वीकारलं तर त्याला मुस्लीम लीगचं सदस्यत्व सोडावं लागेल. वास्तवात, मी वैयक्तिक स्तरावर निराश झाले असले तरी, याचं राजकीय भांडवल करून मी असं दाखवलं की, पक्षाच्या धोरणानुसार मी 'मजलिस' मध्ये सहभागी न होण्याचा निर्णय घेतला आहे.

१९८२ साली माझी 'पाकिस्तान-युएसए ट्रेड ॲन्ड इन्डस्ट्री कमिटी ऑफ द फेडरेशन ऑफ पाकिस्तान चेम्बर्स ऑफ कॉमर्स ॲन्ड इन्डस्ट्री'च्या अध्यक्षपदी

निवड झाली. एवढा अपवाद वगळता त्या वर्षी खास काही घडलं नाही. ही निवड माझ्या दृष्टीनं मोठं आश्चर्य होतं!

चेम्बरच्या राजकारणातले स्थानिक 'किंग मेकर' स्वर्गीय युसूफ झिया व तारिक सईद यांच्यामुळं मला या निवडणुकीत विजय प्राप्त झाला होता. मी अगदी रोमांचित झाले होते आणि या नव्या जबाबदारी प्रती झोकून देऊन काम करत होते. मी समितीच्या सदस्यांच्या अनेक बैठका घेतल्या. कराचीच्या हॉलिडे इन हॉटेलमध्ये झालेल्या एका बैठकीत अमेरिकी राजदूत रोनाल्ड स्पियर्स यांना आमंत्रित केलं होतं. मियाँ शहबाज शरीफ पंजाबच्या 'पाकिस्तान-युएसए ट्रेड अॅन्ड इन्डस्ट्री कमिटी'चे उपाध्यक्ष होते. मी इत्तेफाक फौंड्रीमधून लेथ मशिन विकत घेतलं तेव्हा माझा त्यांच्याशी परिचय झालाच होता.

पाकिस्तानचं निमंत्रण स्वीकारून ओपीआयसी (अमेरिकी सरकारची विकास संस्था – ओव्हरसीज प्रायव्हेट इन्व्हेस्टमेंट कॉर्पोरेशन) चं शिष्टमंडळ गुंतवणुकीची नवी क्षेत्रं शोधण्यासाठी पाकिस्तान भेटीवर आलं. अमेरिकेचे राष्ट्राध्यक्ष रेगन यांचे मित्र – क्रेग नॅलेन या शिष्टमंडळाचे प्रमुख होते. आम्ही कराची, लाहोर व इस्लामाबादमध्ये संयुक्त बैठका घेतल्या. अमेरिकी शिष्टमंडळाच्या या दौऱ्यादरम्यान मी आघाडीवर होते. मला औद्योगिक सचिव इक्बाल सईद यांनी पूर्ण पाठिंबा दिला होता. त्यांची पत्नी साजिदा माझी जिवलग मैत्रीण आहे.

जनरल झियांनी आम्हा सर्वांना राष्ट्राध्यक्षांच्या निवासस्थानी डिनरला आमंत्रित केलं होतं. त्यावेळी त्यांनी उद्योगक्षेत्राच्या कार्यासाठी एक खिडकी योजना जाहीर केली. देशातील वातावरण पुन्हा एकदा गुंतवणुकीला चालना देण्याच्या दृष्टीनं अत्यंत पोषक बनलं होतं. जनरल झियांनी सत्ता हाती घेतल्यापासून पाकिस्तानात भरघोस पीक आलं होतं. अतिरिक्त कृषी उत्पादनांची निर्यात करण्याविषयीसुद्धा चर्चा होऊ लागली होती. कायदा व सुव्यवस्था उत्तम होती आणि एकूणच, या सहृदय हुकूमशहानं पाकिस्तानचं भाग्य उजळवल्याचं चित्र होतं.

१९८२ साली, शिप-ब्रेकिंगमध्ये मला आलेल्या तोट्याची काही प्रमाणात भरपाईही मिळाली. अवघ्या तीनच महिन्यात मला आजाद काश्मीर मधल्या मुजफ्फराबाद मध्ये 'मिनी सिमेंट प्लँट' उभारण्याची व कोटरीमध्ये खाद्यतेलाचं युनिट सुरू करण्याची परवानगी मिळाली. शिवाय, राज्यपाल अब्बासींनी सिंधमधल्या झिमपिर मध्ये मला पशुपालनासाठी दोन हजार एकर जमीन दीर्घ मुदतीच्या भाड्यानं दिली. यावर जमील म्हणाले होते, ''ही तुमच्या दृष्टीनं मोठी झेप आहे. ट्राय अॅन्ड मेक द बेस्ट ऑफ इट.''

'काश्मीर सिमेंट' सुरू करण्यासाठी मी 'बँकर्स इक्विटी लि.'कडं भांडवलासाठी अर्ज केला. त्यांच्याकडून मला सकारात्मक प्रतिसाद मिळण्याची चिन्हं दिसली.

त्यानंतर मग आवश्यक त्या कागदपत्रांची पूर्तता करण्याचं प्रदीर्घ व दु:साध्य काम सुरू झालं... खनिकर्म अहवाल, फिजिबिलीटी स्टडी, मातीच्या चाचण्या... आणि बरंच काय काय. मी मुजफ्फराबादला पहिल्यांदा गेले तेव्हा तिथल्या निसर्ग सौंदर्यानं अत्यंत मोहित झाले होते... जलदगतीनं वाहणाऱ्या नद्या, उंच उंच डोंगरशिखरं. सिमेंट प्रकल्पासाठी निश्चित केलेली जागा तर अतिशय सुंदर होती. तिथून खाली पाहिलं की डोमेल नदीचा खळखळता प्रवाह दिसत असे. मला त्या भागातल्या सर्वांत मनोहारी ठिकाणी हा प्रकल्प उभारायचा होता. त्यामुळं मी याच विशिष्ट स्थानी हा प्रकल्प उभारण्याचं स्वप्न रंगवलं होतं. नदीपासून थोड्याच अंतरावर असणाऱ्या टेकड्यांमध्ये कच्चा माल सहज उपलब्ध होता. ते ठिकाण अत्यंत सुयोग्य होतं. आजाद काश्मीरचे अध्यक्ष कय्युम खान यांच्याशी माझा आधीपासूनच परिचय होता. त्यांना 'मुजाहिद-ए-अवाल' म्हणत असत, कारण ते पाकिस्तान मुस्लीम लीगच्या मध्यवर्ती कृती समितीचे स्वीकृत सदस्य होते. मी त्यांच्याशी संपर्क साधून त्यांना माझ्या नियोजित प्रकल्पाबद्दल सांगितलं. हे ऐकून त्यांना खूप आनंद झाला. त्यांनी मला सर्व मदत करण्याचं आश्वासन दिलं आणि त्यांनी दिलेला शब्द खरा केला. मला एजेके सरकारचं संपूर्ण सहकार्य लाभलं.

प्रकाशझोतात

१९८२ सालच्या मार्च महिन्यात... म्हणजे माझ्या डॅडींच्या निधनानंतर तीन वर्षांनी माझी अम्मा – माझी आजी निवर्तली. तिचा लाडका मुलगा आफताब त्याआधी पाच वर्षांपूर्वीच आम्हाला सोडून गेला होता. मधूनमधून अम्माचा क्षयरोग बळावत असे... अखेर ती कोमात गेली. ती गेली त्या दिवशी मला माझ्या क्वीन्सरोड वरील कार्यालयात निरोप आला. मी जाऊन पाहिलं तर ती प्रचंड वेदनांनी तडफडत होती. मी तिच्या बिछान्यालगत बसले होते... तिच्या भुवयांवरील सुरकुत्या मोजत... माझ्या मनात आलं, या आहेत मलिका हुसैन आरा बेगम – रामपूरच्या नवाबांची नात. आयुष्याची अठ्ठ्यांयशी वर्षं पाहिल्यानंतर आता अम्मा इथं मृत्युशय्येवर आहे. तिच्या आयुष्यातला अर्धा भाग मानकुला व बरैली मध्ये अगदी छान, समाधानात गेला आणि अर्धा भाग पाकिस्तानात कराचीत नव्यानं डाव मांडून तिथं जुळवून घेण्यात गेला. अम्माचे हात छातीशी जुळले होते... अचानक माझ्या लक्षात आलं, अम्मानंच मला तसं झोपायला शिकवलं होतं... माझ्या लाडक्या अम्मानं. माझ्या मनात आठवणींचं मोहोळ घोंघावू लागलं. माझ्या मनात त्या गाण्याच्या ओळी पुन्हा जागल्या. 'मैं तो कुटूँगी, मैं तो पीसूँगी, मैं तो अम्मा के घोंसले में घुस जाऊँगी.'

...अम्मा, प्रिय अम्मा. शांत झोपी जा... अम्मा, मी तुझा अखेरचा निरोप घेते, अखेरचा निरोप.

आम्ही आमची कार्यालयं माझ्या घराजवळ आणली... क्लिफ्टनमध्ये ६, ए हसन होम्समध्ये. त्यामुळं मला कार्यालयात जायला फक्त दहा मिनिटं लागायची. मी वाटेत अब्दुल्लाह शाह गाझींच्या 'मजार'शी 'फतेहा' साठी थांबायची. आम्ही सुफी संत सचल सरमस्त यांच्या नावावरून आमच्या खाद्यतेलाच्या नव्या प्रकल्पाचं

नाव 'सरमस्त कुकिंग ऑईल्स' ठेवलं होतं. मी एम.के. जुनेजांना माझे भागीदार होण्याबद्दल विचारलं होतं. या भागीदारीत असं ठरलं की मी मंजुरी मिळवली असल्यामुळं, सुरुवातीची गुंतवणूक त्यांनी करायची व मी नंतर त्यांचे पैसे चुकते करायचे. पण त्यांनी शब्द पाळला नाही. उलट ते आपण दोघांनीही निम्मी-निम्मी गुंतवणूक करायची असं म्हणू लागले आणि नॅशनल डेव्हलपमेंट फायनान्स कॉर्पोरेशन (NDFC) कडून अर्थसाहाय्य मिळवण्यासह प्रकल्प उभारणीचं काम मीच करावं असंही त्यांचं म्हणणं होतं. मी याला मुकाट्यानं कबूल झाले कारण मला मिळालेल्या मंजुरीपत्रात अट होती की, या कंपनीत किमान एक स्थानिक व एक बिगर-स्थानिक, एक शेतकी व एक औद्योगिक क्षेत्राचा अनुभव असणारा भागीदार असला पाहिजे.

मी यापूर्वीही एमकेंसोबत काम केलं असल्यामुळं, माझ्या मनात भागीदारीबद्दल कसलाही किंतू नव्हता. त्यांनी कोटरी औद्योगिक वसाहतीत जमीन खरेदी केली व मला त्याची पन्नास टक्के रक्कम द्यायला सांगितलं. हे काम प्रगतीपथावर असतानाच, मला न्यूयॉर्कमधील युएस चेम्बर ऑफ कॉमर्सचं डिनरचं आमंत्रण आलं. राष्ट्राध्यक्ष झिया अमेरिकेच्या अधिकृत दौऱ्यावर जाणार होते. त्यांच्या सन्मानार्थ न्यूयॉर्कच्या हिल्टन हॉटेलमध्ये डिनर आयोजित केलं होतं, त्या समारंभाचं हे आमंत्रण होतं. मी ते आमंत्रण खुषीनं स्वीकारलं आणि कर्नल जहीर मलिक यांच्याकडून सगळे तपशील मिळवले.

न्यूयॉर्कला जाताना मी वाटेत लंडनमध्ये थोडावेळ थांबले. तिथं आईची पर्शियन लॅम्ब केप घेतली आणि न्यूयॉर्कला रवाना झाले. समारंभाच्या आधी दोन दिवस मी तिथं पोचले होते. मी सिटी स्वेअरमधल्या हॉटेल शेरेटन मध्ये उतरले होते. डिनरला जाताना मी हिऱ्याची कर्णभूषणं, गुलाबी व मरून रंगछटेची भारीपैकी बनारसी साडी आणि फर केप घालून सजले होते. मी आमचे व्यवस्थापक अजमत यांना सोबत आणलं होतं. इथं येण्याआधी मी 'द न्यू ब्रीड ऑफ इन्डस्ट्रियालिस्ट' नावाची एक पुस्तिका लिहिली होती. 'पाकिस्तान-युएसए ट्रेड इन्डस्ट्री कमिटी'ची अध्यक्षा या नात्यानं मला ही पुस्तिका अमेरिकेत वितरीत करायची होती. त्यामुळं मी या पुस्तिकेच्या एक हजार प्रती सोबत आणल्या होत्या. जनरल झिया हिल्टनमध्ये येण्याआधी आम्ही दोघांनी प्रत्येक टेबलवर ही पुस्तिका ठेवली. जनरल झियांचं आगमन झालं तेव्हा आम्ही हॉटेलच्या 'ॲन्टी-रूम' मध्ये होतो. जहीरना राष्ट्राध्यक्षांचं आगमन कोणत्या मार्गानं होणार आहे ते माहीत असल्यामुळं त्यांनी धोरणीपणे आम्हाला तिथं थांबवलं होतं. मला पाहताच जनरल झिया थबकले. त्यांनी दिलखुलास हसून, मोठ्या आपुलकीनं माझी दखल घेतली आणि म्हणाले,

"बेगम साहिबा, तुम्हाला न्यूयॉर्कमध्ये पाहून खूप आनंद झाला."

"सर, मी या डिनससाठी इतक्या दूरवर आलेय." मी म्हणाले.

त्यांच्यासोबत बेगम झिया-उल-हक आणि अर्थमंत्री श्री. गुलाम इशाक खान होते. डिनरच्या वेळी मी मागं कुठंतरी बसले होते, पुढच्या रांगेतलं टेबल पटकावणं काही जमलं नव्हतं. जनरल झियांनी भाषण सुरू केलं. माझ्या कानावर शब्द पडले,

"तुम्हाला जर पाकिस्तानच्या अर्थव्यवस्थेबद्दल विचारायचं असेल तर बेगम सलमा अहमदना विचारा... आमच्या लेडी शिप-ब्रेकर... त्या या समारंभाला उपस्थित राहण्यासाठी इतक्या दुरून न्यूयॉर्कला आल्या आहेत. त्यांना विचारा. त्या तुम्हाला सांगतील."

मी दिव्यांच्या लखलखाटात उठून उभी राहिले. दूरचित्रवाहिन्यांचे सगळे कॅमेरे माझ्याकडं वळले होते. तो माझ्या आयुष्यातला एक अतिशय महान प्रसंग होता. पाकिस्तानच्या राष्ट्राध्यक्षांनी अशा प्रकारे माझा अभिमानानं उल्लेख करावा.. मी दडपून गेले होते. पाकिस्तानी राज्यप्रमुखानं एखाद्या महिलेची स्तुती करणं हे धाडसी कृत्य होतं. सर्वसाधारणपणे पुरुष ढोंगी असतात. ते स्त्रियांची मुक्त कंठानं प्रशंसा करत नाहीत. लोक जनरल झियांवर ते मूलतत्त्ववादी असल्याबद्दल व स्त्रियांची प्रगती रोखण्याबद्दल नेहमी टीका करतात, पण माझा व्यक्तिगत अनुभव याच्या अगदी उलट आहे. एक जमील निश्तार सोडले तर मला जनरल झियांइतका पाठिंबा दुसऱ्या कुणी दिला नसेल. सर्वशक्तिमान परमेश्वरानं इतका महान क्षण माझ्या पदरात टाकला... तो क्षण माझ्यालेखी फार मोलाचा होता. त्यानंतर माझ्या परिचयाच्या सर्वांनी माझं अभिनंदन केलं. मी आनंदात न्हाऊन निघाले होते.

त्यानंतर मी बंटीला भेटायला वॉशिंग्टनला गेले आणि तिथून बोस्टनला फौजियाकडं. तिथं मी काही दिवस राहिले. फौजिया त्यावेळी माऊंट होल्योक कॉलेजमध्ये शिकत होती. तिथून मी सॅन फ्रान्सिस्कोला गेले. तिथं जहीर मलिकनी मला चायना टाऊनमधल्या सर्वोत्तम चायनीज रेस्टॉरंटमध्ये जेवायला नेलं होतं. ती दोन आठवड्यांची सफर मोठी मौजेची ठरली. त्यानंतर जनरल झिया कॅनडाला रवाना झाले तेव्हा मी पाकिस्तानला परतले.

त्यानंतर १९८३ साल उजाडलं... पण तसं विशेष काही घडलं नव्हतं. याच वर्षात मला बिझनेसमध्ये प्रचंड नुकसान सोसावं लागणार होतं. त्याचबरोबर पाकिस्तानही अफगाण युद्धाचे परिणाम भोगत होता. या युद्धानंतर सीमेपलीकडून लक्षावधी निर्वासित आले, ते पाकिस्तानात कराची व इतर शहरात स्थिरस्थावर झाले. युद्धामुळं भयानक कलाश्निकोव संस्कृतीही अवतरली व त्यातूनच ड्रग माफियांचा उदय झाला. या दोन्ही गोष्टींच्या युतीनं देशात वाळवीसारखं पोखरून फस्त करायला सुरुवात केली आणि आम्हाला हिंसाचाराचं सर्वांत भयानक रूप

बघायला मिळू लागलं.

मी ज्योतिषी, काचेच्या गोळ्यात पाहून भविष्य सांगणारे – आमिल व बुजुर्ग, पीर, फकिर – खरं सांगायचं तर माझ्या प्रश्नांची झटपट उकल करू शकेल अशा कुणाच्याही नादी लागत होते. माझे हिशेब व्यवस्थापक व जिवलग स्नेही युनूस अशा ठिकाणी जाताना माझ्यासोबत यायचे. सुख-समाधान मला असं चकवा का देत होतं तेच कळत नव्हतं. मी मंतरलेले ताईत व तावीज धारण करू लागले. मजारना जाऊ लागले. इस्लामाबादमध्ये हजरत निजामुद्दिन औलिया, हजरत बारी इमाम, गोलरा शरीफ, शाहबाज कलंदर व गाझी बाबा यांच्यावर माझी श्रद्धा होती, त्यांच्या दर्शनाला मी नियमित जात होते. माझा वेडगळ समजुतींवर प्रचंड विश्वास बसू लागला होता. मी कुणीही सांगितलेला प्रत्येक उपाय करून बघायला तयार होते. माझे मित्र मदानी साहिब यांनी मला पीर युसूफ यांचा परिचय करून दिला. पीर युसूफनी मला बऱ्याच 'वजिफा' (पवित्र कुराणातील प्रार्थना) सांगितल्या होत्या. मी माझ्या नित्य प्रार्थनेसोबत त्यांचं पठण करत होते. परमेश्वरच माझं रक्षण करेल अशी माझी दृढ श्रद्धा होती. एकाकीपण झेलणं फार फार कठीण होतं. दररोज रात्री अंथरुणावर पाठ टेकली की मनात यायचं. आता आपल्याला आणखी नाही झेपणार. पण माणूस मोठा चिवट असतो, तो पुन्हा पूर्वस्थितीवर येतो... तशीच मीही मार्गक्रमण करत राहिले.

१९८३ साली माझ्या आर्थिक परिस्थितीत काही महत्त्वाचे बदल झाले. मी क्यू गार्डन्स, सरे मधलं माझं घर विकलं आणि त्यापेक्षा महत्त्वाची गोष्ट म्हणजे मी माझं पहिलंवहिलं अपत्य असणारी 'इम्पिरियल रबर इन्डस्ट्रीज'ही विकली. या कारखान्याची पहिली चिरा मी अठरा वर्षांपूर्वी घडवली होती. कारखान्यासोबत अजमतही गेले... नव्या मालकांसोबत. माझ्या लेखी मी एक व्यवस्थापक तर गमावलाच, शिवाय एक विश्वासू सहकारीही गमावला. त्यांना मी स्वत: शिकवून तयार केलं होतं. कारखाना विकल्यानंतर, माझ्याजवळ 'काश्मीर सिमेंट' व 'सरमस्त कुकिंग ऑईल्स'मध्ये गुंतवायला पुरेसे समभाग होते. मी या दोन्ही प्रकल्पांवर भरपूर मेहनत घेत होते. कराचीत माझ्या साहाय्याला अतिशय उत्तम टीम होती. नजीब 'सरमस्त' सांभाळत होते. तर शहजादा मामा – ते पाकिस्तान रेल्वेतून रेल्वे बोर्डाच्या सचिव पदावरून निवृत्त झाले होते व मी – आम्ही दोघं 'काश्मीर सिमेंट' सांभाळत होतो.

बरेच परदेशी उत्पादक त्यांचा सिमेंट प्रकल्प आम्हाला विकण्यासाठी आम्हाला भेटत होते. मी त्यांच्याशी चर्चा-वाटाघाटी करण्यात गर्क होते. मी त्यांना प्रकल्पाची जागा दाखवण्यासाठी इस्लामाबादला घेऊन जायची. त्या दरम्यान मी महमूद सिद्दिकींना कामावर नेमलं. ते माझे जुने स्नेही होते. त्यांनी भाषिक चळवळीदरम्यान राजकीय सह-कार्यकर्ता म्हणून काम केलं होतं. मी झिमपिर नजिक दीर्घ मुदतीच्या

भाडेतत्त्वावर जमीन घेतली होती. तिथं पशूपालन उद्योग सुरू करण्याच्या दृष्टीनं माझी अमेरिकी पशूपालकांशी बोलणी सुरू होती. हे काम मी निवृत्त स्क्वॉड्रन लीडर फारूख अजिज यांच्यावर सोपवलं होतं. अशाप्रकारे, आम्ही हसन होम मध्ये सगळेजण उद्योग उभारणी-गुंतवणूक यांत बुडालो होतो. पण परतावा मात्र काहीच नव्हता! उधारीच्या ओझ्यानं त्याचा दणका दिलाच आणि मला इम्पिरियल रबरच्या बाबतीत जसं भरभरून मिळालं तसं यश पुन्हा कधीच लाभलं नाही.

शहरयार यांची यूएन डेस्कचे डायरेक्टर-जनरल म्हणून इस्लामाबादला नियुक्ती झाली होती. त्यावेळचे भारताचे 'हाय-प्रोफाईल' परराष्ट्र सचिव रोमेश भंडारी यांनी त्यांचे सुपुत्र सिद्धार्थ यांच्या विवाहाचं निमंत्रण दिल होतं. मीनल व मी या लग्नसमारंभासाठी दिल्लीला गेलो. आठवडाभर आमचा मोठा आदरसत्कार झाला. भंडारींच्या पाहुण्या म्हणून आम्ही पंचतारांकित हॉटेलमध्ये राहिलो. आमच्या दिमतीला स्वतंत्र गाडी होती. तो दिमाखदार विवाह सोहळा अत्यंत नेत्रदीपक झाला. 'मेहंदी' समारंभात आम्ही पतियाला 'मिरासन' सोबत विवाहगीतं गायली. जवळजवळ आठवडाभर हा विवाहसोहळा साजरा झाला. स्वागतसमारंभ ज्या हॉटेलमध्ये आयोजित केला होता त्या हॉटेलपासून काही अंतरावर सर्वजण गाडीतून उतरून, पारंपरिक वरातीत पायी चालत सहभागी झाले होते. पारंपरिक वर – घोड्यावर स्वार झालेला सिद्धार्थ इतका देखणा दिसत होता! त्याच्या बहिणीनं, मधूनं लगाम धरला होता. भंडारींना त्यांचा थोरला मुलगा, कवीराज सोडून गेला आहे – त्याचं अपघाती निधन झालं – या दुःखद घटनेनंतर, भंडारींसमवेत साजरा झालेला हा सर्वांत आनंदाचा प्रसंग होता. शहरातल्या उच्चभ्रू मंडळींसाठी हा स्वागतसमारंभ म्हणजे खासा प्रसंग होता. याच स्वागतसमारंभात मला राजीव व सोनिया गांधींना भेटण्याची संधी लाभली. राजीव बुजरे वाटले. ते फारसे बोलत नव्हते. कदाचित त्यांना सार्वजनिक आयुष्याची फारशी सवय नसावी. पण त्यांच्या डोळ्यांत सुंदर व स्नेहपूर्ण स्मित चमकत होतं. सोनियासुद्धा शांत वाटल्या, पण अतिशय मोहक आणि अदबशीर. आम्ही आंतरराष्ट्रीय मान्यवरांच्या पंक्तीत होतो. नंतर आम्हाला समजलं की, अदनान खाशोगींनी सिद्धार्थला मधुचंद्रासाठी त्यांची नौका देऊ केली होती.

हिवाळ्यात दिल्लीला जाण्यापूर्वी, मी आयुष्यात प्रथमच तिन्ही मुलांसमवेत सुट्टी साजरी केली. आम्ही प्रथम इस्लामाबादहून अब्बोताबादला गेलो. तिथं राज्यपालांच्या निवासस्थानी काही दिवस राहिलो. तिथून आम्ही नाथियागलीला गेलो. तिथं डोंगराळ रस्त्यांवरून भटकंती, राज्यपालांच्या निवासस्थानातील हिरवळीवर विसावा... वेळ फार मजेत गेला. अखेर, सुट्टीच्या अखेरच्या टप्प्यात आम्ही मुर्रीला गेलो.

तिथंसुद्धा आम्ही 'काश्मीर पॉईंट'ला राज्यपालांच्या निवासस्थानी राहिलो होतो. तिथं आम्ही मॉल ते 'पिंडी पॉईंट' पर्यंत भटकलो. एक दिवस आम्ही माझ्या शाळेत जाऊन आलो... कॉन्व्हेन्ट ऑफ जीझस अॅन्ड मेरी... तिथं गेल्यावर मनात आठवणींचे बरेच पक्षी थव्यानं गोळा झाले.

नोव्हेंबर १९८४ मध्ये एक दुःखद घटना घडली. 'ऑपरेशन ब्लू स्टार' नंतर इंदिरा गांधींची हत्या झाली... त्यांच्याच शीख अंगरक्षकानं अगदी जवळून नेम साधला. त्यांचं निधन ही माझी व्यक्तिगत हानी होती. .... कदाचित आमच्या नावांनी आमच्यात एक बंध निर्माण केला असल्यामुळं ते माझ्या लेखी अधिकच व्यक्तिगत झालं असावं.

काही दिवसांपूर्वी त्यांनी एका भाषणात रॉबर्ट फ्रॉस्ट यांच्या ओळी उद्धृत केल्या होत्या. : "आय हॅव प्रॉमिसेस टू कीप, अॅन्ड माईल्स टू गो बिफोर आय स्लीप."

पण सगळ्या मर्त्य जीवांप्रमाणेच त्याही अजिंक्य नव्हत्या... माझ्या वडिलांच्या कबरीवर शब्द आहेत. कुल्लो मानले — हा फान.

मी दुःखद अंतःकरणानं दूरदर्शनवर त्यांचा अंत्यविधी पाहिला. त्यावेळी राजीव, सोनिया, प्रियांका व राहुल उपस्थित होते.

मला त्यांचं चालणं, त्यांचं धैर्य, त्यांचं शुद्ध उर्दू, त्यांचं अस्तित्व — सारं काही आठवत होतं. त्यांची भेट होणं हे माझं भाग्य होतं.

त्यानंतर राजीव गांधी भारताच्या पंतप्रधानपदी विराजमान झाले.

असेम्ब्लीत

१९८५ साल पाकिस्तानच्या विविधरंगी राजकीय इतिहासात मैलाचा दगड ठरलं. या वर्षात विनापक्ष तत्त्वावर सर्वसाधारण निवडणुका झाल्या. ॲट्टोकमध्ये पीर पगारोंच्या अध्यक्षतेखाली झालेल्या मुस्लीम लीगच्या केंद्रीय कृती समितीच्या बैठकीत या निवडणुका लढवण्याचा निर्णय झाला. आमच्या पक्षानं आमचा निवडणुकीतील सहभाग सर्वप्रथम जाहीर केला, तर पाकिस्तान पीपल्स पार्टीनं निवडणुकीवर बहिष्कार जाहीर केला. हा आमच्या पक्षाचा महत्त्वपूर्ण निर्णय होता. त्यापाठोपाठ लोकांची पाठिंबा व निवडणुकीचं तिकीट मिळवण्यासाठी रस्सीखेच सुरू झाली. एम.के. जुनेजो या मोहिमेत अगदी अग्रभागी होते. ते विविध समूहांबरोबर युती करत होते. पीएमएल जिथं जागा लढवणार होता तिथं विरोधी उमेदवारांशी तडजोड घडवण्यात गर्क होते. माझे जुने स्नेही अहमद नवाज बुग्ती डेरा बुग्ती मधून स्वतंत्र उमेदवार म्हणून निवडणूक लढत होते. त्यांना मी महिलांसाठी राखीव असलेल्या जागेसाठी मला जुनेजोंचा पाठिंबा मिळवून द्यायला सांगितलं.

त्याआधी, माझी कराचीत सरकारी विश्रामगृहात जनरल झिया-उल-हक यांच्याशी भेट झाली होती, त्यावेळी जनरल अब्बासीही उपस्थित होते. त्यावेळी जनरल साहिब मला म्हणाले होते,

"मी नॅशनल असेम्ब्लीत महिलांसाठी राखीव जागा दहा टक्क्यांनी वाढवल्या आहेत हे तुम्हाला कळलंय का?"

त्यानंतर त्यांनी थेट प्रश्न केला.

"तुम्हाला एका राखीव जागेसाठी पीर पगारोंचा पाठिंबा मिळेल का?"

मी म्हणाले की, मला सांगता येणार नाही.

पण जनरल स्वतःच्या मुद्द्याशी ठाम होते. मला वाटतं, त्यांना मजलिस-ए-

शूरा नामांकनाच्या वेळी माझ्या बाबतीत जे काही घडलं त्याची भरपाई करायची असावी.

निवडणुकीचे निकाल जाहीर होऊ लागले आणि मुस्लीम लीगला या निवडणुकीत दणदणीत विजय मिळाला. जुनेजो बिनविरोध निवडून आले. सर्वप्रथम त्यांचाच निकाल जाहीर झाला होता. आम्ही सिंध मुस्लीम लीग तर्फे प्रचंड मताधिक्यानं बारा जागा जिंकल्या. पीर पगारोंचे सुपुत्र अली गौहर एमएनए (मेंबर ऑफ नॅशनल असेम्ब्ली) म्हणून निवडून आले. मी बेगम पगारो व पीर साहिबांचं अभिनंदन करायला गेले होते त्यावेळी मी बेगम साहिबांना मला महिलांसाठी राखीव जागेसाठी पक्षानं उमेदवारी देण्याबाबत पीर पगारोंना सांगण्याची विनंती केली. बेगम साहिबा म्हणाल्या की, डॉक्टर सुलताना इब्राहिम या उमेदवारीसाठी गळ टाकून आहेत. पण त्यांनी मला सर्वतोपरी प्रयत्न करायचं कबूल केलं.

दुसऱ्याच दिवशी पीर साहेबांनी मला माझं नामांकन पत्र दाखल करायला सांगितलं. मला माझं नाव सुचवणारी 'सूचक' व्यक्ती पीर घराण्यातली हवी होती. त्यानुसार घडलं. अली गौहर पगारोंनी माझं नाव सुचवलं व जनरल बशिर खान यांनी मला अनुमोदन दिलं. मुस्लीम लीग मधले सहकारी व पक्षाचे कायदेविषयक सल्लागार हसन शेख यांनी माझ्या अर्जात कुठल्याही तांत्रिक चुका राहू नयेत याची दक्षता घेत माझा अर्ज भरला. माझ्या ओळखपत्रात अजूनही माझी सईद अहमदची बायको अशी ओळख होती. माझ्या घरात व कार्यालयात नुसती लगीनघाई सुरू होती. मी जुनेजोंना सिंधरीत व माझे आणखी एक समर्थक नवाब यामिन खान यांना हैदराबादला मिठाईच्या करंड्या धाडल्या. नवाब यामिन बरेचदा माझ्या घरी येत असत. त्यांच्या पडत्या काळात एमके व मी त्यांना केंद्रीय कृतीसमितीच्या बैठकांना हजर राहता यावं यासाठी त्यांचा इस्लामाबादपर्यंतचा भाडेखर्च देत असू. मुस्लीम लीगकडं निधीची कमतरता असल्यामुळं पीर साहेबांनी मखदूमजादा हसन महमूद, मी, एमके व इतर काहीजण – अशा सुमारे वीसजणांना पक्षखर्च भागवण्यासाठी दरमहा पाच हजार रुपये द्यायला सांगितलं. त्याखेरीज, पक्षाला जेव्हा एखादा कार्यक्रम आयोजित करायचा असेल तेव्हा आम्ही समितीच्या सदस्यांकडून देणग्या घ्यायचो.

आता काही मागण्याची माझी पाळी होती. आपण बेगम पगारोंच्या उमदेवार आहोत हे मी ओळखून होते. मग मी मार्च महिन्याच्या प्रारंभी, माझे कायदेविषयक सल्लागार श्री. रझा नक्वी व माझे जुने स्नेही अहमद अल्ताफ यांना सोबत घेऊन, नामांकनपत्र दाखल करण्यासाठी इस्लामाबादला गेले. तत्पूर्वी मी अहमद अल्ताफ सोबत अफाक शाहिदना भेटून त्यांना मला मत देण्याची विनंती केली. अफाक

शाहिद ओरांगी गावचे स्वतंत्र एमएनए होते. त्याचबरोबर, नवाब यामिन यांनी एमएनए मौलाना नदवी यांना माझ्या कार्यालयात भेटायला आणलं होतं. ते हैदराबादमधून निवडून आले होते. त्यांचंही मत मला मिळावं असा नवाब यामिन यांचा प्रयत्न होता. अली गौहर व जनरल बशिर माझे सूचक व अनुमोदक होतेच. त्यामुळं मी किमान पाच मतं तरी गृहीत धरू शकत होते. इस्लामाबादमध्ये निर्वाचित एमएनए मंडळींची गर्दी झाली होती. त्यापैकी बहुतेकसे त्यांच्यासाठी असलेल्या वसतीगृहात उतरले होते. बऱ्याच बायकांचे घोळके मतासाठी त्यांच्याभोवती जमत होते. पीर साहिबांनी मला खास करून सांगितलं की, तुम्ही मतासाठी कुणालाही भेटायला जायचं नाही. त्यांनी माझ्यासाठी मतं मिळवण्याचं काम एमकेंवर सोपवलं होतं.

माझ्या परिचयाच्या ज्या महिला भेटल्या, त्यामध्ये हमिदा खुहरो व अफरोज नजिर अहमद मावशीही होत्या. फाळणीनंतर आम्ही त्यांच्यासोबत राहिलो होतो. त्या सिंधमधील ज्येष्ठ उमेदवारांत होत्या. जेयूपी (हनिफ तय्यब गट) च्या कमरुन्निसा कमरसुद्धा माझ्या माहितीच्या होत्या. त्या सामाजिक कार्यकर्त्या होत्या. अशाच आणखीही काहीजणी ओळखीच्या होत्या.

कराचीमध्ये माझं एमकेंशी त्यांच्या भवितव्याबाबत बोलणं झालं होतं. माझा त्यांना संपूर्ण पाठिंबा होता. मी पीर साहिब व जनरल झियांकडंही त्यांच्यासाठी रदबदली करायची. एकदा मी जनरल झियांना भेटून एमकेंची सिंधच्या राज्यपालपदी नियुक्ती होण्यासाठी त्यांना पाठिंबा द्यावा अशी विनंती केली होती. या खेपेला एमके राष्ट्रीय पातळीवर त्यांच्या स्थानाबाबत सचिंत होते. गुलाम मुस्तफा जतोई, इलाही बक्ष सूमरो व बलोचिस्तानचे जफरुल्लाह जमाली – या सर्वांनी निवडणुकीत जागा जिंकल्या होत्या – त्यांच्या स्पर्धेत होते. मी एमकेंना सर्वस्व पणाला लावून पाठिंबा दिला होता आणि पीर साहिबांपुढं त्यांची बाजूही मांडली होती.

मी एमकेंचा आत्मविश्वास उंचावायलाही मदत केली होती. मी त्यांना सांगितलं होतं, "तुम्ही पंतप्रधानपदासाठी प्रयत्न करा. ते आपल्या आवाक्यात नाही असं समजू नका. आयुष्यभर मुस्लीम लीगर म्हणून कार्य केल्यानंतर तुम्हाला हे पद मिळवण्याचा अधिकार आहे."

"मला हे जमेल असं तुम्हाला वाटतंय?" त्यांनी विचारलं.

"नक्कीच जमेल, एमके, इन्शाल्लाह. मला तुमच्याबद्दल खात्री आहे." मी त्यांना धीर देत म्हणाले होते.

हे संभाषण माझ्या क्लिफ्टन हाऊस मध्ये झालं होतं. एमकेंनी मला महिलांसाठी राखीव जागेवर पक्षाचं नामांकन मिळवून देण्यासाठी माझ्या पाठीशी उभं राहून याची परतफेड केली. इस्लामाबादमध्ये पीर साहिबांच्या एम्बसी रोडवरील निवासस्थानी

सर्व मुस्लीम लीगर्स जमले होते. एमके, नवाब यामिन आणि मी डायनिंग टेबलाशी बसलो होतो. आम्ही दोन उमेदवारांची नावं निश्चित केली – सुलताना इब्राहिम व मी.

उर्दू-भाषिक पीएमएल एमएनएंना त्यांची मतं माझ्या पारड्यात टाकण्याची विनंती केली. पण मी अजून निश्चिंत झाले नव्हते. मी आणखी एक मत माझ्या बाजूनं वळवण्याचा प्रयत्न केला, ते म्हणजे अफाक शाहिद यांचं मत. मी त्यासाठी अल्ताफ साहिबना त्यांच्याशी बोलण्यासाठी एमएनए वसतीगृहावर पाठवलं. दरम्यान, बऱ्याच गोष्टी विलक्षण वेगानं घडल्या. निर्वाचित एमएनएंनी शपथग्रहण केलं आणि अतिशय आनंदाची गोष्ट म्हणजे मोहम्मद खान जुनेजो पाकिस्तानचे पंतप्रधान बनले. एमकेंनी पीर साहिबांच्या समोर आणि त्यांच्या लाजाळू स्वभावाच्या अगदी विरुद्ध जाऊन मला गाढ अलिंगन दिलं.

"सईन," ते म्हणाले, "मी हे करून दाखवलं... आणि मला हे जमू शकेल असं म्हणणाऱ्या तुम्ही एकमात्र व्यक्ती आहात."

मी तो मौल्यवान क्षण मनापासून जगले.

त्याच दिवशी पहाटे तीन वाजता मला एमकेंचा फोन आला. ते म्हणाले,

"सईन, फार वाईट गोष्ट घडलीय. आपली दुसरी महिला उमेदवार फार डळमळीत आहे. पीर साहिबांनी फक्त तुमची उमेदवारी जाहीर करावी आणि सुलताना इब्राहिमना माघार घ्यायला सांगावं. तुम्ही ताबडतोब पीर साहिबांच्या घरी या, कारण आपल्याजवळ अजिबात वेळ नाहीय. उद्या निवडणूक आहे. आपलं सगळीकडं हसं होईल."

मी भेलकांडतच उठले. मी 'ॲटिवॅन' घेतलं होतं. माझा तोल जात होता आणि अल्ताफ साहिब – ते माझ्या घरीच उतरले होते – अफाक शाहिद यांना भेटायला गेले होते, ते अजून परत आले नव्हते. तितक्यात त्यांचा फोन आला. ते व्याकूळ झाले होते. ते म्हणाले, "अफाक शाहिद यांच्यावर जेयूपीचा मोठा दबाव आहे. त्यांनी त्यांच्या उमेदवार – कमरुन्निसा कमर यांना मत देण्याची शपथ घेतलीय. पण, आपण जर त्यांना कार देण्याचं कबूल केलं तर ते त्यांना दुसरं मत देतील असं म्हणतायत."

मी म्हणाले, "अल्ताफ साहिब, त्यांना काहीही कबूल करा पण ते मत मिळवा. मुस्लीम लीगच्या गोटात काहीतरी अडचण आल्यामुळं एमकेंनी मला यायला सांगितलं."

अखेर मला अफाक शाहिद यांचं मत मिळालं. त्या बदल्यात मीही त्यांना कबूल केलेला शब्द पाळला.

पीर साहिब सुलताना इब्राहिमना माघार घ्यायला सांगू शकत नव्हते. ते

अतिशय अस्वस्थ व संतप्त झाले होते.

त्याआधी, मी नामांकन दाखल करायला गेले असताना, प्रश्नांच्या सरबत्तीनं हैराण झाले होते. कुणीतरी वावडी उडवली होती की, माझं सरकारी अधिकाऱ्याशी लग्न झालेलं आहे. त्यामुळं मला अपात्र ठरवण्यात यावं.

निवडणूक अधिकाऱ्यानं मला विचारलं, ''तुमच्या नवऱ्याचं नाव काय?''

''मला नवराच नाही, तर तुम्हाला त्याचं नाव कसं सांगणार?'' मी म्हणाले.

आणि परमेश्वराची कृपा... तो विषय तिथंच संपला!

निवडणुकीचा दिवस उजाडला... मी १९७२ सालापासून म्हणजे मी नॅशनल असेम्ब्लीत सर्वप्रथम गेले होते तेव्हापासून या दिवसाची प्रतीक्षा करत होते. आधी छोट्या प्रदेशांतील उमेदवारांच्या निवडणुका झाल्या. त्यात बलोचिस्तान व वायव्य सरहद्द प्रांतातील प्रत्येकी एक याप्रमाणे दोन महिला सदस्य निवडून आल्या. आता सिंधचा क्रमांक होता. माझी मैत्रीण हमिदा खुहरो तांत्रिक मुद्यावर अपात्र ठरल्या कारण त्यांनी विद्यापीठ अनुदान आयोगातील त्यांच्या 'प्रोफेसर' या सरकारी पदाचा राजीनामा दिला नव्हता. नियमानुसार त्यांनी तीन वर्ष आधी राजीनामा देणं आवश्यक होतं. त्यांच्या भगिनी रशिदा – मी शाळेत असल्यापासून त्यांना 'रशन' म्हणून ओळखत होते – बदली उमेदवार होत्या.

हम्मी (हम्मीदा) मला म्हणाल्या, ''इनी, तुम्ही जिंकणार... कारण सुलताना इब्राहिमना कुणीही सिंधी मत देणार नाही.''

मतदान सुरू झालं आणि फलकावर आकडे जलद गतीनं झळकू लागले. सर्वप्रथम अफरोज मावशी बारा मतांनी विजयी झाल्या. त्यानंतर मी नऊ मतांनी निवडून आले. रशिदा खुहरोंना आठ मतं पडली तर जेयुपीच्या कमरुन्निसा कमर व सुलताना इब्राहिम या दोन्हींनाही समसमान म्हणजे प्रत्येकी सहा मतं पडली. पण दुसऱ्या निवड फेरीत कमर सुलतानांना 'पॉईंट्स' मध्ये हरवून विजयी झाल्या. अशा प्रकारे, दोन सिंधी व दोन उर्दू-भाषिक महिला निवडून आल्या.

''इनी तू जिंकलीस,'' मी स्वतःशीच म्हणाले आणि मग माझ्या स्वर्गीय वडिलांशी मूक संवाद साधला.

'डॅडी, आज मी तुमची इच्छा पूर्ण केली... 'मी... इना द ग्रेट'.'

माझ्या लेखी तो क्षण अत्यंत नम्र होण्याचा होता. माझं यश पाहून अतिशय आनंद झाला असता अशी माणसं आज माझ्यासोबत नव्हती... माझे डॅडी, माझे आफताबमामा आणि माझी आजी. अम्मा. त्यांनी इनीला ज्या ज्या गोष्टी मिळाव्यात अशी कामना केली होती ते सगळं त्यांच्या इनीनं साध्य केलं होतं, पण तो दिवस

पाहायला तेच हजर नव्हते. मी बेगम पगारो, पीर साहेब, माझे मतदार, मित्र व समर्थक एम.के. जुनेजो, मला प्रोत्साहन देणारे जनरल झिया, माझे मतदान-प्रतिनिधी बनलेले रझा साहिब आणि मला सर्वतोपरी मदत करणारे, पाठिंबा देणारे अल्ताफ साहिब यांच्या प्रती कृतज्ञ होते.

पत्रकारांनी मला प्रश्न विचारला तेव्हा मी उत्तरले.

''मी बारा वर्षांपूर्वीच एमएनए बनण्याचं स्वप्न पाहिलं होतं. आणि परमेश्वरानं ते स्वप्न पूर्ण केलंय. ही सगळी अल्लाची कृपा आहे.''

अशा प्रकारे पाकिस्तानच्या 'नॅशनल असेम्ब्ली' ची सदस्या म्हणून माझ्या करियरचा श्रीगणेशा झाला. २१ मार्च १९८५ रोजी मी इतर महिला सदस्यांसमवेत शपथ ग्रहण केली. त्या महिलांपैकी फार थोड्या जणींशी माझा परिचय होता. पण त्यातल्या नव्या चेहऱ्यांशी माझी पटकन ओळख झाली. त्या काळी, नॅशनल असेम्ब्ली स्टेट बँक इमारतीत होती. पण त्या वर्षाअखेरीस ती स्वत:च्या जागेत स्थलांतरित झाली. तिथं महिलांसाठी डाव्या टोकाला आसन व्यवस्था होती. एकेका आसनावर दोघी-दोघींची बैठक व्यवस्था असे.

असेम्ब्लीनं फख्र इमाम यांची सभागृहाचे अध्यक्ष म्हणून निवड करून आपला स्वातंत्र्याचा हक्क लगेचच बजावला. ख्वाजा सफदर हे पक्षाचे अधिकृत उमेदवार असून व त्यांच्या नावाला जनरल झियांचीही पसंती असूनही फख्र इमाम यांची निवड झाली. फख्र इमाम म्हणजे सैदा अबिदा हुसैन यांचे पती. माझं सईद अहमदशी लग्न झालं तेव्हापासून मी त्यांना ओळखत होते. त्यावेळी फख्र क्रिकेट समालोचक होते. ते अतिशय चांगले सद्गृहस्थ आहेत, हुशार, संभाषणचतुर आणि चांगल्या घराण्यातले. ख्वाजा सफदर या जुन्या-जाणत्या व कुशल मुस्लीम लीगरना हरवून फख्र विजयी झाले तेव्हा आम्ही हर्षभरीत झालो होतो. फख्र ॲटचिसन मध्ये शिकलेले 'ओल्ड बॉईज क्लब'वाले होते. उच्चकुलीन घराण्याची पार्श्वभूमी असलेले व झळाळती पात्रता असणारे.

मी अध्यक्ष महोदयांना विचारलं की, मी महिला सदस्यांसाठी राखून ठेवलेल्या आसनावर बसण्याऐवजी नावाच्या आद्याक्षरांच्या क्रमाप्रमाणे बसले तर चालेल का? मी संपूर्ण आयुष्यभर पुरुषांसोबत काम केलं असल्यामुळं व कॉफी पार्ट्या, ब्रिजचे डाव, दागिने-कपडे याबद्दलच्या गप्पा प्रयत्नपूर्वक टाळल्या असल्यामुळं मला महिलांसोबत बसणं अवघड जातंय असं लक्षात आलं. त्यांनी सभागृहाचं कामकाज जाणून घेण्याऐवजी, तिथं कॉफी पार्टीवालं वातावरण आणलं होतं.

मला सैद खान महमूद यांच्या शेजारी बसण्याची परवानगी मिळाली. ते एफएटीए (फेडरी ॲडमिनिस्ट्रेटेड ट्रायबल एरियाज) मधले सदस्य होते. ते

अतिशय बुजरे पठाण गृहस्थ होते. त्यांना एका पायाला दुखणं होतं त्यामुळं ते चालताना काठीचा आधार घेत असत. इतक्या निकट सान्निध्यात आल्यानंतर सहजीवनासाठी काहीतरी समान सूत्र गवसतं. मी त्यांना माझ्या पठाण पूर्वजांबद्दल, विशेषत: हफिज रहमत खशन रोहिल्ला यांच्याबद्दल सांगताच सैद खान महसूद माझे 'रक्ताचे' भाऊ बनले. आजही एफएटीएच्या सदस्यांना माझ्याविषयी अत्यंत आदर आहे तो केवळ माझ्या कार्यामुळं नाही, तर माझ्या प्राचीन व सन्मान्य वंशामुळंही आहे.

मोहम्मद खान जुनेजो यांनी सभागृहाच्या नेतेपदाची शपथ घेतली होती. तथापि, निवडणुका विना-पक्ष तत्त्वावर झाल्यानंतर स्वतंत्र सदस्यांना मुस्लीम लीगमध्ये समाविष्ट करून घेण्यासाठी पडद्यामागं बऱ्याच हालचाली सुरू होत्या. सभागृहातील तीनशेसतरा जागांपैकी पीएमएल मध्ये सहभागी न होणाऱ्या सदस्यांची संख्या बत्तीस होती, तर राखीव जागांवर एकवीस महिला सदस्य होत्या.

तेवीस मार्च रोजी आम्हाला प्रजासत्ताक दिन संचलनाचं निमंत्रण आलं, त्यासाठी आम्ही सर्वजण रावळपिंडीला गेलो. तिथं लष्करी अधिकाऱ्यांच्या बायका चमचमत्या सोन्याच्या बांगड्या घालून आलेल्या होत्या. प्रभातीच्या सूर्यकिरणांनी त्या लखलखत होत्या. आम्ही साध्या पोशाखात होतो आणि आम्ही राजकारणी असल्यामुळं आम्ही मर्यादशीलपणे चद्दर पांघरली होती. १९७७ साली मी बेगम नसिम वली खान यांना सलवार-कमीजवर चद्दर पांघरलेलं पाहिलं तेव्हापासून मीही चद्दर घेऊ लागले. त्यांना चद्दरनं सभ्यता प्राप्त झाली होती आणि सामान्य लोकांना जवळची वाटेल अशी त्यांची प्रतिमा निर्माण झाली होती.

इतक्या वर्षांत मला बरेचदा हा प्रश्न विचारला गेला आहे की मी चद्दर का घेते?

चद्दर घेणं हा माझा ढोंगीपणा नाहीय. बरीच माणसं ढोंगीपणा व मुखवटे चढवून वागताना दिसतात. माझी चद्दर पाहून कुणाला अवघडल्यासारखं का व्हावं ते मला समजत नाही. उलट अल्प उत्पन्न गटातल्या महिलांना चद्दर पाहून बरं वाटतं. माझ्या मते हे खरंखुरं व प्रामाणिक उत्तर आहे.

मी एके ठिकाणी म्हटलं सुद्धा होतं की, "मी चद्दर घेते कारण मला नवरा नाहीय. जर मला नवरा असता तर तोच माझी चद्दर बनला असता, मग मला वेगळी चद्दर घेण्याची गरज पडली नसती. पण तसं नसल्यामुळं मला चद्दर घेतली की अधिक सुरक्षित व छान वाटतं."

आम्ही निश्चयपूर्वक कामाला सुरुवात केली. आम्हाला ते कळण्याआधीच अंदाजपत्रकीय अधिवेशन सुरू झालं होतं. मी अशी पद्धत ठेवली होती की, गुरुवारी

सायंकाळी कराचीला परत यायचं आणि रविवारी सायंकाळी सहा वाजेपर्यंत पुन्हा इस्लामाबादला जायचं. त्यामुळं दुसऱ्या दिवशी सकाळी मी अधिवेशनाला वेळेत पोचायची. मी वीकेंड बहुतेक करून कराचीत मुलांसोबत घालवायची आणि मला बिझनेससंबंधीची कामं करायलाही वेळ मिळायचा. सगळं कसं छान, सुरळीत चाललं होतं. एमएनए बनल्यामुळं मिळणाऱ्या सोयी-सवलतींमुळं माझ्या मिळकतीत भर पडली होती. मोफत दूरध्वनी, मोफत विमान प्रवास, वेतन, अनेक भत्ते व सवलती होत्या. मी इस्लामाबादमध्ये असायची त्यावेळी बरेचदा पीर साहेबांच्या घरी जायची. त्यांचं घर नेहमी लोकांनी गजबजलेलं असायचं. एमकेसुद्धा त्यांच्या पंतप्रधानपदाच्या प्रारंभीच्या काळात, आवश्यक असेल तेव्हा पीर साहिबाकडं येत असत.

नवनिर्वाचित महिला एमएनएंसाठी पहिलीवहिली परदेशवारी माझ्या अपेक्षेपेक्षा लवकर आली. नवी दिल्ली येथे 'नॉन-अलाईन्ड मूव्हमेंट (NAM) परिषद आयोजित केली होती. एमकेंनी मला फोन करून त्या परिषदेला जायचं आहे का असं विचारलं. मी त्या संधीवर उडी घेतली.

मी म्हणाले, ''एमके, मला दिल्लीला जायला आवडेल. मी हजरत निजामुद्दिन औलियांच्या कबरीवर चद्दर अर्पण करू शकीन. मी मन्नत मागितली होती की, मी एमएनए झाले तर मी त्यांच्या मजार वर गलेफ आणि चद्दर वाहीन.''

अशा प्रकारे मी महिला एमएनए शिष्टमंडळासमवेत, त्यातील एक सदस्य म्हणून दिल्लीला गेले. अफरोज मावशी व अफसार कझिलबाशसुद्धा आमच्यासोबत होत्या. अर्थातच या दौऱ्यातली लक्षणीय गोष्ट होती पंतप्रधान राजीव गांधी यांची भेट. दिल्लीत मी अफसार समवेत खूप मौज केली. मी त्यांना जुन्या दिल्लीतल्या चांदणी चौकात नेलं. तिथं खरेदीचा सौदा मोठा छान होतो. पंजाबमधल्या सर्वाधिक श्रीमंत महिलांच्या पंक्तीत असणाऱ्या अफसारना घेऊन मी सायकल रिक्षात बसले तेव्हा घाबरून गेल्या होत्या. मला दिल्ली फार आवडतं... मला या शहराचा कानाकोपरा ठाऊक आहे, पण बिचाऱ्या अफसार आमची ती रिक्षासफर कधीही विसरल्या नाहीत!

मी असेम्ब्लीमध्ये दिलेल्या पहिल्यावहिल्या भाषणात 'फ्लोअर क्रॉसिंग' बद्दलच्या माझ्या भावनांना वाट करून दिली. तसंच आपल्याकडं 'कंट्रोल्ड' लोकशाही असावी की 'गाइडेड' लोकशाही असावी याबाबतही माझी मतं मांडली. यात मी माझ्या मूळच्या प्रस्थापित-विरोधी वृत्तीमुळं (आफताब मामांच्या घरच्या 'राजकीय संध्यांचा' माझ्यावर खोलवर प्रभाव होता.) बरीच वाहवत गेले. माझं भाषण चांगलं झालं. सदस्यांना ते आवडलं. त्यांनी बाकं वाजवून त्याची पावतीही दिली. त्याकाळी,

महिला सदस्यांना पूर्वतयारीविना आयत्यावेळी बोलावं लागत नसे. त्यांना आपापली भाषणं वाचून दाखवण्याची परवानगी होती. मीही धोका पत्करला नाही. मी माझं लिखित भाषण पाठ होईपर्यंत कितीतरी वेळा घोकलं होतं.

दुसऱ्या दिवशी सकाळी कायदामंत्री इक्बाल अहमद खान यांचा फोन आला. ते पीएमएल चे सेक्रेटरी-जनरलही होते. मला चांगल्याच कानपिचक्या मिळाल्या व पक्षहुकूम मानण्यास सांगण्यात आलं, अन्यथा मला पुन्हा बोलण्याची संधी दिली जाणार नाही असं बजावण्यात आलं. माझं इक्बाल यांच्याविषयी कायमच अतिशय प्रतिकूल मत आहे. ते अतिशय कावेबाजपणे काम उरकणारे, कोत्या वृत्तीचे होते. त्यांच्यात फारशी चमकही नव्हती. शिवाय ते कट-कारस्थानं करण्यात वाकबगार होते. त्यांनी एमकेंच्या वर्तुळात मोठ्या युक्तीनं शिरकाव केला होता आणि तिथं इतर अनेक पात्र स्पर्धक असूनही, ते पक्षाचे सेक्रेटरी-जनरल असल्यामुळं त्यांना मंत्रीमंडळात प्रवेश मिळाला होता. ते किती कट-कारस्थानं करायचे ते मला उशिरा कळलं!

मुस्लीम लीगमध्ये अनेक उमद्या व्यक्ती होत्या. त्यापैकी काहीजण केंद्रीय कृती समितीतले 'विशुद्ध' मुस्लीम लीगर्स होते. तर बाकीच्यांनी नव्यानं प्रवेश केला होता. त्या दरम्यान माझे अनेकांशी कायमचे स्नेहबंध जुळले. मजेची गोष्ट म्हणजे, माझे मुख्य समर्थक होते पंजाबमधले एमएनए जे उर्दू-भाषिक सदस्य होते, ते जेयूपीचे तरी होते नाहीतर मुस्लीम लीगचे तरी होते. नवाब यामिन वगळता – ते माझ्यासोबत आहेत ही गोष्ट सर्वपरिचित होती – बाकीच्या मंडळींना आपापल्या वैयक्तिक महत्त्वाकांक्षा पूर्ण करण्यात अधिक रस होता. नवाबशाहचे अतिशय बुजरे तरुण सैद एमएनए बशिर अहमद शाह माझे आवडते बनले. ते विनम्र व साधे होते. ते जुन्या संस्कृतीत रमलेले असत. शिवाय, ते हरवलेले वाटत. फक्त त्यांच्या सिंधी मित्रांच्या सहवासात ते खुललेले असत. सिंधी मंडळींपैकी माझा ज्यांच्याशी खास संपर्क होता असे बशिर शाह बहुधा एकमात्र व्यक्ती असावेत. माझे आणखी एक आवडते सदस्य म्हणजे राणा नईम महमूद. हे दोघंही सोबत भोजन घेऊन यायचे आणि आम्ही जे काही असेल ते एकत्र मिळून खायचो. मी उपहारगृहांत किंवा हॉटेल्समध्ये क्वचितच जायची. मी फक्त अधिकृत समारंभांनाच जायची. महिला एमएनए बनल्यानंतर मला लोकांपुढं दिसण्याबाबत फार दक्ष राहावं लागायचं. मी अगदी अहमद नवाजनासुद्धा माझ्या घरी बोलवत नव्हते कारण उच्चस्तरीय वलयांकित पदांची अपकीर्तीही अगदी पटकन होत असते.

या असेम्ब्लीत खूप चांगलं व छान वातावरण होतं. एम.के. जुनेजो हे परिचित व्यक्तिमत्त्व पुढं मध्यभागी आसनस्थ असत. महिलांपैकी तरुण व मोहक असणाऱ्या

इशरफ अश्रफ माझी खास मैत्रीण होत्या. मी त्यांना माझ्या छत्राखाली घेतलं होतं. त्यामुळं असं वाटायचं की मी तिथली कुणी जुनी सदस्य आहे. मी माझ्या कारकुनी कामांसाठी व असेम्ब्लीत माझ्या सोबत येण्यासाठी एक सचिव नेमला होता. श्री. फरिदी माझे 'माय मॅन फ्रायडे' आणि 'जीव्हज' दोन्हीही होते. अर्थातच मी पंतप्रधान व इतर सर्व मंत्र्यांना व्यक्तिश: ओळखत होते, यामुळं माझा आत्मविश्वास दुणावला होता. शिवाय, पीर पगारो माझ्या पाठीशी होते. अगदी सुरुवातीला, पंतप्रधानांच्या लष्करी सचिवांनी सगळ्या एमएनएंची सामर्थ्य व कमजोरी जोखली होती. या सगळ्यांचे पंतप्रधानांशी कशाप्रकारचे संबंध आहेत ते त्यांना माहीत होते. त्यामुळंच ते माझ्याशी फार चांगलं जुळवून घेत असत.

अर्थातच, जनरल झियांचा सुद्धा खूप पाठिंबा होता. ते पडद्यामागं असले तरी माझा मुख्य शक्तिस्रोत तेच होते. माझं स्थान चांगलंच भक्कम होतं. मी वित्त समितीची, सभागृह समितीची व भ्रष्टाचारविरोधी समितीची सक्रिय सदस्य बनले. पंतप्रधानांनी नेमलेल्या 'डी-रेग्युलेशन कमिशन' वर माझी नियुक्ती झाली. या आयोगात उत्पादन मंत्र्यांसह इतर मंत्र्यांचा समावेश होता. या आयोगाचे अध्यक्ष होते स्टेट बँकेचे गव्हर्नर. विचित्र योगायोग म्हणजे क्रिकेट संघाचे माजी कर्णधार जावेद बर्की या आयोगाचे सचिव होते. मी या समित्यासांठी मला शक्य ते सर्व योगदान दिलं आणि मला माझी बाजू शंभर टक्के बरोबर असल्याची खात्री असेल तेव्हाच त्यासंदर्भात काही भाष्य केलं. या प्रकारच्या असेम्ब्लीमध्ये वायफळ बडबड परवडणारी नव्हती.

१९८५ सालचं अंदाजपत्रक मांडण्याची वेळ येऊन ठेपली. मी माझं पहिलं-वहिलं अंदाजपत्रकीय भाषण तयार करत होते. माझं भाषण शक्य तितकं उत्तम व तडाखेबाज होण्यासाठी मी खूप परिश्रम घेतले. त्यामध्ये मी महिला विकासासंदर्भात अनेक सूचना मांडल्या होत्या. मी महिलांची बँक उभारण्याचा प्रस्ताव मांडला होता. आज कुणीही त्याचा उल्लेख करण्याची तसदी घेत नसलं, तरी इतिहासात त्याची नोंद आहे.

अंदाजपत्रक मंजूर झाल्यानंतर आम्हाला सुट्टी मिळाली. मी कराचीला परतले. आता माझा 'सरमस्त कुकिंग ऑईल'साठी अर्थसाहाय्य मिळविण्यासाठी आटापिटा सुरू होता. एव्हाना, करिम लोधी एनएफडीसी तर आले होते. आधी कबूल केलेलं आर्थिक पॅकेज द्यायला त्यांनी चक्क नकार दिला. पंतप्रधानांनी अर्थसाहाय्य देण्यास प्रतिकूलता दर्शविली असल्याचं त्यांनी सूचित केलं. एव्हाना आमचा प्लॅन्ट उत्पादन सुरू करण्यास सज्ज होता. आता आम्हाला मलेशियातून पाम तेल आयात करण्यासाठी अर्थसाहाय्याची गरज होती. मग मी एमकेंचा सल्ला घेण्यासाठी इस्लामाबादला गेले.

ते म्हणाले, "असद (त्यांचा मुलगा) सहा महिन्यांसाठी परदेशी गेलाय. मी आत्ता त्याचे समभाग तारण घेऊ शकत नाही. तुम्ही मला आणखी दहा टक्के समभाग का देत नाही... म्हणजे मी ते तारण ठेवू शकीन?"

माझा स्वत:च्या कानांवर विश्वासच बसेना. एमकेच प्लँटच्या उभारणीच्या विरोधात कार्यरत असतील या गोष्टीची मी अजूनही कल्पना करू शकत नाही.

दरम्यान, आणखी दोन अनिष्ट गोष्टी घडल्या. मी कराचीला गेले असताना माझ्या इस्लामाबादमधल्या घराची झडती घेण्यात आली. त्यावेळी घरात फक्त माझा सचिव होता. त्यानंतर आठवड्याभरानं माझं कराचीतलं हसन होम्स कार्यालय फोडण्यात आलं. त्यावेळी मी इस्लामाबादमध्ये होते. माझ्या दालनातल्या चामडी सोफ्याच्या चिंध्या चिंध्या झाल्या होत्या आणि भिंतीवर गडद लाल शाईनं सर्वत्र लिहिलं होतं. 'किल यू'. शहाजदमामांनी व मी परिस्थितीचा अंदाज घेतला. 'बँकर्स इक्विटी'चे अध्यक्ष डी.एम. कुरेशी यांच्यासोबत 'काश्मीर सिमेंट'चं अर्थसाहाय्य काही सुरळीत नव्हतंच. ते माझ्या मार्गात अडथळ्यांवर अडथळे उभे करत होते. मला प्रचंड नैराश्य घेरून आलं होतं.

दुसऱ्यांदा घाव

ऑगस्ट महिन्यात, मी असेम्ब्ली अधिवेशन सुरू होण्याआधी इस्लामाबादला आले. एके दिवशी एमकेंनी मला असेम्ब्लीतील त्यांच्या दालनात गप्पा मारायला बोलावलं. मी तिथं जाताच त्यांनी कागदपत्रांचं बाड काढलं आणि म्हणाले,

"गुप्तचर खात्यानं तुमच्या हालचालींबद्दल अहवाल तयार केला आहे."

त्यानंतर त्यांनी मला पाम तेल व्यवहारात गडगंज पैसा कमवलेल्या व्यक्तींची यादीच दाखवली. त्या यादीत राजकारण्यांचा व माझ्या काही मित्रमंडळींचाही समावेश होता आणि अखेरीस माझंही नाव होतं. मला घाबरवण्यासाठी रचण्यात आलेलं ते धादांत खोटं पाहून मी उपहासानं हसले आणि यामागं काय उद्देश असेल असा भाबडा विचार करू लागले. त्या अहवालामध्ये आरोप होता की, मी इस्लामाबादमध्ये एक खाद्यतेलाची गिरणी विकत घेतली आहे. ही गिरणी सरकारी मंजुरीविना उभारण्यात आली आहे व मी त्या गिरणीसाठी पामतेल खरेदी केलं आहे. मी हतबुद्ध झाले आणि इतकंच म्हणाले की,

"एमके, हे खरं नाहीय... कुणीतरी हे कुभांड रचलंय."

"नाही, हे खोटं असू शकत नाही. या गोपनीय फाइलमध्ये सगळी वस्तुस्थिती आहे. माझं म्हणणं आहे की, तुम्ही मला सरमस्तचे दहा टक्के समभाग द्यावेत, म्हणजे माझ्याकडं साठ टक्के समभाग होतील आणि बाकीचे चाळीस टक्के समभाग तुमच्याकडं आहेत," एमके म्हणाले.

त्यांचा स्वर धमकीचा होता. त्यावेळी प्रथमच मला कळून चुकलं की, हे एमके बोलत नाहीयत, तर हे आहेत पाकिस्तानचे पंतप्रधान... माझ्या परिचयाचा नसलेला कुणी अनोळखी माणूस. मी अक्षरशः बधिरावस्थेतच तिथून बाहेर पडले. त्यानंतर मी शहजाद मामांशी विचारविनिमय केला. ते म्हणाले,

"बेटा, कुणीही पंतप्रधानांशी भांडण ओढवून घेत नाही. यातून काहीतरी

चांगला मार्ग काढायचा प्रयत्न कर.''

त्यानंतर मी पुन्हा एकदा सगळ्या वित्तसंस्थांचे उंबरे झिजवायला सुरुवात केली. मी पाक-सौदीला पन्नास टक्के इक्विटी घेण्याबद्दल विचारलं. बँकर्स इक्विटीसाठीही मी तसाच प्रस्ताव बनवला. मला सकारात्मक उत्तर मिळाल्यानंतर मी पुन्हा पंतप्रधानांकडं गेले आणि म्हणाले,

''एकतर तुम्ही मला तुमचे समभाग विका, नाहीतर माझे विकत घ्या.''

''आमच्या घराण्यात आम्ही वस्तू विकत नाही, फक्त त्या विकत घेतो.'' उत्तर मिळालं.

वीस सप्टेंबरला पंतप्रधानांनी मला इस्लामाबादला बोलावलं. सायंकाळी साडेसहा वाजता भेटीची वेळ ठरली होती. मी माझ्या मित्रमंडळींशी सल्लामसलत केली. त्यांचं म्हणणं होतं की, तुम्ही तुमचे कायदेविषयक सल्लागार रझा साहिब यांना सोबत घेऊन जा. या नाटकाची अखेर येऊन ठेपली होती हे नक्की होतं!

आम्ही ठरलेल्या वेळी पंतप्रधानांच्या निवासस्थानी पोचलो. प्रेमभरानं भेटलो. रझा साहिबांचं बोलून झाल्यानंतर त्यांना त्या दालनातून बाहेर जायला सांगितलं. एमकेंनी कागदपत्रं तयार ठेवली होती. मी त्यावर फक्त सह्या करायच्या होत्या. त्या कागदपत्रांनुसार मी सगळं त्यांच्या कुटुंबाच्या, त्यांची कन्या कनिज सुघरा व सुपुत्र असद जुनेजो यांच्या स्वाधीन करणार होते. माझी गिरणी, माझं स्वप्न, मी मिळविलेली मंजुरी, मी केलेली आर्थिक जोडणी, हे सगळं उभारण्यासाठी दोन वर्ष केलेली मेहनत... सारं सारं त्या माणसाच्या लोभाच्या वणव्याच्या भक्ष्यस्थानी पडलं. त्यांच्या खुर्चीमागं असणारी संगिनीची ताकद स्पष्ट दिसत होती. त्याच्याच बळावर त्यांनी मला गिरणीचे समभाग लिहून द्यायला लावले.

त्यानंतर मी क्षीणपणे विचारलं, ''मला दुसरी मंजुरी मिळेल का?''

''नाही.'' एकाक्षरी, भावनाशून्य उत्तर मिळालं. माझ्या काळजाचा किंचित थरकाप झाला. त्यावेळी पहिल्यांदाच मला इश्चेमियाची लक्षणं जाणवली... तो त्रास नंतर भविष्यात उद्‌भवायचा होता!

दानं टाकून झाली होती... खेळ संपला होता! पण हा खेळ समान पातळीवर नव्हताच मुळी... पंतप्रधान विरुद्ध एमएनए... दीर्घकाळची मैत्रीण आणि व्यावसायिक भागीदार.

मी उठले आणि निरोप घेतला. मनात विचारांचं वादळ घोंघावत होतं. पण रझा साहिब तिथं असणं ही देवाची कृपा होती. त्यांनी मला सगळ्या गोष्टी नीट समजावून, माझं सांत्वन केलं. आता माझं आर्थिक भवितव्य क्षीण दिसत होतं. माझं सगळं नियोजन पाण्यात गेलं होतं. आता इथून पुढं 'सरमस्त' माझी नव्हती...

सगळे परिश्रम वाया गेले होते. न्याय वगैरे कुठं काही नसतंच का?

कसंतरी करून मी पुन्हा स्वत:ला सावरलं. मी कराचीला परत आले आणि ताबडतोब सिंधमधल्या नूरियाबादमध्ये औद्योगिक जमीन मागणीसाठी अर्ज केला. औद्योगिकरणाला चालना देण्यासाठी बरीच प्रोत्साहक पॅकेजेस देण्यात येणार होती. त्यात इतर सवलतींबरोबरच, आयात यंत्रसामग्रीवर कस्टम ड्यूटी माफ होती व दहा वर्षे करमुक्तता मिळणार होती.

मी सिंधच्या उद्योगमंत्र्यांना मला एक प्लॉट देण्याची विनंती केली. ते माझे स्नेही असल्यामुळं त्यांनी मला मुख्य रस्त्यावरचा एक प्लॉट मिळवून दिला. तिथं मी 'इम्पिरियल रबर इन्डस्ट्रीज'चं अद्ययावत रूप उभारायचं ठरवलं. अर्थातच याखेपेला मला मार्ग ठाऊक असला तरी सगळी प्रतिकूलता होती. कामगार अकुशल होते आणि ते ठिकाण कराचीहून दोन तासांवर होतं. मी हातपाय गाळून न बसता, कोरियातून यंत्रसामग्री व तंत्रज्ञान आयात करण्यासाठी एक कोटी पन्नास लाख रुपयांची कर्ज मागणी केली. मी माझ्या नव्या कारखान्याचं नामकरण केलं 'भिताई रबर इन्डस्ट्रीज लिमिटेड.'

त्याच दरम्यान एनडीएफसीच्या व्हरांड्यात मला माझे सहकारी एमएनए इस्लामुद्दिन शेख दिसले. त्यांच्यापाशी सरमस्तची कागदपत्रं होती. मग आम्हाला समजलं की, त्यांनी पंतप्रधानांकडून वीस दशलक्ष रुपये 'प्रिमियम' देऊन 'सरमस्त कुकिंग ऑईल्स' विकत घेतली होती. मला शब्द आठवले,

'आमच्या घराण्यात आम्ही वस्तू विकत नाही, फक्त त्या विकत घेतो.'

मला एक धडा मिळाला होता... असा धडा की जो कधीही विसरायचा नाही.

मी बरेचदा पीर साहिब पगारोंना लटक्या रागानं म्हणायची,

"पीर साहेब, ते तुमचे निष्ठावंत 'मुरीद' होते."

"नाही." पीर साहिब टोला द्यायचे, "ते तुमचे व्यावसायिक भागीदार होते.

अगदी आजही, एमकेच्या निधनानंतरही व मध्ये बरीच वर्ष उलटून गेल्यानंतरही आम्ही याबद्दल बोलतो.

'सामान सौ बरस का और पल की खबर नहीं.'...म्हणजे जीवनाची एका क्षणाचीसुद्धा शाश्वती नाही आणि सामानाची ओझी मात्र शंभर वर्षांची गोळा करायची.

एमकेंनी कधीही दिलगिरी व्यक्त केली नाही आणि मी त्यांना कधीही माफ केलं नाही. माझं अपूर्ण स्वप्न... आजही माझ्या काळजात सलतं.

मात्र, मी 'भिताई रबर' कारखान्यात ॲप्रन्स व कॉट्सचं उत्पादन सुरू केलं. जमवलेलं सगळं भागभांडवल मी पुन्हा या उद्योगात गुंतवलं आणि नूरियाबादमध्ये

भव्य कारखाना उभारला. त्यानंतर मी यंत्रसामग्री तपासून घेण्यासाठी सेऊलला गेले. मी करार केला आणि मेसर्स ह्युंडाई मार्फत यंत्रसामग्री विकत घेतली. १९८७ साली कोरियन लोक ही यंत्रसामग्री बसवण्यासाठी कराचीला आले. आम्ही त्यांच्यासाठी मिनी-बस ठरवली होती आणि त्यांची व्यवस्था 'बीच लक्झरी हॉटेल' वर केली होती.

अंगाची लाही लाही करणाऱ्या उकाड्यात... ४२ डिग्री सेंटीग्रेड तापमानात माझ्या नूरियाबादला फेऱ्या सुरू होत्या. कुठंतरी काहीतरी चुकतं होतं, पण काय ते आमच्या लक्षात येत नव्हतं. अखेर एके दिवशी सकाळी ती कोरियन माणसं काहीही न सांगता-सवरता अचानक निघून गेली. त्यावेळपर्यंत सगळी यंत्रसामग्री येऊन पडली होती. आमची फसवणूक झालीय हे नंतर आमच्या लक्षात आलं. ती यंत्रसामग्री १२० व्होल्ट्सवर चालणारी होती आणि पाकिस्तानान तर २२०-२४० व्होल्ट्सचा विद्युतपुरवठा असतो.

आम्ही आमची दोन माणसं सेऊलला प्रशिक्षणासाठी पाठवली होती. इम्पिरियल मधले माझे पहिले कर्मचारी – सफदर आणि आमचे मार्केटिंग व्यवस्थापक कैसर इमाम. आम्ही विक्री प्रतिनिधीसुद्धा नेमला होता. तो मुलगा बर्मिंगहॅमचा होता. त्याचे वडील युकेत स्थलांतरित झाले होते. त्याचं काम चांगलं होतं. पण त्यानं माझ्यावर आणखी एक 'मकबूल' केलं. तो नूरियाबादच्या कारखान्यात विक्री प्रतिनिधी म्हणून आला खरा, पण त्यानं संपूर्ण मांडणी पाहून घेतली, यंत्रसामग्री बसवणाऱ्या स्थानिक माणसाला पटवलं. त्याला त्या कोरियन प्लँटची रचना व आरेखन यांची नक्कल उतरवायला सांगितलं आणि हत्तारमध्ये तीच मांडणी वापरून घेतली. असं म्हणतात की, वन्स बीटन ट्वाईस शाय... पण माझ्या बाबतीत ट्वाईस बीटन... नव्हे पुन्हा पुन्हा तडाखे बसण्याचा प्रकार घडला.

उद्योजिकांना असल्या अनपेक्षित अडथळ्यांशी दोन हात करावेच लागतात. पाकिस्तानी पुरुषांना बायकांना मूर्ख बनवायचं असतं आणि जेव्हा उद्योजिकांच्या आजूबाजूला विश्वासघातकी कर्मचाऱ्यांची फौज असते, तेव्हा तर हे काम अगदी सोपं असतं. बाई हा अतिशय एकाकी प्राणी असतो. विशेषत: तिच्याजवळ निष्ठावंत लोक नसतील तर फारच. माझे डॅडी हयात असताना कर्मचारीवर्ग हाताबाहेर गेलेला नव्हता. त्यावेळी मला वाटलं की, सोबत कुणी पुरुष असण्यानं फार फरक पडत असावा. कोरियन लोक अचानक का निघून गेले ते मला कळलं नव्हतं. मात्र, ते परत आले तेव्हा त्यांचा एकच घोशा होता, "तुमचा विद्युत पुरवठा बरोबर नाहीय." अखेर मी जे काही घडलं ते सगळं जाणून घेतलं आणि कैसर इमामना प्रश्न केला. त्यांना सुरुवातीपासून सगळं काही ठाऊक होतं. ही गोष्ट मला कोरियन लोकांकडून नंतर कळली.

मी अतिशय जलद हालचाल करणं आवश्यक होतं, नाहीतर मी पूर्ण संपले

असते. मी माझ्या माहितीची सगळी संपर्कसूत्रं धुंडाळली आणि सुदैवानं मला ट्रान्स्फॉर्मर्सचं उत्पादन करणारा एक गुजरनवालाचा मित्र भेटला. तो कराचीत होता. आम्ही त्याच्याशी या समस्येबाबत चर्चा केली. त्यानं यावर उपाय सुचवला– १२० व्होल्ट्सपर्यंत व्होल्टेज खाली आणणारा ट्रान्स्फॉर्मर बसवायचा. त्यामुळं अर्थातच असा ट्रान्स्फॉर्मर बनवून घ्यावा लागणार होता व त्यासाठी पैसे लागणार होते. पण कारखाना अजिबातच न चालवता येण्यापेक्षा हा मार्ग चांगला होता. आम्हाला हवा असणारा ट्रान्स्फॉर्मर बनवायला सहा आठवडे लागले. तो कराचीला आणून बसवण्यात आणखी दोन आठवडे गेले. अशा प्रकारे वाट बघण्यात दोन महिने गेले.

अखेर, यंत्रांची घरघर सुरू झाली तेव्हा कामगारांमध्ये आनंदाची लहर पसरली. आमचे कर्मचारी व कामगार कोरांगी औद्योगिक वसाहतीत राहात असत त्यामुळे आम्ही एक बस करारानं घेतली. ते सर्वजण सोहराब गोथ–सुपर हायवेला लागण्याआधीचा शेवटचा थांबा – येथे बस धरून नूरियाबादला येत असत. हा प्रवास पासष्ट किलोमीटरचा होता. त्यांना त्यांच्या घरांपासून सोहराब गोथ पर्यंत येण्यास एक तास लागत असे आणि सुपर हायवेपर्यंत पोचायला आणखी एक तास. नूरियाबादपर्यंतचा दोन तासांचा प्रवास करून कारखान्यात पोचेपर्यंत ते ढेपाळलेले असत. त्यांचे डोळे जडावलेले असत आणि पुन्हा सायंकाळी पुन्हा एवढा सगळा प्रवास करून ते घरी पोहोचत असत. त्यांना रात्रीच्या वेळी कारखान्यात थांबवून घेणं अजिबातच शक्य नव्हतं, कारण सगळेजण पालारी लुटारू व वाटमारी करणाऱ्यांना घाबरत असत. आम्ही एका पालारी तरुणाची चौकीदार म्हणून नेमणूक केली होती, पण सगळेजण त्याच्याकडं संशयानं पाहात असत. १९८८ साली पालारींनी त्या भागात दहशत निर्माण केली होती. लोकांना रात्री व्यवहार बंदच ठेवावे लागत असत आणि प्राण वाचविण्यासाठी पळ काढावा लागत असे. अपहरणं तर नित्याचीच बनली होती. या भयाकूल प्रदेशात सरकारी कारवाई झाली नव्हती.

मी कोरियन टीमला निरोप पाठवला. आमच्या करारानुसार त्यांनी यंत्रसामग्रीची पाहणी करून तंत्रज्ञानही द्यायचं होतं. हे सर्व दहा दिवसांत करायचं होतं. मग पुन्हा एकदा कराची ते नूरियाबाद व पुन्हा कराची... अशा प्रदीर्घ फेऱ्या सुरू झाल्या. दोन कोरियन रसायन शास्त्रज्ञ आले होते. त्या दोघांचंही नाव श्री. किम होतं. त्यांना अगदी जुजबी इंग्रजी येत होतं. ते जे काही थोडंफार बोलायचे तेसुद्धा 'सिंग-साँग' फॅशनचं. तथापि, माझा यापूर्वी चिनी व जपानी लोकांशी संबंध आला असल्यामुळं मला ते नीट समजायचं. मी रसायनशास्त्रज्ञ नसले तरी मी स्वत: सगळं तंत्रज्ञान माहीत करून घ्यायचं आणि ते आमचे कर्मचारी व अधिकारी यांच्यापासून गुप्त राखायचं ठरवलं. काहीही असलं तरी मी या तंत्रज्ञानासाठी भली मोठी किंमत

चुकवत होते. किम द्वयीनं माझ्यावर मात करून मला खरं तंत्रज्ञान माहीत न करून देण्याचा आटोकाट प्रयत्न केला. मी नवखी असल्यामुळं मला काहीही शिकता येणार नाही असं त्यांना वाटत असावं. पण, माझ्यापाशी 'इम्पिरियल' च्या प्रत्यक्ष कामाचा अनुभव होता. मला सगळी रसायनं, प्रक्रिया, फ्लो चार्ट्स हे सगळं माहीत होतं. त्यामुळं मी तंत्रज्ञान देण्यासाठी राखून ठेवलेल्या पाच दिवसांत अधिकाधिक माहिती काढून घेण्यात यशस्वी झाले.

कोरियन लोक 'आशियाई वाघ' असतीलही. पण हे लोक मात्र अत्यंत कपटी होते आणि काही वेळा तर पूर्णत: लुच्चेपणानं वागले. त्यांची यंत्रसामग्री बहुधा डागडुजी करून दुरुस्ती केलेली आणि हलक्या दर्जाची असावी. मोठ्या मिक्सिंग मिलचा मुख्य शाफ्ट सुरू करतानाच मोडला होता... आणखीही बऱ्याच बारीक-सारीक गोष्टींबाबतही असाच प्रकार होता. काहीतरी चुकतंय असं दिसलं की तत्क्षणी ती कोरियन माणसं मायबोलीत बोलू लागत आणि लगेच इंग्रजीत बोलायला नकार देत. त्यांची प्रत्येक लहर सांभाळून त्यांना अक्षरश: गोंजारावं लागत होतं. त्यांची भिकार कारागिरी अथवा तांत्रिक त्रुटी दाखवून न देण्याची अतिशय दक्षता घ्यावी लागत होती. हा विलक्षण अनुभव ठरला. सुदैवानं आम्ही त्यातून पार पडलो. आम्ही मार्केटिंगची व्यवस्था अत्यंत काळजीपूर्वक व तपशीलवार केली होती. आम्ही लाहोरमध्ये मॉल रोडवर व कराचीत युनिप्लाझा इथं कार्यालयं थाटली.

लोकांना माझ्याविषयी एकंदर सहानुभूती आहे असं माझ्या लक्षात आलं. कारण पंतप्रधानांनी माझ्यावर उघड अन्याय केला होता. मी माझ्या अगदी जवळच्या लोकांखेरीज इतर कुणाशीही याबद्दल बोलले नाही कारण मला ते परवडणारं नव्हतं. पंतप्रधानांनी पुन्हा मैत्रीचा हात पुढं करणाऱ्या व अर्थशून्य अशा काही कृती केल्या – पहिली म्हणजे त्यांनी त्यांच्या चीनच्या अधिकृत दौऱ्यात त्यांच्यासोबत जाणाऱ्या शिष्टमंडळात माझा समावेश केला. त्यांच्यासोबतच्या भव्य लवाजम्यात चार पाच महिला एमएनए होत्या. त्यात मीही होते. पंतप्रधानांच्या दोन्ही मुली – कनीझ सुघरा व कनीझ फिजा यासुद्धा शिष्टमंडळाच्या सदस्य म्हणून पित्यासोबत होत्या.

ही माझी दुसरी बीजिंग सफर होती. याआधी मी १९६५ साली क्रिकेट संघासोबत ऑस्ट्रेलियाहून परत येताना बीजिंगला गेले होते. या दोन्ही भेटींत केवढा फरक होता! या खेपेला मी स्वत:च्या बळावर पाकिस्तानचं प्रतिनिधित्व करत होते... गाड्याबरोबर नळ्याची यात्रा सारखं नाही.

पंतप्रधानांशी झटपट जवळीक साधणाऱ्या इशरत अश्रफ आणि मी बीजिंगमध्ये एकाच लिमोझिनमध्ये होतो. इस्लामाबाद ते बीजिंग हा हवाईप्रवास अतिशय सुंदर असतो! कॅराकोरम वरून जाताना बर्फाच्छादित पर्वतशिखरं नजरेला पडतात, वातावरण छान असेल तर ते दृश्य अगदी स्पष्ट दिसतं. हा नयनमनोहर नजारा

पाहणं हा विलक्षण अनुभव असतो.

टिएन्नामेन स्क्वेअरमध्ये आमचं स्वागत झालं. तिथून आम्ही 'ग्रेट हॉल' मध्ये गेलो. त्यानंतर आम्हाला स्थळदर्शनासाठी नेलं होतं... आम्ही 'फर्बिडन सिटी', 'ग्रेट वॉल ऑफ चायना' पाहिली. उंच व सडपातळ चणीचे पंतप्रधान ती भिंत जवळजवळ वरपर्यंत चढून गेले होते. आम्ही सगळ्या चिनी नेत्यांना भेटलो, काहींना पंतप्रधानांसोबत, तर काहींना आमचे आम्ही भेटलो. आम्ही थोर माओ झेडॉन्ग यांचं दर्शन घेतलं. ते सजीवच भासत होते.

मी परराष्ट्र अधिकाऱ्याच्या घरात लहानाची मोठी झाले असल्यामुळं मला या प्रकारच्या जीवनाचे सगळे मापदंड अगदी चांगले माहीत होते. त्यामुळं इथं जमवून घेणं माझ्यादृष्टीनं अगदी सहज सोपं होतं. पण बाकीच्यांना मात्र भाषा, अन्न व चालीरीतींशी जुळवून घेताना अडचणी येत होत्या. बीजिंगहून आम्ही शांघायला गेलो आणि तिथून शेझवानचा आरामदायी जलप्रवास झाला, आम्ही सर्वोत्तम भोजनाचाही आस्वाद घेतला. या दौऱ्यात पंतप्रधान दररोज माझ्या खोलीत फोन करून मी बरी आहे ना याची विचारपूस करायचे. एकदा मी इशरत अश्रफ यांच्या खोलीत असताना पंतप्रधानांचा फोन आला. त्यावेळी मला समजलं की, ते त्यांनाही दररोज फोन करत असत. म्हणजे त्यांचं फोन करणं ही काही विशेष गोष्ट नव्हती, तर तो त्यांचा आपल्याला किती काळजी आहे हे दाखवण्याचा भाग होता.

आम्ही भौगोलिकदृष्ट्या हाँगकाँगच्या जवळ पोचल्यानंतर, आम्हाला तिथं खरेदीसाठी न्यावं म्हणून आम्ही त्यांना तयार करण्याचा प्रयत्न केला. पण काहीशा नाखुषीनंच असला तरी त्यांनी नकार दिला. आधीच्या पंतप्रधानांनी चीनचा दौरा आटोपण्याआधी त्यांच्या शिष्टमंडळांना हाँगकाँगला नेलं होतं ही गोष्ट सर्वांना माहीत होती. आमचा अखेरचा थांबा होता कॅन्टॉन. तिथून आम्ही मायदेशी परतलो. एकूणच ही सफर संस्मरणीय व मौजेची ठरली.

मायदेशी परत आल्यानंतर मी ताबडतोब भिताई रबर इन्डस्ट्रीजचं काम जोरात सुरू केलं. मात्र मी स्वत: रसायनांची मिश्रणं बनवून देत होते. त्यामुळं मी कराचीतल्या माझ्या घरी सगळी रसायनं हलवली. मी आमच्या घराच्या व्हरांड्यात बसून 'बॅचेस'ची मिश्रणं बनवायची. मी माझा स्वीय साहाय्यक इरफान याला सांकेतिक रूपात कच्चा माल द्यायची. मग तोही मला या कामी मदत करायचा. फररू हे सगळं काम अतिशय उत्सुकतेनं पाहात असायचा. त्यावेळी तो कराची अमेरिकन स्कूलमध्ये शिकत होता. शाळेतून घरी आल्यानंतर तोसुद्धा माझ्या मदतीला यायचा. त्यावेळी तो अवघा चौदा वर्षांचा होता.

विलक्षण सहकारी

आठवड्याच्या कामकाजी दिवसांत मी अर्थातच इस्लामाबादमध्ये राहायची. चीन दौऱ्यामुळं मी नैरोबीतील 'इक्विटी बाय द इयर २०००' या विषयावरील परिषदेला जाऊ शकले नव्हते. माझं नैपुण्य व पाकिस्तान असोसिएशन ऑफ विमेन आंत्रप्रेन्यर्स (PAWE) ची अध्यक्षा या नात्यानं आपण या परिषदेसाठी सर्वांत लायक उमेदवार आहोत असं मला वाटत होतं. १९८४ साली या संस्थेची नोंदणी झाली होती. मी नवी दिल्लीत आयोजित यूएन कार्यशाळेला उपस्थित राहिले होते. या कार्यशाळेला 'वर्ल्ड असेम्ब्ली ऑफ स्मॉल अॅन्ड मिडीयम आंत्रप्रेन्यर्स' (WASME) चं सहकार्य लाभलं होतं. माझे मार्गदर्शक व गुरू श्री. चक्रधारी अगरवाल यांनी परिषद आयोजित केली होती. त्यांनी मला व माझ्या खाजगी क्षेत्रातील शिष्टमंडळाला भारताच्या प्रत्येक पंतप्रधान व राष्ट्रपतींना भेटता येईल अशी व्यवस्था केली. त्यामुळं १९८१ साली मला राष्ट्रपती सरदार ग्यानी झैलसिंग यांना भेटण्याची, तर १९८५ साली पंतप्रधान राजीव गांधी यांना एमएनए म्हणून व पीएडब्ल्यूई शिष्टमंडळ प्रमुख या नात्यानं भेटण्याची संधी मिळाली. मला आठवतंय, माझ्या शिष्टमंडळातल्या महिला सदस्या या कल्पनेनं अगदी रोमांचित झाल्या होत्या. या प्रसंगी आम्ही अनेक संस्मरणीय समूहछायाचित्रं घेतली आहेत. राजीव गांधी इंदिरा गांधींपेक्षा खूपच वेगळे पण अतिशय मोहक होते, त्यांच्या चेहऱ्यावर तेच लोभस स्मित होतं. रोमेश भंडारींच्या सुपुत्राच्या विवाहसमारंभात मी त्यांना पहिल्यांदा भेटले, तेव्हापासून त्यांचं ते लोभस स्मित माझ्या स्मरणात आहे.

१९८५ सालच्या शरद ऋतूत नॅशनल असेम्ब्लीत आता पाकिस्तानची आठवी घटनादुरुस्ती म्हणून ओळखल्या जाणाऱ्या विधेयकावर चर्चा सुरू झाली. असेम्ब्लीनं ही घटनादुरुस्ती पंचेचाळीस दिवसांच्या चर्चेनंतर स्वीकारली. या चर्चेदरम्यान

मिळाल्या तितक्या आक्रमक प्रतिक्रिया यापूर्वी कधीच मिळाल्या नव्हत्या. आशयदृष्ट्या वादग्रस्त असणाऱ्या या मसुद्याच्या प्रत्येक कलमावर सखोल चर्चा झाली. यादरम्यान वातावरण बरेचदा तापलेलं असायचं. मात्र या असेम्ब्लीचे सदस्य अत्यंत सभ्यतापूर्वक वागले. त्यानंतरच्या असेम्ब्लीमध्ये बरेचदा जो सांसदीय शिस्तीचा अभाव दिसला, तसं तेव्हा घडलं नाही. दर आठवड्याला रजा मंजूर होत नसे, तसेच असेम्ब्लीची अधिवेशनं बरेचदा रात्री उशिरापर्यंत किंवा पहाटेपर्यंत चालत असत. आमच्या जनरल झियांसोबतसुद्धा बैठका व्हायच्या. त्यांनी महिला सदस्यांशी स्वतंत्रपणे बोलून 'हुदूद वटहुकुमाची' व 'कानून-ए-शहादत' म्हणजेच 'पुराव्याचा कायदा' याची भीती बाळगू नका किंवा त्यामुळं दु:खी होऊ नका असं आम्हाला पटवून द्यायचा प्रयत्न केला होता. यापैकी पहिला म्हणजे 'हुदूद वटहुकूम' मुख्यत्वे 'झिना' अथवा व्यभिचारासाठी लागू होता आणि दुसऱ्या 'कानून-ए-शहादत' अन्वये एका पुरुषाची साक्ष दोन स्त्रियांच्या साक्षीच्या तुल्यबळ मानण्यात आली होती.

एकेक करत वयस्कर महिला सदस्य अधिवेशनातून बाहेर पडल्या, कारण त्यांपैकी काहीजणींना उच्च रक्तदाबाचा त्रास होत होता, तर काहीजणी इतर आजारांनी त्रस्त होत्या. त्यामुळं खंबीर सदस्याच तेवढ्या युद्धासाठी मागं उरल्या. मला एक प्रसंग आठवतोय. एके दिवशी आम्हाला सायंकाळी साडेसात वाजता सरकारी विश्रामगृहाच्या सभागृहात हजर राहण्याचे निर्देश मिळाले. तिथं जनरल झियांच्या टेबलावर विविध देशांची घटनापुस्तकं मांडली होती. त्या बैठकीत एका क्षणी ते टेबलावर पडलेल्या त्या पुस्तकांवर रागानं मूठ आपटून म्हणाले,

"तुम्ही लोक सहावीतल्या विद्यार्थ्यांपेक्षाही बेकार आहात. तुम्हाला समजत नाहीय, पण मी जगातील प्रत्येक घटना वाचली आहे."

महिला सदस्या तर घाबरूनच गेल्या होत्या. त्यात मीसुद्धा होतेच! मी त्यांना असं संतापलेलं कधीच पाहिलं नव्हतं. त्यानंतर आमची कित्येक तास कानउघाडणी झाली. जेवणाच्या वेळेपर्यंत आम्ही सगळे इतके ढेपाळून गेलो की आमची भूकच मेली होती. जेवणानंतर मात्र जनरल काहीसे सैलावले. त्यांच्या चेहऱ्यावर नेहमीची सहजता व स्मित विलसलं.

मी धीर एकवटून त्यांना म्हणाले, "आप दाँत दिखाते अच्छे लगते हैं बजाय गुर्राने के, जनरल साहिब."

अर्थात, ही कहाणी इथंच सुफल-संपूर्ण झाली नाही. कधी संपणारच नाही असं वाटणारी चर्चा पूर्ण पंचेचाळीस दिवस चालली. 'राष्ट्रीय सुरक्षा समिती'ची स्थापना, देशातील कारभारावर देखरेख ठेवण्यासाठी उच्चस्तरीय सरकारी मंडळाच्या स्थापनेचा प्रस्ताव अशासारख्या काही विशिष्ट मागण्या मान्य झाल्यानंतर आठव्या घटनादुरुस्तीचा अंतिम मसुदा पूर्वीच्या तुलनेत आवाक्यात आल्यासारखा वाटत होता.

आमची जनरल झियांसोबत असेम्ब्ली इमारतीत आणखी एक वादळी बैठक झाली. त्यावेळी बाहेर अशी अफवा उठली होती की, त्या इमारतीला रणगाड्यांनी वेढा दिला असून एमएनए मंडळींना आठवी घटनादुरुस्ती स्वीकारल्याखेरीज तिथून बाहेर पडू दिलं जाणार नाही. आम्ही खरोखरच धास्तावलो होतो. त्यानंतर लवकरच या नाट्याचा शेवटचा अंक सुरू झाला. घटनादुरुस्ती मंजूर झाली आणि देशावर अनेक वर्ष लादण्यात आलेला लष्करी कायदा व आणीबाणी उठवण्यात येईल अशी आम्हाला खात्री देण्यात आली... आणि सगळ्यांनी सुटकेचा नि:श्वास सोडला!

त्यानंतर मी कराचीला परतले. तिथं आल्यावर मला समजलं की, १७ ते २५ ऑक्टोबर १९८५ या दरम्यान वॉशिंग्टन डीसीमध्ये आयोजित केलेल्या 'स्टेट्स ऑफ विमेन कमिशन'साठी जाणाऱ्या पाच सदस्यी शिष्टमंडळाचं नेतृत्व माझ्याकडं सोपवण्यात आलं होतं. विषय होता 'इक्विटी बाय द इयर २०००'. माझी नैरोबीतली जी परिषद हुकली होती, त्याचीच ही आढावा परिषद होती. या परिषदेत माझा परिचय मौरीन रेगन यांच्याशी झाला. मौरीन म्हणजे राष्ट्राध्यक्ष रोनाल्ड रेगन यांच्या सुकन्या. आमची छान गट्टी जमली. आम्ही दोघी चांगल्या मैत्रिणी बनलो. त्यावेळी आम्हाला ही गोष्ट ठाऊक नव्हती, पण निरनिराळ्या देशांतील शिष्टमंडळंही आगामी काही वर्षांत अशा प्रकारच्या बैठकांतून भेटणार होती. त्या बैठकीत 'ब्लॅक इज ब्युटीफुल'वाल्या विनी मंडेलाही होत्या.

त्या परिषदेनंतर मी कराचीला परत आले तेव्हा देशात स्थानिक निवडणुकांची सज्जता झालेली होती, त्यामुळं मी पक्षकार्यात बुडून गेले. बरेच इच्छुक उमेदवार त्यांना तिकीट मिळवून देण्यासाठी माझा पाठिंबा मिळावा यासाठी माझ्या घरी जमले होते. दुर्दैवानं मी मुस्लीम लीगच्या नेतृत्वाकडं अनेकवेळा विनंती करूनही मला उमेदवारांची अंतिम यादी मिळाली नाही. परिणामी, चार ते पाच ठिकाणी मुस्लीम लीगचेच उमेदवार परस्परांच्या विरोधात ठाकले होते. त्यांचा अल्ताफ हुसेन यांच्या नेतृत्वाखालील एमक्यूएमनं चांगलीच धूळ चारली. यामुळं कराचीच्या राजकारणात एका नव्या अध्यायाची सुरुवात झाली.... १९८६ साल हे सामान्य लोकांच्या अपूर्व उदयाचा प्रारंभ म्हणून ओळखलं जाईल.

मी अत्यंत सक्रिय पक्ष सदस्या होते. माझ्या कार्यकर्त्यांसाठी मी सदैव तत्पर असायची. माझ्या कर्तव्यकक्षेत कोपरासभा घेणं हेही काम होतं. ते मी अत्यंत तळमळीनं करायची. मला कराचीचा कानाकोपरा ठाऊक झाला होता. पण एमक्यूएमनं सगळा राजकीय पटच बदलून टाकला. त्यांच्या सभांना उपस्थित असणाऱ्या हजारो लोकांसमोर ते घोषणा देत असत,

"जीए मोहाजिर."

एमक्यूएमनं निवडणुकीत दणदणीत विजय मिळवला आणि स्थानिक राजकारणाची सूत्रं सर्वस्वी त्यांच्याकडं गेली. सामान्य स्तरावरील लोकांचा विजय... संपूर्ण अपरिचित चेहऱ्यांना निवडणुकीत मिळालेलं यश यातून ऐंशी टक्के कराचीवासियांची इच्छा व्यक्त झाली होती – त्यांना उच्चभ्रू वर्गाशी काहीही देणंघेणं नव्हतं. या अभूतपूर्व घटनेचा आरंभ अवघ्या उपखंडात झाला होता. भारतातसुद्धा जुन्या लोकांच्या जागा दलित वा अस्पृश्य घेत होते. शेकडो वा त्याहूनही अधिक वर्षांचा इतिहास असणाऱ्या घराण्यातील सुस्थापित राजकारणी बाजूला पडले होते. परिवर्तनाची ही नवी लाट टिकून राहणार होती.

अल्ताफ हुसैन कराचीचे अनभिषिक्त सम्राट बनले होते आणि त्याप्रमाणे वागतही होते... बलदंड सत्तेचं व वैभवाचं वलय, कलाशिनकोव्हधारी सुरक्षारक्षकांचं दरारायुक्त कडं. त्यापुढं उच्चभ्रू वर्गातील माणसंसुद्धा खुजी बनली. या नेत्याचं अधिराज्य इतकं जबरदस्त होतं की, ही मंडळी या 'थोर' माणसाची भेट होण्यासाठी – त्यांच्या वाढदिवशी वा एखादा सण-उत्सावादिवशी तासन्तास प्रतिक्षा करत उभी असत. मीसुद्धा अशी ताटकळत थांबलेली आहे. ते त्यांना नव्यानं लाभलेलं हे वैभव मनसोक्त उपभोगत होते. त्यांच्या ओझरत्या दर्शनासाठी त्यांच्या दाराबाहेर शांतपणे वाट बघत थांबलेली हजारो माणसं पाहून त्यांचा अहं अत्यंत सुखावत असे. ज्या माणसांनी त्यांची उपेक्षा केली होती त्यांना वाट बघत बसायला लावण्यात त्यांना आनंद लाभत असे. ज्या माणसांनी त्यांच्या पडत्या काळात त्यांना साहाय्य केलं होतं त्यांना त्यांच्याजवळ धडपडत पोचावं लागत असे.

'व्हाय मॅन, ही डोथ बिस्ट्राईड द नॅरो वर्ल्ड लाईक अ कलोसस...' ते कलोससच बनले होते.

अल्ताफ हुसैन यांच्या विजयश्रीच्या काळात त्यांना क्लिफ्टनला बोलावणारी मी पहिलीच होते... त्यावेळी पहिल्यांदाच त्यांची या भागात 'अधिकृत' पायधूळ झडली. त्यांच्या स्वागतासाठी गर्दीचा महासागर उसळला होता. विद्यापीठातील प्रोफेसर्स व कुलगुरूंपासून ते सगळ्या प्रकारच्या राजकारण्यांपर्यंत प्रत्येकजण आमंत्रणासाठी गोंधळ करत होता. माझ्या घरात तर माणसांची जत्रा फुलली होती. आम्ही एक ध्वनिचित्रफीत तयार केली होती. नंतर हजारो एमक्यूएम समर्थकांची त्या ध्वनिचित्रफितीला प्रचंड मागणी होती. मी मुस्लीम लीगची एमएनए असले तरी त्यामुळं काही फरक पडला नाही.

सिंधच्या राज्यपालांच्या निवासस्थानी एक बैठक आयोजित केली होती, त्या बैठकीला सर्व पक्षांचे एमएनए व एमपीए उपस्थित होते. या बैठकीत स्थानिक पदांच्या नव्या रचनेबाबत चर्चा झाली. या बैठकीत मला बोलायची संधी मिळाली

तेव्हा मी इक्बाल यांच्या 'शिकवा'तील काव्यपंक्ती उद्धृत केल्या,

"हमनवा मैं भी कोई गुल हूँ की खामोश रहूँ?''

....माझ्या मित्रा, मी कुणी फूल आहे का की, मी गप्प राहावं?

मी एमक्यूएम आणि त्यांच्या नेत्याचं म्हणणं उचलून धरलं. मी सदैव बंडखोर असते. कुणीही माझा उत्साह पूर्णत: खचवू शकत नाही. मला तात्पुरते पराभवाचे धक्के बसतातही. पण मी माझा लढा सुरूच ठेवते.

मला एमक्यूएमच्या बाजूनं बोलण्याची काहीच शिक्षा होणार नाही असं समजणं हा माझा भाबडेपणाच होता. मी पंतप्रधानांचा तिरसट व तिरकस स्वभाव लक्षात घ्यायला हवा होता.

१९८५ साली सरकारनं प्रत्येक एमएनएला त्याच्या मतदारसंघात कल्याणकारी प्रकल्प राबवण्यासाठी निधी मंजूर करायचं ठरवलं. मी माझ्या मतदारसंघात अमली पदार्थांच्या विळख्यात सापडलेल्या लोकांसाठी एक रुग्णालय, पीडित महिलांसाठी आश्रम आणि महिलांसाठी दोन कॉम्प्लेक्सेस – एक उद्योजक केंद्र व दुसरी अल्प दरातील गृहयोजना, असे प्रकल्प आखले होते. त्यामध्ये प्लॅस्टिक, इलेक्ट्रॉनिक्स व चामड्याच्या वस्तूंची प्रशिक्षण केंद्र उभारण्याचीही योजना होती. त्यासाठी आम्हाला प्रती प्रकल्प पन्नास लाख रुपयांचं प्राथमिक अनुदान मिळणार होतं. मात्र यातील दोनच प्रकल्पांना काही प्रमाणात गती मिळाली – अमली पदार्थांच्या विळख्यात सापडलेल्या लोकांसाठी रुग्णालय व पीएडब्ल्यूइ कॉम्प्लेक्स – याचं 'एक्स्पोर्ट प्रमोशन ब्यूरो'नं अंशत: प्रायोजकत्व स्वीकारलं होतं. यामध्ये फॅशन डिझाईन तंत्रज्ञान केंद्राचा समावेश होता.

पण पंतप्रधानांनी मला जोराचा तडाखा दिला. त्यांना हजारो निमंत्रणं पाठवूनही त्यांनी माझ्या रुग्णालयाचा कोनशिला समारंभ रद्द केला, त्याचबरोबर मी शेरेटन हॉटेलमध्ये निधी संकलनासाठी पाच हजार रुपये प्रती प्लेट डिनर आयोजित केलं होतं तेही रद्द झालं. एक अपूर्व प्रकल्प... जो शहरातील गरीब व्यसनाधीन लोकांच्या अत्यंत उपयोगी पडू शकला असता आणि ज्यानं परदेशी लोकांचं लक्ष वेधून घेऊन त्यांचा पाठिंबा व मदत खात्रीनं मिळवली असती, तो प्रकल्प पंतप्रधानांच्या द्वेष व संतापाच्या खाईत बळी पडला. पंतप्रधानांनी त्यांच्या सर्वशक्तिमान सत्तेच्या अस्त्राचा वापर करण्याचं हे आणखी एक उदाहरण! जनरल झिया या कार्यक्रमाला प्रमुख पाहुणे म्हणून उपस्थित राहणार होते. त्यांनी दिलगिरी व्यक्त करण्यासाठी फोन केला. मी जे काही घडलं ते बदलता येणार नाही त्यामुळं त्याबद्दल न बोलणंच योग्य असं समजून सगळं स्वीकारलं. खरंच, खुज्या वृत्तीच्या व कोत्या मनाच्या माणसांकडून त्यांनी त्यांची क्षुद्र मानसिकता सोडावी अशी अपेक्षा करणंच व्यर्थ आहे! सरमस्त, काश्मीर सिमेंट आणि आता माझं हे व्यसनाधीन लोकांसाठी

असणारं रुग्णालय....या माणसाची सूडाची तहान भागणार तरी कधी होती?

१९८५ सालच्या डिसेंबर महिन्यात लष्करी कायदा उठवण्यात आला. ही खरोखरच ऐतिहासिक कामगिरी होती. याची आकाशवाणी व दूरदर्शनवरून बरीच प्रशंसा झाली. जनरल झियांच्या हाती बहुतेक सूत्रं असली तरी मला वाटतं मोहम्मद खान जुनेजो चतुर समतोल राखत असावेत. अर्थातच हे माझ्या दृष्टीनं चांगलं होतं. कारण जनरल झिया नेहमीच माझ्याशी आपुलकीनं व प्रेमानं वागत असत. आता माझ्या मनात एमकेंविषयी अढी बसल्यामुळं जनरल झिया असले की मला फार सुरक्षित वाटायचं. मात्र माझ्या मनात प्रचंड सल आणि नाराजी असली तरी मला वरकरणी सगळं ठीकठाक भासवावं लागायचं आणि हे माझ्या स्वभावाशी विसंगत होतं. मला बरेचदा रावळपिंडीच्या सरकारी विश्रामगृहात डिनरला बोलावणं यायचं. तिथं ते चप्पल उतरवून, सलवार घोट्यांच्या वर ओढून आरामात सैलावून बसायचे. एकदा मी लंडनला गेले होते त्यावेळी त्यांनी मला त्यांचे आवडते बॅली शूज आणायला सांगितले होते. पण बरेचदा त्यांना माझी निवड आवडत नसे. एकदा तर त्यांनी मला रिजन्ट स्ट्रीटवरच्या 'बॅलीज'मधून तीनदा बूट बदलून आणायला लावले होते... अखेर एकदाचे त्यांना ते बूट पसंत पडले होते. एकदा तर त्यांनी मला फक्त बुटांचं माप न देता, कागदांवर दोन्ही पायांच्या कडा रेखून दिल्या होत्या. ते मला त्यांच्या आईसाठी लसूण गोळ्या आणायलासुद्धा सांगत असत. त्यांच्या आईला दम्याचा त्रास होता. एमकेंचा दमाही आटोक्यात आला होता. त्यांच्या छातीतून विचित्र घरघर ऐकू यायची, तीही कमी झाली होती. माझ्या गप्पांतून, सदस्यांचं काय चाललंय याविषयीच्या बोलण्यातून ते असेम्ब्लीत काय चाललंय हे जाणून घ्यायचा नेहमी प्रयत्न करायचे.

लवकरच, नॅशनल असेम्ब्लीत अध्यक्षबदलाची वेळ येऊन ठेपली. एव्हाना आम्ही संसद भवनात दाखल झालो होतो. तिथल्या व्हरांड्याच्या चक्रव्यूहातून वाट काढणं सुरुवातीला अवघड जायचं. आम्हाला स्टेट बँक इमारतीतल्या आमच्या जागांची सवय झाली होती. अगदी आजही स्टेट बँक इमारतीत एखादी परिषद असेल तर मला अगदी घरच्यासारखं वाटतं, कारण याच ठिकाणी मी संसद सदस्या म्हणून शपथ ग्रहण केली होती.

पंतप्रधानांनी संसदीय पक्ष बैठक बोलावली आणि आम्हाला प्रत्येकाला अध्यक्षपदासाठी हमीद नासिर छत्ता यांच्या नामांकनाविषयी मत द्यायला सांगितलं. फख्र यांनी उत्कृष्ठ कामगिरी बजावली होती, पण ते मुस्लीम लीगर नव्हते. छत्ता अध्यक्षपदासाठी आवश्यक असणाऱ्या कौशल्यांबद्दल विख्यात नसल्यामुळं त्यांच्या

नामांकनाला मुकाट्यानं संमती देणं ही सोपी गोष्ट नव्हती. ते सुस्वरूप, आनंदी व्यक्ती होते. कधीकधी ते गुजरनवालाचे बिघडलेले सरंजामी जमीनदार वाटत असत. तेसुद्धा ॲटचिसनवाले, उत्तम शिष्टाचारसंपन्न, अत्यंत सभ्य-सुसंस्कृत, अगदी आवडण्याजोगी व्यक्ती होते, पण ते या पदासाठी योग्य ठरतील?

त्यांनी गुणवत्ता दाखवून दिली ही गोष्ट मान्य करावीच लागेल. त्यांनी अत्यंत उत्साहानं, धाडसानं व विनोदबुद्धीनं सभागृहावर ताबा ठेवला. ते अध्यक्ष म्हणून उत्कृष्ट ठरले. माझ्यातलं सुरुवातीचं बिचकलेपण पूर्ण दूर झालं होतं आणि मी नियमांना अनुसरून मुद्द्यांवर अतिशय आत्मविश्वासानं बोलू लागले होते. माझी बरीच सर्वोत्तम भाषणं त्यांच्या कार्यकालातच झाली. ते सदैव स्नेहपूर्ण होते. ते त्यांच्या व्यक्तिगत मित्रांना नियमांची थट्टासुद्धा करू द्यायचे. कार्यक्षमता व मेहनतीपणा ही १९८५ च्या नॅशनल असेम्ब्लीची ठळक वैशिष्ट्यं होती आणि सगळे सदस्य बिनापक्ष तत्त्वावर निवडले गेले असले तरी त्यांच्यामध्ये सहकार्यभावना लवकरच रुजली. अगदी परंपरानिष्ठ मौलानासुद्धा महिला सदस्यांना साहाय्य करू लागले. अर्थात, ते महिलांशी बोलताना नेहमी नजर झुकवून बोलत असत.

कराचीच्या एमएनएंनी परस्परांशी सल्लामसलत करून कराची प्रश्नांवर एकदिलानं काम करायचं ठरवलं. आमची कराचीची जबरदस्त फौज होती. आम्ही सात उर्दू भाषिक सदस्य होतो. कुंवर कुतुबुद्दिन व मी आम्ही दोघं मंत्रीपद न मिळालेल्या कराची सदस्यांपैकी होतो. एकदा खाजगी वर्तुळात बोलताना पंतप्रधान मला म्हणाले होते,

''सईन, तुम्ही पिनाहगीर (शरणार्थी) आहात. तुम्ही मंत्रीपदाची आकांक्षा कशी काय धरताय?''

माझ्याजवळ त्यांच्या या प्रश्नाचं उत्तर नव्हतं, पण माझ्यासारखेच उर्दू भाषिक शरणार्थी – पंतप्रधानांच्या भाषेत सांगायचं तर 'पिनाहगीर' – सुक्कूरचे इस्लामुद्दिन शेख उत्पादनमंत्री बनले हे पाहून मला आश्चर्य वाटलं. एमके एकाच वेळी टोकाचं विसंगत वागणारे, डबल स्टँडर्डनं वागणारे होते. त्यांचा अंत:स्थ हेतू निराळाच असे.

त्यावेळी उच्चशिक्षित आणि सुप्रसिद्ध व्यक्ती मंत्रीपदावर होत्या. साहिबजादा याकूब खान परराष्ट्रमंत्री होते. त्यांच्यामुळं मंत्रीमंडळाला आंतरराष्ट्रीय उंची लाभली होती. माहबुबूल हक अर्थमंत्री होते. ते अर्थतज्ज्ञ होते. त्यांनी नव्या योजना आणल्या आणि जनरल झिया-उल-हक यांच्यानंतर पाकिस्तानच्या राष्ट्राध्यक्षपदी विराजमान झालेले गुलाम इशक खान त्यावेळी सिनेटचे अध्यक्ष होते.

१९८६ साली 'इन्टर सर्व्हिसेस इन्टेलिजन्स' (ISI) चे डायरेक्टर जनरल – जनरल अख्तर अब्दुर रहमान यांनी शासकीय विश्रामगृहाच्या सभागृहात आयोजित

केलेल्या एका खास सत्रामध्ये माहिती दिली. या बैठकीच्या अध्यक्षस्थानी जनरल झिया-उल-हक होते. यावेळी आम्हाला 'ऑपरेशन ब्रास टॅक्स' या भारतातर्फे अनेक महिने राजस्थानमध्ये आमच्या सामाईक सीमेवर चालू असलेल्या व्यापक लष्करी हालचालींची व्याप्ती व संभाव्यता याविषयी तपशीलवार माहिती देण्यात आली. त्यामुळं युद्धाचं वातावरण निर्माण झालं आणि भारत व पाकिस्तान यांच्यादरम्यान पुन्हा एकदा तणावपूर्ण कालखंड सुरू झाला.

सत्रादरम्यानचं एकसुरीपण घालवण्यासाठी म्हणूनच की काय, मनिलामध्ये आयोजित केलेल्या पहिल्या आंतरराष्ट्रीय नेटवर्किंग बिझनेस परिषदेसाठी जाणाऱ्या पाकिस्तानी शिष्टमंडळाचं नेतृत्व माझ्याकडं आलं. एक ते पंधरा डिसेंबर या दरम्यान झालेल्या या परिषदेत मला किश्वर जेहरांची सोबत होती. त्यांचा व माझा जुना स्नेह होताच. आता आम्ही एका खोलीत राहिलो होतो. आम्ही राहिलो होतो ते हॉटेल मार्कोस कुटुंबाच्या मालकीचं होतं. आम्ही फिलीपाईन्सचे राष्ट्राध्यक्ष कोराझॉन अकिनो यांना भेटलो. मी व्यासपीठावर होते. मला व्याख्यानासाठी पाचारण करण्यात आलं. या परिषदेचा अनुभव तर उत्तम होताच, शिवाय आम्ही अतिशय उत्तम छाप पाडली, विशेषत: अमेरिकी उद्योजिकांवर. तिसऱ्या जगातील देशांत 'विमेन ऑफ सब्स्टन्स' आढळू शकतील यावर त्यांचा विश्वासच बसत नव्हता. फिलिपाईन्समधल्या उद्योजिका मोकळेपणे मतं मांडणाऱ्या होत्या. त्यांचा समूह जबरदस्त होता. त्यांच्यामध्ये बँकर्स, सुपर मार्केटच्या मालकिणी, कारखानदार अशा क्षेत्रांतील प्रभावी महिला होत्या.

या परिषदेनंतर मी कराचीला परतले आणि पुन्हा सामाजिक जीवनात रुजू झाले. एक संस्मरणीय प्रसंग म्हणजे कराचीच्या राज्यपालांच्या निवासस्थानी हिज हायनेस प्रिन्स करीम आगाखान यांच्या सन्मानार्थ आयोजित केलेली मेजवानी.

अतिशय मोहक व देखण्या राजकुमारांची माझ्या मनावर जी छाप पडली आहे ती कधीही पुसली जाणार नाही. मी त्यांच्याशी उत्तरी क्षेत्राच्या विकासाबद्दल सविस्तर बोलले. त्यांना या क्षेत्रात विशेष रस होता. औद्योगिकीकरण व महिलांची आर्थिक सबलता या विषयावरील माझ्या कल्पना त्यांनी अतिशय लक्षपूर्वक ऐकल्या. आगाखान प्रतिष्ठाननं आमच्या सामाजिक, शैक्षणिक व आरोग्य क्षेत्रामध्ये खूप मोठं योगदान दिलं आहे.

आंतरराष्ट्रीय व्यासपीठ

जुनेजो सरकारचा दुसरा अर्थसंकल्प अनर्थकारक होता. मी या अर्थसमितीची सदस्य होते. अर्थसंकल्पपूर्व बैठकीत आम्ही अर्थमंत्र्यांना जादा करभाराच्या परिणामांबद्दल सावध केलं होतं. पण नोकरशाहीनं तेच केलं आणि उद्योग समुदाय खवळला. सरकारसाठी हा सत्त्वपरीक्षेचा क्षण होता. मात्र, पंतप्रधान या प्रसंगाला सामोरे गेले आणि त्यांनी भाषण देऊन तो प्रसंग तारून नेला. त्यांनी आयत्यावेळी घोषणा केली की, भविष्यात नोकरशहा अथवा जनरल – कुणालाही सब-कॉम्पॅक्ट सुझुकीखेरीज कोणत्याही गाड्या दिल्या जाणार नाहीत! त्यानंतर अठ्ठेचाळीस तासांत सुधारित अर्थसंकल्प तयार करण्यात आला. सुधारित अर्थसंकल्प समितीवर मलिक नईम व मी – आम्ही दोघं नियुक्त एमएनए होतो. चेम्बर्स ऑफ कॉमर्स अॅन्ड इन्डस्ट्रीच्या सदस्यांना दूर राखणं काही साधं काम नव्हतं. ते सर्वजण इस्लामाबादमध्ये एकत्र जमले होते.

आम्ही अर्थमंत्रालय, महसूल केंद्रीय मंडळ व अर्थसचिव यांच्यासमवेत रात्रभर झपाटून काम केलं... अर्थसंकल्पात समतोल राखण्यासाठी महसुलात कुठले मुद्दे मिळतायत का ते आम्ही शोधत होतो. यामधील माझं योगदान असं – जे सुदैवानं उद्योगपतींना ठाऊक नाही – की, मी आयात परवाना शुल्कात तीन टक्के वाढ सुचविली होती. त्यांनी मी त्यांची बाजू न घेता अशा प्रकारे निराश केल्याबद्दल मला ठारच केलं असतं. पण मी बाजू तरी कुठली घ्यायची? सरकारची सुटका होण्यासाठी साहाय्य करणं हे माझं कर्तव्य होतं, माझ्या या सूचनेमुळं मला एक लहानसा त्याग करावा लागणार होता, तरीसुद्धा. मी स्वतःच एक मोठी आयातदार असल्यामुळं या शुल्कवाढीचा थेट फटका मलाच बसणार होता. थक्क करणारी गोष्ट म्हणजे नोकरशहांनी त्यांचा पवित्रा इतका झटपट बदलला आणि सर्व नव्या धोरणांच्या प्रस्तावांचं समर्थन करायला प्रारंभ केला. त्याआधी चार महिने ते याच्या

उलट धोरणांचं ठासून समर्थन करत होते!

अर्थसंकल्प मंजूर झाल्यानंतर मला यूएसएसआरचं जागतिक महिला काँग्रेसला उपस्थित राहण्याचं निमंत्रण आलं. ही परिषद २३ ते २७ जून १९८७ या कालावधीत होती. हे निमंत्रण नावानिशी आल्यामुळे मी ते साहिबजादा याकूब खान यांच्याकडे दिलं. त्यांनी पंतप्रधानांना याविषयी सांगून त्यांची मंजुरी घेतली. २१ जून रोजी मी स्विस एअरनं झुरिचला रवाना झाले.

तिथं एअरोफ्लॉट टीयू-१०४ विमान धरलं. त्याच विमानाच्या प्रथम श्रेणीतून यूएनचे सेक्रेटरी जनरल पेरेझ डी क्यूलर त्यांच्या चार सदस्यांच्या गटासमवेत मॉस्कोला निघाले होते हे कळताच मी किती थरारून गेले असेन... कल्पना करा! शॅम्पेन व कॅव्हियारचा आस्वाद घेत प्रवास पार पडला!

मॉस्कोत पोचताच माझ्या मनात आठवणींची दाटी झाली... डॅडींसोबत मॉस्कोत घालवलेल्या दिवसांच्या स्मृती मनात जाग्या झाल्या. त्यानंतर मी आता पहिल्यांदाच इथं येत होते. मॉस्कोची व इथल्या नागरिकांची अधोगती पाहून मला अतिशय आश्चर्य वाटलं. पन्नासच्या दशकाच्या अखेरीस सगळं चित्र किती निराळं होतं.

रॉबर्ट मुगाबे यांनी जागतिक काँग्रेसचं उद्घाटन केलं. तिथं माझी भेट राष्ट्राध्यक्ष गोर्बाचेव्ह व त्यांच्या देखण्या पत्नी – रईसा यांच्याशी झाली. हे दोघेही प्रभावी व्यक्तिमत्त्वांचे व उमदे होते... १९५८ साली मी पाहिलेल्या सोव्हिएट नेत्यांपेक्षा अगदी निराळ्या शैलीचे होते.

मॉस्कोहून परतताना विमानात मी जनरल झिया-उल-हक यांना देण्यासाठी गोपनीय 'फॉर युअर आईज ओन्ली' अहवाल लिहिला. त्यामध्ये मी बदलाची क्षेत्रं तपशीलवार नमूद केली होती आणि मोठ्या अध:पाताचं भाकीत वर्तवलं होतं. मी त्यांच्या समाजातील अधोगती व ऱ्हास पाहिला होता – पूर्वी ते ज्या मूल्यांशी व तत्त्वांशी बद्ध होते, त्यांचा पूर्ण ऱ्हास झाला होता.

१९८७ सालच्या जानेवारी महिन्याच्या प्रारंभी, एके दिवशी रात्री मला पंतप्रधानांचा फोन आला. त्यांनी मला न्यूयॉर्कला जाणार का म्हणून विचारलं होतं. मी दुसऱ्या दिवशी त्यांना भेटले त्यावेळी ते म्हणाले होते की, 'महिलांचे सामाजिक स्थान' या विषयावर न्यूयॉर्कमध्ये यूएन कमिशनचं खास चर्चासत्र आहे. त्याला उपस्थित राहण्याचं अत्यंत महत्त्वाचं निमंत्रण आलं आहे. ते असंही म्हणाले की, तुम्हाला या चर्चासत्रादरम्यान स्थानिक मंत्रीपद देण्यात येईल म्हणजे तुमचा 'प्रोटोकॉल' नियमानुसार होईल. त्यांनी मला या चर्चासत्राला जाण्याची तयारी ताबडतोब करायला व परराष्ट्र कार्यालयातून कागदपत्रं मिळवायला सांगितलं.

मी पीआयए विमानानं फ्रँकफर्टमार्गें न्यूयॉर्कला प्रयाण केलं. मी खूप गोंधळून गेले होते. अखेर बारा जानेवारीला सुरू होणाऱ्या सत्राला मी कशीबशी वेळेत पोचले. यूएनच्या इमारतीलगत असणाऱ्या यूएन प्लाझा हॉटेलच्या सत्ताविसाव्या मजल्यावरील खोलीत मी उतरले होते. त्या दिवशी मी यूएन आतून पहिल्यांदा पाहिलं. तिथं माझं ओळखपत्राच्या टॅगसाठी छायाचित्र घेतलं आणि मला शिष्टमंडळाचा पास दिला. त्या परिषदेनंतर मी तो परत करायचा होता, पण मी तो परत केला नाही. आजही तो पास मी जवळ बाळगते, एका चांगल्या अनुभवाचं लहानसं स्मृतिचिन्ह म्हणून.

आमचं शिष्टमंडळ मोठं जबरदस्त होतं. यूएनचं कार्यक्षम जुनं-जाणतं व्यक्तित्व – स्वर्गीय राजदूत शाहनवाज मला साहाय्य करत होते आणि माझे मामेभाऊ अनिसुद्दिन अहमद व शाहिद कमालुद्दिन या शिष्टमंडळाचे सदस्य होते. शाहिद अतिशय हुशार होता. मला 'तयार' भाषण न वापरता स्वत: लिहिलेलं भाषण करायचं आहे हे कळताच त्यानं माझ्या भाषणाचे कागद घेतले आणि ते यूएनमध्ये वापरल्या जाणाऱ्या भाषेनुसार सफाईदार करून दिलं.

मी बहुधा चौथी वक्ता होते. माझ्या भाषणानंतर टाळ्यांचा गजर घुमला. मी सगळ्या शिष्टमंडळांना लगेच माहीत झाले आणि आम्ही प्रथेनुसार विविध देशांच्या शिष्टमंडळांकडून आमंत्रणं स्वीकारू लागलो. आम्हीसुद्धा एका उत्कृष्ट चिनी उपहारगृहात मेजवानी दिली. मी आणि शाहनवाजकाकांनी संयुक्त आमंत्रण पाठवलं होतं. शाहनवाजकाका माझ्या डॅडींचे मित्र होते. मेजवानीनंतर भाषण देताना त्यांनी डॅडींच्या यूएनमधील कामगिरीचे वैभवशाली दाखले दिले. यूएनमध्ये जम्मू आणि काश्मीरमध्ये सार्वत्रिक मतदान घेण्यासंदर्भात १९४८ चा ठराव पास करून घेणाऱ्या पहिल्या पाकिस्तानी शिष्टमंडळात डॅडींचा समावेश होता, या गोष्टीचा त्यांनी खास उल्लेख केला.

ते म्हणाले, "आज यूएनमध्ये आपला पात्र वारसदार पाहून सलमाच्या पित्याचा ऊर अभिमानानं भरून येईल."

त्यानंतर मी चार शब्द बोलले. माझं भावपूर्ण भाषण सर्व उपस्थितांच्या काळजाला स्पर्शून गेलं. त्या हळव्या क्षणी मी डॅडींचा... त्यांनी मला दिलेल्या वारशाचा उल्लेख केला. माझ्या पापण्या ओलावल्या होत्या. त्याप्रसंगी यूएनमधील अमेरिकी मंत्री मौरीन रेगन, जपानी मंत्री, भारतीय राजदूत, ब्रिटिश मंत्री व बऱ्याच शिष्टमंडळांचे प्रमुख आणि यूएनचे अधिकारी हजर होते. आमचा तो समारंभ अत्यंत यशस्वी झाला. अर्थातच त्याचं सगळं श्रेय शाहनवाजकाकांच्या भक्कम पाठिंब्याला आहे.

आमचं मुख्य यश म्हणजे आम्हाला अमेरिका व यूएसएसआर या दोन्हींच्याही

समारंभांची निमंत्रणं आली. अनिस व शाहिद मसुदे तयार करत होते, समितीची इतर कामं करत होते, तर मी यूएनच्या मुख्य सभागृहात भाषणं, ठराव, मध्यस्ती अशी कामं सांभाळत होते. पाकिस्तान त्यावेळी 'इकॉनॉमिक अॅन्ड सोशल कमिटी ऑफ द युनायटेड नेशन्स' (ECOSOC) चा सदस्य होता. न्यूयॉर्कमध्ये मी पूर्ण आठवडाभर कामात बुडालेली होते. त्यानंतर मी लंडनमार्गे पाकिस्तानला परत आले. मी अतिशय कंटाळून गेले होते. लंडनला आले तोच मला विषाणू संसर्ग झाला आणि मी तापानं फणफणले. न्यूमोनियाची शक्यता वाटल्यामुळं मी अॅन्टिबायोटिक्सचा कोर्स सुरू केला. लंडनमध्ये मी बिना, माझा जावई शकिर व त्यांची दोन चिमुरडी – अमिना मरियम व आयेशा यांच्यासोबत राहिले होते.

एव्हाना बंटीला लंडनमध्ये 'अमेरिकन मॅन्युफॅक्चरर्स बँक हॅनोव्हर'मध्ये नोकरी मिळाली होती. पुढं ही बँक 'केमिकल बँकेत' विलीन झाली. त्यानं बीबीए यशस्वीरित्या पूर्ण केलं होतं. मी त्याला ब्रिटिश राष्ट्रीयत्व मिळवून देण्यासाठी ब्रिटिश हाऊस ऑफिसशी खटला लढले होते. फौजिया माऊंट होल्योकमध्ये 'डबल मेजर' पूर्ण करून पाकिस्तानला परत आली होती. तिनं पंतप्रधानांची भेट घेतली. तिचा त्यांच्याशी परिचय होताच. त्यांनी तिला इस्लामाबादला बोलावलं होतं. ती माझ्यासोबत 'नॅशनल असेम्ब्ली'च्या अधिवेशनाला आली होती आणि त्यानंतर 'तिच्या' एमकेंना भेटायला (ते अजूनही तिच्या लेखी एमकेच होते) असेम्ब्लीतील त्यांच्या कक्षात गेली होती.

"फौजिया, तू नुसतं सांग, मी तुझ्यासाठी काहीही करीन. ममी चांगली नाहीय, पण तू माझी मैत्रीण आहेस," ते फौजियाला म्हणाले होते.

त्यानंतर त्यांनी त्यावेळचे शिक्षणमंत्री नसीम अहमद अहीर यांना फौजियाला कायदे आजम शिष्यवृत्तीनं सन्मानित करायला सांगितलं. तिला 'डेव्हलपमेंट इकॉनॉमिक्स'मध्ये 'मास्टर्स' मिळवण्यासाठी ही शिष्यवृत्ती देण्यात आली. तिनं ससेक्स विद्यापीठातून याच विषयात एम.फिल. केलं. हे त्यांचं सर्वोत्तम कृत्य होतं. अर्थात, नसीम अहीरनी शेरेबाजी केलीच... "जब सैंया भईयो कोतवाल अब डर काहे का..." म्हणजे, तुमची प्रिय व्यक्तीच तुरुंगाधिकारी आहे, तर मग तुम्हाला भीती कसली?"

एमकेंनी माझ्यावर अथवा माझ्या कुटुंबावर केलेले हे एकमात्र उपकार असतील. मी त्यांचा उल्लेख न करणं योग्य होणार नाही. त्यांनी फौजियाला शिष्यवृत्ती दिली त्याबद्दल मी त्यांची मनापासून कृतज्ञ आहेच, त्याचबरोबर त्यांनी तिच्याप्रती जी आपुलकी दाखवली त्याबद्दलही मी ऋणी आहे. सेहबा अजून अमेरिकन स्कूलमध्ये होती. ती उत्तम हॉकीपटू होती आणि फररूबाबाही त्याच शाळेत होता. तो गायनात

रस घेत होता.

एप्रिल महिन्यात मी असिफा खुख्रोंसमवेत व्हिएन्नाला गेले. त्यासुद्धा पीएमएलमध्ये होत्या. त्या पूर्वी समुपदेशनाचं काम करत असत. आम्ही तिथं WASME च्या परिषदेला उपस्थित राहण्यासाठी गेलो होतो. या परिषदेचं यजमानपद UNIDO कडं होतं. तिथं आम्ही खुर्शिद हैदर यांच्यासोबत राहिलो होतो. खुर्शिद हैदर ऑस्ट्रियात पाकिस्तानी महिला राजदूत होत्या. माझ्या संपूर्ण राजकीय जीवनात, विशेषत: मी एमएन बनल्यानंतर माझे असिफांशी दृढ स्नेहबंध होते. त्या PAWE च्या सदस्याही होत्या. आम्ही दोघींनी दोनदा दिल्लीवारी सोबतच केली होती. त्यापैकी एका भेटीत आम्ही 'ताजमहाल' पाहायला आग्र्याला गेलो होतो. रोमेश भंडारींनी आमच्यासाठी भारतीय परराष्ट्र कार्यालयाच्या सौजन्यानं दोन मर्सिडीज गाड्या पाठवल्या होत्या. असिफांना आग्र्यात त्यांचं जन्मस्थळ शोधून काढायचं होतं. म्हणून आम्ही 'काला फाटक' हुडकत या रस्त्यावरून त्या रस्त्यावर हिंडत होतो. 'काला फाटक' ही ओळखीची खूण होती. आम्हाला बरीच काळी फाटकं लागली... अखेर आम्ही त्यांचं जन्मस्थळ असणारं घर शोधून काढलं!

असिफा व त्यांचे पती – मेजर खुख्रो कराचीत दररोज रात्री माझ्या घरी येत असत. आणखी एक स्नेही बशीर शहा व अल्ताफ हुसेन यांचीही नियमित चक्कर असे. आम्ही सर्वजण एकत्र जमून राजकारणावर चर्चा करायचो.

असिफा आणि मी – आम्हा दोघींनाही पोशाख, फॅशन यातही रस होता. असिफांनी माझ्या जीवनात भरपूर रंग भरले होते. त्यामुळंच आठ वर्षांपूर्वी त्यांचं आकस्मिक निधन झालं याचा मला फार मोठा धक्का बसला. त्या अतिशय प्रिय, जिवलग आणि विश्वासू सखी होत्या. मला त्यांची फार फार आठवण येते. माझी त्यांच्याशी जितकी जवळीक होती तशी जवळीक आता कुणाशीही नकोशी वाटते कारण मग त्यांच्या वियोगाच्या वेदना फार असह्य होतात. बऱ्याच वर्षांपूर्वी, अजिज ताकी बट्ट अशीच सोडून गेली... आणि आता, असिफा खुख्रो.

त्याच वर्षी शरद ऋतूत, आधीच सगळे व्याप कमी होते म्हणून की काय, पण चार एमएनंची एका अत्यंत महत्त्वपूर्ण कामगिरीसाठी अमेरिका दौऱ्यावर जाण्यासाठी निवड झाली. त्यात मी एकमात्र महिला सदस्य होते. आम्ही पाकिस्तानला अमेरिकी मदतीचा स्त्रोत पुन्हा सुरू होण्यासाठी संघटित प्रयत्न करण्याची गरज होती. सलिम परवेज या पाकिस्तानी व्यक्तीनं पाकिस्तानच्या युरेनियम समृद्धी कार्यक्रमात वापरण्यासाठी खास पोलादाची चोरटी आयात करण्याचा प्रयत्न केल्याचा आरोप होता. परिणामी, पाकिस्तानला मिळणारी अमेरिकी मदत थांबवण्यात आली होती. अमेरिका दौऱ्यावर जाणाऱ्या शिष्टमंडळात माझे जवळचे मित्र – स्वर्गीय सिद्दिक कांजू, सईद नुसरत

अली शाह व गौहर अयूब हे इतर सदस्य होते. शिवाय आणखी दोन सिनेटरही होते. हा निवडक समूह जनरल झिया व मोहम्मद खान जुनेजो यांनी संयुक्तपणे काळजीपूर्वक ठरवला होता.

आम्ही बऱ्याच माहितीसत्रांना हजर राहिलो. त्यापैकी एकाला राष्ट्राध्यक्ष, पंतप्रधान व परराष्ट्र सचिव आणि अमेरिकी राजदूत स्वर्गीय अर्नी राफेल उपस्थित होते. १९८८ साली जनरल झियांसोबत विमान अपघातात तेही निवर्तले. त्यांच्या नवपरिणीत द्वितीय पत्नी नॅन्सी अतिशय आदरातिथ्य करायच्या. असेम्ब्ली बरखास्त झाल्यानंतरही हे दाम्पत्य माझ्याशी संपर्क ठेवून होतं. अर्नींचा त्या दुर्दैवी विमान अपघातात दुःखद अंत होईपर्यंत हे सूत्र कायम होतं.

लंडन विमानतळावर योगायोगानं सिद्दिक कांजू, गौहर अयूब व सिनेटर फाजल आगा भेटले. मी लंडनमध्ये रात्री बिनाच्या फ्लॅटवर राहिले होते. वॉशिंग्टनला जाण्यासाठी मी विमानतळावर आले तेव्हा हे तिघं भेटले. मग आम्ही एकत्र मिळूनच वॉशिंग्टनला प्रयाण केलं. सिद्दिक माझ्याशेजारीच बसले होते. आमच्या छान गप्पा झाल्या. आमचे दोघांचे सूर नेहमीच उत्तम जुळायचे. ते अतिशय आस्थेवाईक सद्गृहस्थ होते. सरंजामी पार्श्वभूमी लाभलेले सिद्दिक कांजू उत्तम शिष्टाचारसंपन्न होते. तेही अर्थातच ॲटचिसनवाले होते. पंजाबमधले बहुतेकसे सरंजामी एमएनए ॲटचिसन कॉलेजमध्येच शिकलेले होते.

आम्ही शेरेटनमध्ये उतरलो होतो. मी वॉशिंग्टनला आले की नेहमी इथंच उतरायची. त्याला आता जराशी जुनाट कळा आली होती, पण मला हे ठिकाण चांगलं माहीत झालं होतं आणि माझं परिचित स्थळांना झुकतं माप असतं. आमचे अनुभवी व लक्षणीय राजदूत जमशेद मार्कर व त्यांच्या पत्नी अरनाज – माझा त्यांच्याशी कराचीपासूनचा परिचय होता – यांनी आमचं प्रेमभरानं स्वागत केलं. अरनाज माहेरच्या मिनवाला या सुप्रसिद्ध पारशी घराण्यातल्या होत्या. कराचीतलं मेट्रोपोल हॉटेल मिनवालांच्या मालकीचं होतं.

जमशेद मार्करनी आम्हाला आमचा तिथला दिनक्रम सांगितला. आम्ही सकाळी साडेआठ वाजता आमच्या गटांनी व राजदूतांनी दिलेल्या माहितीनिशी सज्ज होऊन दूतावासात कामाला सुरुवात करायची होती. त्यांनी आम्हाला या दौऱ्याचं महत्त्व सांगितलं आणि तुम्ही काँग्रेसमधल्या महत्त्वाच्या व्यक्ती व सिनेटर यांना भेटणार आहात. तुम्हाला त्यांना आपली बाजू पटवून द्यायची आहे हेही सांगितलं. दररोज आम्हाला त्या दिवशी ज्या लोकांना भेटायचंय त्यांच्याबद्दल माहिती दिली जात होती, कारण सगळ्या प्रमुख पाकिस्तानधार्जिण्या व पाकिस्तानविरोधी घटकांशी भेटीगाठी होत होत्या. याखेरीज आम्हाला आमच्या कल्पनेनुसार राजदूतांच्या मार्गदर्शनाखाली आखणी करण्याचीही परवानगी होती. शक्य तितका अधिक

पाठिंबा मिळविण्यासाठी, आम्हाला वैयक्तिकरित्या खाजगी बैठका ठरवण्यासही प्रोत्साहन होतं.

माझ्या वैयक्तिक संपर्कसूत्रांत राष्ट्राध्यक्ष रेगन यांच्या कन्या मौरीन रेगन यांचा समावेश होता. शिवाय, लाँग आयलंड स्थित सुप्रसिद्ध विमान उत्पादक आणि OPIC प्रमुख क्रेग नॅलेन माझ्या परिचयाचे होते. आम्ही राष्ट्राध्यक्ष रेगन यांचे विशेष साहाय्यक म्हणून सेवा बजावणाऱ्या रॉबर्ट ओकली यांना भेटलो. ते पुढं अर्नी राफेल यांच्यानंतर पाकिस्तानात अमेरिकी राजदूत बनले.

आमच्या यादीत पहिल्या क्रमांकावर होते वादग्रस्त काँग्रेसमन स्टीफन सोलार्झ. त्यांच्यापाठोपाठ आम्ही इतर काँग्रेसमेन व सिनेटर्सना भेटलो. त्यात पॅट्रिक मॉयनिहान यांनाही भेटलो. आम्ही 'सिनेट फॉरीन अफेअर्स कमिटी'च्या अध्यक्षांची भेट घेतली. त्यानंतर आम्हाला सिनेटच्या दैनंदिन कामकाजाच्या ठिकाणी नेलं. या ठिकाणी पाकिस्तानची बाजू मांडून त्यावर साधकबाधक चर्चा होणार होती.

राष्ट्राध्यक्ष रेगन यांनी संबोधित केलेल्या सभेत आम्ही आमंत्रित होतो. आम्ही कॅपिटॉल हिल, पेन्टॅगॉन या ठिकाणी भेट दिली, स्टेट डिपार्टमेंटच्या रिचर्ड आर्मिटेज यांना भेटलो. आम्ही दूतावासातील बाबर मलिक यांच्यासमवेत एक सायंकाळ मोठ्या मजेत घालवली. त्यांनी जागतिक बँकेच्या निगार व शाहिद हुसैन यांनाही आमंत्रित केलं होतं. जमशेद मार्कर यांनी आयोजित केलेला स्वागत समारंभ तर अतिशय भव्य होता. त्या स्वागत समारंभाच्या निमंत्रितांच्या यादीत वॉशिंग्टनच्या सगळ्या 'हूज हू' व्यक्तींचा समावेश होता. पाकिस्तानी कलाकुसरीचा रेशमी कफ्तान परिधान केलेल्या ॲन्ना (अरनाज) अतिशय भारदस्त दिसत होत्या. त्या सायंकाळी माझे सोबती म्हणून मी पीटर गॅलब्रेथ यांना निवडलं. ते पॅट्रिक मॉयनिहान यांच्यासाठी काम करत असत. ते माजी पंतप्रधान बेनझीर भुट्टोंचे जवळचे मित्र होते. त्या दरम्यान बेनझीर भुट्टो नुकत्याच असिफ झरदारींशी विवाहबद्ध झाल्या होत्या.

पानगळीच्या ऋतूत वॉशिंग्टनचं रूप सर्वांत देखणं असतं. तिथला दोन आठवड्यांचा काळ कसा झर्रकन संपला. जनरल असेम्ब्लीच्या अधिवेशनासाठी पंतप्रधान न्यूयॉर्कमध्ये येणार होते. सिद्दिक कांजू व मी – आम्ही दोघं वॉशिंग्टनहून न्यूयॉर्कला गेलो. तिथं आम्ही 'रूझवेल्ट हॉटेल'मध्ये उतरलो. तिथं पोचताच आम्ही ताबडतोब पंतप्रधानांकडं गेलो. ते अगदी हाकेच्या अंतरावर असलेल्या 'वाल्डॉर्फ ॲस्टॉरिया'मध्ये छत्तीसाव्या मजल्यावर होते. माझा मामेभाऊ – अनिसुद्दिन अहमद त्यावेळी वॉशिंग्टनच्या पाकिस्तानी दूतावासात कार्यरत होता. तो या उच्चस्तरीय शिष्टमंडळाला साहाय्य करत होता. पंतप्रधानांचा घसा खराब होता, त्यांची तब्येत बरी नव्हती, पण मला त्यांच्या स्वीटमध्ये जाऊन भेटण्याची परवानगी मिळाली.

त्यांनी आमच्या दौऱ्याची हालहवाल विचारली. त्यानंतर पाकिस्तानला पुन्हा मदत पूर्ववत सुरू करण्याची घोषणा झाली! आमची मोहीम फत्ते झाली होती.

दुसऱ्या दिवशी पंतप्रधानांचं यूएनमध्ये भाषण ठरलेलं होतं, पण त्यांचा आवाज पूर्ण बसल्यामुळं आम्हाला दिलेली वेळ हुकली. प्रसारमाध्यमांना मुलाखत देण्याचा कार्यक्रमसुद्धा रद्द झाला. ही अडचणीत आणणारी त्याहीपेक्षा दुःखद घटना होती. त्यानंतर आम्हाला पुन्हा दुसरी वेळ मिळाली, पण तोवर सगळा थरार ओसरला होता. या निमित्तानं मी पुन्हा एकदा यूएन इमारतीत आले होते, पण या खेपेला फक्त निरीक्षक म्हणून.

त्या दिवशी सायंकाळी मार्कर दाम्पत्यानं वाल्डॉर्फमध्ये भव्य स्वागत समारंभ ठेवला होता, पण सिद्दिक कांजू व मी – आम्ही त्याच रात्रीची लंडनची विमानतिकिटं काढण्याचा मूर्खपणा केला होता. आम्ही प्रचंड रहदारी कापत अतिवेगानं जेएफकेकडं धावलो... पण आमचं विमान चुकलं, आम्हाला त्याची अनाऊन्समेंटच ऐकू आली नाही! विमानतळावरच्या 'चेंजिंग रूम'मध्ये माझी सोन्याची सुंदर साखळी व अयाताल कुरसी पदक हरवलं. खिन्न मनानं आम्ही न्यूयॉर्कला परतलो, पण रुझवेल्टमधल्या आमच्या खोल्या रिकाम्या नव्हत्या! मग आम्ही वाल्डॉर्फकडं धावलो. अनिसच्या खोलीचं दार ठोठावलं आणि रात्रभर त्याच्याच खोलीत राहिलो. ते दोघंजण कोचांवर झोपले आणि मी बिछान्यावर. असली अवस्था झाली. पण हा अनुभव अगदी अविस्मरणीय आहे!

सिद्दिक कांजू पोशाखांच्या बाबतीत अगदी ऐटबाज होते! त्यांनी स्वतःसाठी बरेच अरमानी सूट्स घेतले. त्यानंतर आम्ही दोघं सॅक्स फिफ्थ ॲव्हेन्यूत जाऊन त्यांच्या पत्नीसाठी सौंदर्यप्रसाधनं विकत घेतली. त्यांनी काही हजार डॉलर्सची खरेदी केली होती!

सिद्दिक आज आपल्यात नाहीत यावर माझा विश्वासच बसत नाही. स्थानिक निवडणुकीत त्यांच्या स्वतःच्या गावात त्यांची गोळ्या घालून विनाकारण हत्या झाली. दुसऱ्या दिवशी सकाळी पंतप्रधानांसोबत बैठक झाल्यानंतर आम्ही सायंकाळच्या विमानानं लंडनला प्रयाण केलं ते सकाळी सहा वाजता तिथं पोहोचलो.

दरम्यान, १९८६ साली मियाँ यांची ब्रिटनच्या उच्चायुक्तपदी नेमणूक झाली होती. ते माझे मेहुणे असल्यामुळं मला तिथं बरंच सोपं गेलं.

लंडनमधल्या थोड्याच मुक्कामात मी बिना व बंटीला भेटले. फौजियाही ससेक्सहून तिथं आली होती. मियाँ व मीनलच्या भव्य मॅन्शनमध्ये तीही माझ्यासोबत राहायला आली होती. वॉशिंग्टनच्या यशस्वी दौऱ्यानंतर मला जराशी विश्रांती मिळाल्यासारखं वाटलं.

लंडनहून मी कराचीला परत आले तेव्हा कराची विमानतळावर माझं जोरदार

स्वागत झालं. माझे स्नेही अमेरिकी कॉन्सल जनरल लॅरी ग्रॅल यांच्याकडून मला सुवार्ता समजली. त्यांनी सांगितलं की, सगळ्या एमएनएंमध्ये माझी कामगिरी सर्वोत्तम गणली गेलीय तर दुसरा क्रमांक गौहर अयूब यांचा होता. लॅरींची मुलगी एलिझाबेथ अमेरिकन स्कूलमध्ये सेहबाची मैत्रीण होती. सेहबा बरेचदा ग्रॅल यांच्या घरी राहायला जायची. ती त्यांच्या घरचीच बनली होती. यामुळंही आमचे स्नेहपूर्ण संबंध होते. १९८७ साल माझ्या दृष्टीनं अत्यंत घटनापूर्ण ठरलं.

असेम्ब्ली विसर्जित झाली

*त्या*नंतर मी पुन्हा इस्लामाबाद व असेम्ब्ली सेशनमध्ये रुजू झाले. जनरल झिया-उल-हक यांनी सर्व क्षेत्रातील महत्त्वाच्या व्यक्तींना प्रकट विचारमंथनासाठी आणि देश सामर्थ्यसंपन्न करण्यासाठी तसंच राष्ट्रीय एकता व अखंडता यांना चालना देण्यासंदर्भात विचारविनिमय करण्यासाठी आमंत्रित केलं. पंतप्रधानांनी त्यांच्या मंत्रिमंडळाला या तीन दिवसीय परिषदेला उपस्थित राहण्यास मनाई केली. राष्ट्राध्यक्ष व पंतप्रधान या दोन गटांतील विसंवाद उघड व्हायला सुरुवात झाली होती. लष्कर कर्मचारी प्रमुखपदी मिर्झा असलम बेग यांची नियुक्ती झाली तेव्हा हे तडे पहिल्यांदा जाणवले. मिर्झा असलम बेग पंतप्रधानांच्या पसंतीचे होते. तर राष्ट्राध्यक्षांची पसंती जनरल अख्तर अब्दुर रहमान यांना होती.

मी या तीन दिवसीय परिषदेला हजर होते. भारतीय मुस्लिमांनी केलेल्या त्यागांचं विशेष महत्त्व सांगताना व पाकिस्तानात स्थलांतरित झालेल्यांच्या भविष्यातील भूमिकेविषयी बोलताना मी कायदे आजम यांनी १८ ऑगस्ट १९४७ रोजी, इद-उल-फित्रच्या निमित्तानं राष्ट्राला उद्देशून दिलेल्या संदेशातील काही अंश उद्धृत केला.

मी देशाची सध्याच्या चार प्रशासकीय युनिट्सऐवजी नऊ युनिट्समध्ये विभागणी करावी असा प्रस्ताव मांडला. ही कल्पना (स्वर्गीय) कमाल फारूकी यांची होती. या वकील महोदयांनी तेरा प्रशासकीय युनिट्स करावीत अशी कल्पना मांडली होती. ते जमिल यांचे मित्र होते. त्यांनी पाकिस्तानातील विभिन्न वंश, भाषा व संस्कृतीसंदर्भातील समस्यांवर सुसाध्य तोडगा सुचवल्याबद्दल अनेकांनी त्यांची प्रशंसा केली होती. मात्र या प्रस्तावाला तीव्र विरोध झाला, पंजाबनं नापसंती दर्शवली त्यामुळं त्यातून काहीही निष्पन्न झालं नाही. तथापि, मी मात्र लष्कराचं मुख्य केंद्र असणाऱ्या इस्लामाबादमध्ये सर्व धैर्य एकवटून बोलले, जे बोलणं

आवश्यक होतं ते असंदिग्ध बोलले.

माझा प्रस्ताव असा होता की, सिंध, बलोचिस्तान व वायव्य सरहद्द प्रांत या तिन्ही विभागांसाठी दोन प्रशासकीय युनिट्स करावीत आणि पंजाबसाठी तीन युनिट्स करावीत – सेरैकी, मध्य पंजाब व पोतोहार. अल्लामा इक्बाल यांचे सुपुत्र न्यायमूर्ती जावेद इक्बाल यांनीसुद्धा माझ्या भाषणानंतर माझं अभिनंदन केलं होतं. नेहमीप्रमाणेच मी स्वत:शी प्रामाणिक राहण्याचा प्रयत्न केला... पण बहुतेक वेळा हा संकट ओढवून घेण्याचाच प्रकार ठरला आहे. लोकांना जे ऐकायचं असतं ते बोलणं, कसलेही तरंग न उठवणं तसं फारच सोपं असतं. तथापि, आज मागं वळून बघताना माझ्यात सत्य तेच बोलण्याचं नीतिधैर्य होतं या गोष्टीचा मला आनंद वाटतो, भले त्यामुळं वाद माजला असेना!

१९८८ साल उजाडलं. या वर्षात आम्हाला कसल्या अविस्मरणीय आघाताला तोंड द्यावं लागणार आहे त्याची नववर्षाचं स्वागत करताना जराही कल्पना नव्हती. ओझरी छावणी दुर्घटना, जिनिव्हा करार, असेम्ब्लीचं विसर्जन, मोहम्मद खान जुनेजोंची उचलबांगडी, बेनझीर भुट्टो व त्यांच्या पाकिस्तान पीपल्स पार्टीचा उदय आणि बहावलपूरमधील विमान दुर्घटना – ज्यात जनरल झिया व माझे स्नेही अर्नी राफेल यांच्यासह बऱ्याच लष्करी लोकांचा दु:खद अंत झाला – या घटनांची त्यावेळी पुसटशीसद्धा चाहूल नव्हती.

१९८८ सालच्या एप्रिल महिन्यात मी गुरुवारी नेहमीप्रमाणे इस्लामाबादहून कराचीला गेले. शुक्रवारी पंतप्रधानांनी कराचीत राज्यपाल भवनात एमएनए व एमपीए यांची तातडीची बैठक बोलावली. या बैठकीत आम्हाला कळलं की, इस्लामाबादजवळच्या लष्करी दारूगोळा कोठारात प्रचंड स्फोट झाला आहे. त्या संपूर्ण क्षेत्रावर अजस्त्र प्राणघातक पक्ष्यांप्रमाणे क्षेपणास्त्रं घोंघावत होती असं समजलं. त्यातील एका भयानक अस्त्राचा दुर्दैवी तडाखा माझे मित्र व सहकारी खाकन अब्बासी यांना बसला होता. आमच्या त्यांच्याशी काश्मीर सिमेंटमध्ये भागीदारीसंबंधी वाटाघाटी सुरू होत्या. त्यांना भागीदार करून घ्यावं असं मला 'आजाद काश्मीर'चे अध्यक्ष सरदार कय्युम खान यांनी सुचवलं होतं. ते काही काळ उत्पादनमंत्री होते. त्यानंतर हा पदभार जनरल बशिर यांच्याकडं गेला. ते कधीकधी जरासं बोचरं वागायचे, सिंधी पंतप्रधानांविषयी कधीकधी टोचून बोलायचे, तरी ते मला आवडायचे. एकूणच ते चांगले व आनंदी गृहस्थ होते. मरणाचा हा कसला योग म्हणायचा!

ओझरी छावणी दुर्घटनेत अमेरिकेकडून मिळालेल्या बंदुका व शस्त्रास्त्रं जळून खाक झाली. रावळपिंडी व इस्लामाबाद दरम्यान असलेल्या ओझरी या ठिकाणच्या

दारूगोळा कोठारात ठेवलेल्या बंदुका व शस्त्रास्त्रं अमेरिकेहून तपासणी टीम येण्याआधी काही दिवस ही दुर्घटना घडली, त्यामुळं जनरल झिया व पंतप्रधान या दोघांमधली दरी आणखी रुंदावून कटुता वाढली आणि आत्तापर्यंत फक्त धुमसत असलेल्या आगीनं रौद्र रूप धारण केलं.

राणा नईम यांची संरक्षणमंत्री म्हणून नियुक्ती झाली होती. ते अमक्या तमक्या जनरलला मी कसं तिष्ठत ठेवलं याच्या कहाण्या अगदी आनंदानं सांगायचे. 'निम्मो' मंत्रीपदी विराजमान झाले होते ते माझ्या दृष्टीनं चांगलंच झालं होतं. ते संपूर्ण प्रोटोकॉल आखायचे आणि त्यांच्या मित्रपरिवाराच्या मागं खरोखर अतिशय ठामपणे उभे राहायचे. आमचा स्नेह अनेक वर्ष टिकून आहे आणि आता तर निम्मो व त्यांच्या दुसऱ्या पत्नी अन्ज (अन्जुम) आणि माझीही चांगली गट्टी जमली आहे.

ओझरी प्रकरणानंतर अफगाणिस्तानसंबंधीच्या जिनिव्हा कराराचा विषय समोर आला आणि आम्ही या करारावर स्वाक्षरी करावी की करू नये यावर चर्चा सुरू झाली. या विषयावर असेम्ब्लीत वादळी चर्चा झडली – पंतप्रधान व त्यांचे मंत्री झैन नूरानी कराराच्या बाजूनं झुकतं मत देत होते तर जनरल झियांच्या काही अटी होत्या. या विषयावर जी काही मोजकी मंडळी बोलणार होती त्यात मीही होते. खरं तर मीच सिनेट अध्यक्षांना माझं नाव बोलणाऱ्यांच्या यादीत घालण्याची विनंती केली होती. तितक्यात झैन नूरानी माझ्याजवळ आले आणि कानाशी लागून म्हणाले की, तुम्ही या कराराच्या बाजूनं बोलावं अशी पंतप्रधानांची इच्छा आहे. हे ऐकताच मी एकदम सावध झाले. वादांमध्ये कुणाची बाजू घेणं हे माझ्या दृष्टीनं कायमच त्रासदायक ठरलं आहे. इथं तर निष्ठेला तडा जाण्याचा प्रश्न होता. अखेर मी न बोलण्याचा निर्णय घेतला कारण, माझं भाषण पंतप्रधानांना आवडलं नसतं. राजकारणात व एकंदरीत सगळीकडंच, फायद्याच्या वेदीवर सत्याचा नेहमीच बळी जात असतो आणि एखाद्याच्या सच्च्या श्रद्धांची इतरांचे हितसंबंध जपण्याच्या पायात आहुती पडत असते.

जिनिव्हा करारावरील चर्चेंदरम्यान आयएसआयचे नवनियुक्त डीजी जनरल हमीद गुल जनरल झियांसमवेत नॅशनल असेम्ब्लीत आले होते. त्यांनी आम्हाला अफगाणस्तानातील परिस्थितीची माहिती विषद केली. त्यांचं सादरीकरण अतिशय प्रभावी होतं, माझ्या ते सदैव स्मरणात राहिलं आहे, पण विरोधी गटातल्या अनेक सदस्यांनी, विशेषत: अल्पसंख्याकांचं प्रतिनिधित्व करणाऱ्या मिनू भंडारा या एमएनएंनी दुखावणारी शेरेबाजी केली. मी मात्र जनरल महोदयांचं अभिनंदन व कौतुक केलं. 'नॅशनल डिफेन्स कॉलेज' अस्तित्वात आल्यापासून लष्कराच्या सादरीकरणांचा व

निरीक्षणांचा दर्जा एकदम लक्षणीय बनला आहे.

यानंतर एकामागोमाग एक सगळ्या घटना खूप झटपट घडल्या. पंतप्रधानांनी ओझरी छावणी दुर्घटनेची चौकशी करण्यासाठी चार मंत्र्यांचा समावेश असणारी एक समिती नेमली. या समितीत राणा नईम व नसीम अहमद अहीर यांचा समावेश होता.

आमचे डेप्युटी स्पीकर बलोचिस्तानच्या व जिर जोगेझई यांना सिनेटची जागा लढवायची असल्यामुळं हे पद रिक्त होणार होतं. त्यामुळं माझ्यासाठी यापेक्षा चांगली संधी ती कोणती असणार? सिंधी लॉबी – विशेषत: सईद गट जफर अली शाहना पाठिंबा देतोय हे मला माहीत होतं मग मी पंजाबच्या एमएनएंचा पाठिंबा मिळवला. जफर अली शाह उद्योगमंत्री होते. आता ते डेप्युटी स्पीकर बनण्यास उत्सुक होते.

तो १९८८ सालचा मे महिना होता. सगळं वातावरण तापलं होतं; कराचीतील वृत्तपत्रं माझं नाव ठळक मथळ्यात छापून, माझं पारडं जफर अली शाह यांच्यापेक्षा जड असल्याचा दावा करत होती. माझ्या मनात ओजस्वी महत्त्वाकांक्षा नेहमीच होती, त्यानुसार मी या पदावर नियुक्त होण्यासाठी अतिशय उत्सुक होते. आळीपाळीनं अध्यक्षपद स्वीकारताना मी नॅशनल असेम्ब्लीचं अध्यक्षपद याआधी एक-दोन अधिवेशनांत भूषविलं होतं आणि कामकाज उत्तम सांभाळलं होतं.

ही निवडणूक दोन जून रोजी होणार होती.

पंतप्रधानांनी दक्षिण आशियायी दौऱ्याची तयारी सुरू केली आणि आम्ही आपापल्या दिशांना पांगलो. ते अठरा जून रोजी दौऱ्यावर गेले. मी काही काळ इस्लामाबादमध्ये राहून निम्मो व नसीम अहीर यांच्यासोबत अनौपचारिक चर्चा केली. ते दोघंजण ओझरी छावणी दुर्घटनेच्या चौकशीचं काम कसं चाललंय ते जाणून घ्यायचा प्रयत्न करत होते.

याच वर्षी आम्ही करविषयक सुधारणा आयोगाच्या अहवालानुसार कर सुधारणा अहवाल तयार करण्याचं काम पूर्ण केलं. या गटाचं नेतृत्व माझ्याकडं होतं कारण मी उद्योग क्षेत्रातली असल्यामुळं मला करविषयक प्रत्यक्ष व्यवहारातला अनुभव होता.

एका कोहली हिंदू मुलीच्या अपहरण प्रकरणाची चौकशी करण्यासाठी नेमलेल्या समितीचं अध्यक्षपदही माझ्याकडं सोपविण्यात आलं होतं. या प्रकरणात मुस्लीम वडेरा माणसानं त्या मुलीला पळवून नेल्याचा आरोप होता आणि यावरून असेम्ब्लीत वादळ उठलं होतं. या घटनेची चौकशी करण्यासाठी मी माझ्या गटासोबत मिरपुर्खासला गेले होते. या गटात जमात-ए-इस्लामीच्या लियाकत बलोच यांच्यासह

अन्य सदस्यांचा समावेश होता. अखेरीस त्या मुलीनं सर्वस्वी तिच्या मर्जीनं त्या माणसाशी लग्न केलं होतं व ती अगदी आनंदात होती, असं आम्हाला चौकशीअंती आढळून आलं.

सिंधच्या अंतर्गत भागातील दौरा डोळे उघडणारा होता. तिथं मला समजलं की, भारतीय सीमा अगदी लगतच असल्यामुळं इथं नेहमीच भारतातून पाकिस्तानात 'बारात' येत असतात आणि वधू घेऊन पुन्हा भारतात जात असतात. इतर कुठल्याही प्रदेशापेक्षा सिंध प्रांतात हिंदूंची संख्या जास्त आहे आणि सीमेवरच्या छोर या गावात दोन्ही देशांचं चलन वापरणारे बनिया आहेत. हा भाग भारतातल्यासारखाच होता. आपल्या दोन्ही देशांदरम्यानच्या सीमा राजकीय हद्दी आखत असल्या तरी सीमेच्या दोन्ही बाजूंची माणसं सारखीच आहेत, विशेषत: सिंध व पंजाबमधली.

बावीस मे रोजी मी इस्लामाबादमार्गे लंडनला रवाना झाले. सकाळी माझी नसीम अहीर यांच्याशी भेट झाली. ते मला म्हणाले की,

"एकतर पंतप्रधानांना तरी पायउतार होण्यास सांगितलं जाईल किंवा नॅशनल असेम्ब्ली तरी विसर्जित होईल."

माझ्या कानावर पडणारे हे शब्द मला रुचले नाहीत. त्या दिवशी सायंकाळी विमानतळावर जाण्याआधी मी निम्मोंसमवेत डिनर घेतलं. त्यावेळी मी माझ्या मनातलं भय त्यांच्यापुढं व्यक्त केलं.

ते म्हणाले, "मी फिलिपाईन्समध्ये पंतप्रधानांना फोन करून कळवणार आहे."

"नको, निम्मो, विस्तवाशी खेळू नका; काहीही झालं तरी जे घडायचं ते घडणारच आहे," मी त्यांना सावध करत म्हणाले.

निम्मोंनी मला व्हीआयपी लाऊन्जमधून नेलं. विमानातसुद्धा मला प्रथम श्रेणीत आसनस्थ करून त्यांनी वैमानिकाला माझी काळजी घ्यायला सांगितलं. काहीतरी अनिष्ट घडणार आहे अशी चाहूल माझा थरकाप उडवत होती.

दुसऱ्या दिवशी सकाळी मी लंडनला पोचले, तेव्हा हिश्रो विमानतळावर शहरयार यांची गाडी माझी प्रतिक्षा करतच होती. तिथून मी थेट ३५, लॉन्डेस स्क्वेअरमधल्या त्यांच्या कार्यालयात गेले. तिथं शहरयार यांच्याकडं सुप्रसिद्ध घटनातज्ज्ञ वकील शरिफुद्दिन पीरजादा आले होते. ते पाकिस्तानात जनरल झियांशी फोनवर बोलत होते. माझ्या कानावर त्यांचं काही संभाषण पडलं ते असं –

"घटनेतील ५८-२(ब) कलम... होय, आपण त्याचा आधार घेऊ शकतो."

माझं काळीज भय आणि वेदनेनं साकळलं.

घटनेतील ५८-२(ब) कलम असं आहे :

Notwithstanding anything contained in Clause 2 of Article 48, the President may also dissolve the National Assembly in his discretion where, in his opinion, (b) a situation has arisen in which the Government of the federation cannot be carried on in accordance with the provisions of the Constitution and an appeal to the electrode is necessary.

सत्तावीस मे रोजी मी आवराआवरी करून पाकिस्तानला जायला निघणार, इतक्यात मीनलचा फोन आला. ती कुणालातरी आणायला विमानतळावर गेली होती.

''आपा, आपा, तू जाऊ शकत नाहीस, असेम्ब्ली बरखास्त झाल्या आहेत. पंतप्रधानांना सिंधरीला परत पाठवलंय आणि लष्करी कायदा जाहीर झालाय,'' मीनल वेडीपिशी झाली होती.

''नाही मीनल, मी जाणार. मी इथं थांबण्यात काहीच अर्थ नाही,'' मी तिला म्हणाले.

मी लंडनला गेले ती एमएनए व व्हीआयपी म्हणून, पण तिथून परतले ती एक सामान्य नागरिक म्हणून. कराचीला पोचल्यावर मला व्हीआयपी प्रवेशद्वारातून जाण्याची परवानगी देण्याची विनंती करावी लागली. कारण माझ्यासाठी त्या बाजूला माझी गाडी थांबलेली होती. सुदैवानं, मी नेहमीच व्हीआयपी लाऊन्जमधल्या कर्मचाऱ्यांना उदारहस्ते बक्षिसी द्यायची, त्यामुळं त्यांनी काहीसं लाज वाटून मला लाऊन्जमधून जाऊन दिलं... याच ठिकाणी फक्त आठवड्यापूर्वीच मी अगदी घरच्यासारखी होते. आता मात्र मला आपण कुणी तोतया असल्यासारखं वाटत होतं. माझी घोर निराशा झाली ती डेप्युटी स्पीकरपदी नियुक्ती होण्याची संधी हुकल्यामुळं! या पदासाठी निवडणूक कधीच झाली नाही.

मी माझे व्यवस्थापक युनुस साहिब यांच्यासमवेत क्लिफ्टनला आले. असेम्ब्ली बरखास्त झाल्या असल्या तरी लष्करी कायदा नव्हता व गुलाम मुस्तफा जतोई यांची काळजीवाहू पंतप्रधान म्हणून नियुक्ती झाली होती. अकस्मात आम्ही य:कश्चित बनलो होतो. आम्ही उद्याचा विचार करू शकत नव्हतो, आमच्यापाशी होता तो फक्त भूतकाळ.

मी पीरसाहिबांना भेटायला गेले तेव्हा ते म्हणाले,

''तुमचा वाढदिवस... म्हणजे दहा सप्टेंबर. हा दिवस झिया बघत नाहीत,

माझ्याशी पैज लावायचीय का?''

"हो, पीर साहिब, मी पैज लावते," मी मोठ्या आत्मविश्वासानं उत्तरले.

पण मी ती पैज हरले. १७ ऑगस्ट १९८८ रोजी जनरल साहिबांचा विमान दुर्घटनेत अंत झाला. त्यासोबतच एका युगाचा अंत झाला आणि त्यानंतर बेनझीर व त्यांच्या 'पाकिस्तान पीपल्स पार्टी'चा उदय झाला. मी जनरल झियांच्या निधनाचा शोक करत होते त्यावेळी पाकिस्तान पीपल्स पार्टी विजयानंद साजरा करत होती... बेनझीर अग्रस्थानी होत्या आणि त्यांच्यामागं प्रचंड जनसमुदाय होता. त्यानंतर गुलाम इशक खान यांनी राष्ट्राध्यक्षपदाची सूत्रं हाती घेतली.

ज्या दिवशी रात्री जनरल साहिबांचं निधन झालं त्याच रात्री माझ्याकडं अनपेक्षित पाहुणे आले होते. अल्ताफ हुसेन त्यांच्या अंगरक्षकासोबत आले होते आणि त्यांच्यासोबत अमिनुल-हक हे एमक्यूएमचे महत्त्वपूर्ण सदस्य होते. ते सर्वजण खालच्या मजल्यावर राहिले होते. काय घडणार आहे, कुणालाच सांगणं शक्य नव्हतं. माझ्याकडं पाच दिवस पाहुणे होते. आम्ही अतिशय वैतागलेल्या मन:स्थितीत होतो. काय घडणार याची अनिश्चितता मनात होती. त्याच दरम्यान, अतिशय अनपेक्षितपणे मियाँ नवाज शरीफ यांनी माझ्याशी संपर्क साधला. त्यांनी अल्ताफ हुसेनना भेटायचं असल्याचं सांगितलं. ही भेट माझ्याच घरी होणार होती. अल्ताफ हुसेन व एमक्यूएम यांनी पीएमएलला पाठिंबा द्यावा अशी मियाँसाहिबांची इच्छा होती.

एम. के. जुनेजोंच्या बडतर्फीनंतर आम्ही सर्वजण पाकिस्तान मुस्लीम लीग (फिदा गट) मध्ये सामील झालो होतो. या गटाला जनरल झियांचा पाठिंबा होता. मियाँ नवाज शरीफ याच गटाचे सेक्रेटरी जनरल होते. मला लाहोरमधल्या ऐतिहासिक मोची दरवाजा इथं त्यांच्या एका सार्वजनिक सभेत प्रचंड जनसागराला सामोरं गेलेलं आठवतंय. त्या सभेत सरदार कय्युम खान व मियाँ नवाज शरीफ हे दोन मुख्य वक्ते असले तरी मलाही बोलण्याची संधी मिळाली होती. त्यानंतर मी कराचीतच राहिले होते. त्यामुळं मियाँ साहिबांनी एमक्यूएमच्या नेतृत्वाला भेटण्याची इच्छा व्यक्त करताच मी या दोघांना एकत्र आणण्याच्या संधीवर उडी घेतली. ते पहाटे तीन वाजता माझ्या घरी आले. ते दोघे अभ्यासिकेत एकांतात सकाळी सहा वाजेपर्यंत चर्चा करत होते. मी त्या बैठकीला हजर नव्हते. बदर इक्बाल दिवाणखान्यात विडे खात बसले होते आणि मी चहा, कॉफी, शीतपेयांची व्यवस्था बघत फिरत होते. ही चर्चा सुरू राहिली, पण पीर साहिबांनी – अल्ताफ हुसैनना तेव्हा या नावानं संबोधलं जात असे – पाकिस्तान पीपल्स पार्टीत सामील होण्याचा निर्णय आधीच घेतला होता. त्यांना मुस्लीम लीगमध्ये आणण्याच्या माझ्या प्रयत्नांना यश आलं नाही.

या वाटाघाटींच्या जरासं आधी, जेव्हा निवडणुका जाहीर झाल्या त्यावेळी, चौधरी शुजात हुसेन यांनी मला सांगितलं होतं की,

"एमक्यूएमचं तिकीट मिळवायचा प्रयत्न करा. पीएमएलला कराचीत विजयाची शक्यता नाही."

मला पीएमएलच्या गोटातून एमक्यूएमसाठी काम करण्यास हिरवा कंदील मिळताच मी 'हकपरस्त तावून' समिती स्थापन केली. मी या समितीची अध्यक्षा होते आणि मौलाना एहत्रामूल हक ठाणवी आधारस्तंभ होते. आता सिनेटर असणाऱ्या नासरीन जलिल, त्यांचे पती आणि अन्य पाच सदस्यही एमक्यूएमसाठी काम करू लागले; रोख रक्कम व इतर स्वरूपात निधी उभारू लागले. एवढंच नव्हे तर, आम्ही आमच्या घरी नियमित भेटीगाठी घेऊ लागलो, कोपरा सभांना संबोधित करू लागलो. आम्ही एमक्यूएमच्या बैठकांना उपस्थित राहिलो. आम्ही त्यांना जवळजवळ पंचवीस लाख रुपयांची रोख देणगी दिली. त्यावेळी राजकारणात सक्रिय नसणारे सुप्रसिद्ध उद्योगपती एजाज शफी यांनीसुद्धा वीस हजार रुपये देणगी दिली होती. जवळजवळ कुणीच नकार दिला नाही. लोकांना शांती व सदिच्छा हव्या होत्या.

त्या दरम्यान अल्ताफ हुसैन आजारी होते. त्यांना 'अब्बासी शाहीद हॉस्पिटल'मध्ये दाखल केलं होतं. मी त्यांना तिथं भेटायला गेले होते. त्यावेळी मी त्यांच्या पक्षाची उमेदवारी मिळण्याच्या शक्यतेचा विषय काढला.

त्यावर ते उत्तरले की, "जर तुम्हाला एमएनए पदासाठी पक्षाचं तिकीट हवं असेल तर तुम्ही माझी नाही, तर एमक्यूएमच्या अध्यक्षांची (अजीम अहमद तारीक) खात्री पटवायला हवी. मला तुमचं नैपुण्य व कार्यक्षमता आधीपासून ठाऊक आहेच."

त्यानंतर आम्ही दररोज 'नाईन झिरो' या एमक्यूएमच्या मुख्यालयात जात होतो. आम्ही पक्षाध्यक्ष अजीम अहमद तारीकना भेटलो, सौम्य चेहऱ्याचे सेक्रेटरी जनरल इम्रान फारूक यांना भेटलो. कराचीच्या 'फेडरल बी' भागात वसलेल्या 'नाईन झिरो'चं स्वत:चं असं विश्व होतं. पोलादी फाटकं प्रवेशद्वाराशी राखण करत असायची. संपूर्ण भागाला रक्षणार्थ गराडा असे. त्या रस्त्याचं कायदे तहरिक अल्ताफ हुसैन यांच्या नावावरून 'कायदे ॲव्हेन्यू' असं नामकरण केलं होतं. आम्ही 'नाईन झिरो' भोवती भटकायचो. तिथं सगळेजण आम्हाला ओळखू लागले होते. तिथं सतत काही ना काही घडामोडी सुरू असत. दररोज हजारो लोकांची तिथं गर्दी उसळत असे.

निवडणुकीचा दिवस येऊन ठेपला. एमक्यूएमनं कराचीत बाजी मारली. त्यांनी फक्त ल्यारी व बलदिया इथल्या जागा गमावल्या. त्यांना एकूण सोळा जागांवर

विजय मिळाला... हा जबरदस्त विजय होता! अजीम अहमद तारिकनी मला सांगितलं होतं की, महिलांसाठी राखीव जागेवर मला उमेदवारी दिली जाईल. मी त्यानुसार त्यांच्याकडून काही कळण्याची वाट बघितली, पण त्यांच्याकडून अवाक्षरही येईना. मग मी लाहोरला थेट मियाँ साहिबांच्या घरी गेले. माझी व माझा स्वीय सहाय्यक इरफान – आमची दोघांची राहण्याची व्यवस्था सर्किट हाऊसमध्ये केली होती. मियाँ साहिबांनी मला पंजाब मुस्लीम लीग कार्यकारी समितीच्या बैठकीला येण्यास सांगितलं.

तिथं ते म्हणाले, "आपण महिलांसाठी राखीव जागांपैकी एका जागेसाठी बेगम सलमा अहमद यांना उमेदवारी दिली पाहिजे. त्यांनी आपल्याला साहाय्य केलं आहे हे आपण जाणतोच."

त्यावर थोडा नापसंतीचा सूर उमटला.

"साड्डी जनानियाँ किथे जांगी?"...आपल्या बायका कुठं जाणार?

पण माझे समर्थकही बरेच होते. पुन्हा दुसऱ्या दिवशी रावळपिंडीच्या 'पंजाब हाऊस'मध्ये बैठक ठरली आणि त्या दिवशीची बैठक संपली. मला पंजाबमधून एमएनए महिला जागेसाठी नामांकनपत्र दाखल करण्यास सांगण्यात आलं होतं.

मी विमानानं रावळपिंडीला गेले. मी माझ्या इस्लामाबादमधल्या घरीच राहिले होते. मी माझं नामांकनपत्र दाखल केलं. त्याच दिवशी सायंकाळी 'पंजाब हाऊस'मध्ये 'पंजाब मुस्लीम लीग'ची बैठक होती. तिथं नामांकन झालेल्या महिलांची नावं जाहीर करण्यात आली आणि प्रत्येक उमेदवाराला मिळालेल्या मतांची संख्याही आम्हाला सांगण्यात आली... तितक्यात रात्री दहाच्या सुमाराला मोहम्मद खान जुनेजो आधी कल्पना न देता अचानक तिथं आले. इशरत अश्रफनी कटात सामील असल्याप्रमाणे त्यांचं स्वागत केलं. त्यांनीच जुनेजोंना तिथं बोलावलं होतं ही गोष्ट अगदी स्पष्ट होती. आदल्या वर्षा-दोन वर्षांत दोघांची दोस्ती फारच गहिरी झाली होती.

मोहम्मद खानना पाहताच मला धस्स झालं. ते थेट मियाँ नवाझ शरीफ व गुलाम हैदर वायनींकडं गेले आणि त्यांना दुसऱ्या खोलीत यायला सांगितलं. त्यानंतर थोड्याच वेळात मियाँ साहिब व वायनींनी मला 'थोडं बोलायचंय' असं म्हणून बाजूला नेलं.

" 'मुस्लीम लीग'च्या अध्यक्षांनी सिंधमधल्या कुणाला पंजाबमधली जागा त्यांच्या परवानगीखेरीज दिल्यास राजीनामा देण्याची धमकी दिलीय," 'पंजाब मुस्लीम लीग'चे सेक्रेटरी जनरल वायनी यांनी मला सांगितलं. मियाँ साहिब तिथंच उभे होते. त्यांचा चेहरा काळाठिक्कर पडला होता. घटनाक्रमाला मिळालेलं विचित्र वळण पाहून ते फार नाराज झाले होते. त्यांनी दिलगिरी व्यक्त करायला सुरुवात केली, पण मी त्यांचं बोलणं मध्येच तोडलं,

असेम्ब्ली विसर्जित झाली। २२३

"मियाँ साहिब, हे दीर्घकाळचं वैमनस्य आहे. तुम्हाला नाही समजणार. तुम्ही तुमचा पंजाबमधील उमेदवार म्हणून माझी निवड केलीत याबद्दल मी तुमची कृतज्ञ आहे. उद्या सकाळी मी माझं नामांकन मागं घेईन. तुम्हाला माझ्यामुळं धमक्या ऐकायला लागू नयेत."

...आणि यासोबतच माझ्या एमएनए पदासाठी उमेदवारी मिळवण्याच्या दीर्घकालीन आकांक्षांचे अंकुर पूर्णत: खुडले गेले. मोहम्मद खाननी पुन्हा एकदा मला अमानुष तडाखा दिला.

हे कधी संपणारच नव्हतं का?

आयएफडब्ल्यूई

बेनझीर भुट्टोंनी निवडणूक जिंकून सरकार स्थापन केलं. मी समाजापासून अलिप्तच झाले कारण मला कुणाला भेटायची इच्छा नव्हती आणि मला कुणी भेटावं असंही मला वाटत नव्हतं. मला वाटतं मी जणू सूर्यफूलच आहे... मी फक्त सूर्यप्रकाशातच फुलते, खुलते, बहरते आणि जेव्हा ढग दाटतात किंवा माझ्याभोवती अंधाराच्या सावल्या घेरून येतात तेव्हा मी कोमेजते, चुरगळते, संपून जाते! बशिर, असिफा खुस्रो व त्यांचे पती आणि कधीकधी अहमद अल्ताफ यांनी लांबचलांब, एकाकी सायंकाळी माझी सोबत केली आहे. बशिरनी पाकिस्तान पीपल्स पार्टीच्या तिकिटावर प्रादेशिक निवडणूक जिंकली. त्याचवेळी मुजफ्फर हुसैन शाह यांनी जाम सादिक अलींकडून मुख्यमंत्रीपदाची सूत्रं आपल्या हाती घेतली होती. बशिरनी त्या दरम्यान पुन्हा पीएमएलमध्ये प्रवेश केला आणि ते उत्पादनशुल्क व करखात्याचे प्रादेशिक मंत्री बनले. त्यांनी माझ्याशी सल्लामसलत केली होती. मंत्रीपदी नियुक्ती होणं हे तुमच्या राजकीय कारकिर्दीतलं झळाळतं पान असेल असं मी त्यांना सांगितलं होतं. मंत्रीपद मिळाल्यानंतर ते त्यांच्या नव्या जबाबदाऱ्यामुळं कामात आकंठ बुडाले आणि त्यावेळी मला पहिल्यांदाच राजकारणापासून दूर... आपण बाजूला पडलोय असं एकाकीपण घेरून आलं.

मग मी पुन्हा पीएडब्ल्यूई व 'भिताई रबर इन्डस्ट्रीज'मध्ये सक्रिय झाले. त्यावेळेपर्यंत या कारखान्याची कोरांगी औद्योगिक वसाहतीमध्ये नव्या जागी स्थापना झाली होती. पण आमची निधीअभावी कोंडी झाली होती कारण पीपीपी सरकारनं आमची मंजूर कर्ज गोठवली होती. बिझनेस व राजकारण एकत्र येण्याची ही किंमत होती!

माझे एमक्यूएमशी जवळचे संबंध राहिले, पण मी राजकीय वर्तुळापासून दूर

जात होते. असं म्हणतात की, एकदा राजकारणी बनलेला माणूस सदैव राजकारणीच राहतो, पण मला वाटतं हळूहळू बदलाची सुरुवात झाली होती. राजकारण्यांची नवी पिढी सूत्रं घेत होती... तरुण आणि आधीच्या पिढीपेक्षा निराळ्या प्रकारची. कराचीमध्ये एमक्यूएम सुशिक्षित, कनिष्ठ मध्यमवर्गांचं प्रतिनिधित्व करत होता, तर पंजाबमध्ये स्थावर मालमत्ता असणाऱ्या अमीर उमरावांना त्यांच्यापेक्षा बऱ्याच धनवान असणाऱ्या कारखानदारांनी पदभ्रष्ट केलं होतं; फक्त ग्रामीण सिंध, वायव्य सरहद्द प्रांत व बलोचिस्तान या ठिकाणी अद्याप जुन्या राजकारणी घराण्यांकडं वडेरा, खावनीन व जमातप्रमुखांकडं सत्तासूत्रं कायम होती.

मी सर्वार्थानं हरले होते. मी सुशिक्षित वर्गाचं प्रतिनिधित्व करणारी, स्वयंसिद्धा कारखानदार असल्यामुळं एमक्यूएमची मला आपलंसं करायची इच्छा नव्हती. शिवाय मी नोकरशाहीच्या उच्च वर्तुळातील सदस्याची मुलगी होते, काही अशी सरंजामी पार्श्वभूमी असलेली व मुख्यत्वे अद्ययावत समाजातील सुप्रसिद्ध व्यक्ती होते. मी एमक्यूएमच्या ढाच्यात अजिबातच बसत नव्हते.

फाळणीच्या आधी भारतातून आलेले व पंजाबमध्ये स्थायिक झालेल्या स्थलांतरित लोकांची समान भाषा व संस्कृती यामुळं चांगली स्थिती होती. इथल्या कुटुंबांशी विवाहसंबंध जोडल्यामुळं ते इथं चटकन एकरूप झाले होते. बलोची मात्र निर्वासितांची सरळसरळ उपेक्षा करत असत, त्यांना कमी लेखत असत, पठाण तर फारच दूर होते. मात्र कराची व हैद्राबादमध्ये 'मुहाजिरां'ची दाटीवाटी होती आणि त्यामुळं सिंधी लोकांचीच सत्वपरीक्षा होती.

दुसरीकडं, पीएमएलच्या नेतेपदी पीर साहिब पगारोंच्या जागी जुनेजो आल्यापासून त्यांना मला प्रभावशून्य करायचं होतं, त्यामुळं एके दिवशी माझ्याकडून पीएमएल केंद्रीय कार्यकारी समितीचं सदस्यपद काढून घेतल्याचं कळलं आणि मला 'तुमच्या सेवेची आवश्यकता नाही' असं कळवण्यात आलं. पीएमएलसाठी दहा वर्षांहून अधिक काळ समर्पित वृत्तीनं सेवा बजावल्यानंतर मिळालेला हा हुकूम शक्य तितका हुकूमशाही होता. मला कारण दाखवा नोटिस मिळाली नाही, मला कसलं स्पष्टीकरण देऊ देण्यात आलं नाही आणि मुस्लीम लीगच्या अन्य पाच उर्दू भाषिक सदस्यांसमवेत माझी पक्षाच्या मूलभूत सदस्यत्वावरूनही मनमानी हकालपट्टी करण्यात आली.

१९८८ साली, ईदच्या दुसऱ्या दिवशी जमिल निश्तार यांचं निधन झालं. मी मूकपणे त्यांच्या वियोगाचा शोक करत होते. माझा सर्वांत जिवलग मित्र आणि माझा एक भक्कम आधारस्तंभ निखळला होता. मी याआधी म्हटलंच आहे की, मी दु:खी असते किंवा उदास मन:स्थितीत असते तेव्हा नेहमी स्वत:ला कोशात बंद करून घेते... आणि मला तर कायमचीच उदासी घेरून आली होती. मग मी या

साऱ्यातून बाहेर पडण्यासाठी दिल्लीला जायचं ठरवलं.

त्यानंतर १९८९ व १९९० ही दोन वर्षं मागं पडली. १९९१ मध्ये इराक-कुवैत युद्धाची ठिणगी पडली त्यावेळी आम्ही दूरदर्शन संचांवर नजर खिळवून होतो... जणू आम्ही 'स्टार वॉर्स' पहात होतो. ते सगळं अत्यंत भयानक होतं... भयग्रस्त इराकी माणसं... विनाशकारी अस्त्रांचा अचूक लक्ष्यवेध पाहताना काळजाचा थरकाप उडत होता. ते सगळं एखाद्या दूरदर्शन मालिकेसारखं होतं... हे सगळं खऱ्याखुऱ्या आयुष्यात चाललंय यावर विश्वास बसणंच कठीण होतं.

त्याच वर्षी ऑगस्ट महिन्यात राष्ट्राध्यक्ष गुलाम इशक खान यांनी पंतप्रधान बेनझीर भुट्टो यांना बडतर्फ केलं आणि मोईन कुरेशी यांची काळजीवाहू पंतप्रधान म्हणून नियुक्ती झाली. पुन्हा एकदा घटनेतील ५८-२(ब) कलमाचा आधार घेण्यात आला होता. त्यांनी माझ्या लेखी जराही आनंद फुलवला नाही. उलट, त्यांनी खऱ्याखुऱ्या कारखानदाराचं कंबरडं मोडलं. त्यांनी सगळ्यांना एका सदराखाली आणून त्यांचं 'डिफॉल्टर्स' असं ब्रॅन्डिंग केलं. 'डिफॉल्टर्स' हा त्यावेळी गलिच्छ शब्द बनला होता. उद्योगक्षेत्रातील खरोखरच्या प्रतिकूल वातावरणामुळं ज्या उद्योगपतींना कदाचित नियमित कर्जफेड जमली नसेल, पण सगळं स्थिरस्थावर असताना ज्यांनी कायद्याच्या चौकटीनुसार कर्जफेड केली असती अशा उद्योगपतींचं नीतिधैर्य आता खचून गेलं होतं. त्यांची पतप्रतिष्ठा धुळीला मिळाली होती; राष्ट्रीय दैनिकांत त्यांच्या नावांवर ठळक मथळ्यांत शिंतोडे उडवले जात होते. जे हेतुपुरस्सर 'डिफॉल्टर्स' होते त्यांची सुटका झाली पण मध्यम व लघु उद्योग क्षेत्रातील सच्ची माणसं भरडली गेली, ती यातून खऱ्या अर्थानं कधीच वर आली नाहीत. हा त्यांच्या लेखी मरणतडाखा होता पण काळजीवाहू सरकारच्या दृष्टीनं हे उत्तम राजकीय अंगीकृत कार्य होतं.

याच दरम्यान, मी सेहबा व विश्वासू युनूस यांच्यासोबत दिल्लीवारी केली. या दौऱ्यात माझी राजीव गांधींशी भेट झाली. ते निवडणुकीच्या धामधुमीत होते. दिल्लीचे तत्कालीन लेफ्टनंट गर्व्हनर रोमेश भंडारींनी मला ते राजीव गांधींसमवेत काँग्रेस पक्षाच्या सभेला जाणार असल्याचं सांगितलं. ही सभा हजरत निजामुद्दिन यांच्या 'उर्स' वेळीच होती.

"रोमेश, तुम्ही फक्त निवडणूक प्रचारसभेत भाषण देऊ नका. तुम्ही त्यांना या महान संतमहात्म्याच्या पवित्र स्थानी दर्शनाला आणलं पाहिजे," मी म्हणाले.

निवडणूक प्रचारफेरीनंतर रोमेशनी सर्व सुरक्षाव्यवस्था व प्रोटोकॉल धाब्यावर बसवून राजीवना त्या पवित्र स्थळी आत आणलं. मी पीर सफदर यांच्यानंतरचे सज्जदानशी पीर इक्बाल निजामी यांना राजीव गांधींचं अतिशय अगत्यानं स्वागत

करायला सांगितलं होतं. तसंच अमिर खुस्रोंच्या सुप्रसिद्ध रचनेवरून सर्वोत्तम कव्वालांना 'मेरे बने की बात ना पुछू, मेरा बना हरयाला है' तयार करायला सांगितलं होतं. ही कव्वाली सुफी लोक हजरत निजामुद्दिन यांच्याप्रती आणि प्रेषित महंमद यांच्याप्रतीही भक्तिभाव व्यक्त करण्यासाठी गातात.

या रचनेचा अर्थ काहीसा असा आहे :

'माझ्या प्रिय व्यक्तीबद्दल मला काही विचारू नका, तो तुलनेपलीकडला आहे.'

मी कव्वालांना सांगितलं होतं की, राजीव गांधी आत येतील तेव्हा तुम्ही उठून उभे राहू नका, तुम्ही फक्त गात रहा. या पवित्र स्थळी राजे-महाराजे अनवाणी पावलांनी वंदन करायला आलेले आहेत. तुम्ही परंपरांचं पालन करा, खुशमस्करे बनू नका.

ते इतके घाबरले होते की त्यांनी मी सांगितल्याबरहुकूम केलं आणि त्यांनी काय सुंदर कव्वाली सादर केली! तो प्रसंग मी कधीही विसरू शकत नाही... राजीव गांधी रोमेश भंडारींसमवेत तिथं आले होते. त्यांना प्रथेप्रमाणं पीर इक्बाल निजामींनी फेटा बांधला होता. राजीव गांधींच्या चेहऱ्यावर नेहमीचंच चमकदार हास्य होतं आणि डोळ्यांत तेच तेज. आभाळी निळ्या रंगाचा फेटा बांधलेल्या राजीवनी सेहबाला 'हॅलो' केलं आणि युनूस यांच्याशी हस्तांदोलन केलं होतं.

हे चित्र माझ्या स्मृतीपटलावर कायमचं कोरलं गेलं आहे. त्यानंतर तीनच महिन्यांनी मी त्यांच्या हत्येचं वृत्त ऐकलं, तेव्हा या तरुण माणसाच्या निधनानं माझं मन शोकविव्हल झालं. मी तीन दिवस सिमी गरेवाल यांचा 'राजीवज् इंडिया' हा माहितीपट पाहात होते. हा माहितीपट मला सिमींनी स्वत: लंडनमध्ये दिला होता. मी दूरदर्शनवर त्यांचा अंत्यविधी पाहिला. आम्हाला सोनिया व त्यांच्या दोन्ही मुलांचं – प्रियंका, ती अगदी तिच्या आजीसारखी आहे आणि त्यांचा एकुलता एक मुलगा, राहुल यांचं दु:ख समजत होतं. आपल्यापाशी धर्म, सिद्धांत यांतील भेदाभेदांपलीकडं जाऊन इतरांच्या दु:खात सहभागी होण्याची उपजत क्षमता आहे. नशिबाचा निष्ठुर तडाखा बसलेल्यांच्या दु:खानं इतर माणसांची काळीजंही घायाळ होतात. १९९७ साली लेडी डायना यांच्या निधनानं असाच चटका लावला.

१९९७ साली मियाँ नवाज शरीफ यांनी निवडणूक जिंकली आणि पीएमएल पुन्हा एकदा सत्तेवर आलं. मी उद्योगपतींच्या परिषदेसाठी इस्लामाबादला गेले. मी या परिषदेतली एकमात्र महिला प्रतिनिधी होते. मियाँसाहिब परिषदेचे अध्यक्ष होते. या परिषदेत दोन समित्या स्थापन झाल्या. त्यामध्ये मी स्वयंस्फूर्तीनं सहभागी झाले. यातील एक समिती होती – औद्योगिक धोरण समिती. या समितीचे प्रमुख होते युसूफ शिराजी. ते उद्योगक्षेत्रातील मातब्बर असामी होते. दुसरी समिती होती – खाजगीकरण, अराष्ट्रीयीकरण व निर्बंध हटाव समिती. या समितीचे प्रमुख होते

सिनेटर जनरल (निवृत्त) सईद कादिर. मी या दोन्ही समित्यांमध्ये अतिशय सक्रिय होते. मी व्यापक कार्य हाती घेतलं होतं. मी संपूर्ण देशभर प्रवास करत होते, दीर्घ अहवाल तयार करत होते, अनेक बैठकांना उपस्थित रहात होते.

एव्हाना, दोन्ही सत्रांत महिलांसाठी राखीव जागा रद्दच झाल्या होत्या. खरं तर त्या बेनझीर यांच्या कार्यकालातच रद्द झाल्या, पण या जागांसाठी त्यांनी किंवा पीएमएल कुणीच पाऊल उचललं नव्हतं. त्यामुळं जर काही उपयुक्त राष्ट्रीय कार्य करायचं असेल तर ते सरकारबाहेर राहूनच करावं लागणार होतं.

१९९२ साली मियाँ साहिबांचं सरकार असताना मी UN ECOSOC च्या बैठकीला महिला विभाग मंत्री नईम छत्तासमवेत व्हिएन्नाला गेले होते. या बैठकीत मी महिला आयोगामध्ये पाकिस्तानचं प्रतिनिधित्व केलं होतं. १९९३ साली पुन्हा मी नईम छत्तांसमवेतच पुन्हा याच संदर्भात व्हिएन्नाला गेले होते. या खेपेला विलक्षण यश लाभलं होतं. मी बीजिंग परिषदेसाठी 'महिलांसाठी उद्योजकता' हा स्वतंत्र विषय घ्यावा असा मुद्दा मांडला. मी जी-७ देशांना हा माझा ठराव सादर करण्याची विनंती केली आणि आनंदाची गोष्ट म्हणजे हा ठराव बहुमतानं संमत झाला होता.

ही माझ्या लेखी व सर्व उद्योजिकांच्या दृष्टीनं मोठी विजयश्री होती.

त्याच वर्षीच्या उन्हाळ्यात WASME नं मला उद्योजिका म्हणून दिलेल्या उत्कृष्ट योगदानासाठी पदक बहाल केलं. ही परिषद अतिशय देखण्या व ऐतिहासिक भारतीय शहरात म्हणजे हैदराबादमध्ये आयोजित केली होती.

त्यानंतर १९९४ साली वसंत ऋतूत कराचीच्या मॅरियट हॉटेलमध्ये उद्योजिकांची पहिली आंतरराष्ट्रीय परिषद झाली. ही परिषद व दक्षिण आशियायी देशांची ESCAP बैठक एकाच वेळी होती. मी नूरजहाँ पनेजाई यांना परिषदेचं उद्घाटन करून प्रमुख भाषण देण्याची विनंती केली. त्यांच्याशी माझा जुना स्नेह होताच, शिवाय त्या त्यावेळी सिनेटच्या उपाध्यक्षा होत्या – हे त्यावेळचं एका महिलेनं भूषविलेलं सर्वोच्च पद होतं. याच ऐतिहासिक परिषदेत माझी IFWE च्या ची पहिली अध्यक्ष म्हणून एकमतानं निवड झाली. इंडोनेशियाच्या देवी मोतिक यांची व आफ्रिकेच्या प्रतिनिधी ल्युसिया क्वाची यांचीही उपाध्यक्षपदी निवड झाली. भारताच्या रजनी अगरवाल सेक्रेटरी जनरल बनल्या. या सर्वजणींनी आपापल्या राष्ट्रीय संस्थांचं नेतृत्व केलंच होतं. आम्ही WASME च्या सहकार्यामुळं UN शी संलग्न झालो. ही पाकिस्तानच्या दृष्टीनं मोठी झेप होती आणि या मंडळाचं नेतृत्व करणं हा माझ्या लेखी मोठा सन्मान होता.

दरम्यान

मोहम्मद खान जुनेजोंची तब्येत अकस्मात एकदम ढासळली. त्यांना दम्याचा त्रास नेहमीच होता, ते फार धडधाकट कधीच नव्हते, पण आता त्यांचं वजन घटू लागलं होतं आणि आता त्यांचा पूर्वीसारखा प्रभावही राहिला नव्हता. त्यांनी १९९१ च्या निवडणुकीत त्यांच्या स्वत:च्या मतदारसंघातून निवडणूक न लढवता झुड्डोमधून निवडणूक लढवली होती व ते एमएनए बनले होते. त्यानंतर अकस्मात त्यांना अमेरिकेला नेण्यात आलं. १९९२ मध्ये अल्पशा आजारानं त्यांचं निधन झालं. त्यांच्या निधनाबद्दल समजताच माझ्या मनात भावनांचा विचित्र कल्लोळ माजला होता. ते माझे मित्र होते, की शत्रू, की दोन्हीही? मी त्यांची आठवण काय म्हणून जपायची...? एकेकाळी ते माझे मित्र होते, पण ते जगातून निघून गेले तेव्हा ते शत्रू होते ही शोकान्तिका होती. माणूस क्षुल्लक मतभेदांपोटी इतरांना इतकं खोलवर घायाळ का करतो?... इतकं की, त्या माणसानं चिरविश्रांती घेतल्यावरसुद्धा त्याच्या कबरीशी 'फतेहा' अर्पण करणं त्या लोकांना मुष्कील व्हावं!

'इन्ना लिल्लाही वा इन्ना इलायही राजी उन'

'आपण अल्लाची लेकरं आहोत आणि आपण त्याच्याकडं परत जाणार आहोत.' अल कुराण, २:५६

IFWE चं पहिलं स्नेहसंमेलन अपेक्षेपेक्षा फार लवकर ठरलं. १९९४ साली हिवाळ्यात जाकार्तामध्ये आम्हाला आंतरराष्ट्रीय बिझनेस काँग्रेसचं आमंत्रण होतं. त्याचवेळी हे स्नेहसंमेलन ठरलं होतं. तो समारंभ फारच दिमाखदार होता. देवी मोतिकनी आमची राजेशाही बडदास्त ठेवली होती. त्यांनी आमच्यासाठी मेजवानीपासून ते रत्ना साऊदेवींच्या, उपाहारागृहामध्ये परिवर्तित केलेल्या घरी आयोजित कॅब्रे कार्यक्रमापर्यंत विविध कार्यक्रमांची शृंखलाच आयोजित केली होती. आम्ही राष्ट्राध्यक्ष

सुहार्तो यांच्या कन्येच्या विवाहाला उपस्थित राहिलो होतो. माझी पेरूच्या औद्योगिक तरुण उपमंत्र्यांशी जैमी गार्सिया यांच्याशी भेट झाली. ते तरुण व इंटरेस्टिंग व्यक्ती आहेत. आम्ही तीन दिवस इटालियन भाषेत गप्पा मारल्या. (त्यांची आई इटलीची होती) आणि साहिद जाया हॉटेलमध्ये छोट्याशा डान्स फ्लोअरवर पदन्यास केला ते क्षण अविस्मरणीय आहेत... वास्तव जीवनातल्या एकसुरीपणातून विरंगुळा देणारे. माझा तर स्वतःवरच विश्वास बसेना... कारण मी समाजाच्या संकेतांना धरून वागणारी, इतकी शांत, गंभीर बनले होते, पण तेव्हा मात्र मी सैलावून खुली झाले होते.

ती परिषद लंकावी या अतिशय देखण्या व रोमांचक बेटावर आयोजित केली होती. आम्ही संयुक्त उपक्रमांबद्दल (जॉईंट व्हेन्चर्स) बोलणी केली, संयुक्त बँकिंगविषयी चर्चा केली आणि भरभराटीला येत असलेल्या मलेशियन अर्थव्यवस्थेनं देऊ केलेल्या संभाव्य संधी टिपण्याच्या दृष्टीनं विचार केला. दिवसभराचं शिणवणारं काम संपल्यानंतर, सगळ्या महिला एकमेकींच्या सहवासात आनंद लुटत होत्या, डिस्कोमध्ये नृत्य करत होत्या, आराम करत होत्या. आपापल्या घरांपासून आणि जबाबदाऱ्यांपासून दूरवर आलेल्या आम्हा सर्वजणींसाठी धमाल मजा करण्याची संधी मिळाली होती. तिथून परत येताना आम्ही सिंगापूरमध्ये थांबलो. तिथं उद्योगपतींची परिषद होती. पाकिस्तानातील मातब्बर उद्योगपती – मोहिबुल्लाह शाह, शाहिद हसन व शौकत अजिज त्या परिषदेतील चमकते तारे असले तरी आम्हीसुद्धा मागं नव्हतो. आम्ही सर्व उद्योजिका त्या परिषदेला उपस्थित होतो. आम्ही परिषदेच्या कामकाजात चैतन्य आणलं आणि आमचं अस्तित्व लक्षात आणून दिलं. मी आयत्यावेळी केलेल्या भाषणाला टाळ्यांच्या गजरात उत्तम प्रतिसाद मिळाला. त्यामुळं मला खूप बरं वाटलं.

१९९६ साल कौटुंबिकदृष्ट्या महत्त्वाचं ठरलं. कैसर बियाची मुलगी जिया (जिजी) १९९४ साली पाकिस्तानला आली होती. तिच्या बहिणीचं – मरियमचं माझा पुतण्या अलीशी लग्न झालंय, त्या समारंभासाठी जिया आली होती. कैसर बिया शहरयार यांची 'हाफ सिस्टर' होत्या. त्यांच्या पित्याच्या दुसऱ्या पत्नीची मुलगी. त्या भोपाळमध्ये राहायच्या. आम्हा सर्वांना जिजी आवडायची त्यामुळं आम्ही फरूसाठी तिला मागणी घालण्याच्या विचारात होतो. त्या दोघांचे सूरही उत्तम जुळले होते. फरू लंडनमध्ये आजारी पडला होता, पण एव्हाना बरा होऊन कराचीला परत आला होता. त्याला भोपाळला कैसर बियांकडं पाठवलं.

फरू आणि जिजीनं जीवनसाथी बनण्याचा निर्णय घेतला आणि कराची ते भोपाळ अशा वाऱ्या सुरू झाल्या. सुरुवातीला लग्नाचा औपचारिक प्रस्ताव दिला,

त्यानंतर वाङ्निश्चय झाला आणि विवाहाची तारीख निश्चित झाली, ७ डिसेंबर १९९६. आम्ही साठ लोकांचं वऱ्हाड घेऊन कराचीहून विमानानं गेलो आणि तिथून रेल्वेनं भोपाळला पोचलो. मी अख्खं कम्पार्टमेंटच आरक्षित केलं होतं. नाच-गाणी-मौजमस्तीनं बहरलेली रेल्वे पाच डिसेंबर रोजी सुप्रभाती भोपाळला पोचली. स्टेशनवर आम्हा सर्वांचं अविस्मरणीय स्वागत झालं. आम्हा सगळ्यांना हार घातले. जिजीच्या मातापित्यांनी आमची व्यवस्था जेहान नुमा पॅलेसमध्ये केली होती. माझ्यासोबत माझी आई, शहजाद मामांच्या मुली – शन्नी, शेहला व अशो पती व मुलांसह आल्या होत्या. शिवाय माझ्या सहा मैत्रिणीही सोबत होत्या. तसंच आमचे पीर साहिब, इक्बाल निजामी व 'आस्ताना'मधील उत्कृष्ट कव्वाल मंडळी – गुलाम सबिर व त्यांचे सहकारी आले होते.

आम्ही भोपाळला पोचलो त्याच दिवशी 'मेहंदी' समारंभ झाला. सगळं वातावरण रंगीबेरंगी झालं होतं. गीतांच्या साथीनं, हास्याच्या तुषारांत चिंब नहात सगळे पारंपरिक विधी सुरू होते. सात सवाष्णींनी नववधू व वराच्या हातावर मेंदी रेखली. कव्वाल सुफी संगीत पेश करत होते, अमिर खुस्रोंच्या शतकानुशतकं गायल्या जाणाऱ्या, हजरत निजामुद्दिन यांच्या स्तवनपर रचना ऐकून उपस्थित डोलत होते. सारं वातावरण जादूनं भारल्यासारखं बनलं होतं... मला आपण तरंगतोय असं वाटत होतं.

रोमेश त्यांच्या खाजगी विमानानं लखनौहून आले. ते उत्तर प्रदेशचे राज्यपाल होते. मी जेहान नुमा पॅलेसमध्ये त्यांच्या सन्मानार्थ मेजवानी दिली. त्या सायंकाळीही कव्वालांनी कार्यक्रम सादर केला. मेजवानीनंतर मी माझ्या काही स्नेह्यांसमवेत राज्यपालांच्या घरी गेले. रोमेश तिथं राहिले होते. त्यांनी आम्हाला नववर्षाच्या स्वागतासाठी नैनितालला येण्याचं आमंत्रण दिलं. तिथं जाण्याच्या कल्पनेनं मी हर्षभरित झाले.

सात तारखेला 'ताज-उल-मस्जिद' या आशियातील सर्वांत मोठ्या मशिदीत निकाह झाला. फररूच्या मस्तकावर जाईच्या फुलांचा पांढराशुभ्र 'सेहरा' बांधताना मी मोठ्या प्रयासानं अश्रू रोखले होते... त्या अश्रूंना आनंद व दुःख अशी संमिश्र किनार होती. गुलाबी रंगाचा टिश्यू कापडाचा पारंपरिक 'साफा' (फेटा) आणि जरतारी शेरवानी परिधान केलेला फररू इतका राजबिंडा दिसत होता! मी त्याला दृष्ट लागू नये म्हणून नजर बाजूला वळवत होते. तिथून आम्ही भोपाळच्या नवाबांच्या प्रासादात – कसरे सुलतानीमध्ये विवाहसमारंभासाठी गेलो. त्या मार्गावर आठ मैल अंतरात विद्युत रोषणाईचा झगमगाट केला होता. ते स्थळ एखाद्या परिकथेतल्यासारखं भव्यदिव्य भासत होतं... आणि याच परिकथेत माझा मुलगा, त्याची वाग्दत्त वधू, त्याच्या बहिणी... आणि त्याची अभिमानानं ऊर भरून

आलेली, समाधान पावलेली आई होती.

या समारंभानंतर आम्ही 'वलिमा' स्वागतसमारंभासाठी कराचीला आलो. हा समारंभ क्लिफ्टनमधल्या माझ्या घरी ठेवला होता. ग्वाल्हेरच्या सिंदिया घराण्याच्या राजमाता, मुख्यमंत्री दिग्विजयसिंग, राज्यपाल शफी कुरेशी यांच्यासह राजे, महाराजे व राणी यांच्या समवेत विवाहसमारंभ पार पडल्यानंतर आम्ही पुन्हा वास्तव जीवनात परतलो होतो.

ख्रिसमसच्या दिवशी निम्मो राणा, अन्जुम व मी दिल्लीला गेलो. दिल्लीच्या विमानतळावर माझा मामेभाऊ नवाबजादा सलीम खान आला होता. तिथून आम्ही हेलिकॉप्टरनं डेहराडूनला आलो. रोमेश भंडारी आल्यानंतर मी निम्मोंचा त्यांच्याशी परिचय करून दिला. अन्जुम भोपाळमध्येच त्यांना भेटल्या होत्या. त्यानंतर मी रोमेश भंडारींच्या गाडीत बसले. आमच्या गाडीच्या पुढं 'पायलट' गाडी होती. हा बारा गाड्यांचा ताफा नैनितालला राज्यपालांच्या निवासस्थानाच्या दिशेनं निघाला.

नैनिताल विलक्षण सुंदर आहेच, तितकंच राज्यपालांचं कलोनियल निवासस्थानही देखणं आहे. तिथं कुमुदेश भेटल्या. आम्ही त्यांची या निवासस्थानाबद्दल प्रशंसा केली. त्यानंतर आम्ही कॉकटेल्स व डिनरचा आस्वाद घेतला. रोमेश यांच्या नव्वदीतल्या मातोश्री – दादीजीसुद्धा तिथं आल्या होत्या. दहा वर्षांपूर्वी सिद्धार्थच्या लग्नापासून मी त्यांना ओळखत होते. आता तर आमची चांगलीच ओळख झाली होती. दादीजी भोजनासमवेत मद्याचा आस्वाद घेत होत्या. रोमेश अगदी मर्यादेत मद्यपान करत होते. ते तीन-चारच्या पुढं कधीच गेले नाहीत. ते नेहमी सर्वोत्कृष्ट व्हिस्की घ्यायचे, पण मी कधीही त्यांना झिंगलेलं अथवा गैरवर्तन करताना पाहिलेलं नाही. नैनितालमधली ती नववर्षाची पार्टी अत्यंत अविस्मरणीय व सुंदर झाली. आम्ही दिवसा सरोवरात नौकाविहार केला, बोटक्लबवर मस्त आरामात भोजनाचा आस्वाद घेतला, राज्यपालांच्या खाजगी गोल्फ मैदानावर गोल्फ खेळलो, डोंगरदऱ्यांतून निरनिराळे रस्ते शोधत मनमुराद भटकलो.

मला डॅडींची आठवण झाली. त्यांना त्यांच्या नोकरीच्या कालावधीत ट्रेकिंग आणि गिर्यारोहणाची अतिशय आवड निर्माण झाली होती. विशेषत: हा परिसर तर त्यांना फारच चांगला माहीत होता. त्यांनी नैनितालजवळच्या अल्मोडामध्ये ट्रेकिंग केलं आणि पुढं युरोप, स्वीस, इटालियन व ऑस्ट्रेलियन आल्प्समध्ये. ते बरेचदा औषधी पाण्याचे झरे असलेल्या सुप्रसिद्ध ठिकाणी म्हणजे – मॉन्टेक्कॅटिनी, कार्ल्सबाद, कॉर्टिना डी इम्पेझी – त्यांचा मूड असेल त्या ठिकाणी जात असत. आयुष्याच्या उत्तरार्धातसुद्धा ते सकाळ-संध्याकाळ नेहमी फिरायला जात असत, रोज योगा करत असत. आरोग्यसंपन्नेबाबत त्यांचा कटाक्ष असे. या संदर्भात मीनल

अगदी त्यांच्यासारखी आहे.

नैनितालमध्ये एक अतिशय विलक्षण प्रसंग घडला. रोमेश यांच्याकडं आमच्यासमवेत एक तरुणी आली होती. तिच्यासोबत दोन मुलंही होती. ती रोमेश यांच्यासमवेत अभ्यासिकेत बसली होती. तिनं सलवार-कमीज परिधान केला होता. त्यामुळं मला ती पंजाबी असेल असं वाटलं. नंतर आमची कॉकटेल्सच्या निमित्तानं भेट झाली त्यावेळी तिच्याशी बोलणं झालं. त्या होत्या राजकुमारी रीनाकुमारी – त्या राजकन्या होत्या हे त्यांच्या नावावरून समजत होतंच.

त्यांनी मला विचारलं, ''तुम्ही मूळच्या कुठल्या?''

''मोरादाबादची,'' मी उत्तरले.

''मोरादाबादमध्ये नेमकं कुठं?'' त्यांनी विचारलं.

''तिथं राजा का साहसपूर नावाचं एक रेल्वे स्टेशन आहे आणि रानी का साहसपूर नावाचं आणखी एक स्टेशन आहे... त्यानंतर मग तुम्ही पोचता...'' मी त्यांना समजावून सांगण्याचा प्रयत्न केला, पण माझं बोलणं संपण्याच्या आत त्या म्हणाल्या,

''डोन्ट टेल मी, तुम्ही मानकुलावाला आहात?'' त्यांच्या स्वरांत अविश्वास होता.

माझं खेडेगाव... माझे आजीआजोबा... माझं बालपण... सारं काही कालच घडल्यासारखं माझ्या मनात पुन्हा जागलं.

मी मान हलवून 'होय' म्हणाले आणि आम्ही दोघींनी उठून एकमेकींना प्रेमभरानं अलिंगन दिलं.

''माझ्या घरचे तुम्हा लोकांचा गेल्या पन्नास वर्षांपासून शोध घेतायत,'' त्या म्हणाल्या.

माझी रीनाकुमारींशी भेट झाली या गोष्टीवर माझा आजही विश्वास बसत नाही. आम्ही नैनितालमध्ये भेटणं किती विलक्षण होतं... कल्पिताहूनही विचित्र! आणि त्याहूनही विलक्षण म्हणजे त्या साहसपूरच्या राजांच्या कन्या होत्या. त्या उत्तर प्रदेश विधानसभेवर निवडून गेल्या होत्या. त्या काँग्रेस पक्षाच्या सदस्या होत्या. मी रोमांचित झाले होते!

फाळणीमुळं दुरावलेल्या अनेक लोकांच्या हृदयस्पर्शी लोकांच्या कहाण्यांसारखीच ही कहाणी आहे. रीना व मी – आम्ही दोघी चांगल्या मैत्रिणी बनल्या आहोत. त्यांच्या मातोश्री राणी इन्द्रा मोहिनीसुद्धा माझी मैत्रीण आहेत. त्यांनी १९९७ साली ममी व इशी मामांना मानकुलाला नेलं होतं. १९४७ साली डॅडींनी पाकिस्तानमध्ये जाण्याचा निर्णय घेतला तेव्हापासून ममीला इथं येता आलं नव्हतं. तिनं डेराला भेट दिली पण तिथं फक्त अवशेष उरले होते. तिनं ममीच्या पणजोबांनी म्हणजे नवाब

मोहम्मद अहमद यार खान यांनी बांधलेल्या मशिदीलासुद्धा – एव्हाना ती अगदी भग्नावस्थेत होती – भेट दिली. ही सफर म्हणजे माझ्या आईच्या लेखी स्वप्न सत्यात उतरलं होतं.

२० सप्टेंबर १९९७ रोजी मी वॉशिंग्टनला गेले. ही एक आठवड्याची सफर होती. मला युएस चेम्बर ऑफ कॉमर्सच्या 'सेंटर फॉर इंटरनॅशनल प्रायव्हेट एन्टरप्राईज'कडून निमंत्रण आलं होतं. तिथं मला एस्थर कूपरस्मिथ हे जुने स्नेही भेटले. त्यांनी मला 'लायब्ररी ऑफ कॉंग्रेस'मध्ये कॉकटेलसाठी नेलं, शिवाय हिस्पॅनिक कलावंतांसाठी निधी संकलनासाठी आयोजित पाचशे डॉलर्स प्रतिप्लेट डिनरलाही नेलं. या डिनर समारंभाच्या प्रमुख पाहुण्या होत्या अमेरिकेच्या प्रथम महिला हिलरी क्लिंटन; एस्थरनी माझा त्यांच्याशी परिचय करून दिला. मी हर्षभरित झाले होते. ती सफर फार छान झाली. मी प्रफुल्लित मनानं तिथून परतले.

मायदेशी परतल्यानंतर मी PAWE चं शिष्टमंडळ ठरवण्याच्या कामाला लागले. तेरा ते सत्तावीस नोव्हेंबर या कालावधीत नवी दिल्ली इथं होणाऱ्या आंतरराष्ट्रीय व्यापारजत्रेत सहभागी होण्यासाठी हे शिष्टमंडळ रवाना होणार होतं. मला सगळी व्यवस्था ठरवण्यासाठी ऑक्टोबरमध्येच दिल्लीला जावं लागलं. तेव्हा मी भोपाळला माझ्या सुनेला – जिजीला भेटायला गेले होते. सप्टेंबरमध्ये फरू लंडनला अभ्यासासाठी गेला होता. जिजीलाही त्याच्याकडं लंडनला पाठवावं म्हणून मी विहीणबाईंचं मन वळवलं. दिल्लीतल्या त्या व्यापारजत्रेसाठी मी तीस महिलांचं शिष्टमंडळ आणलं होतं. त्या वर्षी भारत व पाकिस्तान दोन्ही देश स्वातंत्र्याचा सुवर्ण महोत्सव साजरा करत होते. त्यावेळची सर्वांत महत्त्वाची गोष्ट म्हणजे मला स्वातंत्र्यप्राप्तीनंतरच्या पन्नास वर्षांतील सर्वांत यशस्वी पाकिस्तानी उद्योजिका म्हणून मानाचा इंदिरा गांधी प्रियदर्शिनी पुरस्कार मिळाला होता. हा फार मोठा सन्मान होता.

१९९७ सालच्या अखेरीस बंटीनं मिशेलशी लंडनमध्ये विवाह केला. त्या दोघांची सहा वर्षं मैत्री होती. मी लंडनला गेले होते, पण मी त्यांच्या लग्नाला हजर राहू शकले नाही, मला त्याआधीच कराचीला परत यावं लागलं. बंटी व मिशेलचा संसार सुखानं सुरू आहे. त्यांच्या दोन्ही चिमुरड्यांचे बंटीसारखेच काळेशार डोळे व केस आहेत. एकीचं नाव आहे अंबर व दुसरीचं नाव आहे तालिया. ते विम्बल्डनमध्ये राहतात.

भाग्यवान फौजियाचा दिल्लीच्या असीमशी विवाह झाला आहे. तो भारतीय आहे. ती शहरयारना भेटायला रवांडाला गेली होती तिव्हा तिची असीमशी भेट झाली होती. आम्ही सगळे तिचा वधूचा साज व इतर भेटवस्तू घेऊन दिल्लीला

गेलो होतो. आज फौजिया व असीम दोघंजण दक्षिण दिल्लीत 'द बिग चिल' नावाचं मेडिटेरिनियन शैलीचं कॅफे यशस्वीरित्या चालवत आहेत. नुकतंच त्यांनी खान मार्केटमध्ये दुसरं 'आऊटलेट'ही सुरू केलंय. फौजिया अखेर उद्योजिका बनली व त्यामध्ये ती यशस्वीही आहे.

फरू लंडनला होता. जिजीही तिकडं गेली. मी त्यांच्यासाठी मायदा व्हेलमध्ये भाड्याचा फ्लॅट घेतला. तिथून त्यांना बिना व तिच्या मुलांच्या जवळ पडणार होतं. २३ एप्रिल १९९८ रोजी पॅडिंग्टनमधल्या सेंट मेरीज हॉस्पिटलमध्ये जिजीनं गोंडस बाळाला – जियादला जन्म दिला (त्याच दिवशी शेक्सपिअर जयंती असते). त्यावर्षी आमच्या घरात हा आनंदाचा आणखी एक बहर फुलला!

राजहंस माझा निजला...

नववर्षात कुठल्याही नव्या किंवा मोठ्या गोष्टींना तोंड देण्याची माझ्या मनाची तयारी नव्हती, पण हे वर्ष फारच निराळं ठरलं. १९७९ साली डॅडींचं निधन झालं, त्यानंतर वीस वर्षांनी... या वर्षी माझ्यावर पुन्हा अनपेक्षितपणे दुःखाचा पहाड कोसळला.

६ एप्रिल १९९९ रोजी मी एका शिष्टमंडळातून वॉशिंग्टन डीसीला गेले. या शिष्टमंडळाचं नेतृत्व महिला विकासमंत्री तेहमिना दौलताना यांच्याकडं होतं. इतक्या सगळ्या महिलांसोबत – त्यातल्या बऱ्याचशा माझ्या संघटनेतल्याच म्हणजे PAWE मधल्याच होत्या – वेळ मोठा मजेत गेला. आम्हाला वॉशिंग्टनला पोचायला तीस तास लागले कारण पीआयएच्या विमानाला वाटेत इस्लामाबाद, दुबई, शॅन्नॉन अशा प्रत्येक ठिकाणी उशीर होत गेला.

त्यामुळं आम्ही हॉटेलवर पोचलो तेव्हा अगदी थकून गेलो होतो, पण पाचच मिनिटांत माझ्या उशाशी असलेला फोन वाजला. माझ्या मैत्रिणीचा – मिरेटचा फोन होता.

"इनी, तुला उठवल्याबद्दल माफ कर, पण मला आत्ताच कराचीहून माझ्या नवऱ्याचा फोन आला होता. तो तुझी मुलगी फार आजारी असल्याचं सांगत होता."

पण मला ते पटलंच नाही.

"मिरेट, फॉर गॉड्स सेक, मी आत्ताच कराचीहून येतीय. मी तिथून निघाले तेव्हा तर सगळं ठीकठाक होतं."

पण फोन काही पिच्छा सोडेना.... या खेपेला लंडनहून फोन होता. फोनवर मीनलचा मुलगा फैज होता.

"खाला, बिना फार आजारी आहे. तिला केंब्रिजमध्ये व्हेन्टिलेटरवर ठेवलंय. तिच्या मेंदूला जबर दुखापत झालीय."

हे ऐकलं तरी माझ्या डोक्यात काहीच शिरेना. प्रवासाचा अत्यंत शीण आणि झोपेच्या गोळ्या यांचा संमिश्र परिणाम म्हणून माझं मन सुन्न झालं होतं, त्यात कशाचीच नोंद होत नव्हती. त्यामुळं काही तासांनी मला जाग आली तेव्हा मला कुठल्याही फोनची आठवणसुद्धा नव्हती. मी कपडे बदलून 'वॉशिंग्टन सेंटर'मध्ये 'फ्रँचायजीस'वरचं व्याख्यान ऐकायला गेले.

"दूतावासातलं कुणीतरी तुम्हाला शोधतंय, सलमा," शिष्टमंडळातल्या एकीनं मला सांगितलं, "त्यांना राजदूत रियाज खोखार यांनी पाठवलंय."

मी ताबडतोब व्याख्यान सोडून त्या माणसाला शोधून काढलं.

"काय झालं?" मी वेडीपिशी होऊन त्या माणसाचे खांदे गदागदा हलवत विचारलं.

"राजदूतांना फोन करा, ताबडतोब," तो माणूस फक्त इतकंच म्हणाला.

"सलमा, तुमची मुलगी अखेरच्या घटका मोजतीय. तिला मशीनवर ठेवलंय. तुम्ही लंडनला जाऊन तिचा व्हेन्टिलेटर काढण्याची परवानगी द्या," रियाज सांगत होते.

"रियाजभाई, काय बोलताय तुम्ही?" मी दु:खानं व्याकूळ होऊन विचारलं.

मी बधिरल्यासारखी झाले होते. मी फोन ठेवला. सगळे माझ्याभोवती गोळा झाले होते. माझ्यासोबतच्या लोकांनी PAWE सदस्यांनी मला हॉटेलवर नेलं. सगळ्यात आधी माझ्या मनात आलं चाऊ चाऊला फोन करावा.

"ओह, चाऊ चाऊ, कुठं आहेस तू? बिना अखेरच्या घटका मोजतीय रे! मला तुझी गरज आहे. लंडनला माझ्याकडं ये. तू कॅनडात आहेस का? पहिल्या विमानानं निघून ये. मला सरळ लंडनलाच जावं लागणार आहे, पण मी तुझ्यासाठी थांबीन."

मी लेक्झॉटॉनिलच्या गोळ्या घ्यायला सुरुवात केली.... पहिली गोळी, मग दुसरी... तिसरी... चौथी.

"परमेश्वरा, माझे विचार थांबव."

मला माझं मन थांबवायचं होतं. माझ्याभोवती सगळे जमले होते- नुशरा अजमल, मिरेट, सलमा मुराद होत्या. झरिन, समिना होत्या. रियाज खोखर त्यांच्या पत्नी शहनाज यांना घेऊन आले होते. मंत्रीमहोदया तेहमिना दौलताना आल्या होत्या. इतरही काहीजण आले होते, पण ते माझ्या परिचयाचे नव्हते. सगळेजण फक्त माझ्याकडं बघत होते... सारेच नि:शब्द होते. आम्हा सर्वांनाच तरुण मुली होत्या. त्यांनी मला सगळं काही ठीक होण्यासाठी शुभेच्छा दिल्या.

चाऊ चाऊ आला. तो चांगला दणकट झाला होता – उंच आणि आडव्या

बांध्याचा. त्यानं मला त्याच्या हॉटेलवर नेलं. आम्ही रात्रभर लंडनहून फोन येण्याची वाट बघत होतो. पण काहीच फोन नव्हता. बंटीच्या घरूनही काहीच प्रतिसाद नव्हता.

''ममी, मी तुला सकाळी विमानात बसवून देतो. मी तुझ्याबरोबर येऊ शकत नाही, पण तू लंडनला नीट पोहोचशील,'' तो म्हणाला.

''ओके, चाऊ चाऊ, तू सोबत आला असतास तर बरं झालं असतं, पण ठीक आहे, तू म्हणशील तसं...'' मी म्हणाले.

त्यानंतर आम्ही त्याच्याच खोलीवर झोपलो आणि पहाटे साडेचार वाजता विमानतळावर गेलो. चाऊ चाऊनं मला सकाळी सहाच्या विमानात जागा मिळवून दिली आणि मी लंडनला रवाना झाले.

''नाही, मी तिचा व्हेन्टिलेटर काढू देणार नाही, मी नाही काढू देणार. अजून मुलतानहून सादिक (चीमीचे मोठे भाऊ) यायचे आहेत. मी कदापि काढू देणार नाही. मी तिला या जगात आणलंय. मी तिचा श्वास थांबवू शकत नाही.''

मी लंडनला पोचले. नियामत मला आणायला विमानतळावर आले होते. भैया कुठं आहे? बंटी कुठं आहे? अरे देवा, काय घडतंय हे?

''बिना बेबी गुजर गयी, बेगम साहिब,'' नियामत म्हणाले.

बिना जग सोडून गेली. त्यांनी त्याच दिवशी सकाळी मशीन काढून घेतलं... त्यानंतर ती फक्त वीस मिनिटं जिवंत होती.

''गाडी केंब्रिजकडं घ्या, नियामत. थेट तिकडंच घ्या. मला माझ्या बाळाला बघायचंय. तिचा वाढदिवस अकरा एप्रिलला असतो... आणि आज नऊ एप्रिल आहे.''

आम्ही केंब्रिजच्या दिशेनं निघालो. रस्ता संपता संपत नव्हता.

'इंदिरा सलमा, तुझा जन्म इथं झालाय. हे तुझं शहर आहे आणि तू पोटचा गोळा इथंच गमावला आहेस.'

केंब्रिजला पोचायला युगानुयुगं लागली. बंटी मिशेलसोबत तिथं 'हॉलिडे इन'मध्ये उतरला होता. त्यानं त्याच हॉटेलमध्ये माझी व्यवस्था केली होती. मी बिनाला पाहू शकत नव्हते. त्यांनी तिला शवागारात न ठेवता चॅपेलमध्ये ठेवलं होतं.

''ममी, आपण तिला उद्या पाहू, इन्शाल्ला,'' बंटी म्हणाला.

बंटी खचला होता... त्याचं काळीज विदीर्ण झालं होतं.

''मला तिच्या वाढदिवसासाठी फुलं हवी आहेत, बंटी, मला पिवळ्या क्रिसॅन्थिममचा मोठा गुच्छ हवाय.''

दुसऱ्या दिवशी आम्ही तिचं अखेरचं दर्शन घेण्यासाठी गेलो. चॅपेलमधील

धर्मोपदेशकांनी बंटीला व मला चॅपेलमध्ये नेलं. मी माझ्या बछडीला पाहिलं... अगदी नि:स्तब्ध, अतिशय देखणी... थंडगार लादीवर झोपलेली. तिनं वाढदिवसासाठी केसांना सोनेरी व लाल रंगछटा चढवली होती. ती थंडगार होती... ओह्... अतिशय थंडगार...

"बिना ब्राऊन, कुठं गेलीस ग तू?" बंटीला शोक अनावर झाला होता.

त्याचं रुदन काळाचा थरकाप उडवत होतं. मी तिच्याशेजारी खुर्चीवर बसून मूकपणे अश्रू ढाळत होते. मी तिच्या थंडगार गालांना स्पर्श केला, तिच्या केसांत थोपटलं. बंटीनं तिच्या केसांच्या तीन लडी सोबत घेतल्या. काळ थांबून राहिला होता... त्यानं आम्हालाही जखडून ठेवलं होतं. आम्ही तिच्या मृतदेहाशेजारी पिवळ्या फुलांचा गुच्छ ठेवला. धर्मोपदेशकांनी आम्हाला बाजूला नेलं. मी माझ्या पोटच्या गोळ्याला अखेरचं पाहिलं आणि तिथून बाहेर पडले.

'सबिना ब्राऊन, विथ नथिंग ऑन युवर हेड, सबिना ब्राऊन, व्हॉट मेक्स युवर हेड सो रेड?'

'लॅक्सोटॅनिल... माझे विचार थांबव... मला विचार करू देऊ नकोस. माझ्या मनाची हालचाल थांबव... सगळे विचार थांबव... थांबव.'

आम्ही केंब्रिजमधून निघालो. मुल्तानमध्ये तिच्या अंत्यविधीची व्यवस्था करण्यासाठी मी कराचीला परतले.

कराची.... तिथं विमानतळावर फौजिय, सेहबा, फररू सगळेजण जमले होते. मला घरी नेण्यासाठी बशिर शाह गाडी घेऊन आले होते.

"तुम्ही स्वत:कडं पाहिलं आहे का?" ते विचारत होते.

"बशिर, नाही, मी स्वत:कडं पाहू शकत नाही, मला फक्त माझी बछडी दिसतीय."

बरेच लोक आले होते....

"तुम्ही आलात त्याबद्दल आभार... होय, आम्ही लाहोरला निघालोय आणि तिथून मुल्तानला."

"मोहम्मदमियाँ सूमरो, तुम्ही प्रवासाची व्यवस्था केलीत ते फार छान झालं."

"गौहर अयूब, तुम्ही राहायची व्यवस्था केलीत त्याबद्दल आभारी आहे."

फौजिया माझा मोठा आधार होती, तशीच इतर दोन्ही मुलंही. मीनलसुद्धा तिथं आली होती. बंटी शवपेटिका व दोन्ही मुलींना – आयेशा व अमिना मरियमला घेऊन विमानानं निघालाय हे समजल्यावर आम्ही लाहोरला निघालो. समजुतीचा काहीतरी घोटाळा झाल्यामुळं बंटी व मुली इस्लामाबादला उतरले पण शवपेटिका लाहोरकडं मार्गस्थ झाली होती. आम्ही दुसऱ्या दिवशी सकाळी मुल्तानला रवाना झालो तेव्हा माझ्या बिनाचा मृतदेह माझ्या आसनाखाली होता.

आम्ही मुल्तानला पोचलो आणि कुरेशी मंडळींनी सूत्रं हाती घेतली. बिनाला घराच्या इमाम बर्गाहमध्ये ठेवण्यात आलं. तो एक मोहररम होता. तिथं 'मजलिस' आयोजित केली होती.

"अजून बंटी आणि मुली आल्या नाहीत. शाह महमूद, कृपा करून इतक्यात तिचं दफन करू नका. तिच्या भावाची व तिच्या मुलींची वाट बघू या. ते अजून इस्लामाबादहून आलेले नाहीत," मी विनंती केली.

"आन्टी, आम्हाला बिनाला न्यावं लागेल. 'मघरेब'ची वेळ जवळ आलीय, आम्हाला नमाज-इ-जनाजा अर्पण करायचा आहे."

मखदूम शाह महमूद आमच्या कुटुंबाचे धार्मिक प्रमुख आहेत.

"तुम्ही परवानगी द्या," ते म्हणाले.

तिथं काळा पोषाख परिधान केलेली एक बाई होती... ती सलमा अहमद नव्हती... ना ती कुणाला ओळखत होती.... तिथं होती ती फक्त एक आई... आपल्या मुलीच्या शवपेटिकेसमोर मातीत गडाबडा लोळणारी आई. तिच्या चूर चूर झालेल्या काळजातून फक्त व्याकूळ किंकाळ्या उमटत होत्या.

मीनल व नज्जी मला सावरत होत्या.

"आपा, असं करू नकोस, आपा प्लीज!"

माझ्यासमोर सगळं काही स्तब्ध झालं.... त्यांनी माझ्या मुलीला नेलं.

तितक्यात फोन खणखणला. बंटी आला होता. मी पजेरो जीप घेऊन त्याला आणायला विमानतळावर धावले. मी त्यांना विमानतळावरून घेतलं. बेबेच्या मुलीनं – फख्रीनं आम्हाला दफनस्थळी जाण्याचा मार्ग दाखवला. कुरेशी स्त्रियांसाठी पवित्र स्थान आहे – बिबि पाक दामन. तिथं आम्ही वेळेत पोचलो. बिनाच्या भावाला 'जनाजा' प्रार्थनेत सहभागी होता यावं यासाठी आम्ही ती प्रार्थना थांबवली. बिनाच्या याच भावानं तिच्या इच्छेनुसार तिला धडपडून मुल्तानला आणलं होतं.

"होय, बिना, बंटीनं तुला तुझ्या डॅडींच्या शेजारी दफन करण्यासाठी घरी आणलंय."

सहा फुटांचा खड्डा काढला होता, बिनाची शवपेटिका तिथं ठेवली होती. तिची चिमणी पाखरं आक्रोश करत होती. पहिल्यांदा बंटी व फररू या तिच्या दोघा भावांनी मूठभर माती लोटल्यानंतर, तिच्या चुलत भावंडांनी आणि मग बाकी सगळ्यांनी माती लोटली. त्यानंतर आम्ही प्रिय मृतात्म्याला निरोप दिला.

'ममी, तू कधीतरी पुस्तक लिही. त्यात तू तुझ्याबद्दल लिही, आमच्याबद्दल लिही. तू जर लिहिलं नाहीस तर मी लिहीन.'

'होय बिना, मी लिहितीय.... पण ज्या कागदावर माझे शब्द उमटतायत त्यावर माझे अश्रू टपटप ओघळतायत. तुला हे असं घडायला हवं होतं का?'

मी माझ्या मुलीला मुल्तानमध्ये सोडून कराचीला परत आले. माझ्या घरात 'सोयेम' ठेवलं होतं. घरावर मरणकळा पसरली होती. उर्वरित वर्ष आर्थिक समस्या आणि माझ्या आजारपणात सरलं. मला उच्च रक्तदाब त्रस्त करत होता, त्या जोडीनं पाय दुखत होते. मला काम करणंच अशक्य झालं होतं.

नवे खेळाडू, पण राजकारणाचं मैदान तेच

१३ ऑक्टोबर १९९९.... सेहबाचा वाढदिवस. याच दिवशी लष्करी सरकार आलं. जनरल परवेज मुशर्रफ 'चीफ एक्झिक्युटीव्ह' बनले आणि मियाँ नवाज शरीफ यांना कैद करण्यात आलं. राष्ट्रीय व प्रादेशिक असेम्ब्ली विसर्जित करण्यात आल्या. काही राजकारण्यांना अटक झाली, काही उद्योगपतींना अडकवण्यात आलं. सगळीकडं भय व दहशतीचं वातावरण पसरलं. राष्ट्रीय कार्यक्रमपत्रिका जाहीर झाली. नव्या मंत्र्यांसह नवी राजवट अस्तित्वात आली. देशात लष्करी कायदा नव्हता, पण लष्करी कारभार होता. राष्ट्रीय सुरक्षा समितीची स्थापना झाली होती. माझ्या काही मित्रांकडं महत्त्वाची पदं आली होती.

माझ्यावर कदाचित काही आरोप ठेवण्यात येण्याची शक्यता गृहीत धरून मी स्वत:चा बचाव करण्याची सज्जता केली होती. माझ्याजवळ प्रत्येक आरोपाचं, मग तो कितीही क्षुल्लक का असेना, उत्तर होतं. कारण मी मोहम्मद खान जुनेजोंमुळं बिझनेसमध्ये गंभीर नुकसान सोसलं होतं.

नववर्षाच्या स्वागतासाठी मी दुबईला गेले, पण तिथं गेल्यानंतर तीन दिवस माझ्या मनावर उदासीचं गडद मळभ होतंच. मात्र चौथ्या दिवशी – १ जानेवारी २००० रोजी – नव्या सहस्रकाच्या पहिल्या दिवसाच्या प्रारंभी माझ्यात बदल घडला! दुबईचा अभिमान मानल्या जाणाऱ्या 'बुर्ज-अल-अरब' या सहा तारांकित हॉटेलमध्ये भोजनाचा आस्वाद घेत असताना, अकस्मात जणू काही नवी व्यक्ती जन्माला आली... मनात आशेचे किरण घेऊन भविष्याचा सामना करण्यास सज्ज असणारी, खरोखर काहीतरी रचनात्मक घडवण्याची आस मनात असणारी आणि खचायचं नाही असा दृढ निश्चय केलेली सर्वस्वी नवी व्यक्ती.

१४ ऑगस्ट २००१ रोजी स्थानिक सरकारची नवी कार्यपद्धती अस्तित्वात

आली. त्यानंतर थोड्याच दिवसांत, म्हणजे दहा सप्टेंबरला माझा वाढदिवस होता. तो माझ्या आयुष्यातील सर्वाधिक घटनापूर्ण वाढदिवस ठरला. त्या दिवसानंतर अवघ्या चोवीस तासांतच वर्ल्ड ट्रेड सेंटर व पेंटॅगॉन उद्ध्वस्त करणाऱ्या घटना घडल्या आणि सारं जगच बदलूच गेलं. दहशतीच्या युद्धाला प्रारंभ झाला. अफगाणिस्तानातली दुर्दैवी माणसं उद्ध्वस्त झाली. ओसामा बिन लादेन, मुल्ला मुहम्मद ओमर, तालिबान व अल-कायदा ही नावं घरोघरी माहीत झाली.

या युद्धाला तोंड फुटलं, त्याच दरम्यान माझ्या बँकर कन्येचा– सेहबाचा सलामशी विवाह झाला. तोही बँकरच आहे. ९ नोव्हेंबर २००१ रोजी झालेला हा सोहळा म्हणजे आमच्या घरातलं शेवटचंच लग्नकार्य होतं. आमचं कराचीतलं घर तर स्वप्नवत सजलं होतं. जाईच्या शुभ्र फुलांनी आणि मेरीगोल्डच्या फुलांनी त्याच्या देखणेपणात आणखी भर पडली होती. मात्र युद्धामुळं एकूणच वातावरणात जी उद्विग्नता होती, त्यामुळं दिव्यांचा चकचकाट नव्हता. तेही जणू या वातावरणाशी मिळतेजुळते होते! सेहबाच्या विवाहासोबत माझ्यावरच्या कौटुंबिक जबाबदाऱ्या संपल्या... खरं तर त्या कधीच संपत नाहीत, आपल्याला फक्त त्या संपल्या असं वाटत असतं एवढंच!

नवदाम्पत्य मधुचंद्रासाठी मालदीवला रवाना झालं आणि मी दिल्लीला जाण्याचा बेत आखला. मला दीर्घ सुट्टी हवी होती. मी बारा डिसेंबर रोजी दिल्लीला पोचले, पण दुसऱ्याच दिवशी भारतीय संसदेवर हल्ला प्रकरण घडलं. फरू बायको-मुलांसमवेत आधीच भोपाळला आलेला होता. भारतानं हवाईक्षेत्र बंद करण्याआधी मी पाकिस्तानात आले. मी दिल्लीतून शेवटचं विमान धरलं. दोन्ही देशांची सशस्त्र दलं परस्परांसमोर उभी ठाकली.

फरू त्याचा ब्रिटिश पासपोर्ट घेऊन अमृतसरहून वाघा बॉर्डरवर आला. भारतीय तपासणी नाक्यावर त्याला भारतात येण्याचं कारण विचारलं.

"माझं कुटुंब, माझी बायको व मुलं भारतात आहेत,'' तो तत्परतेनं उत्तरला.

त्यानंतर पाकिस्तानी तपासणी नाक्यावर त्याला पुन्हा प्रश्नांना तोंड द्यावं लागलं.

"तुम्ही पाकिस्तानात का येताय?'' त्यांनी विचारलं.

"माझं कुटुंब पाकिस्तानात आहे. माझी आई, माझी बहीण कराचीत राहतात,'' फरू उत्तरला.

ज्या लोकांना त्यांच्या कुटुंबापासून प्रियजनांपासून दूर व्हावं लागण्याची वेदना भोगावी लागते त्यांची अवस्था काय होते हे या प्रसंगातून भेदकपणे लक्षात येईल.

जनरल परवेज मुशर्रफ यांनी सूत्रं हाती घेतली, मियाँ नवाज शरीफ यांची हद्दपारी होऊन ते सौदी अरेबियात गेले, त्यानंतर मुस्लीम लीगमधून अनेक गट

फुटून बाहेर पडले. पीएमएल (Q) या 'किंग्ज पार्टी' म्हणून ओळखल्या जाणाऱ्या पक्षाची स्थापना झाली. मियाँ अझर यांनी स्थापन केलेल्या पक्षात सईदा अबिदा हुसैन व फख्र इमाम अशी विद्वान मंडळी सामील झाली. पण सुरुवातीपासूनच मुख्य प्रेरक शक्ती होते ते गुजरातचे चौधरी – चौधरी शुजात हुसैन व चौधरी परवेज इलाही. मखदूम जावेद हाशिमी यांच्या नेतृत्वाखालील पीएमएल (N) मध्ये नवाज शरीफ यांच्याशी निष्ठावंत मंडळींचा भव्य व प्रभावी गट होता. त्याखेरीज, पीर साहिब पगारोंच्या नेतृत्वाखालील पीएमएल (फंक्शनल) हा एक गट होता, हमिद नासिर छथांची वेगळी चूल असणारा पीएमएल (C) हा गट होता आणि 'Q' लीगमधून बाहेर पडून आपला स्वतःचा पक्ष स्थापन करणाऱ्या इजाझुल हक यांचा पीएमएल (Z) हा एक गट होता.

या सगळ्या पार्श्वभूमीवर मला २००१ सालच्या मार्च महिन्यात चौधरी शुजात हुसैन यांचं इस्लामाबाद येथील 'पीएमएल (Q)'च्या परिषदेला उपस्थित राहण्याचं निमंत्रण आलं. मी पीर साहिब पगारोंना फोन करून या परिषदेला जावं का याबद्दल विचारलं.

ते म्हणाले, ''हे सर्वस्वी तुम्ही ठरवायचं आहे.''

हे जनरल परवेज मुर्शरफ यांनी सूत्रं घेतल्यापासून प्रथमच राजकीय घडामोडींच्या पुनरुज्जीवनाच्या नांदीचं चिन्ह होतं.

याआधी, मी 'पाकिस्तान सिव्हिक फोरम' नामक सामाजिक मंच स्थापन केला होता. काहीही न करता आळशीपणे बसून न राहता मी सामाजिक कार्याला वाहून घ्यायचं ठरवलं होतं. ज्या देशानं मला इतकं काही दिलं त्या देशासाठी काहीतरी परतफेड करण्याचा माझा प्रयत्न होता. आम्ही ग्रामीण सिंध प्रांतात सर्वसामान्य स्तरावर खूप परिश्रम केले. हा भाग आमच्या परिचयाचासुद्धा नव्हता. या कामात आम्हाला चांगलं यश मिळालं. आमचं सर्वांत मोठं योगदान म्हणजे लोकांना स्थानिक पातळीवरच्या निवडणुकांत सहभागी होण्यास प्रवृत्त करणं. आम्ही नवाबशाहमध्ये सोळा जागा जिंकल्या, पण मला त्याहूनही अधिक समाधान देणारी गोष्ट म्हणजे मी नवाबशाहमध्ये केलेलं गरिबांना, विशेषतः गरीब महिलांना दिलासा देणारं कार्य. हैदराबादमध्ये आम्हाला आणखी घवघवीत यश मिळालं. तिथं आम्ही सल्लागार मंडळाच्या पंचेचाळीस जागा जिंकल्या. त्यामुळं मखदूम रफिकुज्जमन 'नजिम' म्हणून तर पीएमएल (F) चे नवाबजादा रशिद अली खान उप-नजिम म्हणून निवडून आले.

याच दरम्यान थारपारकर जिल्हा संकटग्रस्त भाग म्हणून जाहीर करण्यात आला होता. या भागात सतत अवर्षणाचं व त्यामुळं दुष्काळाचं संकट होतं. गरीब लोकांच्या तोंडात घास पडत नव्हता, त्यांची गुरंढोरं मरत होती. ही मानवी

शोकान्तिका अतिशय दुर्लक्षित राहिली होती, पण मी त्यामुळं अतिशय हेलावले होते. आम्ही आमच्या मर्यादित साधनस्त्रोतांच्या बळावर मदत करायचा प्रयत्न करत होतो. गोरगरिबांना अन्न व कपडे वितरीत करत होतो, पण आमचे हात थिटे पडत होते. संकटाची व्याप्ती लक्षात घेतली तर आमचे प्रयत्न अगदीच तोकडे पडत होते, पण गोरगरिबांसाठी कार्य करणं माझ्या मनाला समाधान देत होतं. मी ओरांगी गावात जे विशिष्ट समाजकार्य केलं होतं, तेव्हाच्या स्मृती या निमित्तानं मनात जागल्या होत्या.

मला इतरही काही बाबींत अडचणींचा सामना करावा लागत होता.

१९८५-८८ दरम्यान मंजूर झालेला माझा एमएनए प्रकल्प – क्लिफ्टन, कराचीमधल्या PAWE कॉम्प्लेक्सचं बांधकाम – संकटात सापडला होता. या नियोजित चार मजली कॉम्प्लेक्सचा मंजूर बांधकाम आराखडा KBCA (कराची बिल्डींग कंट्रोल अ‍ॅथॉरिटी) नं लहरीपणे रद्द केला होता. मी अजूनही सिंध उच्च न्यायालयात यासंबंधीचा दावा लढत आहे. राजकीय सूडभावनेतून निष्ठूरपणे डावललेले बांधकामांचे असे अर्धवट उभारलेले सांगाडे संपूर्ण पाकिस्तानभरातल्या अपूर्ण प्रकल्पांच्या दु:खद कहाणीचे मूक साक्षीदार बनून उभे आहेत.

राजकारणाच्या पायात जेव्हा असे निर्णय घेतले जातात तेव्हा सार्वजनिक निधीचा गुन्हेगारी व प्रचंड अपव्यय बहुधा कधीच विचारात घेतला जात नाही. मला अडथळ्यांची बरीच मोठी शर्यत पार करावी लागली असली तरी, माझा दुसरा प्रकल्प म्हणजे व्यसनाधीन लोकांसाठी बांधलेलं गुलिस्तान-ए-जौहर, कराची येथील रुग्णालय सुदैवानं पूर्ण झालं आहे आणि त्याचं कामकाजही सुरू आहे.

PAWE कॉम्प्लेक्स पूर्ण झालेलं पाहाणं हे माझं मोठं स्वप्न आहे. कारण त्यामुळं महिलांना उद्योजिका म्हणून घडवणं हे माझं चिरस्थायी योगदान ठरेल. मी पुरुषांच्या उद्योगजगतात प्रथम पाऊल टाकलं तेव्हा मला जे जे अडथळे आले त्या त्या अडथळ्यांवर, खाचखळग्यांवर सहज मात करणं इथल्या प्रशिक्षणामुळं त्यांना शक्य होईल अशी मला आशा आहे.

तर, चौधरी शुजात यांचं हे निमंत्रण माझ्या आयुष्यात ताजी झुळूक बनून आलं. माझे चौधरी बंधूंशी नेहमीच स्नेहपूर्ण संबंध होते, अगदी प्रतिकूल परिस्थितीतसुद्धा मी त्यांना कटाक्षानं भेटले होते. माझा चौधरी शुजाअत यांचे पिता – चौधरी झहूर इलाही यांच्याशीसुद्धा परिचय होता. PNA च्या काळात मी त्यांच्यासोबत काम केलं होतं!

दुर्दैवाची गोष्ट म्हणजे, ही परिषद फारच भव्य प्रमाणात आयोजित केली होती. या परिषदेला बऱ्याच प्रसंगांचं गालबोट लागलं. जुन्या फळीतल्या अनेक महत्त्वपूर्ण

सदस्यांनी व्यासपीठावर स्थान पटकावलं होतं. दुसऱ्या फळीतल्या नेतृत्वासाठी अक्षरश: मारामाऱ्या पहायला मिळाल्या. मी कराचीतल्या दहा प्रमुख मुस्लीम कार्यकर्त्यांसमवेत आले असले तरी मी सक्तीनं मागंच राहिले. शिवाय तिथं चौधरी शुजाअत नव्हे तर मियाँ अझर अत्यंत महत्त्वाचे होते.

पक्षाची ही दु:खद अवस्था पाहिल्यावर मी काहीशी भ्रमनिरास होऊन कराचीला परत आले. जुलै महिन्यात पीर साहिब पगारोंचा फोन आला. त्यांनी मला लाहोरमधल्या पीएमएल (F) कार्यकारी समितीच्या बैठकीला हजर राहायला सांगितलं. त्यांना कुणीच नकार देत नाही, तसंच मीही बैठकीला हजर राहण्याचं मान्य केलं. या समितीची बैठक मोडकळीला आलेल्या एका गॅरेजमध्ये झाली. कार्यालय नसल्याबद्दल दिलगिरी व्यक्त करण्यात आली. बैठकीला उपस्थितीही जेमतेमच होती, तरी मला इथं अधिक घरच्यासारखं वाटलं. या बैठकीत असा निर्णय झाला की, ज्यावेळी निवडणुका जाहीर होतील त्यावेळी पीएमएल (F) नं त्या लढवायच्या. मी दु:खी व खचल्या मनानं पहात होते... ऐंशीच्या दशकात पाकिस्तान मुस्लीम लीग काय होती आणि आज पीर साहिबांचा पक्ष किती लहान उरला होता! माझं मन भूतकाळात धावलं... आम्ही ऐतिहासिक बैठका घेतल्या होत्या ते लाहोरमधलं डेव्हिस रोड कार्यालय आठवलं. तिथं शेख सिराज यांचा वाढता प्रभावही माझ्या नजरेनं टिपला. आत्तापर्यंत सिंधमधले अपरिचित कार्यकर्ता असणारे शेख सिराज उत्सवमूर्ती तर होतेच, पण सगळी सूत्रंही त्यांच्याकडं गेली होती.

या बैठकीनंतर काही महिन्यांतच एक दु:खद घटना घडली. पीर साहिबांना पक्षाघाताचा झटका आला. त्यांना ताबडतोब पीर-जो-गोथहून कारनं कराचीतल्या 'मिडइस्ट हॉस्पिटल'मध्ये दाखल करण्यात आलं. तिथं हुर जमातीतले शेकडो लोक रात्रभर जागून करुणा भाकत होते. पीर साहिबांचे कुटुंबीयही तिथं आले होते. त्यांची ज्येष्ठ आणि लाडकी सुकन्या कौसर आली होती, दुसरी सुकन्या नैला मुल्तानहून आली होती. त्यांना लवकर बरं वाटावं यासाठी आम्ही प्रार्थना करत होतो. अखेर त्यांना रुग्णालयातून घरी पाठवलं तेव्हा आम्हाला हायसं वाटलं. आम्ही परमेश्वराचे आभार मानले. तिथून ते 'किंगरी हाऊस' या त्यांच्या घरी गेले.

त्यानंतर काही महिन्यांनी जनरल मुशर्रफनी निवडणूक कार्यक्रम जाहीर केला. त्याबरोबर माझे राजकीय कार्यकर्ते माझ्याभोवती गोळा झाले. त्यांनी मला मी स्वत:वर लादलेल्या राजकीय वनवासातून बाहेर येण्याची विनंती केली. पण मी नाखुषी दाखवली. त्यावर त्यांनी माझ्या क्लिफ्टनमधल्या निवासस्थानी धरणं धरलं आणि मी एमएनए महिला राखीव जागेसाठी माझं नामांकनपत्र दाखल करायला तयार झाल्याखेरीज तिथून हलणार नाही असा पवित्रा घेतला होता. चार एमएनए सर्वसाधारण जागांच्या आधारावर ही जागा जिंकता येऊ शकणार होती. मला माझ्या

कार्यकर्त्यांच्या इच्छेसमोर मान तुकवण्याखेरीज पर्यायच उरला नाही. शिवाय, पीर साहिबांचा पक्ष संघर या त्यांच्या जिल्ह्यात बलवान होता. त्यामुळं आपण अगदी सुरक्षित मैदानात आहोत असं मला वाटत होतं. पीर साहिबांनी त्यांचा पक्ष महिला राखीव जागेसाठी फक्त माझं एकमात्र नामांकन सादर करेल अशी तोंड भरून खात्री दिल्यामुळं माझा विश्वास दुणावला होता.

मी माझं नामांकनपत्र दाखल करायला गेले, तेव्हा राजकीय कार्यकर्त्यांची मिरवणूकच माझ्यासोबत आली होती. ते सर्वजण उत्साहानं व मनापासून घोषणा देत होते. अशी निष्ठा, असं प्रेम पाहून मला खूप बरं वाटलं. माझ्या लेखी, जनसेवा जनसेवा म्हणजे हीच... तुम्ही ज्या लोकांचं प्रतिनिधित्व करता त्यांच्या आदरास प्राप्त होणं व त्यांचं प्रेम मिळवणं हीच खरी पोचपावती. सद्दर, कराचीमधल्या निवडणूक आयोगाच्या कार्यालयात कडक सुरक्षा होती कारण त्याच दिवशी बेनझीर भुट्टोसुद्धा नामांकनपत्र दाखल करणार होत्या. मी प्राथमिक छाननीतून पार पडले, त्यामध्ये यशस्वीपणे पात्र ठरले. त्यानंतर मी छोट्या सुट्टीसाठी लंडनला जायचं ठरवलं.

लंडनहून परत आल्यानंतर मला समजलं की, पक्षातर्फे महिला उमेदवाराच्या नामांकनासाठी माझ्याऐवजी दुसऱ्या कुणा पीएमएल कार्यकर्तीचं नाव निश्चित झालं आहे. हे काही नजरचुकीनं घडलेलं नाही, तर हा हितसंबंध असणाऱ्या कुणाच्या तरी कुशल कामगिरीचा परिणाम आहे ही गोष्ट माझ्या झटकन लक्षात आली. लाहोरमध्ये मी कार्यकारी समितीच्या बैठकीत हीच नगण्य व्यक्ती सगळी सूत्रं हातात घेऊन पक्षाच्या राजकीय बाबी सांभाळताना पाहिली होती. पक्षाचं नामांकन मिळवण्यासाठी कसलाही निकष नाहीय ही गोष्ट मला स्पष्टपणे कळून चुकली होती. राजकीय सत्तेच्या संदर्भात अनुभव, उत्कृष्टता, समर्पित वृत्ती, निष्ठा, सुसंस्कृत सभ्यता, मान या गोष्टी अप्रासंगिक होत्या. सर्वांत महत्त्वाचा होता तो पैसा आणि मूल्यांचा त्याग करण्याची तयारी! दुर्दैवाची गोष्ट म्हणजे एकूण समाजाच्या संदर्भातही हीच गोष्ट लागू पडते... नैतिक व बौद्धिकदृष्ट्या दिवाळखोर असणारे आढ्यताखोर नवश्रीमंत देशाचे उगवते तारे मानले जातात.

पीर साहिबांनी परिस्थिती सुधारण्यासाठी खूप प्रयत्न केले. मी इस्लामाबादमधल्या निवडणूक आयोगाकडं त्यांची तीन पत्रं समक्ष नेऊन दिली. पण ते बधत नव्हते. मात्र, २९ ऑक्टोबर २००२ रोजी जारी झालेल्या राष्ट्राध्यक्षीय वटहुकूमान्वये, नामांकन दाखल केलेल्या उमेदवारांच्या नावात फेरफार करता येत नसल्यामुळं हा मुद्दा अखेर निकालात निघाला. या वटहुकूमाचा माझ्याखेरीज कुठल्याही सुपरिचित राजकारण्याला फटका बसला नाही.

त्यानंतर बलोचिस्तानच्या मीर जफरुल्ला खान जमाली यांचा पंतप्रधान म्हणून

शपथविधी झाला. ते १९८५ च्या असेम्ब्लीतले माझे सहकारी होते.

या तडाख्यानंतरही मी फौजियाला भेटायला नवी दिल्लीला गेले. कारण एव्हाना मी राजकारणातली असली फसवणूक पचवायला शिकले होते. तिच्यासोबत असणं हीच मोठी गुणकारी 'थेरपी' होती. मी तिथं हजरत निजामुद्दिन औलियांच्या मजारवर गेले, तिथं जाऊन मी आंतरिक शांती लाभावी व मार्गदर्शन मिळावं म्हणून प्रार्थना केली. महिन्याभरानं मी कराचीला परतले.

"बेगम, तुम्ही कुठं आहात?" पीर साहिबांचे एक खलिफो – फकिर मन्थर बोलत होते.

"बिछान्यात पडलीय," मी उत्तरले.

सकाळचे अकरा वाजले होते.

"बेगम, उठा, सिनेटमध्ये महिला राखीव जागेसाठी अर्ज करा. पीर साहिब तुमचं नामांकन करतील. त्यांच्याकडं तेरा मतं आहेत."

पीर साहिब गोथमध्ये होते. मी त्यांना फोन केला. त्यांनी मला तिकडं येण्याचं निमंत्रण दिलं.

"सलमा, तुम्ही इकडं या, मी कराचीत नाहीय."

माझ्या ड्रायव्हरनं – असलूनं वाऱ्याच्या वेगानं गाडी मारली आणि आम्ही पाच तासांत पीर-जो-गोथला पोचलो. मी या ठिकाणी प्रथमच आले होते.

ते निराळंच विश्व होतं.... रस्त्याच्या दुतर्फा एका रांगेत उभी राहिलेली, वाऱ्याच्या झुळकीबरोबर मंदपणे झुलणारी पामची ऐटबाज झाडं.... हवेलीसारखं मॅन्शन... वास्तुशास्त्राचा देखणा नमुना असणारं हे मॅन्शन भव्य, प्रशस्त पटांगणाच्या एका टोकाला अभिमानानं उभं होतं. तिथं लागूनच असलेल्या बझारमध्ये एखादी बाई क्वचितच दिसायची, त्यामुळं लोक माझ्याकडं मी कुणी परग्रहावरचा जीव असावी तशा औत्सुक्यानं बघत होते. तिथं मुख्य पटांगणाच्या प्रवेशद्वारालगत एक बहुमजली गेस्टहाऊस होतं. त्याच्या पाठीमागं पीर साहिबांच्या निवासस्थानाचं प्रवेशद्वार होतं. तिथं हूर लोक फरसबंदी अंगणातून अनवाणी येत असत. तिथंच एका बाजूला कार्यालय होतं व दुसऱ्या बाजूला प्रशस्त निवासस्थान होतं. या खऱ्याखुऱ्या राज्याचे पीर साहिब पगारो अनभिषिक्त राजा होते. हूर जमातीतले लोक त्यांना परमेश्वर मानतात. त्यांच्यासमोर भक्तिभावानं नतमस्तक होतात. त्या वास्तव जगापेक्षा संपूर्णतः निराळ्या जगात जीवन गोगलगायीच्या गतीनं सरकत असतं... आणि ते पीर साहिबांभोवती फिरत असतं. पीर साहिबांचं संपूर्ण नाव आहे शाह मर्दान शाह पगारो आठवे.

मी पीर साहिबांची प्रतिक्षा करत अंगणात थांबले होते, तिथलं आश्चर्यकारक राजवैभव पहात होते. त्यावेळी मला दोन जुन्या गोष्टी आठवल्या.

यातली एक गोष्ट पीर साहिबांचे वडील जिवंत असतानाची आहे... एक हूर लहान मुलाशी खेळत होता... त्याला उंच उडवून मग झेलत होता (उपखंडातल्या खेड्यांत आईवडील मुलांशी हा आवडता खेळ नेहमीच खेळतात.) अकस्मात एक गोळी सणसणत आली. ते मूल पगारोच्या पीरांपेक्षा उंच उडवलं होतं, त्यामुळं त्याला निष्ठावंत हूर व्यक्तीनं ठार केलं होतं.

दुसरी गोष्ट आहे अब्दुल रहिम हिंगोरू याची. त्याची रवानगी तुरुंगात झाली, आणि त्याला फाशी झाली तेव्हा त्यानं सस्मित चेहऱ्यानं आरोळी ठोकली,

"भेज पगारो भेज!" ही हूर लोकांची युद्धघोषणा होती. हे त्याचे अखेरचे शब्द होते. जेव्हा जेव्हा हूर लोक मोठ्या संख्येनं एकत्र जमतात तेव्हा ते पीर साहिबांच्या सन्मानार्थ 'भेज पगारो भेज' ही घोषणा देतात. मी पंचवीस वर्षं हा दरारायुक्त स्फूर्तीदायी सोहळा पाहिला आहे. अगदी आजही हे पाहताना माझ्या मणक्यातून थंडगार लहर सळसळत जाते. १९६५ व १९७१ सालच्या युद्धात पाकिस्तानच्या सिंध-राजस्थान सीमेचं शौर्यानं रक्षण करताना हूर लोक हीच युद्धघोषणा देत होते.

पीर साहिबांच्या कार्यालयातून मला बोलावणं आलं तेव्हा मी भूतकाळातून वर्तमानात परत आले. पीर साहिबांच्या कार्यालयातून खाली व्हरांडा दिसतो. तिथं त्यांच्या आशीर्वादासाठी लोकांच्या झुंडीच्या झुंडी येत असतात. पीर साहिबसुद्धा अनवाणी पायांनी बसले होते. त्यांनी मला बसायला सांगितलं, माझं म्हणणं ऐकून घेतलं. त्यानंतर त्यांनी फकिर मन्थरना फोन लावला. ते सिंधीत बोलत होते. त्यांनी फकिर मन्थरना माझ्या सिनेट नामांकनासाठी सूचक व अनुमोदक मिळवायला सांगितलं. त्यामुळं हाजी पीर बक्ष जुनेजोंना माझ्यासाठी सूचक तर इम्मादिन शूकीन ना अनुमोदक व्हायला सांगितलं. हे दोघंही संघारचे होते.

मात्र, पीर साहिबांनी मला हेही सांगितलं की, "बाकीची मतं तुमची तुम्हाला मिळवावी लागतील. मी तुम्हाला यापेक्षा काही साहाय्य करू शकत नाही. तुम्ही आवश्यक तो पाठिंबा मिळवाल का? तुम्ही लाहोरला जा आणि चौधरी शुजाअतना भेटा."

मी या नामांकनासाठी चौधरी शुजाअत यांच्यासोबत पाठपुरावा करीन असं कबूल केलं पण माझं मन मात्र द्विधा होतं. मी भीतीनं व्याकूळ झाले होते. अनिश्चिततेचं सावट घेरून होतं. आपण पुन्हा एकदा महत्त्वाकांक्षा व आत्मप्रौढीच्या विळख्यात ओढले जातेय हा विचार सतत माझ्या मनात रुतून होता. मला या साऱ्यापासून दूर जाऊन माझ्या आंतरिक अस्तित्वाची जोपासना करायची होती - अध्यात्मात रमायचं होतं. कव्वाली, काव्य, गीत-संगीत यांवर माझं सहजसुंदर प्रेम होतं. मी माझ्या उमलत्या वयात मागं डोकावले... नाज इक्रमुल्ला, आमचं गायन, कथकलीचे धडे... माझ्या मनात स्वत:चीच रूपं फेर धरू लागली... प्रेमाचे

भरभरून मधुघट असणारी स्त्री, इतरांवर प्रेमाचा वर्षाव करणारी व त्याबदल्यात फक्त प्रेमाचीच अपेक्षा ठेवणारी स्त्री... स्वत:चा विचार बाजूला ठेवून, आयुष्यातल्या प्रचंड तडाख्यांशी झुंज देताना आपल्या आयुष्यातले सर्वोत्तम दिवस, हास्याचा खळाळ, तारुण्याचा बहर यांची आहुती देऊन, कुणाच्याही मदतीविना, एकटीच्या जोरावर, समर्पित वृत्तीनं चार मुलांना वाढवणारी स्त्री... माझ्या मनात या व इतर विचारांचं थैमान सुरू होतं. त्याच दिवशी सायंकाळी मी कारनं कराचीला परतले, पण भविष्याच्या अनिश्चिततेचे विचार पाठ सोडत नव्हते.

अखेर, मी हे आव्हान स्वीकारायचं ठरवलं आणि चौधरी शुजाअतना भेटायला लाहोरला गेले. त्यांना बरं नव्हतं त्यामुळं ते विश्रांती घेत होते. पण आम्ही – म्हणजे शहरयार, मीनल व मी – चौधरी परवेज इलाही (ते आता पंजाबचे मुख्यमंत्री आहेत) यांना विनंती केल्यावर, चौधरी शुजाअतनी आम्हाला त्यांच्या गुलबर्ग निवासस्थानी बोलावलं. मी त्यांना माझं नामांकनपत्र दाखवलं. त्यांनी मला सांगितलं की, पीर साहिबांची तेरा मतं मिळवणारी पहिली महिला सर्वानुमते उमेदवार म्हणून निवडली जाईल. त्यानंतर त्यांनी काही फोन केले.

''या शर्यतीत आणखी दोघी जणी आहेत, पण तुम्ही उद्या तुमचं नामांकन दाखल करा,'' त्यांनी सांगितलं.

हे ऐकून माझा धीर खचला नाही, कारण एकदा मी आव्हान स्वीकारायचं ठरवलं की मग सहसा मध्येच हातपाय गाळत नाही. त्यानंतर मी कराचीला परतले आणि माझं नामांकनपत्र दाखल केलं. त्यानंतर मी सिनेटमधील जागेसाठी माझी बाजू भक्कम करण्यासाठी व शक्यता अजमावण्यासाठी इस्लामाबादला गेले. एव्हाना चौधरी शुजाअत उपचारांसाठी जर्मनीला गेले होते व आम्ही ज्या इतर लोकांना भेटलो ते वेळेला हजर होणारे नसल्यामुळं परिस्थिती फारशी प्रोत्साहक नव्हती. सगळं नकारात्मक वाटत होतं. तिथं स्पर्धा नव्हतीच कारण सगळं काही आधीच निश्चित केल्यासारखं वाटत होतं. मी इस्लामाबादच्या 'सिंध हाऊस'मध्ये पाच दिवस राहिले व ५ फेब्रुवारी २००३ रोजी कराचीला परत आले.

सहा फेब्रुवारीला रात्री मला पक्षश्रेष्ठींचा फोन आला. त्या दिवशी फोन वाजला तेव्हा मला काहीतरी वाईट घडणार असल्याची हुरहूर वाटत होतीच.

''बेगम साहिबा, उद्या तुमचं नामांकन मागं घ्या. या सूचना वरून आल्या आहेत.''

''हो, तुम्ही म्हणाल तसं, मी उद्या मागं घेईन,'' मी तुटकपणे उत्तरले.

दुसऱ्या दिवशी सकाळी मी फररूला आवश्यक ती कागदपत्रं घेऊन माझं सिनेट उमेदवारीचं नामांकन मागं घ्यायला सांगितलं.

''मी जबरदस्तीनं माझं नामांकन मागं घेत आहे,'' मी लिहिलं.

पण त्यामुळं काय आणि कुणाला फरक पडणार होता... जबरदस्तीनं असो वा नसो? हा नेहमीचाच प्रकार घडल्याचा सल मनात टोचत होता, पण मी हा अध्याय गुंडाळून टाकला आणि माझा व्यवसाय व कुटुंब यांत गर्क झाले. सिनेट निवडणुका आल्या आणि गेल्या. बदिनचे अली बक्श शाह ऊर्फ पप्पू शाह यांच्या पत्नी यास्मिन शाह यांची उमेदवारी मान्य झाली. त्यांना शुभेच्छा!

अफगाणिस्तान – नवं आव्हान

१३ सप्टेंबर २००३ रोजी मी पत्रकार परिषद आयोजित केली होती. यावेळी PAWE च्या सदस्या उपस्थित होत्या. मी या पत्रकार परिषदेत पाकिस्तानमध्ये 'विमेन्स चेम्बर ऑफ कॉमर्स ॲन्ड इन्डस्ट्री' (WCCI) ची स्थापना करण्याची घोषणा केली. या दरम्यान भारताशी संबंध सुधारत होते. भारतामध्ये उद्योगाच्या उत्तम संधी शोधण्याजोगी परिस्थिती होती. मी वीस महिलांचं शिष्टमंडळ घेऊन मुंबईला आले... अशा प्रकारे दुसऱ्या देशात जाणारं हे पहिलंच शिष्टमंडळ होतं. आम्हाला भारतात मिळालेल्या यशानं आम्ही आनंदित झालो होतो.

तिथून परतल्यावर मी काहीतरी नवा उद्योग सुरू करण्यासंबंधी गांभीर्यानं विचार करू लागले. मी व्यापाराशी निगडित 'बीएसए इन्कॉर्पोरेटेड' नावाची कंपनी सुरू केली होती. आम्ही गव्हाचा पुरवठा करण्यासंदर्भात निविदा भरली. आम्ही भारतातून गव्हाची आयात करणार होतो. मात्र ही निविदा ऑस्ट्रेलियातून गव्हाचा पुरवठा करणाऱ्या कंपनीला मंजूर झाली आणि सगळा विचकाच झाला. मग माझ्या मनात आलं की, आपण काबूलला जाऊन तिथं उद्योगाच्या संधी शोधाव्यात. आपण सिमेंट व स्टीलची विक्री करू शकतो याबाबत मला आत्मविश्वास होता. मला या दोन्ही उत्पादनांची चांगली माहिती होती. मग मी झटपट हालचाली केल्या आणि पाकिस्तानातील अफगाणी राजदूतांना भेटून व्हिसा मिळण्याची व्यवस्था केली. सगळी तयारी झाली.

"एक्सलन्सी, ड्रेस कोड कसा आहे?" मी राजदूतांना विचारलं.

"हेडस्कार्फ, सैल कपडे, फिके रंग," ते उत्तरले.

आमचे 'इम्पिरियल'च्या वेळचे विक्री अधिकारी बदरूजम्मन यांना मी माझ्यासोबत घेतलं आणि आम्ही काबूलच्या पहिल्या दौऱ्यावर निघालो. काबूलमध्ये विमान उतरवताना थोडी अडचण आली. काबूलमधल्या विमानतळावर अद्याप इलेक्ट्रॉनिक

यंत्रणा बसवलेली नसल्यामुळं तिथं 'व्हिज्युअल लॅन्डिंग' होईल असं सांगितलं होतं. तो प्रदेश उजाड, खडकाळ डोंगर-पर्वतांचा होता, हिरवळ जवळपास नव्हतीच. आम्ही विमानतळावरून गाडीनं हॉटेलवर निघालो. अफगाणिस्तानवर झालेल्या बॉम्बहल्ल्यांच्या खुणा रस्त्यारस्त्यांवर दिसत होत्या... रस्ते उखडले होते, खाचखळग्यांनी व्यापले होते. हातगाड्यांवर निस्तेज, सुकडी फळं विकायला ठेवली होती. विक्रेते दु:खीकष्टी जीवनात हातातोंडाची गाठ घालण्याचा प्रयत्न करत होते. ते पराकोटीचं दारिद्र्य पाहून काळीज तुटत होतं. मला या देशाविषयी, इथल्या लोकांविषयी फार अनुकंपा वाटली... पाकिस्तानच्या सीमेवरचा हा देश... पण पाकिस्तानमध्ये तुलनेनं किती वैपुल्य आहे. फक्त पाकिस्तानी लोकांनी ही गोष्ट समजून घेऊन, देवानं आपल्या देशाला किती उदारहस्ते देणग्या दिल्या आहेत त्याबद्दल कृतज्ञ राहायला हवं.

मला अफगाणी लोकांशी जवळचे नातेसंबंध असल्यासारखं वाटलं... माझे पूर्वजही याच भूमीतले होते. काबूलमध्ये बोलली जाणारी दर्री भाषा आपल्याला समजतीय असं माझ्या लक्षात आलं. पाकिस्तानमध्येही बोलली जाणारी ही भाषा मला तोडकीमोडकी येते. या दुर्दैवी भूमीवर लादला गेलेला अगणित विध्वंस पाहिल्यावर इथं पुनर्बांधणीचं काम किती अवाढव्य प्रमाणात करावं लागणार आहे, ते माझ्या लक्षात येऊ लागलं. माझ्या मनात अफगाणिस्तानातील स्त्रियांचा विचार आला, त्यांना गुलामगिरीच्या जोखडातून मुक्त करण्याची गरज होती. काही काळापूर्वी याच ठिकाणी तालिबान्यांनी महिलांवर असे अन्याय केले होते – महिलांचा शिरच्छेद जगभरात दाखवण्यात आला होता – या कल्पनेनं माझा भयानं थरकाप उडाला.

पाकिस्तान परराष्ट्र कार्यालयाच्या सौजन्यानं मला काबूलमध्ये बांधकाम करणाऱ्या विविध जपानी व तुर्की कंपन्यांच्या प्रमुखांना भेटता आलं. मी UNDP व जागतिक अन्न कार्यक्रमाच्या अधिकाऱ्यांची, अफगाण चेम्बर ऑफ कॉमर्स ॲन्ड इन्डस्ट्रीच्या अध्यक्षांची व अफगाणी पुनर्रचना मंत्र्यांची भेट घेतली.

तिथल्या वास्तव्यात काही अडचणी होत्या – इन्टरकॉन्टिनेन्टल हॉटेलमध्ये कमी विद्युतदाबामुळं रात्रीच्या वेळी वाचन करणं शक्य नव्हतं, पण काबूलमध्ये सायंकाळ अगदी सुखद असते – थंडगार मंद झुळूक अनुभवता येते.

माझी काबूलवारी फुकट गेली नाही. अफगाणी राजदूतांनी मला फोन करून इस्लामाबादच्या मॅरियट हॉटेलमध्ये त्यांच्या देशाचे सुप्रसिद्ध अर्थमंत्री डॉ. अशरफ घानी यांच्यासमवेत बैठक ठरवायला सांगितलं. डॉ. घानी चीन व कोरियाच्या दौऱ्यावर होते, ते वाटेत इस्लामाबादला आले होते. आमच्यामध्ये कल्पनांचं उत्तम आदानप्रदान झालं. ते अतिशय बुद्धिमान होते. आमचे अर्थमंत्री श्री. शौकत अजिज

यांचे ते मित्र होते.

त्यानंतर मी पुनर्रचना कामासंदर्भात अर्थमंत्र्यांशी बोलणी करण्यासाठी पुन्हा काबूलला गेले. या खेपेला मी चौदा आसनी यूएन फ्लाईटनं एकटी गेले. माझ्या मुलींना – फौजिया व सेहबाला माझ्या या बेताबद्दल समजलं तेव्हा त्यांचा फोन आला.

"मम्मी, फॉर गॉड्स सेक, तुला वेडबिड लागलंय का? तुला एकटीनं जायची भीती वाटत नाही?"

"नाही बेटा, मम्मीला भीती वाटत नाही. मला प्रेरणा देणारी एक शक्ती आहे... ती मला बळ देते. मला काहीतरी रचनात्मक करत राहायचंय, ज्या दिवशी मी काम करणं थांबवीन, त्या दिवशी मी संपून जाईन."

मी काबूलला डॉ. अशरफ घानी यांना भेटायला गेले. या खेपेला अर्थ मंत्रालयात थेट त्यांच्यासोबतच बैठक होती. जसजसा मला त्यांचा अधिकाधिक परिचय झाला, तसतसे मला त्यांचे अधिकाधिक कौतुकास्पद पैलू समजले. माझी त्यांच्यासोबत बिझनेस करण्याची इच्छा होती. मला ते अतिशय आव्हानात्मक वाटलं.

काबूलमधील पाकिस्तानचे 'चार्ज डी अफेअर्स' श्री. आफ्रिदी यांनी माझ्या सन्मानार्थ एके दिवशी सायंकाळी स्वागतसमारंभ आयोजित केला होता. या समारंभात माझी भेट जागतिक अन्न कार्यक्रम प्रमुख सुसाना रिको यांच्याशी झाली. मी त्यांना आम्ही नुकत्याच पाकिस्तानमध्ये सुरू केलेल्या 'विमेन्स चेम्बर ऑफ कॉमर्स ॲन्ड इन्डस्ट्री'बद्दल सांगितलं. हे ऐकून त्यांना खूप आनंद झाला. त्या म्हणाल्या,

"तुम्ही तुमचं कार्य अफगाणिस्तानमध्ये... इथल्या महिलांसाठी.... का विस्तारत नाही?"

मी त्यांना आमचा कार्यविस्तार इथं करण्याचं कबूल केलं.

"तुम्ही जर काबूलला परत आला नाहीत तर आम्ही पाकिस्तानला येऊन तुम्हाला शोधून काढू." त्यांनी मला दमच भरला.

आणि अकस्मात माझ्या लक्षात आलं की त्यांचं नाव 'रिको' आहे.

मग मी त्यांना विचारलं, "पार्ला इटालियानो?"

"अ सी, मा कम लेई पार्ला?" त्या उत्तरल्या.

मग मी त्यांना मी लहान असताना इटलीमध्ये इटालियन भाषा शिकल्याचं सांगितलं.

त्यानंतर माझी भेट अफगाणिस्तानातील तुर्की राजदूतांशी झाली. त्यांचं व्यक्तिमत्व

मोठं लोभस होतं. त्यांच्याशी बोलताना कोन्या 'तीर्थयात्रे'ची आठवण झाली. मी या ठिकाणी थोर सुफी संत व कवी मौलाना रूमी यांना वंदन करायला गेले होते. मी नेहमी डॅडींना त्यांच्याबद्दल बोलताना ऐकलं होतं. आम्ही काबूलमध्ये माझ्या आवडत्या जुजे कबाब, चेलो कबाब यांसह स्वादिष्ट पर्शियन भोजनाचा आस्वाद घेतला. सुदैवानं ते ठिकाण पाकिस्तानी दूतावासाच्या जवळच होतं. ते तेहरानमधल्या कॅफेसारखंच वाटत होतं.

काबूल दौऱ्यातल्या बऱ्याच गोष्टी सांगण्यासारख्या आहेत. हा दौरा अतिशय संस्मरणीय ठरला. मी तिथं 'लिएझाँ' कार्यालय थाटलं व इस्लामाबादमध्ये त्याचं 'लिंक' कार्यालय उघडलं. भविष्यात माझी वरचेवर काबूलला जायची इच्छा आहे. तिथं करण्याजोगा बराच बिझनेस आहे, पण पुनर्रचना कार्याचा हिस्सा होणं ही खरीखुरी संधी आहे आणि मला त्याचा हिस्सा बनायचं आहे... हे नवं विश्व आहे आणि नवं आव्हानही.

मी माझ्या नव्या बाळाच्या – विमेन्स चेम्बर ऑफ कॉमर्स अ‍ॅन्ड इन्डस्ट्रीच्या –भरणपोषणासाठी प्रयत्नशील आहे. मी कराचीच्या पार्क टॉवर्समध्ये कार्यालय थाटलं आहे, तिथंच आम्ही बिझनेसची सूत्रं सांभाळतो. महिलांना आर्थिकदृष्ट्या सबळ बनवण्यासाठी व त्यांची सर्व उद्योजकीय आघाड्यांवर सक्रिय खेळाडू बनण्याच्या दृष्टीनं जडणघडण करण्यात साहाय्य करणं ही माझी तळमळीची इच्छा आहे. भविष्यात दीर्घ व दुःसाध्य संघर्ष वाढून ठेवला आहे या वास्तवाचं मला भान आहे... युगानुयुगांचे पूर्वग्रह व कृत्रिम अडथळे पार करावे लागणार आहेत याची मला जाणीव आहे, पण हे ज्ञान माझा निश्चय अधिकच दृढ करतं आणि सर्व उद्योजिकांसाठी समतल मैदान मिळवण्याच्या प्रयत्नांना प्रेरणा देतं. मी अठरा वर्षांपूर्वी पाहिलेलं स्वप्न मला साकार करायचं आहे. आज कार्यालयात तरुण पिढीतल्या मुलींचे घोळकेच्या घोळके पाहिले की बरं वाटतं.... त्यांचे डोळे उत्साहानं चमकत असतात. त्यांच्या मनात जोश उसळत असतो. भविष्यातल्या वाटचालीसाठी त्यांच्यापाशी धाडस आहे. हेच माझं सर्वांत मोठं बक्षीस आहे.

अपूर्ण कार्य

ही कहाणी बरीच दीर्घ झाली, आता तिला पूर्णविराम द्यायला हवा. पण वाचकांचा निरोप घेण्याआधी थोडं माझ्याविषयी व नव्या सहस्रकातल्या महिलांविषयी बोलते.

मी अनेक वर्षं संघर्ष केलाय, लढा दिलाय, आनंद-दुःखांचे, यशापयशाचे चढउतार झेललेत, काही महत्त्वाकांक्षा पूर्ण झाल्या आहेत, काही अजून पूर्ण व्हायच्या आहेत... एकूण चांगली कामगिरी घडली असावी, तरीही भविष्यात पाऊल टाकताना माझा स्वतःच्या कार्यक्षमतेवर दृढ विश्वास टिकून आहे.

आयुष्यातला बराचसा काळ मी एकटीनंच घालवला आहे, माझे लढे एकटीनं लढले आहेत, तेसुद्धा इस्लामी समाजात, त्यामुळं महिलांना त्याचं संपूर्ण सामर्थ्य प्रकट करण्यापासून रोखण्यात पूर्वग्रह, संकुचित मनोवृत्ती व खुनशी सूडभावनेचा किती मोठा वाटा असतो हे मला चांगलं ठाऊक आहे. सुदैवानं आता ही वृत्ती बदलताना दिसतीय. समाज अधिक सहिष्णू बनला आहेच, शिवाय महिलांना समान वागणूक देण्याची तयारीही अधिकाधिक दिसतेय. समाज, परिस्थिती, नशीब व नियती यांनी लादलेल्या मर्यादांचे काच असूनही धैर्यानं जीवनसंघर्ष करणाऱ्या स्त्रियांना माझी कहाणी प्रेरणादायी ठरेल अशी मला आशा आहे. त्या स्वतःवरच विश्वास ठेवायला शिकतील, त्यांच्या अंतर्मनाशी सदैव प्रामाणिक राहतील, ताऱ्यांना गसवणी घालण्यास कचरणार नाहीत, अशी मला आशा आहे.

माझ्या मनात पाकिस्तानी स्त्रियांसाठी एक भव्य स्वप्न आहे... नव्या सहस्रकातील तरुण महिला त्यांच्या पूर्वसुरी व्यावसायिक व उद्योजकांकडून शिकत आहेत. त्यांच्या पूर्वसुरींनी त्यांना गिरवण्यासाठी पाऊलखुणा ठेवल्या आहेत. त्या बदलते प्रवाह समजून घेतील, समाजात परिवर्तन घडवतील व आपल्या हक्कांसाठी लढतील अशी मला आशा आहे; मला त्यांनी उत्कृष्ट व परिपूर्ण कार्य केलेलं

पाहायचं आहे.

मी माझं आयुष्य वस्तुनिष्ठपणे मांडण्याचा प्रयत्न केला आहे. मी 'सिंगल पेरेन्ट' बनून चार मुलांना एकटीनं वाढवलंय, त्यांना सर्वोत्तम तेच दिलंय... हे माझ्या मनाला सर्वांत संतोष देणारं पारितोषिक आहे. मी भूतकाळात न डोकावता सदैव पुढंच जात राहायला शिकले आहे. त्यामुळं, कदाचित ही कहाणी संपेल पण माझी जीवनकथा सुरूच राहील... नव्या जोमानं व उत्साहानं सुरूच राहील. माझी स्वप्नं अजून साकार व्हायची आहेत, मला अजून बराच पल्ला गाठायचा आहे. भविष्यात काय वाढून ठेवलंय ते कुणीच मर्त्य मानव सांगू शकत नाही, पण मी अखेरचा निरोप घेईन तेव्हासुद्धा पुढचं आव्हान शोधतच असीन.

मी अंतिम विश्रांतीसाठी ठिकाण निवडून ठेवलं आहे... दिल्लीत, दर्गाह हजरत निजामुद्दिन औलिया दर्ग्याच्या परिसरात.

www.ingramcontent.com/pod-product-compliance
Lightning Source LLC
LaVergne TN
LVHW031610060526
838201LV00065B/4796
* 9 7 8 8 1 8 4 9 8 0 6 7 7 *